உடைபடும் மௌனங்கள்

பெண்ணியம் இரா.பிரேமா

பாரதி
புத்தகாலயம்

Udaipadum Mounangal (in Tamil)

Penniyam Era.Prema

First Published: December, 2019 | Second Print: December, 2022

Published by

BHARATHI PUTHAKALAYAM

7, Elango Salai, Teynampet, Chennai - 600 018
Email: bharathiputhakalayam@gmail.com | www.thamizhbooks.com

உடைபடும் மௌனங்கள்

பெண்ணியம் இரா.பிரேமா

முதல் பதிப்பு: டிசம்பர், 2019 | இரண்டாம் அச்சு: டிசம்பர், 2022

வெளியீடு:

பாரதி புத்தகாலயம்

7, இளங்கோ சாலை, தேனாம்பேட்டை, சென்னை - 600 018.
தொலைபேசி : 044 24332424, 24330024 விற்பனை: 24332924

விற்பனை நிலையங்கள்

அருப்புக்கோட்டை: *கதவுஎண் 49 A/4 மெயின் ரோடு, தெற்கு தெரு - 9994173551*
ஈரோடு: *39: 39 ஸ்டேட் பாங்க் சாலை - 9245448353*
கரூர்: *நாரத கானசபா அருகில் (TNGEA OFFICE)- 9442706676*
காரைக்குடி : *12, 2 வது தெரு, கம்பன் மணிமண்டபம் பின்புறம் - 9443406150*
கும்பகோணம்: *352, ரயில் நிலையம் எதிரில் - 9443995061*
குன்னூர்: *N.K.N வணிக வளாகம் பெட்போர்ட்*
கோவை: *77, மசக்காளிபாளையம் ரோடு, பீளமேடு - 8903707294*
சிதம்பரம்: *22A / 18B தேரடி கடைத் தெரு, கீழவீதி அருகில் - 9994399347*
செங்கல்பட்டு: *1 D ஜி.எஸ்.டி சாலை - 044 27426964* | **சேலம்:** *15, வித்யாலயா சாலை சாலை*
சேலம்: *பாலம் 35, அத்வைத ஆஸ்ரமம் சாலை 0427 2335952*
தஞ்சாவூர்: *காந்திஜி வணிக வளாகம் காந்திஜி சாலை - 9655542400*
திண்டுக்கல்: *பேருந்து நிலையம் - 9942331105, 9976053719*
திருச்சி: *வெண்மணி இல்லம், கரூர் புறவழிச்சாலை - 9994289492*
திருநெல்வேலி: *25A, ராஜேந்திரநகர் - 9442149981* | **திருப்பூர்:** *447, அவினாசி சாலை - 9486105018*
திருவண்ணாமலை: *முத்தம்மாள் நகர்* | **திருவல்லிக்கேணி:** *48, தேரடி தெரு - 9444428358*
திருவாரூர்: *35, நேதாஜி சாலை - 9442540543*
நாகர்கோவில்: *699 கே.பி.ரோடு R.V.புரம் - 9443450111*
நெய்வேலி: *பேருந்து நிலையம் அருகில், - 9443659147*
பழனி: *பேருந்து நிலையம் அருகில் - 7010760693*
பாண்டிச்சேரி : *கிழக்கு கடற்கரைச்சாலை, இலாசுப்பேட்டை, 9486102777*
பெரம்பூர்: *52, கூக்ஸ் ரோடு - 9444373716* | **மதுரை:** *37A, பெரியார் பேருந்து நிலையம் - 045 22324674*
மதுரை: *சர்வோதயா மெயின்ரோடு*
வடபழனி: *பேருந்து நிலையம் எதிரில் அடையார் ஆனந்தபவன் மாடியில் - 9444476967*
விருதுநகர்: *131, கச்சேரி சாலை - 0456 2245300* | **வேலூர்:** *பேஸ் III, சத்துவாச்சாரி - 9442553893*

ஓவியர் : கியூமர்

நினைத்த நூல்கள்... நினைத்த நேரத்தில்...

BharathiTV | www.bookday.in

thamizhbooks.com

8778073949

அச்சு : கிளிக்டு பிரிண்ட், சென்னை - 600 018.

வலியும் மொழியும்

பெண் வலியோடு பிறந்தவள்; வலியோடு வாழ்பவள்; வலியோடு மடிபவள். பெண்ணையும் வலியையும் பிரிக்க இயலாது. காலம் காலமாகப் பெண்கள் தங்கள் வலியை மௌனத்தால் அடைகாத்தனர். இன்று பெண்கள் தாங்கள் அனுபவிக்கும் வலியை இவ்வுலகத்திற்கு எடுத்துரைக்கும் வல்லமை பெற்று விட்டார்கள். அவர்கள் பெற்ற கல்வி / சுதந்திரம்/ தனித்துவ சிந்தனை/ இயக்கம்/ செயல்பாடு என அனைத்தும் அவர்களைப் பேச வைக்கின்றன. பெண் மொழி வலியிலானது மட்டுமல்ல; வலிமையானதும்கூட. ஆயிரக்கணக்கான ஆண்டுகள் மௌனித்த அவர்கள் மொழி இன்று வீரியத்துடன் விதைக்கப்படுகின்றன. வாசகர்கள் பலர் கண்ணிலும் கருத்திலும் படாத பெண்களின் வலிகளை எடுத்துரைக்கும் காத்திரமான கதைக்களங்களை / சொல்லாடல்களை அவர்களுக்கு உணர்த்த விழைகிறேன்.

ஆண் மொழியிலிருந்து பெண்மொழி முற்றிலும் வேறுபட்டது. பெண்ணுக்கான சில வலிகளை ஆண் அனுபவிக்க வாய்ப்பில்லை. அவன் கற்பனை செய்தாலும் அந்த வலியின் வீரியத்தை உணர்ந்து பிறருக்கு உணர்த்த இயலாது. அதனால்தான், யுகம் யுகமாய் வலியை அனுபவிக்கும் பெண்களின் மொழி வீரிய வீச்சுக்களாக வெளிப்படுகின்றன. சில பெண் எழுத்தாளர்கள் வீரியத்துடனும், சிலர் ஆவேசத்துடன், சிலர் ரௌதரத்துடனும், சிலர் வெறுப்புடனும், சிலர் அழுகையுடனும், சிலர் ஆற்றாமையுடன், சிலர் அலுப்புடனும், சிலர் சாந்தத்துடனும் தங்கள் வலியை வெளிப்படுத்தியுள்ளனர்.

எல்லாப் பெண்களும் எல்லா வலிகளையும் அனுபவித்து இருக்க முடியாது. அதனால், அதை உணர்த்தும் நிலையிலும், புரிதல் நிலையிலும் அவர்களுக்குள் வேறுபாடுகள் காணப்படுகின்றன. இந்நிலையில்தான் ‘பெண்ணே பெண்ணுக்கு எதிரி’ ஆகிறாள். இந்நூலுள் எடுத்தாளப்படும் கதைக்களங்களில் வெளிப்படும் பாசாங்கற்ற பெண் மொழியைப் பெண் வாசகர்கள் ஒவ்வொருவரும் புரிந்து கொள்ள முன் வரவேண்டும். அப்படிப் புரிந்துகொள்ளும்போது மட்டுமே அவர்களுக்குள் பகைமை மறந்து சகோதரித்துவம் பெருகும். அவர்கள் தங்களுக்குள்ளே ஏற்படும் கருத்து மோதல்களைத் தவிர்க்க இயலும். ஒவ்வொரு பெண்ணும் சக பெண்களின் சுக துக்கங்களைப் புரிந்து கொண்டு அவர்களோடு இணக்கமாகப் பயணிக்கவும், தங்களை நெறிப்படுத்திக் கொள்வதற்குமான நுண் அரசியலை இந்நூல் முன்வைக்கிறது.

இந்தத் தொகுதியில் உள்ள கதைகளை எழுதிய ஒவ்வொரு எழுத்தாளர்களுமே பெண்களின் வாழ்க்கையின் மீதும், சமூக இருத்தலின் மீதும், ஆழ்ந்த சிந்தனையும், கவலையும், பொறுப்புணர்வும் கொண்டவர்களாக விளங்குகின்றனர். இந்தக் கதைகளை ஒட்டுமொத்தமாகப் படித்து அலசி ஆராய்ந்த பொழுது, பெண்களுக்கு வாழ்க்கையின் எல்லா நிலைகளிலும் தருணங்களிலும் எல்லைகள் குறுக்கப்பட்டுத் தொல்லைகள் அதிகரித்துக் கொண்டுதான் இருக்கின்றன என்பதை அவதானிக்க இயலுகிறது.

வளர் இளம் பருவத்தில், வேலைக்குச் செல்லும் காலத்தில், திருமணத்தில், கணவனோடு வாழ்க்கை நடத்துகின்ற சூழலில், பிரசவ காலத்தில், கணவன் மற்றும் பெற்ற பிள்ளைகளின் நிராகரிப்பில், தங்கள் பெற்றோர்களின் வாழ்வியலைப் புரிந்துகொள்கின்ற நேரத்தில் என்று இப்படி எத்தனையோ நிலைப்பாடுகளில் பெண்கள் துன்பத்திற்கும் செயல்பாட்டின்மைக்கும் ஆளாகி தவிப்பதைக் காணமுடிகிறது. நாம் சாதாரணமாக நினைக்கும் விஷயங்கள் கூட சில பெண்களுக்குச் சுமையாகி போகும் அவலத்தையும் அவதானிக்க முடிகிறது.

'கூந்தல்' என்பது பெண்ணுக்கு அழகு என்பது பொதுவான கருத்தாகும். ஆனால், அதுவே ஒரு பெண்ணுக்குச் சுமையாக அமைந்துவிடுகிறது. மற்றொரு பெண்ணுக்கு, நாம் அதிகாரம் என்று நினைத்துக் கொண்டிருக்கும் 'சாவிக்கொத்து' சுமை ஆகிவிடுகிறது. பெண்களுக்குப் பூவும் பொட்டும் மஞ்சளும் அவர்கள் தோற்றத்திற்கு அழகை தருவதுடன், சமூக அந்தஸ்தையும் தருகின்றன. அத்துடன் அவர்கள் செய்யும் தொழிலுக்கும் ஓர் அந்தஸ்தைப் பெற்றுத் தருகிறது. மஞ்சள் குங்குமம் இழப்பு ஒரு பெண்ணை சமூக ரீதியாக எந்த அளவு பாதிக்கிறதோ, அந்த அளவு அவளைத் தொழில் ரீதியாகவும் பாதிக்கின்றது. சில பெண்கள் தங்களுக்கான தனித்த அடையாளமின்றி, ஒவ்வொரு காலகட்டத்திலும் ஒவ்வொரு சூழலிலும் எவ்வாறு வெவ்வேறு அடையாளம் பெறுகிறார்கள் என்ற அவலத்தையும் இக்கதைகளின் வழி இனம் காண இயலுகிறது.

பெண்கள் தம் குடும்பத்தைச் சேர்ந்த ஆண்களிடம் மட்டுமல்ல, தாங்கள் எப்பொழுதாவது அரிதாகச் சந்திக்கும் ஆண்களாலும் கூட பாதிப்புக்கு ஆளாவதைக் காண இயலுகிறது. இச்சமூகத்தில், ஒரு பெண் விரும்பியவனைத் திருமணம் செய்து கொள்ள எவ்வளவு தடை இருக்கிறதோ, அந்த அளவு மணவாழ்க்கையில் ஒத்துவராத கணவனை விட்டு விலகுவதற்கும் தடை இருக்கிறது. பெண்ணுக்குப் பெற்றோர்களே, அதிலும் குறிப்பாக அவர்களின் தாய்மார்களே பகையாகும் சூழலும் இச்சமூகத்தில் அதிகமாகக் காணப்படுகிறது.

'பெண்கள் எல்லா நிலைகளிலும் சுதந்திரம் பெற்று விட்டார்கள். அவர்களின் காலம் இது. அவர்கள் தான் எங்கள் மீது ஆதிக்கம் செலுத்துகிறார்கள். அவர்கள் எங்களை விட அதிகாரம் மிக்கவர்களாகவும், அதிக வேலை வாய்ப்புகள் பெறுபவர்களாகவும், அதிகம் சம்பாதிப்பவர்களாகவும் விளங்குகின்றனர். அத்துடன், அவர்கள் எங்களை அடிமைகளாக நடத்துகின்றார்கள்' என்ற ஆண்கள் கூற்றில் இருக்கும் உண்மையின்மையை இக்கதைகள் பறைசாற்றுகின்றன. இக்கதைகளைப் படிக்கும் ஒவ்வொரு வாசகர்களின் அகக்கண்கள் திறக்கப்படுவது உறுதி.

எங்கெல்லாம் பெண்களுடைய வெளி குறுக்கப்பட்டு, வலிகள் அதிகரிக்கின்றனவோ, அங்கெல்லாம் அவர்களுடைய மொழி, ஆளுமை உடையதாகவும் காத்திரம் உடையதாகவும் அமைந்து விடுகின்றது. இத்தொகுதியில் எடுத்தாளப்படும் கதைகளை எழுதிய பெண் எழுத்தாளர்கள் ஒவ்வொருவரும் தங்கள் மொழி ஆளுகையினால், தங்களுக்கான அடையாளத்தை நிலைநிறுத்த தவறவில்லை. அவர்கள் அனைவருக்கும், ஒட்டுமொத்த தமிழ்ப் பெண்களின் சார்பாக மனமார்ந்த பாராட்டுகளையும் நன்றியையும் தெரிவித்துக் கொள்கின்றேன்.

வாசகிகளே! சிந்தியுங்கள். நமக்குள் நாமே மாமியார், நாத்தனார், ஓரகத்திகள் என்று துண்டாப்படபட வேண்டுமா? நம்மைத் துண்டாடும் சூழல், பிரித்தாளும் சூழல், நம்மை நாமே வருத்திக் கொள்கின்ற சூழல், இவை இன்னும் தொடரத்தான் வேண்டுமா? அன்று அந்தரங்கம் என்று மறைக்கப்பட்டவைகள், இன்று வார்த்தைகளால் வெளிச்சம் போட்டுக் காட்டப்பட்ட பிறகும், நம் பெண்களிடத்தில் இணக்கம் ஏற்படவில்லை என்றால், நம்மை பலிகடாவாக்கும் வன்முறை கலாச்சாரம் தலை விரித்து ஆடத்தான் செய்யும். நம்முடைய உடலின் மீதும், உள்ளத்தின் மீதும் ஆண்கள் செலுத்துகின்ற வன்முறை வடிவங்களை நாம் அனைவரும் வெளிப்படுத்த முன்வர வேண்டும். அப்படி வெளிப்படுத்தி, அதன் வழியாக நாம் ஒன்றிணைந்தால் மட்டுமே, நமக்கான சுதந்திர வெளியை உருவாக்கிக் கொள்ள இயலும் என்பதை ஒவ்வொரு பெண்ணும் மனதில் இருத்திக் கொள்வோம். பெண்களே! நமக்குள் சகோதரித்துவம் பேணுவோம்; ஒன்றிணைவோம்; நமக்கான சுதந்திர வெளியை உருவாக்குவோம். இத்தொகுப்பின் நோக்கமும் ஆக்கமும் இதுவே.

நேயமுடன்,

'பெண்ணியம்' இரா.பிரேமா

என்றும் நன்றியுடன்.........

மறைந்த எழுத்தாளர்ககள் ஆர்.சூடாமணி,
அனுராதா ரமணன், செண்பகம் ராமசுவாமி
இவர்களுக்கு எம் நெஞ்சார்ந்த அஞ்சலியைத் தெரிவித்துக்
கொள்கின்றேன். இத்தொகுதியில் தங்கள்
படைப்பாக்கங்கள் இடம்பெற மனப்பூர்வமான
அனுமதியை உடனடியாக நல்கிய அனைத்து நல்
உள்ளங்களுக்கும் என் நன்றியைக் காணிக்கை
ஆக்குகின்றேன். லண்டனில் வசிக்கும் ராஜேஸ்வரி
பாலசுப்பிரமணியன், அமெரிக்காவில் வசிக்கும்
காஞ்சனா தாமோதரன், சிங்கப்பூரில் வசிக்கும் ஜெயந்தி சங்கர்,
இலங்கையைச் சேர்ந்த கவிதா,
சுவிட்சர்லாந்தில் வசிக்கும் லதா உதயன் ஆகியோருக்கும்
என் மனமார்ந்த நன்றியையும் வணக்கத்தையும்
தெரிவித்துக் கொள்கிறேன். இத்தொகுதியில் இடம்பெற்ற
கதைகளை வெளியிட்ட இதழ்களுக்கும் மற்றும் இணைய
தளங்களுக்கும் என் அன்பையும் வணக்கத்தையும்
நன்றியையும் தெரிவித்துக்கொள்கிறேன்.

உள்ளே...

கவிதா

இலங்கையின் மூத்த தமிழ்ப் பெண் எழுத்தாளர் கவிதா. இவர் இலங்கை தமிழ் இலக்கிய உலகில் குறிப்பிடத்தக்கவர் ஆவார். இவரது சிறுகதைகள் தனித்தன்மை வாய்ந்தவை. இவரின் இயற்பெயர் நாகேஸ்வரி கணபதிப்பிள்ளை. யாழ்ப்பாணம் நயினாதீவைச் சேர்ந்த இவர் அக்கரைப்பற்றில் ஆசிரியராகப் பணியாற்றியுள்ளார். கணவர் புகழ்பெற்ற எழுத்தாளர் வேதாந்தி என்ற ஜனாப் சேகு இஸ்ஸதீன். 'வாழ்க்கையின் ரகசியம்' என்பது இவரது முதல் சிறுகதை. இது 1963இல் கலைச்செல்வி இதழில் வெளியானது. கவிதா 1969 முதல் 1973 வரை தீவிரமாக எழுதி வந்துள்ளார். 1969இல், இவர் எழுதிய 'இனிய பாடல் சோகம் உடையது' என்ற சிறுகதை வீரகேசரியில் வெளியாகி பிரபலமடைந்தது. பின்தொடர்ந்து வீரகேசரி, மலர், இலங்கை வானொலியைச் சேர்ந்த வானொலி மஞ்சரி இவற்றில் இவரது கதைகள் வெளியாகின. 'யுகங்கள் கணக்கல்ல' என்பது இவரது முதல் சிறுகதைத் தொகுதி. அத்தொகுதியிலுள்ள கதைகளுள் ஒன்றுதான் 'மானிடவர்க்கென்று பேச்சுப்படின்'. இக்கதை வீரகேசரியில் 1971 மார்ச்சில் வெளியாகியுள்ளது.

கதைக்குள் புகுமுன்

இக்கதை பாலியல் கல்வியின் தேவை குறித்துப் பேசுகின்றது. ராஜி என்ற கதையின் நாயகி 12 வயதில் பெரியவள் ஆனபோது, பெற்றோர்கள் ஊருக்கெல்லாம் சொல்லி, அவளுக்குத் தண்ணீர் ஊற்றுகிறார்கள். அப்பொழுது அவள் முதல் முதலாக வாய் திறந்து சொல்லுகிறாள் 'எனக்கு சரியான வெட்கமாக இருக்கு. ஊருக்குச் சொல்ல வேண்டாம். வகுப்புப் பொடியன்கள் எல்லாம் பகடி பண்ணுவான்களே' என்று தவித்து நிற்கிறாள். ஆனால் அதை வீட்டுப் பெரியவர்கள் பொருட்படுத்தாமல் 'ராஜி, உன்னைப் போல தான் சில பெண்கள் இப்படி கூச்சப்பட்டு கூச்சப்பட்டு பெண்மையையே ஏதோ அவமானகரமான விஷயமாக நினைத்துக் குழம்பிப் போகிறார்கள். நீ பெரிய மனுஷி. அதனால் பெரிய மனுஷியாக நினைத்துதான் உன்னைச் சுற்றி இருப்பவர்கள் எல்லாம் பழக வேண்டும். உனக்கும் கூட நீ பெரியவள் ஆகிவிட்டதாய் உள்ளுணர்வு ஏற்பட வேண்டும். அதற்குத் தான் இந்த ஏற்பாடு' என்று கூறுகின்றார்கள். ஆனாலும் ராஜிக்கு இக்கூற்றை ஏற்றுக்கொள்ள முடியவில்லை. அவளுக்குத் திருமண ஏற்பாடு செய்கின்ற பொழுது தனக்குத் திருமணம் வேண்டாம் என்று அழுது ஆர்ப்பாட்டம் செய்கிறாள். அவளை ஒரு மனுஷியாக யாரும் பொருட்படுத்தாமல் திருமணம் செய்து வைத்தார்கள். 'செக்ஸ்' என்பது ஒருவித நியாயம் இல்லாத பாவம்

என்ற நினைவில் ஊறிப் போன அவள், உடல் எல்லாம் கூசி தவிக்கின்றாள். திருமணத்திற்குப் பின்பும் அவளுடைய போராட்டம் ஓயவில்லை தான் குழந்தைப் பேற்றில் இறந்து விடுவேன் என்று கூறிக்கொண்டிருந்தாள். தான் நினைத்தது போன்றே அவள் குழந்தைப் பேற்றின் போது இறப்பைத் தழுவுகின்றாள். அவளுடைய கணவன் ஒரு மருத்துவர். அவன், 'அவளுக்கு ரத்தம் 4 போத்தல் ஏற்றினோம். நின்றவர்கள் அத்தனை பேரும் ஸ்பெஷலிஸ்டுகள். வைத்தியத்தில் ஒரு குறையும் இல்லை. அவளுக்கு வாழ வேண்டும் என்ற ஆசையே இல்லை — போய் விட்டாள்' என்று கூறுகின்றான். வாழ்க்கையில் ஒரு பிடிப்பும் இல்லாத, பாரம்பரிய பண்பாட்டில் ஊறி இருக்கக்கூடிய ஒரு பெண்ணினுடைய வாழ்க்கை முடிந்துவிட்டது. அவளுக்குப் பிறந்த குழந்தை பெண்குழந்தை. அது இன்னொரு ராஜி ஆகாமல் பார்த்து வளர்க்க வேண்டும் என்று மூத்த தலைமுறை நினைப்பதுடன் கதை முடிகின்றது. இன்றும் பல பெண்களுக்கு 'Sex Education' என்பது சரியாகக் கிடைக்கப் பெறாததினால், அவர்கள் படும் அவதி என்பது வார்த்தைகளால் சொல்வதற்கு அரிது. அப்படிப்பட்ட ஒரு பிரச்சினையை எடுத்துக்கொண்டு, எழுபதுகளிலேயே அதைக் குறித்துப் பேசியிருப்பது எழுத்தாளர் கவிதாவின் தனிச் சிறப்பாக அமைந்துள்ளது.

1

மானிடவர்க்கென்று பேச்சுப்படின்

கவிதா

'கிறில்'களுக்கிடையே இருக்கிற சிறிய இடைவெளிகளில் கை விரல்களைக் கோத்துத் தொற்றிக்கொண்டிருக்கிறாள் இந்த நாலரை வயதுக் குழந்தை. அவளைக் கடிந்துகொள்ள எனக்கு மனம் வரவில்லை. பதிலாக, 'விழுந்துவிடாமல் இருக்க வேண்டுமே' என்று பிரார்த்தித்துக் கொண்டிருக்கிறேன்.

இவளைப் பார்க்கையில், தோளால் வழிகிற 'பெட்டி கோட்ரேப்'பை, கையை உயர்த்தி உயர்த்திச் சரிசெய்து கொண்டு கிழுவை வேலிகளில் பொன் வண்டு தேடித் திரிகிற ராஜியை அப்படியே நினைவுக்குக் கொண்டுவர முடிகிறது. மூக்கால் எட்டிப் பார்க்கிற சளியை உறிஞ்சி உறிஞ்சி உள்ளே இழுத்துக்கொண்டு, "டீயேய்! மழைத் தூற்றலில் நனையாதேயடி" என்று அக்கா அதட்டினால் சிணுங்கிக்கொண்டு ஓடுகிற அவளை இப்பொதும்கூட கண்முன்னால் நிற்பதுபோலக் கற்பனை செய்ய முடிகிறது.

'குஞ்சியம்மா' என்றுதான் அக்காவின் எல்லாக் குழந்தைகளும் என்னை அழைப்பார்கள். அவள் மட்டும் 'குஞ்சம்மா' என்பாள். நெற்றியிலும் கைகளிலும் ஓடுகிற பச்சை நரம்புகளை எல்லாம் பார்க்க முடிகிறமாதிரி, வருத்தம் வந்து வெளுத்துப்போனதுபோல ஒரு வெண்மையான நிறம். எலும்புகள் அனைத்தும் வெளியே தெரிகிற மாதிரி ஒட்டலாய் இருப்பாள். நீண்ட நாட்களுக்குக் கட்டை விரலை வாய்க்குள் போட்டுச் சப்பிக் கொண்டிருந்தாள். ஆதலால் முன்பற்கள் இரண்டும் சற்றுத் தூக்கலாய்த் தெரியும். வளர்ந்த பின்னும்கூட, இந்தக் கட்டை விரல் சப்பும் வழக்கமே, கூச்சப்படும் போதும், வெட்கப்படும்போதும், பொதுவாக உணர்ச்சி வசப்படும் போதும் கட்டை விரல் நகத்தைக் கடிக்கிற பழக்கமாய் மாறிவிட்டிருந்தது.

அவளுடைய ஏழு அல்லது எட்டாவது வயதுக்குப் பிறகு சில வருடங்கள் நான் அவளைக் காணவில்லை. ஏனென்றால் அப்பாவுக்கு வேலைமாற்றம் வெளியூருக்குக் கிடைக்க, என்னை ஒரு பள்ளிக்கூட விடுதியில் சேர்த்தார்கள். விடுமுறைகளுக்கெல்லாம் அப்பா அம்மாவிடமே போய்க்கொண்டிருந்தேன். ஊருக்குப் போக வாய்க்கவில்லை.

ராஜியின் பன்னிரண்டாவது வயதில், அவள் பெரியவளான போது ஊருக்கெல்லாம் சொல்லித் தண்ணீர் வார்த்தார்கள். எங்களுக்கும் அழைப்பு வந்தது. இரண்டு நாட்களுக்கு முன்பே வந்துவிடும்படி பெரியம்மாவும் அக்காவும் சேர்ந்து வருந்தி வருந்தி அழைத்திருந்தார்கள். அப்பா, என்னையும் அம்மாவையும் அவர்கள் கேட்டபடி முன்பாகவே அனுப்பச் சம்மதித்தார். அவருக்கு விடுமுறை கிடைக்கவில்லை. எனக்கு ஒரே உற்சாகம். நீண்ட நாட்களுக்குப் பிறகு ஊருக்குப் போகப் போகிறேனே! உயரமான வேப்பமரத்தில் கட்டியிருக்கும் ஊஞ்சலும், பால்போன்ற நிலவும், மெலிந்த பெண்ணான ராஜியும்தான் ஊரை நினைக்கும்போது என் ஞாபகப் பின்னணிக்கு வருபவை. "ராஜி எப்படி வளர்ந்திருப்பாள்?" என்று கற்பனை பண்ணிக்கொண்டே போனேன்.

ராஜியைப் பார்த்தபோது எனக்கு அதிசமயான அதிசயம். இப்படி ஒரு வளர்த்தியா, நான்கு வருடங்களுக்குள்? அந்தத் தூக்கலான முன்பற்களைக்கூடக் காணவில்லை. நன்றாக வளர்ந்து வாளிப்பாக இருந்ததில் பற்கள் உள்ளடங்கியது மாதிரித் தோன்றியது என்று உணர்ந்தேன்.

"ராஜி! பொன்வண்டு பிடிப்பதில்லையா நீ இப்போ?" என்று கேட்டேன். சிரித்தாள். கன்னம் குழிந்தது. கட்டைவிரல் வாய்க்குப் போயிற்று.

"டீ! இப்பவும் விரல் சப்புவாயா?" என்று நான் அதிசயத்துடன் கேட்கவும் எல்லோரும் சிரித்துவிட்டார்கள். அவள் நகத்தைக் கடித்தாள்.

அன்று ராத்திரி, அவள் என் அம்மாவிடம் அழுதபோது தான் அவள் கூச்ச சுபாவம் எனக்குத் தெரியவந்தது.

"சின்னப் பாட்டீ, எனக்குச் சரியான வெக்கமாய் இருக்கு; ஊருக்குச் சொல்ல வேண்டாம் என்று கெஞ்சக் கெஞ்சக் கேட்கிறார்கள் இல்லையே... பிறகு நான் எப்படிப் பள்ளிக்கூடம் போவது, வகுப்புப் பொடியன்கள் எல்லாம் பகிடி பண்ணுவான்களே" என்று தவித்தாள். 'எப்படியாவது, அம்மா இந்த ஏற்பாட்டை நிறுத்திவிட மாட்டாளா?' என்ற ஆதங்கம் அவள் குரலில் தொனித்தது.

அந்த ஊரிலேயே இருந்த கலவன் பாடசாலையில் அப்போது அவள் படித்துக்கொண்டிருந்தாள். 'நாளைக்குப் பள்ளிக்கூடப் பையன்கள் எல்லாம் வித்தியாசமாய்ப் பார்ப்பார்கள்தானே' என்று நான் நினைத்தேன்.

"அதுதானே அம்மா, 'இதோ எங்கள் வீட்டில் ஒரு பெண் திருமணத்திற்குத் தயார்' என்கிறமாதிரி இதென்ன விசா வேலை?" என்று வெளிப்படையாய் அவளுக்கு நான் வக்காலத்து வாங்கிய போது அம்மா கண்ணாலேயே என்னைத் தடுத்துவிட்டாள்.

"ராஜி, உன்னைப்போலத்தான் சில பெண்கள் இப்படிக் கூச்சப்பட்டுக் கூச்சப்பட்டு பெண்மையையே ஏதோ அவமானகரமான விஷயமாக நினைத்துக் குழம்பிப் போகிறார்கள். நீ பெரிய மனுஷியானால் பெரிய மனுஷியாக நினைத்துத்தான் உன்னைச் சுற்றியிருக்கிறவர்கள் எல்லாம் பழக வேண்டும். உனக்கும்கூட நீ பெரியவளாகிவிட்டதாய் உள்ளுணர்வு ஏற்பட வேண்டும். இல்லாவிட்டால் குழப்பம்தான் ஏற்படும். என்றைக்கிருந்தாலும் வெளிப்படவேண்டிய உண்மைதானே ராஜி, கவலைப்படாதே."

அம்மா ஆயிரம் சொன்னாள். ராஜி அழுவதை நிறுத்தவில்லை. பெரியம்மாவும் அக்காவும் கெஞ்சினார்கள். அத்தான் அவளை அந்தப் பாடசாலையில் இருந்து விலக்கி நகரத்தில் ஒரு பெண்கள் பாடசாலையில் சேர்த்து விடுவதாக உறுதி கூறினார். அவர்களுடைய நோக்கம், அவர்களுடைய ஒரே ஒரு பெண்ணான அவளுக்கு செய்யவேண்டிய சிறப்பெல்லாம் செய்துபார்த்து மகிழ வேண்டும் என்பதுதான்.

ராஜி இதை உணரவில்லை. கடைசிவரை அழுதாள். கொண்டாட்டத்தன்றும் அவள் முகம் வாடியே இருந்தது. புகைப்படங்களில் எல்லாம் பேயறைந்தாற்போல இருந்தாள். அதற்காக அக்கா, பிறகும் வெகுநாட்களுக்கு அவளை ஏசிக் கொண்டிருந்தாள்.

எங்கள் குடும்பத்தில் அம்மா, பெரியம்மா, மாமாமார் எல்லாருடைய குடும்பத்தினரும் ஒன்றாகக் கூடுவது ஏதாவது நல்லது கெட்டது நடந்தால்தான். மறுபடியும், ராஜியின் கல்யாணத்துக்கு எல்லாரும் கூடினார்கள். இப்படியான வேளைகளில் உற்சாகத்துக்கும் கலகலப்புக்கும் குறைவிராது. சின்னவர்களுக்கெல்லாம் ஒரே குஷிதான். சாப்பாட்டு நேரம்தான் அம்மாக்களின் கண்களில் தென்படுவார்கள். எங்கே புழுதி அளைகிறார்களோ என்று அம்மாக்களும் கவலைப்பட மாட்டார்கள். உடுப்பு மாற்றுகிறநேரம், அதிகம் அழுக்காய் இருந்தால் ஒரு 'குட்டு' கிடைக்கும். மற்றபடி, பூரண சுதந்திரமாக விளையாடுவார்கள்.

அம்மாக்களும் ஊர் வம்பெல்லாம் அலசி ஆராய்வார்கள். தங்கள் குடும்ப விஷயங்களைப் பேசுவார்கள். யார் யார் புதிதாக நகை வாங்கியிருக்கிறார்கள், எந்தெந்த நகைகளை மாற்றிச் செய்திருக்கிறார்கள் என்று பார்ப்பார்கள். 'கொண்டை' ரகங்களைப்பற்றியும், குழந்தைகளின் சட்டைப் 'பற்றேன்'களைப் பற்றியும் பேசுவார்கள். கணவர்களுடைய உத்தியோக உயர்வைப் பற்றி, சிங்களத் தேர்ச்சி பெறாமையால் 'இன்கிறமென்ற்' கிடைக்காததைப் பற்றிப் பேசுவார்கள். குடும்பம் என்றால் பேசவா விஷயம் கிடைக்காது? நாளாந்த வாய்ப்பாட்டு ரீதியான, 'ரூட்டீன்' முறையிலிருந்து ஒரு மாற்றமாகக் கிடைக்கிற சந்தர்ப்பத்தைச் சரியாகவே பயன்படுத்திக்கொள்வார்கள்.

அத்தான் பெரிய கவர்ன்மெண்ட் உத்தியோகத்தர். ராஜியின் கல்யாணத்தைப் பிரமாதமாக ஏற்பாடு செய்திருந்தார். சாஸ்திரப் பற்று அதிகம். நல்ல நாளை வெகு கவனமாகத் தேர்ந்தெடுத்து இரவில் முகூர்த்தம் வரும்படி பார்த்துக் கொண்டார். பகல் முகூர்த்தம் சிறக்காதாம்.

ஊருக்கெல்லாம் அழைப்புக் கொடுத்தார் - 'தயவுசெய்து அன்பளிப்புகளைத் தவிருங்கள்' என்ற குறிப்புடன். சங்கீதக் கச்சேரி நாதஸ்வரக் கச்சேரி எல்லாம் ஏற்பாடு செய்திருந்தார்.

மாப்பிள்ளை இங்கிலாந்தில் டாக்டராய் இருந்தார். இனி இங்கேயே வந்துவிடப் போவதாய்ச் சொன்னார்கள். ஒரே பெண் குழந்தை அல்லவா ராஜி. எப்படி விட்டுப் பிரிவார்கள்?

எல்லோரும் சந்தோஷமாய் இருந்தார்கள் - ராஜியைத் தவிர. அழுது அழுது மாய்ந்துபோனாள் அவள். தனக்குக் கல்யாணமே வேண்டாம் என்று ஒற்றைக் காலில் நின்றாள்.

ஏதாவது காதல் விவகாரமோ என்று யாராவது கேட்டால் விழுந்து விழுந்து சிரிப்பார்கள். ராஜியாவது காதலிப்பதாவது? அவளுடைய உறவினர், அப்பா, சித்தப்பா, மாமா, அண்ணன்மாரைத் தவிர வேறு ஆண் பிள்ளைகளின் முகத்தையாவது பார்த்திருப்பாளா என்பதே சந்தேகம்தான். காதல் என்ற சொல்லே அவளுக்கு அலர்ஜி என்பது எல்லோருக்கும் தெரியும்.

'கல்யாணம் வேண்டாம்' என்று அவள் சொன்ன போது அவளை ஒரு 'மனுசி'யாக நினைத்து அவளுடைய அபிப்பிராயங்களுக்கு மதிப்புக் கொடுத்துக்கொண்டிருக்க வேண்டும் என்று யாரும் நினைக்கவில்லை. எல்லாருக்கும் பச்சைக் குழந்தையாகத்தான் அவள் தென்பட்டாள். கல்யாணம் வேண்டாம் என்று அறியாமையால் கூறுகிறாள் என்று நினைத்தார்கள். நல்ல நிலையில் வசதியாக இருக்கிறபோது பொருந்தி வருகிற திருமணத்தைச் செய்யாமல் விடுகிற மடத்தனத்தை எந்தப் பெண்ணைப் பெற்றவர்களுமே

செய்யமாட்டார்கள். 'ராஜிக்கு என்ன தெரியும்? குழந்தை' என்றே எண்ணிக்கொண்டு ஏற்பாடு செய்தார்கள். பையன் அவளுக்கு அத்தான் முறையானவன். நல்லவன். ராஜி போகப் போகச் சரியாகிவிடுவாள் என்ற நம்பிக்கை.

ராஜியின் பிடிவாதம் எடுபடவில்லை. அழுகையில் பிராணனை விட இருந்தாள். "ஊரெல்லாம் இந்தச் சம்பந்தத்தைப் பார்த்துப் பெருமைப்படுகுது... இவள் என்னடீ பெரிய கரைச்சல்" என்று அக்கா என்னிடம் குறைப்பட்டுக் கொண்டாள். புத்தி சொல்லும்படி மறுபடியும் அம்மாவையே நியமித்தார்கள்.

அம்மா சொன்ன எதுவும் அவள் காதில் ஏறவில்லை. முன்பு தண்ணீர் வார்க்கும்போது நடந்த நாடகம் முழுவதும் மறுபடியும் நடந்தது.

"சும்மா இரம்மா, மாப்பிள்ளையைப் பார். எப்படி கம்பீரமாய் ராஜா மாதிரி இருக்கிறார். இப்படி ஒருத்தரப் பிறகு எங்கேயும் தேடமுடியுமா? ராஜாத்தியல்லவா, குழந்தை மாதிரிப் பிடிவாதம் பிடிக்கிறாயே. அம்மாவும் அப்பாவும் எவ்வளவு கவலைப்படுகிறார்கள் பார்" என்று அம்மா முத்தாய்ப்பு வைத்த பிறகு அவள் என்னைப் பிடித்துக்கொண்டு கதறினாள், "குஞ்சம்மா! பயமாயிருக்கே" என்று. அவள் உடலெல்லாம் நடுங்கியது! அதன் பிறகுதான் இதில் ஒரு சிக்கல் இருப்பதாக நான் நினைக்க ஆரம்பித்தேன்.

ராஜி ஒரே ஒரு பெண். இன்னும் பதினெட்டு வயது நிரம்பவில்லை. ஆண்களுடனேயே பழகியறியாதவள். தாம்பத்தியத்தின் தாத்பரியத்தையோ இல்லறத்தின் அந்தரங்கத்தையோ சரியானபடி அவள் புரிந்து கொண்டிருப்பாளா? என்று என்னுள் கேள்வி ஒன்று எழுந்தது. அவள் இன்னும் செம்மையாக வளர்ச்சியுறவில்லை என்றே தோன்றிற்று. சரியாகச் சொல்லப்போனால், பெண்மை அவளுள் தூங்கிக்கொண்டிருந்தது. பூஜை அறைக்கு விளக்கேற்றம்மா, ஸ்வாமிக்குப் பூக்கட்டும்மா; பஜனைப் பாடல்கள் பாடு அம்மா" என்று அத்தான் அவள் கவனத்தைத் தெய்வீக விஷயங்களில் தான் திருப்பிவிட்டிருந்தார். வயதுவந்த பின்னர் நகரத்தில் ஒரு கட்டுப்பாடான பெண்கள் கல்லூரியில் சேர்த்தார். பதினெட்டு நிரம்புவதற்கு முன்னர் திருமணம் செய்து வைக்கப்போகிறார். அவளோ, 'மானிடவர்க்கென்று பேச்சுப்படின் வாழ்கிலேன்' என்று தவிக்கிறாள். இப்படி ஒரு சிக்கல்தான் ஆண்டாளுக்கும் இருந்திருக்குமோ? அவளும் கண்ணன் என்ற கற்பிதக் காதலுடன் ஒன்றித்துக்கொண்டு மானுடரிடமிருந்து தப்பித்துக்கொண்டு போகத்தான் துடித்தாளோ?

அவள் எப்படியோ, ராஜியின் பிரச்சினை இதுதான். மானுடத்தின் இச்சைகள் எதுவும் அவளை அண்டவில்லை. 'செக்ஸ்' என்பதே

ஒருவித நியாயம் இல்லாத பாவம் என்பதாக ஒரு நினைவு அவளுள் ஊறிப்போய், உடலெல்லாம் கூச்சமாக வியாபித்திருந்தது. ஒரே பெண் என்று அக்காவும் அத்தானும் அவளுக்காக வக்காலத்து வாங்கிக் கொண்டு எல்லாவற்றையும் செய்துவந்ததில் ராஜி, உலக அனுபவங்கள் எதுவுமே இல்லாதவளாக வளர்ந்துவிட்டிருந்தாள். 'ஓவர் புரொட்டெக்ஷன்' என்பதன் முழுத் தன்மையும் ராஜியின் வாழ்வில் சூழ்ந்து கொண்டிருக்கிறது!

இப்போது நான் 'செக்ஸ் எஜுகேஷன்' நம் நாட்டில் இல்லாமையை ஒரு பெரிய குறையாக உணர ஆரம்பித்தேன். அரிஸ்டாட்டில் காலம் தொடக்கம் உலகம் பெற்று வந்திருக்கிற அறிவை எல்லாம் ஒருவனின் மூளைக்குள் திணிப்பதுடன் கல்வியின் வேலை முடிந்துவிடுகிறதா? இந்தச் சிக்கலான சமுதாயத்தில் தன்னைப் பொருத்தப்பாடுள்ளவனாக ஆக்கிக் கொண்டு வாழ வழி வகுப்பது அதன் வேலை இல்லையோ? எனக்குப் புரியவில்லை.

ஆதாம் ஏவாள் காலம் தொட்டு, நாடுகளின் மிகையான குடிசனப் பெருக்கம் வரை, உலகின் பாரம்பரிய வளர்ச்சி பாவமானதா என்று எண்ணிப் பார்க்கிற அளவுக்கு ராஜிக்குத் தீட்சண்யம் போதாது. தனக்குக் கணவனாக வரப்போகிற ஒரு அந்நியனை எப்படி நேருக்கு நேர் சந்திப்பது என்பதையே ஒரு பெரிய பிரச்சினையாகக் கருதிக்கொண்டு அவஸ்தைப்படுகிறாள் என்பது எனக்கு சூசகமாகத் தெரிந்தது.

அவள் விஷயத்தில் அக்காவும் அத்தானும் கொஞ்சம் பொறுமையுடன் இருந்திருக்கலாம் என்று பட்டது. முதலில் அந்த மாப்பிள்ளைக்கே 'றெஜிஸ்றேஷன்' செய்து, அவளுடன் பழகவைத்து அவள் மனதை மாற்ற முயற்சி எடுத்திருந்தால் நன்றாக இருந்திருக்கும் என்று எண்ணினேன். உடனடியாகத் திருமணத்தை நிறைவேற்றி வைப்பதில் இத்தனை பிடிவாதம் செய்வது இந்த உலகத்துக்கும் அதன் நியதிகளுக்கும் எதிரான மன நிலைக்கு அவளைத் திருப்பிவிடலாம் என்று பயந்தேன். மூலைக்குள் அகப்பட்டுக் கொண்டுவிட்டால், எலிகூடத் தன்னை எதிர்ப்பவனைத் திருப்பித் தாக்கத் தயாராகி விடுகிறதே- அதைப்போல, மனம் நிறைய வெறுப்பை வளர்த்துக்கொண்ட நிலையில் அன்பு வளர இடமேது? மாப்பிள்ளை இவளைப் புரிந்துகொள்வாரோ, மாட்டாரோ!

எனக்குள்ளே குழப்பமாக இருந்த இந்த நினைவுகளை நான் வாய் திறந்து யாருக்கும் கூறவில்லை. என்னிலும் பார்க்க வயதால், அனுபவத்தால் பெரியவர்கள் நிச்சயித்திருக்கிறார்கள். நான் சொல்வதை யாரும் ஏற்றுக்கொள்ள மாட்டார்கள்; கேலிதான் செய்வார்கள் - பெரிய 'சைக்காலஜிஸ்ட்' என்று. வாயைத் திறப்பேனா நான்?

கல்யாணம் வைபோகமாக நடந்தது.

நான்கு நாட்கள் இருந்துவிட்டு எல்லோரும் விடை பெற்றோம்.

பிறகு, எத்தனையோ நாளாந்த வேலைகள, சிரமங்களுக்கிடையே சில சமயங்களில் ராஜியைப் பற்றிய நினைவும் வரும். கடிதம் எழுதி அவள் 'தாம்பத்தியம்' பற்றி அறிய வேண்டும் என்று தீவிரமாய் நினைத்துக்கொள்வேன்- பிறகு மறந்துபோய்விடுவேன். ராஜியிடமிருந்து கடிதம் வருவதில்லை.

ஒருமுறை ஊரிலிருந்து அத்தானின் உறவுக்காரர் ஒருவர் வந்திருந்தபோது ஒரு மகிழ்ச்சியான விஷயத்தைச் சொன்னார் - ராஜி கர்ப்பமாய் இருப்பதாக.

எனக்கு மகிழ்ச்சியில் தலைகால் புரியவில்லை. 'ஒரு வழியாக, முரட்டுக்காளை மாதிரி நின்றிருந்த ராஜியின் சுபாவம் படிந்துவிட்டதே' என்று திருப்திப்பட்டேன். "உண்மைதானா? உண்மைதானா?" என்று பலமுறை கேட்டு உறுதிப்படுத்திக் கொண்டேன்.

அவளுடைய கல்யாண சமயம் என்னுள் எழுந்த அசட்டுக் கற்பனைகளுக்காக வெட்கினேன். நல்லவேளை யாருக்கும் சொல்லாமல் இருந்தோமே என்று என்னையே பாராட்டிக் கொண்டேன்.

'மெனக்கெட்டு' உட்கார்ந்து ராஜிக்கு ஒரு கடிதம் எழுதினேன். என் முந்திய நினைவுகளுக்குப் பிராயச்சித்தமாகவும், என் அளவற்ற மகிழ்ச்சியைப் பிரதிபலிப்பதாகவும், ராஜியின் மண வாழ்க்கை வெற்றியாகுமா என்று நான் எவ்வளவு மருகிக் கொண்டிருந்தேன் என்பது எனக்கல்லவா தெரியும்?

அந்தக் கடிதத்துக்கு ராஜியிடமிருந்து வந்த பதிலைப் பார்த்தபோது, 'ஏண்டா எழுதினோம்' என்றிருந்தது.

ராஜி இன்னமும் அப்படியேதான் இருக்கிறாள் என்று அந்தக் கடிதம் புலப்படுத்தியது. அவள் பழைய பல்லவியையே பாடியிருந்தாள் புதுவிதத்தில். "குழந்தைப் பேற்றை வீட்டிலேயே வைத்துக்கொள்ளப் போகிறோம். அந்தக் காலத்தில் எல்லாம் ஆஸ்பத்திரிக்கா போனார்கள்?" என்று எழுதியிருந்தாள்.

இதைப்பற்றி நான் அவ்வளவு கவலைப்பட்டிருக்க மாட்டேன். மானுடத்துக்கும் அவளுக்குமான போராட்டம் இன்னமும் ஓயவில்லை என்றுதான் அந்த வரிகள் எனக்கு உணர்த்தின. 'இப்படியும் ஆகலாம்' என்று நான் நினைத்தபடியே ஆகிவிட்டிருக்கிறாளே என்று வருந்தினேன். இத்தனை நாள் விட்டுக்கொடுத்தது போல இனியும் விட்டுக்கொடுக்கமாட்டாள்; இது திருப்பித் தாக்குகிற கட்டம் என்று

உணர்ந்தேன். இது தலைப்பிரசவம். மிகவும் பலவீனமாக இருப்பதாகவும் கேள்விப்பட்டிருந்தேன். அசட்டுத்தனமாகப் பிடிவாதம் பிடித்துக்கொண்டிருக்கப் போகிறாளே என்று கவலையாக இருந்தது.

சிலநாள் கழித்து, நான் ஊருக்குப் போயிருந்தபோது ராஜியைக் கண்டேன். சற்று வாடினாற்போல இருந்தாலும் நல்ல அழகாக இருந்தாள்.

அவள் என்னைப் பார்க்க எங்கள் வீட்டுக்கு வந்திருந்தபோது மழை பெய்து ஓய்ந்திருந்தது. தலையில் தண்ணீர் விழாமலிருக்க, தோள் சேலையை எடுத்து முக்காடாய்ப் போட்டுக்கொண்டு, காலடிச் சேலை தரையில் தோயாமல் சற்றே உயர்த்திப் பிடித்தபடி எங்கள் வீட்டு வாசலில் அவள் வந்து ஏறிய கோலம் கனுதேசாய் வரைந்த ராதையின் சித்திரத்தை நினைவூட்டியது. ஒரு பெண்ணின் சௌந்தர்யம் என்பதின் முழு அர்த்தத்தையும் அப்போது தான் நான் கண் முன்னால் தரிசித்தேன்.

அந்தக் குளிர்ந்த வேளையிலும் அவளின் வெண்மையான நெற்றியில் முத்து முத்தாய் வியர்த்திருந்தது. அரைவாசி பின்னிய 'லேஸை'க் கையிலே வைத்துக் கொண்டு நான் பிரமிப்புடன் அவளையே பார்த்துக் கொண்டிருந்தேன். "குஞ்சம்மா" என்று குழந்தைத்தனமாகக் கூவியபடியே வந்து என்னருகில் அமர்ந்துகொண்டாள். 'தஸ்புஸ்'ஸென்று மூச்சிரைத்தது அவளுக்கு.

"நீ நல்ல வடிவாய் இருக்கிறாய் ராஜி" என்று என்னை மறந்து நான் விமர்சித்துவிட்டேன்.

அவள் முகம் வாடிவிட்டது. அவள் மறக்க வேண்டும் என்றிருந்த விஷயத்தை அசந்தர்ப்பமாக நினைவூட்டி விட்டேனோ என்று சங்கடப்பட்டேன் நான்.

அவள் கொஞ்சம் யோசித்தாற்போல் இருந்துவிட்டு "இந்தப் பிள்ளையோட நான் செத்துப்போய்விடுவேன் குஞ்சம்மா" என்றாள்.

"சீ கழுதை" என்று அவள் வாயைப் பொத்தினேன்.

அவள் கண்களில் நீர் துளித்திருந்தது.

"இம்மாதிரி சந்தர்ப்பத்தில் இப்படி எல்லாம் பேசக்கூடாது" என்று என அறிவுக்கெட்டியவரையில் புத்திமதி சொன்னேன். மறந்துபோய்விடாமல், "பிரசவ சமயம் ஹொஸ்பிடலுக்குப் போய்விடு" என்றும் சொன்னேன். 'இந்த விடயத்தை விட்டுவிடுங்கள் குஞ்சம்மா' என்பது, போல அவள் அசுவாரஸ்யமாக, "இவர் கூட ஒரு டாக்டர் தானே" என்றாள் - கட்டை விரலைக் கடித்துக் கொண்டே.

எனக்குக் கொஞ்சம் ஆறுதலாய் இருந்தது. அந்த விஷயத்தையே நான் மறந்துபோய் இருந்தேனே இதுவரை!

நிம்மதியாய்த் திரும்பினேன் ஊரிலிருந்து.

மலைகளின் மடிப்புகளுள் மறைந்துகொண்டு, இருக்குமிடமே பிறருக்குத் தெரியாதது போல் நான் வாழ்ந்து கொண்டிருந்த ஊருக்கு 'இராமபாணம்' மாதிரி இலக்குத் தவறாமல் ஒரு தந்தி வந்தது ஒருநாள்.

"ராஜி எக்ஸ்பயர்ட்" என்று அத்தான் அடித்திருந்தார். ஐயோ இது உண்மையாய் இருக்கக்கூடாதே என்று பிரார்த்தித்துக்கொண்டு அந்தத் தந்தியின் வாசகத்தை ஒவ்வொரு எழுத்தாகத் திருப்பித் திருப்பி வாசித்தேன். அதனால் உறுதிப்பட்டுவிட்ட உண்மைய¬ச் சந்திக்கவும், அவளைக் கடைசி முறையாகக் காணவுமாய் பாதாதிகேசம் பரவிவிட்ட வெறுமை உணர்வோடு ரயிலேறினேன்.

நான் போனபோது, ரோஜாவாக இருந்த ராஜியை, நாராகக் கிழித்துப்போட்டிருந்தார்கள். ஆமாம், நாராகத்தான். எப்படியும் பிழைக்க வைக்க வேண்டும் என்ற ஆவேசத்தில் கடைசி முயற்சியாக 'ஆபரேஷனும்' செய்து பார்த்திருந்தார்கள்.

வீட்டில் பிரசவம் பார்ப்பது என்பது அத்தனை கஷ்டமான காரியமில்லைதான். ஆனால் ராஜியின் கேஸ் 'கொம்பிளிகேடட்' ஆகிப்போயிற்று. ஒரு குழந்தையைப் பிரசவித்த கையோடு நிறைய இரத்தத்தை இழந்துவிட்டாள். ஆபரேஷனும் செய்து இரத்தமும் ஏற்றாவிட்டால் பிழைக்கமாட்டாள் என்ற நிலை ஆகிவிட்டது. ஹொஸ்பிடலுக்குக் கொண்டுபோக ஆயத்தங்கள் செய்தபோதே அவள் கெஞ்சியிருக்கிறாள். "என்ன செய்தாலும் நான் பிழைக்கமாட்டேன் அம்மா - இங்கேயே சாகவிடுங்கள்" என்று. யார் அந்தச் சமயத்தில் அதை எல்லாம் கேட்டுக் கொண்டிருக்கப் போகிறார்கள்? வழக்கம்போல அவள் வேண்டுகோளைத் தட்டிவிட்டார்கள்.

ஆஸ்பத்திரியில் ஆறு சர்ஜன்களும் மூன்று டாக்டர்களும் மாப்பிள்ளையுமாய் நின்று கவனித்துக் கொண்டும் அவளைக் காப்பாற்ற முடியவில்லை என்று பிறகு அறிந்தேன். அத்தனை ஆண்களுக்கு முன்னால் இப்படி ஒரு 'கேஸுக்'காக வந்திருப்பதை எண்ணிக் கட்டைவிரலைக் கடித்துக்கொள்ளக்கூட முடியாமல் அவள் என்னமாய்த் தவித்திருப்பாள் என்றே என் மனம் எண்ணிப் பார்த்தது.

மாப்பிள்ளை யாருக்கோ சொல்லிக்கொண்டிருந்தார். "இரத்தம் நான்கு போத்தல் ஏற்றினோம். நின்றவர்கள் அத்தனை பேரும் 'ஸ்பெஷலிஸ்டு'கள். வைத்தியத்தில் ஒரு குறையுமே இல்லை. அவளுக்கு வாழவேண்டுமென்ற ஆசையே இல்லை - போய்விட்டாள்."

நான் ராஜியைப் பார்த்தேன்.

புதுக் கருக்கு அழியாத சிவப்பு நிறக் கூறைப் புடவையைப் போர்த்திக்கொண்டு தீபமாய்ச் சுடர்விட்டாள். "குஞ்சம்மா, மானுடத்தின் ஆசைகள் எவையும் அண்டாத மனமாக என்னுடைய மனம் இருந்தது. பலவந்தமாக அவை என்னை நெருங்கியபோது, வெருண்டு போய், வாய்விட்டுச் சொல்லத் தெரியாமல், ஒவ்வொரு கட்டத்திலும் என்னால் இயன்றவரை போராடிப் போராடித் தோற்றுப்போனேன்! வாழ வேண்டும் என்ற ஆசை எப்படி எனக்கு வரும்?" என்று அவள் சொல்கிறாள் போல் இருந்தது எனக்கு.

அவளைப் பொறுத்தவரை இது ஒரு விடுதலையே!

அக்காவும் பெரியம்மாவும்தான் 'பரதேசித் தெய்வங்கள்' என்று தெய்வங்களை எல்லாம் அர்ச்சித்துக் கொண்டிருந்தார்கள்.

'கிறில்'களுக்கிடையே கைவிரல்களைக் கோத்துக் கொண்டு தொற்றிக்கொண்டிருக்கிற இந்தச் சின்னப் பெண்ணும் அவளைப் போலவே என்னைக் குஞ்சம்மா என்றுதான் கூப்பிடுகிறாள்.

பாரம்பரியப் பண்புகள் எவ்வளவு தூரம் தலைமுறை களுக்கிடையே ஊடுருவுகின்றன என்று பரீட்சித்துக் கொண்டிருக்க எங்களுக்குத் திராணி இல்லை. இவளும் மற்றொரு ராஜியாகாமல் இருக்கவேண்டும் என்று ஜாக்கிரதையாகக் கவனித்துக்கொள்கிறோம்.

இவள் ராஜியின் பெண்!

செண்பகம் ராமசுவாமி

எழுத்தாளர் செண்பகம் ராமசுவாமி மதுரையைச் சேர்ந்தவர். இவர் மதுரை பாத்திமா கல்லூரியில் பேராசிரியராகப் பணிபுரிந்தவர். கொற்றவை என்ற புனைபெயரிலும் எழுதியுள்ளார். பதினைந்து வயதில் எழுதத் தொடங்கியவர் சுமார் 40 ஆண்டு காலங்கள் எழுதியுள்ளார். அவ்வப்போது அவர் எழுதிய சிறுகதைகள் அறுபதுகளின் தொடக்கத்தில் காதல், குழந்தை, அன்பு, தாய் பாசம் என்ற கருப்பொருளில் எழுதியவர் 'உயிர் தோழி' என்ற சிறுகதையில் பெண்ணியப் பிரச்சினையைத் தொட்டுள்ளார். அதன்பின் அவர், தான் எழுதிய கதைகளிலெல்லாம் பெண்ணியத்தை முதன்மைப்படுத்தி உள்ளார். அவர் சிறந்த மொழிபெயர்ப்பாளராகவும் விளங்கியுள்ளார். .அவருடைய காலகட்டத்தில் அவருடைய கதைகள் நூலாக்கம் பெறவில்லை . கணையாழி, விழிகள், ஞான ரதம், தாமரை, குமுதம் போன்ற இதழ்களில் வெளிவந்த கதைகளை, அவரது மறைவுக்குப் பின் அவரது துணைவர் பேராசிரியர் மு.இராமசுவாமி அவர்கள் தொகுத்து 'முதல் மனிதனும் கடைசி மனிதனும்' என்ற பெயரில், 1999 இல் நூலாக்கம் செய்து வெளியிட்டுள்ளார். எளிமையான கதை சொல்லியான செண்பகம் ராமசுவாமி அவர்கள் சற்று நகைச்சுவையுடனும், எள்ளல் தொனியுடனும் தம் கதைகளை எழுதியுள்ளார்.

கதைக்குள் புகுமுன்

மறைந்த எழுத்தாளர் செண்பகம் ராமசுவாமியின் ‘பொருதகர்’ மாமியார் மருமகளுக்கு இடையில் நடக்கும் உணர்வுப் போராட்டத்தைச் சொல்லக்கூடிய ஓர் அருமையான கதையாகும். பொதுவாக, ‘பெண்ணுக்குப் பெண்ணே எதிரி’ என்கின்ற ஒரு வழக்கு மக்களிடையே நிலவி வருகின்றது . ஆணாதிக்கச் சமூகச் சூழலில் வளர்ந்த/வளர்கின்ற/ பெண்கள் ஆண்களுடைய பல குணங்களைத் தங்களுடைய குணங்களாகச் சுவீகரித்து வாழ்கின்ற நிலையில்தான் பெண்ணுக்குப் பெண்ணே எதிரி ஆகிறாள். இளம் வயதிலேயே கணவனைப் பிரிந்து வாழ்கின்ற மாமியார், தான் வாழாத வாழ்க்கையைத் தன் மருமகள் வாழ்கின்றாள் என்கின்ற பொழுது அவருக்குள் ஏற்படக்கூடிய அவலம் தான் இந்த கதையின் மையமாக அமைந்துள்ளது. தன் மகளின் மாமியார் பற்றி அவள் தாய் ‘ராதா உன் மாமியார் சின்ன வயதிலேயே சந்தோசமாக இருந்ததில்லை. அவ ஆம்படையான், அதான் உன் மாமனாரைப் பற்றி எல்லாம் கேள்விப்பட்டிருப்பியே!. சாமியாராட்டம் ஏதோ ஆசிரமத்திலேயே இருந்து செத்தார். அத்தனைக் கசப்பும் இவ நெஞ்சிலிருந்து எப்படிப் போகும். அது தான் உன்னைப் பார்த்து இப்படி,

நெஞ்சுக்குள்ளே கரிக்கிறார்! பார்த்தும் பார்க்காமல் போயிடு. என்ன செய்கிறது என்று கூறுகின்றபொழுது, அந்த மாமியார் எப்படி உளவியல் ரீதியாகப் பாதிக்கப்பட்டு இருக்கிறார் என்பதையும் உடன் எடுத்துரைக்கின்றார் கதாசிரியர். தன் மகனுக்கு வாழ்க்கைப்பட்ட பெண் இரண்டு குழந்தைகள் பெற்ற பின்பும் தன் மகனோடு சந்தோசமாக வாழ்கிறாள் என்று கற்பனை செய்து கொண்டு, தனக்கு அந்த வாழ்க்கை இல்லையே என்று பக்கத்து அறையில் பெருமூச்சு விடுகின்றாள் மாமியார். தன் மருமகளின் உடல் அழகைப் பார்த்து ஓர் ஆணின் மனப்பான்மையோடு ரசிக்கின்ற தன்மையிலும், மருமகளுடைய நடவடிக்கை எல்லாவற்றிற்கும் எதிராக ஒன்றைச் செய்து மகனிடம் தனக்குச் சாதகமான சூழலை உருவாக்கிக் கொள்வதிலும், இப்படிப் பல நிலைகளில் அவள் தன் மருமகளுக்கு எதிரியாகின்ற சூழலில் இந்தக் கதை நகர்கின்றது. ஒரு எள்ளல் நடையிலே ஒரு பெண் இன்னொரு பெண்ணுக்கு எதிரியாகும் சூழல் எப்படி நேரிடுகிறது என்பதை மிக அழகாக எடுத்துச் சொல்லியிருக்கின்றார் கதாசிரியர். இக்கதையில் இரண்டு பெண்களின் வலி எடுத்துரைக்கப்படுகின்றது. மருமகள் மொழியிலே அவளுடைய வலி எடுத்துரைக்கபட்டாலும், அதனூடே அவளுடைய மாமியாரின் வலியும் பதிவாகியுள்ளதைக் கவனிக்கத் தவற வேண்டாம்.

2

பொருதகர்

செண்பகம் ராமசுவாமி

"வாழ்க்கைத்துணை என்று புருஷன் பெண்டாட்டியை மட்டும் சொல்லும் பயித்தியக் காரத்தனத்தை என்ன சொல்றது? ஒரு பெண்ணுக்குப் புருஷன் வீட்டிலே இருக்கிற எல்லோரும்தான் வாழ்க்கைத் துணையாவோ, வயிற்றெரிச்சல் துணையாவோ நிரந்தரமா அமைஞ்சுடறப்போ, சினிமா டூயட்டை மட்டும் மனசிலே வச்சுக்கிட்டு, எல்லோரையும் விட்டுட்டு ரெண்டு பேர் மட்டும் தனியா வாழ்ற மாதிரி என்ன பேத்தல் வேண்டிக்கிடக்கு! என்னோட வாழ்க்கைத் துணை அவரா, என் மாமியாரா என்பது எனக்குப் புரியவே போறதில்லை. திருக்குறள் படிச்சிருக்கியே, அதிலே கூட ஜாயின்ட் பேமிலி சிஸ்டம் இருக்கிறதாத் தெரியலே! அமெரிக்க பாணியில் 'ரெண்டு பேர்' வாழ்க்கைதான் தெரியறது! அந்த மாதிரி வாழ்க்கையிலே எவ்வளவு..."

இப்படி ஒரு கடிதத்தை ராதா எழுதிக் கொண்டிருக்கும் போது, "ராதா!" என்று எங்கோ யாரோ தொலைவிலிருந்து அழைப்பது கேட்கிறது. இது தொலைவா! இல்லவே இல்லை! மாமியார் குரல்தான் இப்படி மிக மென்மையாக, ஆனால் தலையை அப்படியே கழுத்திலேயே இருக்கும்படி சீவிச் செல்லும் கத்திக் கூர்மையோடு வருகிறது. உடனே எழுகிறாள் ராதா! உள்ளே எட்டிப் பார்க்கிறாள்! ஒரு நியூஸ் பேப்பரில் கோதுமை மாவு சலிக்கப்பட்டது தெரிகிறது. ஒரு பெருங்குவியல், ஒரு மினி பிரமிடாகக் காட்சியளிக்கிறது. சலிக்கப்பட்ட தவிடு இன்னொரு பேப்பரில்.

"இவள் தூங்கலையா!"

"என்னைக் கூப்பிடிருக்கக் கூடாதோ?" கேள்வி இதயத்தோடு நின்று விடுகிறது. தன்னுடைய கஷ்டமான வேலையைப் பார்த்து நான் மனசு சங்கடப்பட வேணுமென்றுதானே இது செய்யப்படுகிறது!

“எத்தனை முறை சொல்லியாகிவிட்டது! ‘ஏதாவது வேலையிருந்தா கூப்பிட்டுச் சொல்லுங்கோ’ன்னு! அந்த நேர் வழியே இந்த ஜென்மத்துக்கு எப்பவும் வரப்போறதில்லே! சத்தம் போடாம ஏதாவது வேலை செய்யறது! முடியாமப் படுத்துக்கறது! (முடியாமல்தானோ, சும்மாவோ) அவர் வந்த பிறகு, “ஏன் அம்மா படுத்திருக்கா?”

“ஏன்னு தெரியலை”

“ஏம்மா என்ன செய்யறது?”

“கோதுமை மாவு, ரொம்ப நாளா (அரைச்சு ரெண்டுநாள்தான் ஆகிறது!) சலிக்காம கெடந்தது. சலிச்சேன்! இப்ப என்ன அதுக்கு?”

“நீ ஏம்மா இந்த வேலையெல்லாம் செய்யறே! ராதாகிட்ட சொல்ல வேண்டியதுதானே!”

“ராதா பாவம்! யாருக்கோ லெட்டர் எழுதிக்கிட்டிருந்தா! (எனக்கு இரக்கப்பட்டாகிவிட்டது! நான் லெட்டர் எழுதின சேதியை அவரிடம் சொல்லியாகி விட்டது) அவளைத் தொந்தரவு பண்ண வேண்டாமுன்னு... நானே...”

என்று ஒரு உரையாடல் நடக்கும். அவர் முகத்தில் லட்சத்துச் சொச்சமாவது தடவை ஒரு திருப்தி படரும். இந்த அம்மாவின் பிள்ளை தானே! நேரே ஒன்றும் கேட்கமாட்டார். பேசாமல் தன் அறைக்குப் போய் விடுவார். அவரிடம் இதைப் பற்றித் தனியாகப் பேசியும் பயனில்லை. “எனக்கு அம்மாவுக்கு அப்புறம்தான் நீ” என்று முன்னே ஒரு நாள் கூறிய வார்த்தைகளின் அழுத்தம் இந்த வீட்டில் என் இடத்தை எப்பவோ உணர்த்தியாகிவிட்டது.

இந்த ஷட்டில் விவகாரமெல்லாம் எனக்குப் பழக்கமேயில்லை. அங்கே ஊரிலே, அம்மா, அப்பா, தாத்தா எல்லோருக்கும் மனசும் வாயும் ஒண்ணு.

“அவருக்குன்னு தனியா தயிர் வெச்சிருந்தேன். அதைப் போய் உங்க தம்பி, வந்தவருக்கு வுட்டுட்டேளே” என்பாள் சித்தி.

“என் தம்பி தினமுமா வரான்? அவர் தினமும்தான் தனித்தயிர் சாப்பிடறார். ஒரு நாள் சித்தே மாறினா ஒண்ணுமில்லை” என்பாள் அம்மா.

இந்தச் சம்பாஷணை சித்தப்பாவின் காதிலும் விழும். டோஸ் விழறது என்ற பாவனையில், எங்களிடம் முதுகைக் காட்டி அவர் சிரிப்பார். தொடர்ந்து, “மங்களம்!” அப்படியே ஒரு நடை மாடிக்குப் போய், வத்தல் காய வெச்சிருக்கேன் பார்! அதை எடுத்துட்டி வந்துடு” என்பாள் அம்மா. “சித்த நேரம் உட்கார விடாதேள்”

என்றபடி சித்தி மாடிக்குப் போவாள். அங்கே ஒளிவு மறைவு என்ற ஒன்றில்லை. எல்லோருக்கும் சலுகை! எல்லோருக்கும் சண்டை போடும் உரிமை!

"இந்த அமுக்கிணிகளின் போக்கால், ஊர் நினைவு, தினமும் வந்துடுதே!"

'சடக்'கென்று ஒரு நினைவுத் திருப்பம்! "இதென்ன அடுக்களை வாசலில் நின்னு இவ்வளவு யோசிக்கிறேன்" என்று நினைத்தபடி, மாமியாரை உற்றுப் பார்க்கிறாள் ராதா.

தம் கடுமையான உழைப்பை ராதா பார்த்துவிட்ட திருப்தியில் மீண்டும் ஒரு கை மாவை அள்ளிச் சல்லடையில் போட்டுக் கொண்டிருந்தாள் அவள். முன்பானால், "எழுந்திருங்கோ! எழுந்திருங்கோ! என்று பதைத்தபடி, அவள் சொல்லாமல் தொடங்கும் வேலையெல்லாம் வாங்க முனைந்த நாட்களாக இருந்தன! இன்றோ, அவளைத் தலையிலே தூக்கிச் சுமந்தால்கூட, அவளுக்குத் தன்னிடம் உள்ள கசப்பை, பொறாமை உணர்ச்சியைச் சிறிதும் குறைத்துவிட முடியாது என்று தெளிவாகத் தெரிந்துவிட்ட நிலையில். ராதா அவளிடம் இயன்றவரை கவனமாகவே இருக்கிறாள்."

"கூப்பிட்ட சத்தம் கேட்டுது!"

"உன்னைக் கூப்பிட்டேனா! இல்லையேம்மா" கனிவான பதில்.

"என்ன நெஞ்சழுத்தமான பொய்! இவள் இப்படிப்பட்டவள் என்று தெளிவாகக் காட்டும்படியான ஆதாரங்களை உருவாக்கிக் கொள்ளாமல் இவள் எவ்வளவு சர்வ ஜாக்கிரதையாக என்னைச் சித்திரவதை செய்யப் பார்க்கிறாள்!"

"நான் கொஞ்ச நேரம் அமைதியாக உட்கார்ந்து லீலாவுக்குக் கடிதம் எழுதுவது இவளுக்குப் பொறுக்கலை. என்னுடைய எந்த நடவடிக்கையையும் அமைதியில்லாமல் ஆக்கணும்! இதென்ன இவளுக்கு இப்படியொரு குரூர ஆசை!" ராதாவின் நினைவுகள் இப்படி ஓடுகின்றன.

அவள் திரும்பவும் வந்து சோபாவில் உட்கார்ந்து எழுதிய கடிதத்தைத் தொடரப் பார்க்கிறாள். முடியவில்லை. இந்தக் குடும்பத்தில் வாழ்ந்து கிடைத்த கசப்பு, தன்னை எவ்வளவு பாதித்திருக்கிறது என்பதை உணர்ந்த பொழுது, அவள் கண்கள் கலங்குகின்றன.

இவள் ஏன் இப்படி இருக்கிறா? தன்னால் முடிந்தபடி இருப்பது என்ற வெளிப்படையே இவளிடம் இல்லையே! ஒவ்வொருத்தரிடமும் மனசைக் கவரும்படி மென்மையாகப் பேச இம்ப்ரஸ் பண்ணுவதை ஓர் அற்புதமான கலையாக இவள் எப்படி வளர்த்திருக்கிறாள். ஆள்

தலை மறைந்தவுடன் இந்த நடிப்பு மறைந்துடும். பின்னால் இவள் பேசுவதைக் காது கொடுத்துக் கேட்க முடியாது. எல்லாம் போக, இந்தக் கேவலமான ஜென்மத்திடம் உள்ள ஒரு பழக்கம் எனக்கு அருவருப்பாக, தாங்கவே முடியாததாக, அவரிடம் கூட விளங்கும்படிச் சொல்லத் தெரியாததாக இருக்கிறது. இதற்கு என்ன செய்யறது? எட்டு வருஷங்களா எனக்கு இந்த நீங்காத தொல்லை! அதுதான் இவள் என்னைப் பார்க்கும் பார்வை! நான் ரொம்ப ரொம்ப அழகி என்று சின்ன வயசிலிருந்து சொல்லாதவர்கள் இல்லை! படிக்கிற காலத்தில் எனக்கு அதிலே ஒரு பெருமை இருந்ததுதான். ஆனா இவரைக் கல்யாணம் பண்ணின நாளிலேயிருந்து எனக்கு அந்தப் பெருமை கொஞ்சம் கூட இல்லாமல் ஆக்கிட்டார் புண்ணியவான்! நான் அழகேயில்லையோ, என்று கூடச் சமயத்தில் எனக்குச் சந்தேகம் வந்துடும். புதுசா ஏதாவது புடவை கட்டிகிட்டு அழகாயிருக்கா என்பேன். ‘உம் நல்லாத்தான் இருக்கு’ என்பார்! அதையே நல்லா வாயைத்திறந்து சொன்னா என்ன என்றால், “சிவாஜி கணேசன் மாதிரி பாட்டுப் பாடச் சொல்றியா” என்பார். மனசு அப்படியே சூம்பிப் போகும்! அவர் என்னைப் பார்க்காத பார்வையெல்லாம் சேர்த்து இந்த மாமியார் பார்த்து வருவது எனக்கு இன்னும் பெரிய சங்கடமாக இருக்கிறது. கல்யாணம் ஆன புதுசிலே நடந்தது, அதை மறக்கவே முடியறதில்லே. கல்யாணக் காட்சிகளை நிறைய போட்டோ பிடித்தாகிட்டுது. “அப்புறம் போட்டோ ஸ்டுடியோவிலே ஒண்ணு எடுத்துக்கோங்க” என்பது மாமியார் கட்டளை. ரெண்டு பேரும் புறப்பட்டுக் கொண்டிருந்தோம். அகலமான ஜரிகை பார்டர் புடவையை அடுக்கடுக்காக மேலே வைத்துக் கொண்டிருந்தேன்.

‘இதென்ன பட்டிக்காடாட்டம்’ என்று சொல்லிட்டுப் போனார் அவர். மாமியாரோ பக்கத்தில் வந்து “பி.ஏ., படிச்ச மாதிரியே இல்லையே. இப்படி ஒத்தையா போட்டுக்கோ, லேசா சைடிலே கொஞ்சம் விடு”என்றபடி என் புடவையைச் சரி செய்துட்டுப் போனபிறகு, அவள் வார்த்தைகளுக்காகவும் செய்கைக்காகவும், நான் ஒரு மூன்று நாட்களாவது கூசிக் குறுகிப் போயிருப்பேன். ஒரு பெரிய மனுஷி வாயில் இப்படி வார்த்தை வருமா? அங்கே ஊரில் அம்மாவும் சித்தியும் பெண்கள் புடவை கட்டுவது பற்றி எவ்வளவு திட்டம் உடையவர்கள்! இப்படி அடுக்கடுக்கா வைக்கும் முறையே, சித்தி சொல்லிக் கொடுத்ததுதான். இந்த அடுக்கு கலையாமல் கூடவே ஒரு பின் குத்தச் சொன்னவள் அம்மா! இங்கு நிலைமை முற்றிலும் மாறி கிடக்கிறது! குளிச்சிட்டுச் சில நேரங்களில் மாமியார் மட்டும்தானே என்ற நினைவில் ஹாலைத் தாண்டி எங்கள் ரூமுக்குப் போகும்பொழுது, தற்செயலாக இவளைப் பார்த்து விடும்போது, இவள் என்னை

விழுங்கிடற மாதிரிப் பார்த்துக் கொண்டிருப்பது புரியும். குழப்பமும் நாணமும் போட்டியிட, ஒரே ஓட்டமாக உள்ளே ஓடிடுவேன். "நல்ல வேளையாகச் சீக்கிரமாகவே, இவர் எங்கள் ரூமோடு ஒட்டிப் பாத்ரூம் கட்டிட்டார். அந்தத் தொல்லை குறைந்தது. என்னை மட்டும் இல்லே! என்னைத் தேடி வரும் ப்ரண்ட்ஸைக்கூட இவள் இப்படித்தான் பார்ப்பாள் என்பது, இவள், ஊரிலிருந்த வந்த தன் அக்காவிடம் பேசிக் கொண்டிருந்தபோது தெரிய வந்தது. இந்தக் காலத்துப் பெண்கள் ரொம்பப் பேருக்கு மாரே இல்லை என்பது பற்றி இவள் விஸ்தாரமாகப் பேசிட்டுக் கடைசியில் "அந்த மட்டுக்கும் ராதாவுக்கு நல்ல கட்டு தேகம்!" என்று முடித்தபோது எனக்கு வந்த எரிச்சலுக்கு அளவே இல்லை. முதல் முதலாக அவளை எதிர்த்துப் பேசினேன். "இதெல்லாம் என்ன பேச்சு! உடம்பு எப்படியிருந்தா என்ன, மனசுதான் எல்லோருக்கும் நல்லா இருக்கணும்" என்று படக்கென்று நான் பேசிய வேளையிலிருந்து இவள் என்னை வீழ்த்தும் திட்டங்களை மிக அமைதியான முறையில் தொடங்கிவிட்டாள். விளைவு? விளைவு, யாரை மட்டும் துணை என்று நம்பி வந்தேனோ அந்தத் துணை எனக்கு மெல்ல மெல்லப் பகையாக வரது! அவருக்கும் எனக்கும் இடைவெளி அதிகமாயிட்டே போறது! இவளுக்கு வேண்டியது இதுதானே! இவள் ஏன் இப்படி இருக்கிறா? கையில் கடிதத்தை வைத்தபடி ராதா இப்படி நினைத்துக்கொண்டேயிருக்கையில் கார் சத்தம் கேட்கிறது.

"இவளுக்கு நல்ல கொண்டாட்டம்தான்!" மாவுக்குவியலில் அவளும், ஹால் சோபாவில் நானும், "மனுஷருக்கு இது போதாதா?" இப்படி நினைத்தபடி ராதா மெல்ல எழுகிறாள்.

சங்கர் முகத்தில் அதிகமான பரபரப்பு! "ராதா உடனே புறப்படு. ஸ்டாலின் ஆத்துப் பர்த்டே பார்ட்டி. காத்தால சொல்ல மறந்துடுத்து. க்விக், க்விக்" அவன் வேகமாக உள்ளே போகிறான்.

இந்தப் பரபரப்பு! இதுவும் லட்சத்து சொச்சமாவது தடவை வருவதுதான். ஒண்ணும் புதிதில்லை!

"நரேஷ் வெளியே விளையாடறான். அவனையும் கூப்பிடவா?"

"நோ! நோ! டிரிங்க்ஸ் எல்லாம் இருக்கும். முருகன் வில் லுக் ஆப்டர் ஹிம்"

இன்னும் பத்து நிமிஷத்தில் நான் 'ட்ரிம்' ஆக நின்றாக வேண்டும்.

"ஸ்லீவ்லெஸ் போதுமா? பேண்ட்ஸ் போடணுமா?"

"சாரி வில் டு! எல்லாம் லோகல் பசங்கதான். ரொம்ப மார்டனாப் போனா, ரொம்ப முறைப்பான்"

"உங்களுக்கு அதுதானே இஷ்டம்!"

ஒரு முறைப்பு! "என்ன ஆர்குயுமெண்ட் தொடங்கிறியா?"

"இல்லை! இல்லை! இதோ புறப்படறேன்"

இவருக்குப் பதவி உயர உயர என் டிரெஸ் அளவு குறைகிறது! மாடல் மோகினியாக நான் இவர் கூப்பிட்ட இடத்துக்கு, இவர் குறிப்பிடும் டிரெஸ்ஸில் போய் வரேன். நளாயினி மட்டுமா சொன்னபடி நடந்தாள்? என்னைப் பெற்றவாளுக்கே அடையாளம் தெரியாதபடி, சித்தி, அம்மா, அம்பி கூட என்னைப் பார்த்து வெட்கப்படும்படி. பேண்ட், பனியன் போட்டு இவரோடு போகத் தொடங்கறதுக்கு நான் எத்தனை எத்தனை உணர்ச்சிகளை மிதித்து எனக்குள்ளேயே புதைச்சிருக்கேன். இவரோடு எத்தனை சண்டைகள் போட்டுத் தோத்திருக்கேன்... இங்கேயுள்ள பழக்கங்களை ஒவ்வொண்ணாய் ஜீரணிக்க, நான் பட்டிருக்கும் பாடு? இவரும் மாமியாரும் பேசற இங்கிலீஷ் எனக்கு வரலைன்னு எவ்வளவு நக்கல்?

ஸ்கூலும் ஹாஸ்டல்! காலேஜும் ஹாஸ்டல்! படிச்ச பாடமோ தமிழ் மீடியம் ஹிஸ்டரி. இந்தப் பழக்கத்தில் பிராமணத் தமிழ் குறைஞ்சு போனதிலே ஊரிலே வருத்தம். இங்கிலீஷ் பேச வராதது இங்கே ரொம்ப இளக்காரம். ஒரு வழியாக இந்த எட்டு வருஷத்தில் இங்கிலீஷ் நாகரிகம் எனக்கு வந்தாகிவிட்டது. இங்கிலீஷ் பேசறதுதான் குடும்பத்திலேயே வச்சு ரொம்ப பாஷன். அதுவும் அயலார் வந்துட்டா' கேட்கவே வேண்டாம். இங்கிலீஷ் பொங்கி வழியும்!

இப்படியொரு உணர்ச்சிப் போராட்டம் எனக்குள் நடக்கறது இங்கே யாருக்குப் புரியறது! மாமியார் கருத்தில், வீட்டுக்காரனோடு ஊர் சுற்றும் பொறுப்பில்லாத மருமகள். இவர் கருத்தில், இவரோடு வெளியே வருவதற்குப் பொருத்தமான அழகி! பசங்க ரெண்டும் பேரும் அவங்களாகவே வளரக் கற்றுக் கொண்டாகிவிட்டது! இந்த வீட்டு வாடை அப்படியே அதுகள் பேச்சில் நாற்றமாய் வீசும், அன்பே வேண்டாத மினி மாமியார்கள்! மினி சங்கர்கள்! குழந்தைகளோடு நான் கொஞ்சி விளையாடும்போது "ஸ்பாயில் பண்ணாதே" என்று இவர் கொடுக்கும் எச்சரிக்கையும், "சங்கருக்கு சின்ன வயசிலே யாராவது தொட்டாக் கூடப் பிடிக்காது!" என்ற மாமியாரின் நாசூக்கும் பசப்பும் பசங்களையும் வெகு சீக்கிரத்தில் எனக்கு அந்நியமாக்கி விட்டதே!

ராதாவின் தனிமொழியில் இப்படி இப்படியாகச் சிந்தனைகள் உருவாகிக் கொண்டேயிருக்கின்றன.

நரேஷ் பிரசவத்தின்போது, அம்மாவிடம், அந்தக் குடும்பமே எனக்குப் பிடிக்கலேம்மா! ஒருத்தர் கூட ஒரு ஸ்நேக பாவத்தோடு இருப்பதில்லைன்னு சொன்னப்ப "ஒவ்வொருத்தர் குடும்பமும் ஒரு மாதியாத்தான் இருக்கும், அவாளுக்கு நம்ப குடும்பம் ரொம்ப கிராமந்தரமாத் தோணும். என்ன இப்படி விவஸ்தையில்லாம கூச்சல் போடறாளேன்னு நினைப்பா? பொறுமையின் சிகரமாக இருந்தாத்தான் பொம்மனாட்டிக்குச் சிக்கல் இல்லை!"ன்னு அழுத்தமாகச் சொல்லிட்டாளே! அம்மாவிடமும் இனி இந்தப் பிரச்சனையைப் பகிர்ந்து கொள்ளப் பார்ப்பதில் அர்த்தமில்லைன்னு தெரிஞ்சுட்டுது. அம்மா அனுபவசாலி. மாமியார் மாதிரி இங்கிலீஷ் பேப்பர் படிக்கத் தெரியாது. ஆனாலும் இங்கிதமா ஒண்ணு சொல்லிவச்சா. 'ராதா உன் மாமியார் பாவம்! சின்ன வயசிலே சந்தோஷமா இருந்ததேயில்லை. அவ ஆம்படையான், அதான் உம் மாமனாரைப் பத்தி எல்லாம் கேள்விப்பட்டிருப்பியே! சாமியாராட்டம் ஏதோ ஆசிரமத்திலேயே இருந்து செத்தார். அத்தனை கசப்பும் இவ நெஞ்சிலிருந்து எப்படி போகும்? அதுதான் உன்னைப் பார்த்து இப்படி நெஞ்சுக்குள்ளே கரிக்கறா! பார்த்தும் பார்க்காமப் போயிடு! என்ன செய்யறது?"

அம்மாவின் குரலை, எனக்குள் 'டேப்' செய்து கொண்டு வந்திருக்கிறேன். அதை அடிக்கடி திரும்பப் போடுவதால்தான் என்னால் இவளை அப்ப அப்பக் கொஞ்சம் மன்னிக்க முடியறது.

'சடக்'கென்று பிரேக் போடுகிறான்! குறுக்கே நாய் ஓடுகிறது. ராதாவின் சிந்தையும் மாறுகிறது.

"அம்மா பாவம்! மாவு சலிச்சுண்டிருந்தாளே! வேலைக்காரி வரலையா?" ஆனா ஒண்ணு. தாய் எட்டடி என்றால், இவர் முப்பத்திரண்டு அடி பாயும் திறமைசாலி. இன்னிக்கு நான் என்ன சொன்னாலும் கோவிச்சுக்க மாட்டார். நான் அவர் ப்ரண்ட்ஸ் வீட்டுப் பார்ட்டியிலே சுமுகமாகச் சிரிச்சுப் பேசணுமே. இப்படி நினைத்தபடி ராதா, "வேலைக்காரி வர்ற வரைக்கும் பொறுமையா இருந்தாத்தானே!" என்று பதில் சொல்லிவிட்டுப் பேசாமிலிருந்தாள்.

'இந்த மாதிரிச் சந்தர்ப்பங்களில் பிள்ளையாண்டான் எவ்வளவு ஜாக்கிரதையாக என்னோட சண்டை பிடிக்காமலிருக்கிறார். வேற நேரமாயிருந்தா, எங்க பரம்பரையின் பட்டிக்காட்டு அநாகரிகத்தையும், தங்கள் பரம்பரையின் மென்மையான ஒசத்தி நாகரிகத்தையும் ஒப்பிட்டுப் பேசி, என்னை வருந்த வைக்கும் சந்தர்ப்பமா அதை மாற்றிவிடுவாரே.'

அங்கே ஊரிலே நடக்கற நிகழ்ச்சியெல்லாம் இவருக்கு எப்படித் தெரிய வரும். நான் எதுவுமே பேசறதில்லே. அம்பி எதிர் வீட்டு

விதவைப் பெண் ஒருத்தியைத்தான் கல்யாணம் செய்து கொள்வேன் என்று பிடிவாதம் பிடிப்பதாக அம்மா வருத்தப்பட்டு எழுதியிருந்த கடிதச் செய்தியை அவர் குறிப்பிட்டப்ப, "நீங்க லெட்டரே படிக்கலையே. எப்படித்தெரியும்?' அப்படின்னு கேட்டப்ப, 'ஏன் அம்மாதான் சொன்னா'ன்னு பதில் சொன்னாரே! எனக்கு வரும் கடிதாசியை எனக்குத் தெரியாமப் படிக்கும் இவளுடைய ஈனத்தனம் எனக்குத் தெளிவாகத் தெரிஞ்சது. இனியும் இவளை பத்தி என்ன நினைக்கறது. கசப்பின் மொத்த உருவம் இது. தேள் கொட்டுற மாதிரி தன் கசப்பை யார் வாழ்க்கையிலாவது மொத்தமா உமிழ்ந்திட்டுத்தான் இது நிம்மதியடையும்! நான் இவளிடம் வசமா மாட்டிக்கிட்டேன்."

மறுபடியும் ஒரு முறை சடன் பிரேக். இந்த முறை ஒரு சின்னப்பையன். "ராஸ்கல்!" பல்லைக் கடித்து ஒரு முறை அவன் உறுமினான். கூடவே, "இவன்லாம் ரோடிலேதான் சாகணும்" என்று சாபம் போட்டான்.

பயந்து போய் ஓரத்திலே ஓடி நின்ற அந்தச் சிறுவனை ராதா பார்த்தாள். ஐந்து வயதுகூட இருக்காது. பசுமையான ஒரு சின்ன முகம். "இந்தக் குழந்தையை இப்படிச் சொல்ல மனசு வரதே!" ராதா நொந்து கொண்டாள்.

"அந்த மாமனாரை எனக்குக் குறையே சொல்ல வரலை. அவரால் இவள் இப்படிக் கசந்து போனாள் என்பதைவிட, இவளால் அவர் குடியராகிப் பின்னே சாமியாரானார் என்பதுதான் உண்மையாயிருக்கும். மனுஷிக்கு அழகில்லேன்னா என்ன, அன்பாவது இருந்திருக்கலாம்தானே, குயுக்தி! வெறும் குயுக்தி! இந்தக் குயுக்தி முறைகளால் உலகத்தையே ஒரு போர்க்களமாகப் பாவித்துக் கொண்டு, அதை வீழ்த்துவதே தன் நோக்கமாகக் கருதி, பரம சாது வேடத்தில் சதா நடித்துக் கொண்டிருக்கும் இவளைப் பெண்டாட்டியாக அடைய அவர் என்ன பாவம் செய்தாரோ. அவரைச் சொல்றேனே, நானும் அதே பாவம் செய்துதானே இங்கே வந்து ஆப்பிட்டுக்கிறேன். வாழ்க்கையிலே நாம சந்திக்கிறவங்கதானே நம்ம வாழ்க்கையை அமைச்சுத்தரவங்க. இவனை நான் சந்திக்காம இருந்துந்தா..."

இப்படி ராதா நினைத்துக் கொண்டிருந்தபொழுது, கார் ஒரு பெரிய பங்களாவில் நுழைகிறது.

ஆரவார வரவேற்பு, விருந்து, குடிமயக்கம், இசை, கலகலப்பு, பரபரப்பு, சோர்வு, கார் திரும்புகிறது.

"இன்னைக்கு நான் குடிச்சிட்டேன்."

"ஓ! சரிதான்!"

இந்த வீட்டு மனுஷாளுக்கு எதுவுமே ஆச்சரியமில்லை. அசிங்கமில்லை. அம்பியின் விஷயமா மாமியாரிடம் நானாகப் பேசிப் பார்த்தேன். அதற்கு என்ன சொன்னாள்... என்னவோ சொன்னாளே... ஆ... "இதுக்கெல்லாம் கல்யாணம்னு செய்யணுமா என்ன? கல்யாணம் ஊருக்கு ஒண்ணு செய்யறது! அப்புறமா இஷ்டப்படி இருக்க வேண்டியதுதானே! எதிர்த்தாத்து பொண்ணு எங்கே ஓடிப் போறான்னு சொன்னாளே! அமெரிக்க நாட்டுச் சின்னப் பெண்கள் கூடத் தேவலை. நேர்மையா, புருஷனை மாத்திக்கிட்டே போறா. இந்தக் கள்ளத்தனம் கிடையாது. இவ்வளவு ஒழுங்கா இருக்கப்பவே, இந்தப் பேய் அவர்கிட்ட என்னமோ சொல்லிக் கொடுத்து, எங்க ரூம்லே, தெருவைப் பார்த்து இருந்த ஜன்னல் கதவை ஆணி வச்சு அறைஞ்சு மூடிட்டாரே. எதுக்குன்னு கேட்டதுக்கு, 'எதிர்த்தாத்துப் பசங்க இங்கேயே பாத்துத் தவம் கிடக்கிறானாமே' என்று ஏளனமாகச் சொல்லிப் போனார். இந்தச் செய்தியை அந்தப் புண்ணியவதிதான் கற்பனை பண்ணியிருக்கணும். 'எதிர்த்த சைடிலே காலேஜ் பசங்க இருக்காளா' என்று இவளிடம் அடுத்த நாள் நான் விசாரிச்சப்போ, 'என்னமோம்மா. நேக்குத் தெரியாதே. நான் என்னத்தைக் கண்டேன்?' என்றாள் பூப்போல. "தெரியாதே. இல்லையே!" இந்த மாதிரி வகையான சில விடைகளை வைத்துக்கொண்டு இவள் வாழ்க்கையை ரொம்பவும் வெற்றியாக நடத்திக் கொண்டு போறாளே!" "நீங்க ஒரு ஆணா பெண்ணா?" என்ற கேள்விக்குக் கூடத் தெரியாதேம்மா" என்ற பதில்தான் வருமோ என்று சில சமயம் நான் எனக்குள் விகடம் கூடப் பண்ணிக் கொள்றேன்! என்ன ஜென்மமோ இது! தன்னை நல்லவளாக்கப் பார்க்காமல், அடுத்தவங்களைக் கெட்டவங்கன்னு ஜோடிச்சுக் காட்டறதிலேயே இவள் வாழ்க்கையைச் செலவிடற கொடுங்கோலி. இவள் எத்தனை வாட்டிதான் யாராவது வந்திருகறப்போ, "இந்தாம்மா மீதிக் காசு"ன்னு ஐந்து காசையும் பத்துக்காசையும் கொடுத்திருப்பாள். 'மீதமிருந்தா நீங்களே வச்சிருங்கோ, நாளைக்கு ஏதாவது வாங்கிட்டு வரச்சொல்லுங்கோ எனக்கு மீதியைத் தர வேண்டாம்'னு ஆயிரம்வாட்டி சொன்ன பிறகும், என்னோடு யாராவது வந்து பேசிட்டிருக்கப்போ, கணக்கா வந்து, 'இந்தாம்மா ராதா, கறிகாய் வாங்கிட்டு வரச்சொன்னேன். பைவ் ரூபிஸ்லே தெர்ட்டிபைவ் என். பி பாலன்ஸ்'னு சொல்லி வச்சுட்டு போவாளே!" "எத்தனை தரம் சொல்லறது! நானென்ன காசு கணக்குப் பார்க்கறவளா?"ன்னு கேட்டால், "என்னமோம்மா, மறந்திடுத்து. நீ அப்படிச் சொன்னதே ஞாபகமில்லே" என்பாள். நாலு பேருக்கு முன்னால் தான் அப்பாவி மாமியார் என்றும், பத்துக் காசானாலும் கண்டித்து வாங்கும் மருமகள் என்றும் படம்

காட்டியாகிவிட்டதே! குரூர திருப்பிதியோடு அவள் புன்னகைத்து இப்படிச் சொல்லும் போது, நான் நெஞ்சம் கொதித்துப் போவேனே! இவளை என்ன செய்தாலும் தகும். இருட்டு ரூமுக்குள் உட்கார்ந்தபடி, நானறியாமல் என் நடமாட்டத்தை உற்றுப் பார்த்துக் கொண்டிருக்கும் அந்த வெறி பிடிச்ச கண்ணை... ஒரு நாள் நான் சுட்டுப் பொசுக்கினால்தான மனசு ஆறும்."

ராதா இப்படியே தனக்குள் புலம்பிக் கொண்டிருக்கும் போது கார் நிற்கிறது.

"என்ன இறங்கலையா?" என்றான் சங்கர்.

ராதா இறங்குகிறாள்.

மாமியார் ஒரு வேலைக்காரியின் பணிவோடு கதவைத் திறந்துவிட்டு நிற்கிறாள்.

"ஏம்மா! இன்னும் தூங்கலையா! முருகன் எங்கே?"

"பாவம்! குழந்தைகளோட அவனுக்கு ரொம்ப அசதி. நான்தான் அவனைத் தூங்கச் சொன்னேன். அதுக்கென்ன இப்ப! நான் செய்தா என்ன?"

குழந்தைகளைக் கவனிக்காத தாய்னு இந்தப் பூக்குரலிலே என்னமாய்க் குத்தியெடுக்கிறா? கன்னத்திலே கரண்டியால் இடிக்கற பழைய மாமியார் வகை தேவலை.

ராதாவின் மனம் நோகிறது. பேசாமல் உள்ளே நுழைகிறாள். சங்கர் அம்மாவை இரக்கத்தோடு பார்த்து விட்டு நடக்கிறான். "என்ன செய்யறது? சொசைட்டி லைப்லே ஷைன் பண்ணறதுக்கு இவளை அடிக்கடி கூட்டிட்டுப் போக வேண்டிருக்கு. அம்மாதான் பாவம்!"

ராதா உள்ளே நுழைந்து பிரிஜ்ஜைத் திறந்து, ஒரு பாட்டிலை எடுத்துத் திறக்கிறாள். "நான் இன்னம் கொஞ்சம் எடுத்துக்கறேன்" சங்கரிடம் அனுமதி கேட்டாள்.

"ஓ.கே!" என்றான் அவன். குரலில் எந்த உணர்வுமில்லை.

இவர் எத்தனையோ வாட்டி, ப்ரண்ட்ஸ்க்கு முன்னால் சும்மா டேஸ்ட் பண்ணேன்னு வற்புறுத்தியிருக்கிறார். இன்னி வரைக்கும் தொட்டதில்லே. இவர் சந்தோஷப்படுவாரோன்னு ஆசையில் சொன்னால், இப்படி ஜடமாய் இருக்காரே! ஒரு வேளை ப்ரண்ட்ஸ்களுக்கு முன்னால் இந்தக் காரியத்தைச் செய்திருந்தா, ஏகமாய் ஆரவாரிச்சிருப்பார், தன் நாகரிக வளர்ச்சியைக் காட்டிக் கொள்றதுக்காக... சொசைட்டிமேன்."

ஜன்னலைத் தாண்டிப் போறதுக்கு முன் மாமியார் ஒரு முறை நோட்டம் விட்டு நடக்கிறாள். "ஓஹோ இது வேறா! இவன்தான்

எவ்வளவு சொல்லியும் இவளுக்கு எவ்வளவு இடம் கொடுத்திருக்கறான்! நாளைக்கே இவள் பிள்ளைகள் தொடங்கி, எல்லார் கிட்டயும் இதைச் சொல்லி வைக்கறேன். இவளை எல்லாரும் காறித்துப்பனும். அதை நான் கண்ணாலே பார்க்கணும்" அவள் மனம் இப்படிப் பிரலாபிக்கிறது.

சிறிது நேரத்தில் ராதா படுக்கையில் சாய்கிறாள். மனம் குதியாட்டம் போடுகிறது. நெஞ்சச் சுமை மாயமாய் மறைகிறது. கோதுமை மாவு கடல் போல் கிடக்கிறது. மாமியாருக்கும் ராதாவுக்கும் ஜேம்ஸ்பாண்ட் பாணியில் பயங்கரச் சண்டை! ரத்தம் சொட்ட சொட்ட இருவரும் மோதுகிறார்கள்! கடைசியில் கோதுமை மாவுக் குவியலில் மாமியாரை உள்ளே அமுத்துகிறாள்! அவள் புதைந்து போகிறாள்! ராதா கொக்கரிக்கிறாள். வாய் விட்டுச் சிரிக்கிறாள். சங்கர் நிம்மதியாக உறங்குகிறான். அவன் காதில் இது விழவில்லை.

ஆனால் பக்கத்து அறைக்குள் புழுங்கிக் கிடக்கும் மாமியாரின் காதுகளில் இந்தச் சிரிப்பு கேட்கிறது. 'கொடுத்து வச்சவ! ஆம்படையானோடு குஷியா இருக்கா! நான் என்னத்தைக் கண்டேன்? ஒரு நாளாவது அந்தக் குடிகார மனுஷனோட இப்படிச் சிரிச்சிருக்கேனா? அதுக்கும் ஒரு உடம்பு வேணாமா?, என் ஜென்மம் இப்படி அமைஞ்சு போச்சு. இந்த ஒரு பிள்ளை பிறந்ததே ஏதோ தெய்வ அனுகூலம்!' அவள் மனம் புலம்புகிறது. அவள் சினிமாவே பார்த்ததில்லையானாலும், படித்த இங்கிலீஷ் கதைகள் ஏராளமே! அந்த புஸ்தகக் காதல் காட்சிகளில் மகனையும், ராதாவையும் இயங்க வைத்துக் கற்பனை பண்ணிக் கொள்கிறாள், வழக்கம்போல்!

ஒரு நீளமான பெருமூச்சு வெளிப்படுகிறது.

"இந்த ராதாவுக்கு ஏதாவது ஒரு குறைச்சலாவது இருக்கா. ரெண்டு பிள்ளை பெத்தும் உடம்பை என்னமா வச்சிருக்கா? அதனால்தான் இந்தச் சங்கர் அசடுக்கு நான் சொல்றதெல்லாம் காதிலே விழறதேயில்லை. அந்தப் பெருமையிலே தான் இவ, இப்பல்லாம், என்னை ஏதோ புழுவைப் பார்க்கறது மாதிரி பாக்கறா. எதிர்த்துப் பேசறா. கிட்டேயிருந்து பிரிச்சு விரட்டலைன்னா, நான் ஜென்மம் எடுத்தே பிரயோஜனமில்லே..."

அவள் மனம் பரிதவிக்கிறது. அதற்குள் ஆங்காரமாய் இப்படி சபதம் உருப்பெறுகிறது.

கணையாழி, செப்.1976

ஆர்.சூடாமணி

தமிழின் புகழ் பெற்ற மூத்த எழுத்தாளர்களில் ஒருவர் ஆர்.சூடாமணி. சென்னையில் பிறந்து வளர்ந்த இவர், உடல் பாதிப்பால் நான்கு சுவர்களுக்குள் உலகை அமைத்துக் கொண்டவர். தமிழ், ஆங்கிலம் என்ற இரு மொழிகளிலும் வல்லவரான இவர், தமிழில் சூடாமணி என்ற பெயரிலும், ஆங்கிலத்தில் சூடாமணி ராகவன் என்ற பெயரிலும் எழுதி வந்துள்ளார். சிறுகதை, நாவல், கட்டுரை என்ற தளங்களில் இயங்கிய இவர், ஓவியம் வரைவதிலும் வல்லவராக விளங்கியுள்ளார். இவர் பாட்டியும் சகோதரியும் எழுத்தாளர்களே. மற்றொரு சகோதரி மொழிபெயர்ப்பாளர். இவர் 7 நாவல்களையும், 8 குறுநாவல் தொகுப்புகளையும், 17க்கும் மேற்பட்ட சிறுகதைத் தொகுப்புகளையும் படைத்துள்ளார். ‘இரவுசுடர்’ என்ற இவரது கதை ‘யாழினி’ என்ற பெயரில் ஆங்கிலத்தில் மொழிபெயர்க்கப்பட்டு, பெரும் வரவேற்பைப் பெற்றது. இவர் உளவியல் அடிப்படையில் நூல் எழுத வல்லவர். எழுத்துக்காக ஏராளமான விருதுகளையும் பெற்றுள்ளார்.

கதைக்குள் புகுமுன்

சில பெண்களுக்கு வீட்டுப் பொறுப்புகள் எப்படி பெரும் சுமையாக அமைந்து விடுகிறது என்பதற்குச் 'சாவிக்கொத்து' கதை ஒரு நல்ல எடுத்துக்காட்டாகும். எல்லாப் பெண்களுக்கும் ஒன்று போல் விருப்பு வெறுப்புகள் இருப்பதில்லை. சில பெண்கள் இல்லப் பொறுப்பை விருப்புடன் ஏற்றுக் கொள்கிறார்கள். சில பெண்கள் அவற்றை மிகப் பெரிய சுமையாகக் கருதுவது உண்டு. ஆனால், இச்சமூகத்தினர் ஒரு பெண்ணுக்குப் பிடிக்குதோ பிடிக்கவில்லையோ வீட்டைக் கவனித்துக் கொள்வது அவளது கடமை என்று மிகப்பெரிய பொறுப்பை அவள் மீது சுமத்துகின்றார்கள். இயற்கையை ரசிக்கவும், சுதந்திரமாக உலா வரவும் விரும்பும் பெண்ணொருத்தி,

'இந்தச் சாவிக்கொத்தை எறிந்து விட்டு வீட்டுப் பொறுப்பு இல்லாமல், கணவனுக்கும் குழந்தைக்கும் தேவையானவற்றைக் கவனிக்கவேண்டிய கடமை இல்லாமல், ஆட்களை மேற் பார்க்க வேண்டிய அவசியம் இல்லாமல், பொழுது விடியும் போது இத்தனை சுமைகளை ஏற்று வகிக்க இன்னும் ஒரு

நாள் தொடங்கி விட்டது என்ற சோர்வு இல்லாமல், வெறும் இருப்பு மட்டுமாக.... நினைக்கும்போதே சிறகுகள் விரித்து பறப்பது போல் இருக்கிறது' என்று நினைத்து மகிழ்கிறாள். தன் கணவனிடம் அவள் வெறி பிடித்தவள் போல் 'எனக்கு சாவியைத் தொடவே வெறுப்பாயிருக்கிறது. வீட்டுச் சாவிக்கொத்தையும் உங்களண்டைய கொடுத்திடறேன். கொஞ்ச நாளைக்கு நீங்க வீட்டை நடத்துங்க. மூடுவதும் திறப்பதுமாக எல்லாத்தையும் கவனிச்சுக்குங்க. நான் குழந்தைகளாட்டம் வேளா வேளைக்குக் குளிக்கிறேன். சாப்பிடுறேன்; தூங்குறேன்; எனக்கு என்ன இஷ்டமோ செய்கிறேன் அல்லது செய்யாம இருக்கிறேன்; பொறுப்பை எல்லாம் நீங்களே பாத்துக்கோங்க' என்று கூறுவதிலிருந்து அவளுடைய சுதந்திர மன இயல்பைப் புரிந்து கொள்ள முடிகிறது. இக்கதையில் இருந்து, காலம் காலமாகப் பெண்கள் இல்லப் பொறுப்பைச் சுமந்து, அதன் சுமையில் ஆழ்ந்து அமுங்குவதுடன், வேறு சிந்தனையில்லாது மழுங்கடிக்கப்பட்டுக் கிடக்கின்றனர் என்பதையும் உணர்ந்து கொள்ள முடிகின்றது.

3

சாவிக்கொத்து

ஆர். சூடாமணி

'இந்தச் சாவிக்கொத்திலிருந்து விடுதலை வேண்டும்.

இடுப்பிலோ கைப்பையிலோ அப்பாவிபோல் கிடக்கும் இந்தச் சிறிய பொருள்தான் எத்தனை கனமான பாரத்தோடு நெஞ்சின் மேல் அழுத்துகிறது!

ஒரு மாறுதல் வேண்டும்.

இதைத் தூக்கி எறிந்துவிட்டு, வீட்டுப் பொறுப்பு இல்லாமல், கணவனுக்கும் குழந்தைகளுக்கும் தேவையானவற்றைக் கவனிக்க வேண்டிய கடமை இல்லாமல், ஆட்களை மேற்பார்க்க வேண்டிய அவசியம் இல்லாமல், பொழுது விடியும் போதே இத்தனை சுமைகளை ஏற்று வகிக்க இன்னும் ஒருநாள் தொடங்கி விட்டதே என்ற சோர்வு இல்லாமல்...

வீட்டுத் தலைவி என்ற ஸ்தானம் இல்லாமல்...

வெறும் இருப்பு மட்டுமாக...

ஆஹா, நினைக்கும்போதே சிறகுகள் விரித்துப் பறப்பதுபோல் இருக்கிறதே!

பொழுது விடிவது அந்தச் சோர்வுக்காக இருக்கக் கூடாது. பட்சியொலிகளைக் கேட்பதற்காக மட்டுமே இருக்க வேண்டும்; இருட்டின் சாம்பல் திரைகள் ஒவ்வொன்றாக விலகி உலகின் முகம் தெரிவதைப் பார்ப்பதற்காக மட்டுமே இருக்க வேண்டும்; மொட்டை மாடிக்குப் போய் வானத்தோடு தொடர்புகொண்டு நின்று கீழ்த் திசையில் செம்மை மெல்ல மெல்ல மடலவிழும் வைபவத்தில் பங்கு கொள்வதற்காக மட்டுமே இருக்க வேண்டும்.

ஆனால் சாவிக்கொத்து கைக்கு வந்துவிட்டால் உலகமே கவிதையை விட்டுவிட்டு வசனத்தில் அல்லவா பேச ஆரம்பித்து விடுகிறது! அழகெல்லாம் மொழிபெயர்க்க முடியாத சங்கேத பாஷை போலல்லவா அர்த்தமின்றிக் கண் முன்னே வந்து போய்விடுகிறது!

"அம்மா, பால் புட்டிகள்லே ஒரு புட்டிக்கு மூடி லூஸாயிருக்கு. பாலும் வெறும் ஜலம்" என்றார் சமையற்காரர்.

அவள் பேசவில்லை.

அவரே தொடர்ந்து, "வேலய்யன் அடிக்கடி இப்படி மோசடி செய்யறான்" என்றார்.

இப்போதும் அவர் பேசத் தயங்கியபோது அவள் கணவன் முந்திக்கொண்டு சொன்னான்: "வீட்டில் நாலு ஆளுங்க இருக்கறப்ப பால் பாட்டில்களை வாங்கி வர வேறொருத்தனை ஏன் நியமிக்கணும்? அப்புறம் அவன் மோசடி பண்ணினான்னு ஏன் புகார் செய்யணும்? இதோ பார் அன்னம். நாளைக்கே அந்த வேலய்யனை நிறுத்திவிட்டு நம்ம ஆள்களிலே யாரையானும் டிப்போவுக்கு அனுப்பு."

"வீட்டில் எல்லா ஆள்களுக்கும் வேலை சரியாயிருக்குது. யாரை அனுப்ப முடியும்? அதுவும் பால் புட்டிங்க என்ன தினம் ஒரே நேரத்தில் வந்துடுதா? சில நாள் ரொம்ப நேரம் காத்திருந்து வாங்கிவர வேண்டியிருக்குது. அதுக்குள் வீட்டு வேலையெல்லாம் மெனக்கெட்டுப் போயிடாதுங்களா?"

"அப்போ நாமெல்லாம் தண்ணிக் காப்பியும் தண்ணித் தயிரும் சாப்பிட்டுக்கிட்டுப் பேசாம இருக்க வேண்டியதுதான்."

அன்னபூரணி சமையலறைக்குப் போனாள். ஒரு புட்டியில் பால் நீராகத்தான் இருந்தது. கொஞ்சம் பால் பவுடர் கரைத்துக் கலந்தாக வேண்டும்.

எதிர்பாராமல் ஓர் அவசரம் நேர்ந்தால் இருக்கட்டும் என்று அமுல் பால் பொடி டப்பா ஒன்றை எப்போதும் கையிருப்பாக வீட்டில் வைத்திருப்பாள். மளிகை அலமாரியின் பூட்டைச் சாவி போட்டுத் திறந்து டப்பாவை எடுத்தபோது சாவிக்கொத்து மீண்டும் மனதைச் சலிப்பூட்டியது.

முதலிலெல்லாம் அன்னபூரணிக்கு மளிகைப் பொருட்களைப் பூட்டி வைக்கும் வழக்கமில்லை. ஆனால் சாமான்கள் குறையவும் தொலைந்து போகவும் ஆரம்பித்தன. மூன்று நான்கு ஆட்கள் புழங்கும் வீட்டில் கண்ணால் பார்க்காமல் யாரைக் குற்றம் சாட்டுவது? பிறரின் சபலத்தைத் தூண்டிவிடுவது போல் சாமான்களைத் திறந்து போட்டு வைத்ததனால் தவறு தன்னுடையதே என்று எண்ணி அவள் அதன் பின் மளிகை அலமாரியைப் பூட்டி வைக்கத் தொடங்கினாள். சாவிக் கொத்தில் இன்னுமொரு சாவி.

"என்னம்மா, டப்பி பாலா இன்னக்கி?" என்று முகத்தைச் சுளித்தாள் ஏழு வயதான மகள்.

"டப்பி இல்லேடி, டப்பா" என்று அவள் அண்ணன் திருத்தினான்.

"போடா, எப்படி வேணும்னாலும் சொல்லலாம். இல்லேம்மா? ரெண்டுமே 'டின்' தானே?"

“ஆமாம். ஆம்புளை டின் டப்பா. பொம்புளை டின் டப்பி.”

“ஹோ ஹோ ஹோ, அம்மா ஜோக் அடிக்கறாங்க” என்று பையன் கை கொட்டினான்.

எல்லோரும் காலை உணவு முடித்தான பின் அன்னபூரணி சாப்பாட்டு அறையிலிருந்து வெளியே வந்தாள். “அம்மா, வண்ணான்” என்ற குரல் கேட்டது. அவள் சலவைத் துணிகளைக் கணக்குப் பார்க்கக் கிளம்பியபோது கணவன் அழைத்தான்.

“அன்னம், சாவிக்கொத்தைக் கொடுத்துட்டுப் போ. லம்பர் ரூமைத் திறக்கணும். நேத்து கார் டயர் மாத்தினேனில்ல? பழைய டயரை உள்ளே போட்டு வைப்போம். அது முழுக்க பழுதாகலே. ஒரு சமயத்துக்கு உதவலாம்.”

அவள் சாவிக் கொத்தைக் கொடுத்துக் கொண்டே “உங்க அழுக்குத் துணிகளை எடுத்துப் போட்டுட்டு அப்புறம் போங்களேன்” என்றாள்.

“ஒரே நிமிஷம்தான். நீ கணக்குப் பார்க்கறதுக்குள் வந்துடுவேன்.”

அவள் சலவைக் கணக்கு எழுத உட்கார்ந்தாள். வந்த துணிகளைச் சரி பார்த்த பின் அழுக்குப் பெட்டியிலிருந்த துணிகளை எடுத்து வெளியே போட்டாள்.

“சோமு, சோலாச்சி, இன்னக்கி உங்களுக்கு ஸ்கூல் லீவுதானே? அம்மாவுக்கு உதவியாகக் கொஞ்சம் பெட்ஷிட், தலைகாணி உறையையெல்லாம் கழட்டி வண்ணானுக்குப் போடுங்க. ஜன்னல் கர்ட்டனெல்லாம் கூட அழுக்காயிருக்குது, அதையும் கழட்டிடுங்க” என்று குழந்தைகளுக்கு உத்தரவிட்டாள்.

“இந்தா அன்னம், சாவி.”

“கடவுளே!”

“ஏன், என்ன?”

“நீங்கதான் கடவுளா?” என்று பேச்சை விளையாட்டாக மாற்றிவிட்டுக் கூறினாள். “சாவிக் கொத்து இன்னும் கொஞ்சநேரம் உங்களண்டைதான் இருந்தால் என்ன? உடனே என்னண்டை கொடுத்துடணுமா?”

“சரி, சரி, பிடி சொல்றேன்.”

அவள் உதட்டைப் பிதுக்கியபடியே வாங்கிக் கொண்டாள்.

“வந்த துணிங்க கணக்கெல்லாம் சரியாயிருக்குதா? இதென்ன, இந்த ஷர்ட் என்னுது இல்லே போல் தோணுதே? என்ன கலர் இது? நான் நீல ஷர்ட்டில்ல போட்டிருந்தேன்?”

“இது நீல ஷர்ட்தான். சலவைல இப்படி மறுபிறவி எடுத்து வந்திருக்குது. காளமேகப் புலவர் கவிதை பாடக் கூடிய ஒரு சந்தர்ப்பம் இது.”

சலவைக்காரர் போனபின் அவள் சற்றுநேரம் வாசல் வராந்தாவில் தனியாய் நின்று தெருவைப் பார்த்தாள். தொடர்ந்து அப்படியே நின்று கொண்டிருக்க வேண்டும் போல் இருந்தது.

"அம்மா, வார்ட்ரோப் சாவிகைக் குடு. இன்னக்கி என் மாக்ஸியை எடுத்துப் போட்டுக்கப் போறேன்" என்று சொல்லிக் கொண்டு வந்தாள் மகள்.

அன்னபூரணி திரும்பினாள். ஒரு பெருமூச்சோடு உள்ளே வந்து துணி பீரோவைச் சாவி போட்டுத் திறந்தாள். சலவை செய்து வந்த துணிகளை அதனுள் வைக்க வேண்டும். வேறு மெத்தை விரிப்புகள், தலையணை உறைகள், ஜன்னல் திரைகளை எடுக்க வேண்டும். அன்று உடுத்துக் கொள்ளக் கணவனுக்கு, தனக்கு, குழந்தைகளுக்கு, உடுப்புகள் எடுக்க வேண்டும்...

எல்லாவற்றையும் செய்து விட்டுப் பீரோவை மறுபடியும் பூட்டினாள்.

வேலைக்குக் கிளம்பத் தயாராகிக் கொண்டிருந்த அவள் கணவன் கண்ணாடியில் பார்த்துத் தலை சீவியபடியே கேட்டான்: "இன்னக்கி சாயங்காலம் எல்லாருமா எங்கேயானும் வெளியே போகலாமா?"

குழந்தைகளுக்கு ஒரே உற்சாகம். பையன் சினிமா என்றான். பெண் பீச் என்றாள்.

"உன் ஃப்ரெண்ட் வீட்டுக்குப் போய் அடிக்கடி டி.வி.யிலே சினிமா பார்த்துப் பார்த்து உனக்கு சினிமா ஆசை அதிகமாயிட்டுது சோமு. அன்னம், நீ எங்கே போகலாம்னு சொல்றே?"

மாக்ஸி உடையில் உயரம் எடுப்பாய்த் தெரிகின்ற மகளைப் பெருமையாய்ப் பார்த்துக் கொண்டிருந்த அன்னபூரணி திடுக்கிட்டு, "ம்? ஓ எங்கே வேணும்னாலும் போகலாம்" என்றாள். பிறகு புன்னகையோடு, "சோலாச்சி நல்லா உசந்துட்டுது, இல்லேங்க? சோமு பிறந்ததிலேர்ந்தே உயரம். இப்போ அண்ணனும் தங்கச்சியும் சரியான ஜோடி" என்றாள்.

"ரைட்டோ அன்னம். நான் ஆபீசுக்குக் கிளம்பறேன். சாயங்காலம் எங்கேயாவது போகலாம். வரட்டுமா?" என்று சொன்ன அவள் கணவன், "பார்த்தியா, மறந்தே போய்ட்டேன். பர்ஸிலே பணமெல்லாம் தீர்ந்துடிச்சு. வெளியே போறப்ப பணமில்லாட்டி எப்படி? கொஞ்சம் எடுத்து வச்சுகிட்டுப் போறேன், கோத்ரெஜ் சாவியைக் கொடு" என்றான்.

அவள் சாவிக் கொத்தை அவனிடம் கொடுத்தாள். பிறகு நினைவு வந்தது. காது புண்ணாகியிருக்கிறதென்று குளிக்கப் போகுமுன் தங்கக் கம்மல்களைக் கழற்றி மேஜை இழுப்பறையில் வைத்தாளே. புண்

ஆறச் சில நாட்கள் ஆகலாம். அதுவரை கம்மல்களை கோத்ரெஜ் பீரோவில் வைத்திருப்பதே நல்லது.

நகையை எடுத்துக்கொண்டு இரும்பு பீரோவிடம் சென்றாள். அதனுள் இருந்த ஒரு தோல் பையில் கம்மல்களை வைத்தாள். பையில் சில சாவிகள் இருந்தன. பாங்க் லாக்கரின் சாவி. இறந்து போன பெற்றோர்களின் ஞாபகார்த்தப் பொருட்கள் அடங்கிய டிரங்க்கின் சாவி. சீதனப் பாத்திரங்களும் கொலு பொம்மைகளும் போட்டுப் பூட்டிச் சாமான் அறையினுள் வைத்திருக்கும் பெரிய கள்ளிப் பெட்டியின் சாவி. உள்ளூரில் வசிக்கும் ஒன்று விட்ட மாமா குடும்பத்தினர் அவசர வேலையாய் ஒரு வாரத்துக்குத் திடீரென்று திருச்சிக்குப் புறப்பட்டபோது அவளிடம் ஒப்படைத்துச் சென்ற அவர்கள் வீட்டு வாசல் சாவிகள்...

அவள் பீரோவைப் பூட்டினாள். சாவிக்கொத்து மீண்டும் இடுப்பில் குலுங்கியது.

"போய் வரேன் அன்னம்."

"சரிங்க."

காம்பவுண்டுக்குள் சென்றவனின் குரல் மீண்டும் உயர்ந்தது.

"அன்னம்! கார் சாவியை என் ரூமிலேயே மறந்து வச்சிட்டேன் போல் இருக்குது. கொஞ்சம் எடுத்து வந்து கொடேன்."

'இதுவுமா?' என்ற உணர்வோடு அவள் எடுத்து வந்தாள்.

"தாங்ஸ், நான் வண்டியை எடுத்தப்புறம் கொஞ்சம் கராஜைப் பூட்டிக்கறயா? எனக்கு ஏற்கனவே லேட்டாயிடிச்சு."

பதிலுக்குக் காத்திராமல் அவன் காரை ஓட்டிச் சென்றான். அன்னபூரணி சில கணங்கள் அவன் போன திசையையே பார்த்தாள். பிறகு கராஜைப் பூட்டி வீட்டுக்குள் சாவியை அவன் மேஜைமேல் வைத்தாள்.

மதிய உணவு முடிந்தபின் சிறிதுநேரம் கண் அயர்ந்த போது வீல் என்று அலறல் சப்தம் கேட்டது. திடுக்கிட்டு விழித்துக் கொண்டு அவள் சப்தம் வந்த பக்கமாய் காம்பவுண்டுக்கு ஓடினாள். அங்கு பையன் கீழே விழுந்த நிலையிலிருந்து எழுந்து உட்கார்ந்து கொண்டிருந்தான். கையில் ஒரு மாங்காய், பக்கத்தில் மாமரக்கிளை ஒன்று முறிந்து கிடந்தது.

"என்னடா சோமு, மரத்துலேருந்து விழுந்திட்டியா என்ன?"

ஆமாம்மா!" என்று இளித்துவிட்டு அவன் மாங்காயைச் சுவைத்தான். மகள்தான் அவன் மரத்தில் ஏறியதையும் கிளை முறிந்ததையும் விவரமாய்ச் சொன்னாள். அவன் விழுந்தபோது

அலறியது கூட அவள்தான். எனினும் அண்ணன் மரமேறியது குறித்து அவளுக்குப் பெருமையாயிருந்தாப் போலவும் தோன்றியது. அது ஒரு கௌரவப் பிரச்னை. மா மரம் பக்கத்து வீட்டுடையது. இந்த வீட்டுப் பக்கமாய்ச் சாய்ந்திருந்த அதன் பகுதி கராஜின் கூரை மீதாக இருந்தது. அவ்வப்போது பெரிய காய்கள் விழுந்து கராஜின் மெல்லிய அஸ்பெஸ்டாஸ் கூரையை நசுக்கும். அல்லது அங்கு சுவர் ஓரமாய் உட்கார்ந்திருக்கும் இவர்கள் வீட்டு வேலையாட்கள் மீதோ, விளையாடும் குழந்தைகள் மீதோ விழும். அந்தக் கிளைகளை வெட்டி விடும்படி இவர்கள் எத்தனை முறை கேட்டுக்கொண்ட போதிலும் பயனில்லை. இன்று பையன் அண்டை வீட்டார்மீது போர் தொடுக்கும் நோக்கத்தோடு, தமக்கு இடையூறு செய்யும் மரப்பகுதியில் ஏறி மாங்காய்களைப் பறிக்க முற்பட்டிருக்கிறான். சில காய்களைப் பறித்துப் போட்டபின் வெற்றியின் முத்தாய்ப்பாக ஒன்றைக் கடித்துத் தின்னும்போது கிளை முறிந்து விழுந்திருக்கிறான். அந்த நிலையிலும் தன் பரிசை நழுவவிடாமல் தொடர்ந்து மாங்காயைச் சுவைத்துக் கொண்டிருந்ததில் அவன் முகமும் கண்களும் அலாதியாய் ஒளிவீசின.

“நிறைய மாங்கா பறிச்சிட்டேம்மா, அவங்களுக்கு நல்ல வேணும், இல்லே? மாங்கா ரொம்ப ருசியாயிருக்குது. ருமாணிம்மா! பழுத்தா ஜோராயிருக்கும். நீ ஒண்ணு சாப்பிட்டுப் பாரேன்! சோலாச்சி, நீயும் ஒண்ணு எடுத்துக்கடி.”

அன்னபூரணிக்குச் சிரிப்பு வந்தது. அடக்கிக் கொண்டு, “ரொம்ப நல்லாயிருக்குடா! பக்கத்து வீட்டு மரத்தில் ஏறிக் காய் பறிக்கிறது தப்பில்லே?” என்றாள்.

“அவங்க ஏன் இந்தக் கிளைகளை வெட்டாம இருக்காங்களாம்? அவங்களுடைய காயால் நமக்குத் தொந்தரவு ஏற்படலாம்னா அந்தக் காயைத் தின்னவும் தான் நமக்கு ரைட் இருக்குது. நம்ம வீட்டுக்குள் தானே நீட்டி கிட்டிருக்கு இதெல்லாம்?”

“இதுவும் என்ன, கிருஷ்ண பரமாத்மா கொண்டு வந்த பாரிஜாத மரமா? சரி சரி எழுந்திரு.”

“அதென்னம்மா? கதையா?”

“ஆமாம்.”

“சொல்லும்மா சொல்லும்மா!”

“எல்லாம் அப்புறம் சொல்றேன். இப்போ இங்கே மண்டை பிளக்கற வெயில்ல காயாம ரெண்டு பேரும் உள்ளே வாங்க.”

“உள்ளே வந்து என்ன செய்யிறது? அப்பாவை டி.வி. வாங்க சொல்லும்மா. அதையாவது பார்த்துகிட்டிருக்கலாம்.”

“ஓஹோ, மகாராஜா டி.வி. இல்லாட்டி மரத்து மேலே தான் ஏறுவாராக்கும்? சரிதான் வாடா உள்ளே.”

பையன் எழுந்து நொண்டினான். அவன் இடது முழங்காலில் சிராய்த்து ரத்தம் கசிவதை அப்போது தான் அன்னபூரணி கவனித்தாள்.

“அடி பட்டிருக்குதே! மருந்து போடணும் இதுக்கு.”

உள்ளே வந்து தமது படுக்கையறைச் சுவரில் பொருத்தியிருந்த மருந்து ஷெல்ஃபின் பூட்டைத் திறந்து சிறிது பர்னால் எடுத்துப் பையனின் காயத்தின் மீது பூசினாள். பிறகு புத்தக பீரோவைத் திறந்து இருவருக்கும் கதைப் புத்தகங்கள் எடுத்துக்கொடுத்து வீட்டுக்குள் உட்கார்ந்து அமைதியாய்ப் படிக்கும்படி கூறினாள். மீண்டும் புத்தக பீரோவைப் பூட்டிக்கொண்டு மருந்து ஷெல்ஃபையும் பூட்டிவிட்டுக் கையிலிருந்த சாவிக்கொத்தைக் கணநேரம் வெறித்துப் பார்த்தாள். இதைப் போய் ஒரு குழந்தைபோல் இடுப்பில் வைத்துக்கொள்வதா? அப்படியே அதைத் தரையில் வீசி எறிந்துவிட்டுச் சற்று லேசாகிய மனத்துடன் மறுபடியும் படுத்துக்கொண்டாள்.

“அம்மா!”

அறை வாசலில் வேலைக்காரியைக் கண்டு அன்னபூரணி எழுந்து உட்கார்ந்தாள், “என்ன செல்லி?”

“சொந்தக்காரங்க வூட்லேருந்து ஆள் வந்திருக்குது. அடையாறுலே எங்கண்ணன் மாமனாரு இறந்து பூட்டாராம். நாங்க ரெண்டு பேரும் போய்ப் பார்த்துட்டு வரலாங்களா?”

“சாவுன்னா கட்டாயம் போக வேண்டியதுதான். பாவம், ஏன் போய்ட்டாரு? உடம்பு முடியாம படுத்துகிட்டிருந்தாரா?”

“அதெல்லாம் ஒண்ணும் இல்லீங்க, ரொம்ப வயசாய்ப் பூடுச்சு. போக வேண்டிய கட்டைதான்... நெறீய மக்க மனுஷங்க வந்திருப்பாங்க. நாங்க ராத்திரி திரும்ப முடியுதோ இல்லையோ, வெள்ளென வந்திடறோம்.”

“சரி.”

“கொத்துச்சாவி மூலைல விளுந்து கெடக்குதேம்மா!”

“ஆமாம்.”

அதை எடுத்துக் கொடுக்க வேலைக்காரி உள்ளே வந்தாள்.

“இப்போ அதுக்கு என்ன அவசரம்? அப்புறமா நானே எடுத்துக்கறேன். நீ சீக்கிரம் கிளம்பு.” வேலைக்கார தம்பதி கிளம்பிச் சென்றார்கள்.

மாலையில் அன்னபூரணி முகம் கழுவிச் சேலை மாற்றிக் கொண்டு ஹாலுக்கு வந்தபோது சமையற்காரர் “அம்மா, கொஞ்சம் மளிகை

அலமாரி சாவி கொண்டு வரேளா! பயத்தம்பருப்பும் நல்லெண்ணெயும் வேணும்" என்றார்.

அவள் சாவிக் கொத்தை அது விழுந்திருந்த இடத்திலிருந்து எடுத்து வந்தாள்.

அவளும் அவள் உடன் பிறந்தவர்களும் ஒரு காலத்தில் தம் தாயைப் பரிகசித்திருந்தது நினைவுக்கு வந்தது. அப்போது அவர்களிடையே ஏ.ஜே.க்ரானின் எழுதிய 'தி கீஸ் அஃப் தி கிங்டம்' நாவல் மனசில் இருந்தது. அம்மா சாவிக்கொத்துக் குலுங்க நடமாடும் போதெல்லாம் அவர்கள் "அம்மா, வீடு முச்சூடும் உங்க ராஜ்யம் தானே? அதனால் இந்தக் கொத்து உங்க வரையில் 'கீஸ் அஃப் தி கிங்டம்' தான்!" என்று சிரிப்பார்கள். அந்தக் கேலியில் தாயை உயர்த்தி வைக்கிற பெருமையும் கலந்திருக்கும். அம்மா மௌனமாய்ப் புன்னகைப்பாள்.

இப்போது தோன்றியது. அம்மாவுக்கு உண்மையாகவே அந்தப் பொறுப்பும் அதிகாரமும் பிடித்திருந்தனவா, அல்லது அவளும் சாவிகளின் கொடுங்கோன்மையில் மூச்சுத் திணறி அழமாட்டாமல் தான் சிரித்தாளா?

சிறிது நேரத்தில் அவள் கணவன் அலுவலகத்திலிருந்து திரும்பினான். நாளிதழ்களையெல்லாம் அலசிப் பார்த்து, எல்லோருக்கும் பிடித்த சினிமா ஏதும் இல்லாததால், மௌண்ட் ரோடில் விலைத் தள்ளுபடியில் விற்பனையாகிக் கொண்டிருந்த டெரி வகைகள் துணிக்கடை ஒன்றில் பல நாட்களாய் நினைத்துக் கொண்டிருந்தபடி சில உருப்படிகள் வாங்கிக்கொண்டு பிறகு கடற்கரைக்குப் போவதென்று முடிவாகியது.

"சோமு, உன் முழங்கால் காயத்திலே மணல் பூந்துடக் கூடாது. ஃபுல் பான்ட் போட்டுகிட்டு வா. மணல்லே நடக்க முடியுமில்லே?" என்றாள் அன்னபூரணி.

"ஓ யெஸ், லேசான அடிதான். இந்த சோலாச்சி பிடாரியாட்டம் கத்திச்சே தவிர, எனக்கு அப்பவே ஒண்ணும் பெரிசா நோகலே."

"வெற்றி வீரனுக்குரிய விழுப்புண் ஆச்சேடா! எப்படி நோகும்? ஆமா, மாங்கா லூட் பூரா நீயே தீர்த்துட்டியா அல்லது எனக்கும் ரெண்டு வச்சிருக்கியா?" என்று மகனின் செயலைக் கேட்டறிந்திருந்த அவள் கணவன் சிரித்தபடியே கூறினான்.

சமையலை முடித்துச் சாப்பாட்டையெல்லாம் அடுப்பு மேடைமேல் மூடிவைத்து விட்டுச் சமையற்காரர் வீட்டுக்குச் சென்றுவிட்டார். இனி மறுநாள் காலைதான் வருவார்.

வெளியில் கிளம்ப எல்லோரும் காரில் ஏறியபோது அன்னபூரணி, "அடடா, மறந்தே போய்ட்டேனே! செல்லியும் மாணிக்கமும் அடையாறுக்கு ஒரு சாவுக்குப் போயிருக்காங்க. இப்போ வீட்டுக் காவலுக்கு யாரும் இல்லையே! நாமும் போய்ட்டா எப்படி? பீச்சுக்கும் கடைக்கும் வேணும்னா நாளைக்குப் போகலாமா?" என்றாள்.

காரில் ஏறி உட்கார்ந்து விட்ட குழந்தைகள் இறங்க மறுத்தார்கள்.

"குழந்தைங்க ஆசையைக் கெடுக்க வேணாம். அந்த முன் பக்க கொலாப்ஸிபில் கேட்டை ராத்திரியில் உள்பக்கமாய் பூட்டறாங்களே ஆளுங்க, அந்தப் பூட்டாலே நாம் இப்ப வெளிப்பக்கமாப் பூட்டிகிட்டுப் போனால் தீர்ந்தது விஷயம். அன்னம், போய்ப் பூட்டிட்டுச் சாவியை எடுத்து வந்துடேன்."

"ம்ஹும்."

அவள் கணவன் அவளை வியப்போடு பார்த்தான். "என்ன ம்ஹும்?"

"நான் போய்க் கதவைப் பூட்டமாட்டேன். பூட்டறதும் திறக்கறதுமே முடிவில்லாத பேஜாராய்ப் போச்சு. நீங்க பூட்டிக்குங்க."

"என்ன ஆயிடிச்சு உனக்கு?"

அவள் வெறி பிடித்தவள் போல் "எனக்குச் சாவியைத் தொடவே வெறுப்பாயிருக்குது. வீட்டுச் சாவிக்கொத்தையும், உங்களண்டையே கொடுத்திடறேன். கொஞ்ச நாளைக்கு நீங்க வீட்டை நடத்துங்க, பூட்டறதும் திறக்கதுமாய் எல்லாத்தையும் கவனிச்சுக்குங்க. நான் குழந்தைங்களாட்டம் வேளாவேளைக்குக் குளிக்கறேன், சாப்பிடறேன், தூங்கறேன். எனக்கு என்ன இஷ்டமோ செய்யறேன் அல்லது செய்யாம இருக்கேன், பொறுப்பையெல்லாம் நீங்களே பார்த்துக்குங்க" என்றாள்.

அவள் கணவன் அவளைத் திடுக்கிட்டு நோக்கினான். குழந்தைகள் விழித்தார்கள். சிறிது நேரம் பூர்ண மௌனம் நிலவியது.

"உனக்கு நான் மனசறிஞ்சு எந்தக் குறையும் வைக்கலே அன்னம், என்னாலான வரைக்கும் ஒரு நல்ல புருஷனாயும் நல்ல தகப்பனாயும்தான் இருந்து வரதாய் நினைச்சுகிட்டிருக்கேன். அப்படியும் உன் மனசில் ஏதோ பெரிய குறை இருக்குதுன்னு தெரியறப்ப ஆச்சரியமாயிருக்குது" என்று அவள் கணவன் அவளைப் பார்த்தபடி மெதுவாகச் சொன்னான்.

அவளும் அவன் கண்களை நேராகப் பார்த்தாள். "பெரிய குறை ஏதுமில்லே, சின்னக்குறை கூட இல்லே. சின்ன அலுப்புன்னு வையுங்களேன். அது கூடவர தோணாது ஒரு மனுஷப் பிறவிக்கு?"

“அப்பா, ஆவின் மில்க் பார்ல ஏலக்கா போட்ட பால் வாங்கித் தரீங்களா?” என்றாள் மகள்.

அன்னபூரணி தலையைத் திருப்பிக் கொண்டாள். அவள் கணவன் மௌனமாய் இறங்கி வாசல் இரும்புக் கதவைப் பூட்டி அதன் சாவியைத் தன் நிஜார்ப் பையிலேயே போட்டுக்கொண்டு திரும்பி வந்து காரில் உட்கார்ந்தான்.

துணிக்கடையில் வேலையை முடித்துக்கொண்டு கடற்கரையை அடைந்தபோது இருட்டத் தொடங்கிவிட்டது. குழந்தைகள் குதித்துக்கொண்டு இறங்கி மணலில் ஓடினார்கள். அன்னபூரணி காரின் முன் ஸீட்டில் உட்கார்ந்து தன் கைப்பைக்குள் விரல்களை விட்டுத் துழாவிக் கொண்டிருந்தாள். அவள் கணவன் “இறங்கு அன்னம். துணிப் பாக்கெட்டெல்லாம் இருக்குது. வண்டிக் கதவுகளைப் பூட்டி கிட்டிப் போக வேணாமா?” என்றாள்.

“இதோ இறங்கறேன். நீங்க எதுக்கும் துணிகளை நாலு பேர் கண்ணில் படறாப்பல பின்னாடி ஸீட் மேல வைக்காம கால் வைக்கற இடத்தில் வச்சிடுங்க.”

“அதுவும் நல்ல யோசனைதான்.”

அவன் அதைச் செய்து முடிப்பதற்குள் அவள் இறங்கியிருந்தாள். கதவைப் பூட்டிக் கொண்டபின் இருவரும் நடக்கத் தொடங்கினார்கள். மணற்பரப்பில் அதிக தூரம் சென்ற பிறகுதான் உட்கார்ந்தார்கள். ஓரமாக உட்கார அவர்களுக்கு இப்போதெல்லாம் அருவருப்பு. மெரீனாவுக்கு வந்த டூரிஸ்ட் பஸ்களிலிருந்து இறங்கிய வெளியூர்ப் பயணிகளில் சிலர் அந்திப் பொழுதின் மங்கலைப் பயன்படுத்திக் கொண்டு, மனிதர்கள் உட்காரவும் குழந்தைகள் விளையாடவும் உள்ள இடமாயிற்றே என்ற அக்கறை சிறிதுமின்றி மணற்பரப்பின் ஓரங்களில் சிறுநீர் கழிப்பதற்காகக் குந்துவதை அவர்கள் ஒருதரம் பார்த்திருந்தது முதல் அந்த அருவருப்பு ஏற்பட்டிருந்தது.

வீடு திரும்பியபோது மணி ஏறக்குறைய எட்டு. அவள் கணவன் தன் நிஜார்ப் பைலிருந்த சாவியை எடுத்து முன்புற கொலாப்ஸிபில் கதவிலிருந்த பூட்டைத் திறந்தான். எல்லோரும் வீட்டுக்குள் போனார்கள்.

“பசிக்குது, முதல்ல சாப்ட்டுடலாம்” என்று சொல்லியபடியே மகள் சாப்பாட்டு அறையை நோக்கி ஓடினாள். என்றும் போலவே சமையல்காரர் வீட்டுக்குச் செல்லும்போது சமையலறையைப் பூட்டிச் சாவியை அன்னபூரணியிடம் கொடுத்திருந்தார். அதையும் உடனே கொத்துச் சாவி வளையத்தில் இணைத்து விடுவது அவள் வழக்கம்.

"கிச்சன் சாவியைக் கொண்டாம்மா, சாப்பிடப் போகலாம்" என்றாள் மகள்.

"புதுத் துணிகளை முதல்ல பீரோவில் வச்சிட்டு அப்புறம் சாப்பிடலாம், வா" என்று கணவன் துணிகள் அடங்கிய பிளாஸ்டிக் உறைகளுடன் மாடிக்குச் செல்ல, குழந்தைகள் பின் தொடர்ந்தார்கள். எல்லோரும் தன் தன் புது ஆடைகளை மீண்டும் ஒருமுறை பையிலிருந்து எடுத்து அழகு பார்த்தபின் திரும்பி வைத்தார்கள்.

"அம்மா, வார்ட்ரோபைத் திற, துணிங்களை உள்ளே வச்சிடலாம்" என்றான் மகன்.

"அப்படியே கோத்ரெஜ்ஜையும் திறந்துடு அன்னம். ஷாப்பிங் போக எடுத்த பணத்தில் மிச்சத்தை உள்ளே வச்சிடறேன்" என்றான் கணவன்.

"சாவிக் கொத்தைக் காணோம்" என்றாள் அன்ன பூரணி.

"என்ன?"

"சாவிக் கொத்தைக் காணோம்."

"உளறாதே. சாவிக்கொத்து தொலைஞ்சு போகிற சாமானா என்ன? உன் ஹாண்ட் பாகில் தான் வழக்கம் போல் இருக்கும்."

"இப்போ இல்லையே."

"சரியாய்ப் பாரு."

"சரியாய்த்தான் பார்த்தேன், நீங்களும் வேணா நல்லாப் பாருங்க."

கைப்பைக்குள் ஒரு பர்ஸ், பென்சிலோடு கூடிய சிறு குறிப்புப் புத்தகம், ஒரு சீப்பு, பவுடர் காம்பாக்ட், குளிர் கண்ணாடி, கைக்குட்டை, அப்போ வாங்கிய துணிகளின் பில்கள், கடற்கரையில் எவனோ ஒருவன் ஒவ்வொரு காருக்கும் விநியோகித்த 'எங்களிடமே பெட்ரோல் வாங்குங்கள்' என்று அச்சடித்த புது பங்க் ஒன்றன் ரோஜா வர்ண விளம்பரத்துண்டு, இவைதான் இருந்தன.

"கொத்துச் சாவியைக் காணோமே?" என்றான் அவள் கணவன்.

"நானும் அதுதானே சொன்னேன்."

அவன் கண்கள் அவள் இடுப்பின் மீது இறங்கின.

"இடுப்பிலே என்ன பார்க்கறீங்க? வீட்டில் இருக்கிறபோது தான் சாவிக் கொத்தை இடுப்பில் சங்கிலியிலே மாட்டிக் கிட்டிருப்பேன். வெளியே போறப்ப ஹாண்ட் பாகில் தானே வச்சுக்கிட்டு வருவேன்! உங்களுக்குத் தெரியாதா?"

"பின்னே எங்கே போகும் சாவி?"

"அதுதானே தெரியலே."

“கடையில் ஹாண்ட் பாகைத் திறந்து பில்லுங்களை வைச்சிருக்கறே. பீச்சில் முறுக்கு ஐயருக்குச் சில்லறை கொடுத்திருக்கறே. அங்கே எங்கேனாச்சும் அப்படித் திறக்கறப்ப கீழே விழுந்திருக்குமா?”

“யுவர் கெஸ் இஸ் அஸ் குட் அஸ் மைன்.”

“ஐ ஸீ. ரொம்ப நல்லாயிருக்கு! சாவியைக் கொத்தோடு தொலைச்சிட்டு இதுவா பதில்? இப்படி அலட்டிக்காம நிக்கிறியே!”

“என்ன செய்யணுங்கறீங்க? நான் ஏறி ஏறிக் குதிச்சா சாவி ஓடி வந்துடுமா?”

“அப்போ போயிடிச்சுன்னே தலையை முழுகிட்டியா?”

“அம்மா, பசிக்குது! சமையக்கட்டை இப்போ எப்படித் திறக்கறதாம்?” என்றாள் பெண்.

“ஒரு வேளை சாவிக்கொத்தை எடுத்துக்கிட்டே வரல்லையா நீ? வீட்டிலயே இருக்குமா?”

“இருக்கலாம்.”

“அப்போ பரபரன்னு தேட ஆரம்பிக்கறதுதானே? சும்மா நின்னுட்டிருந்தா என்ன அர்த்தம்? சாவியைக் காணலையேன்னு உடம்பிலே கொஞ்சம் கூடக் கவலையோ பதட்டமோ இல்லையே! சமையல் கட்டைத் திறக்கணும், வார்ட்ரோபைத் திறக்கணும், கோத்ரெஜ் பீரோவைத் திறக்கணும், இன்னும் எல்லா சாவிங்களும் அதில்தானே இருக்குது! அதது பூட்டினது பூட்டின படியே கிடந்தா வீடு எப்படி நடக்கும்? ம் ம், போய் எல்லா இடத்திலேயும் தேடிப் பாரு. சோலாச்சி, சோமு, நீங்களும் போய்த் தேடுங்க.”

“நீங்க தேடலையாப்பா?”

“தேடறேண்டா! வேற விதி? இப்படி ஒரு துப்புக் கெட்டவளைக் கட்டிகிட்டா எது செய்யவும் தயாராத்தானே இருக்கணும்? அன்னம், இன்னும் எதுக்கு மரமாட்டம் நின்னுட்டிருக்கே? போய் நாலு இடத்திலும் தேடிப் பாரு. சாவிக்கொத்தைத் தொலைக்கிறதாவது? ஸ்டுப்பிட் நான்ஸென்ஸ்! கேள்விப்பட்டதுண்டா? மத்த சாவிகளை விட்டாக்கூட கோத்ரெஜ் பீரோ சாவியுமில்ல அதில் இருக்குது! வேற யார் கையிலேனாலும் அம்புட்டுடிச்சின்னா?”

“சாவி கிடைக்காட்டி இன்னக்கி சாப்பிட முடியாதாப்பா?” என்று மகள் அழ ஆரம்பித்தாள். “இப்படி ஒரு அம்மா வயத்திலே பிறந்தமேன்னு நினைச்சுப் பட்டினி கிட” என்று இரைந்துவிட்டு அவன் அந்த அறையிலிருந்த மேஜைகளில் பார்வையை ஓட்டிவிட்டு அங்கிருந்து சென்றான். குழந்தைகளும் வீடு முழுவதும் தேடத் தொடங்கினார்கள்.

அன்னபூரணி மெல்லப் புன்னகை செய்து கொண்டாள். கணவனின் வழக்கமில்லாத கோபமோ வசைகளோ அவளைப் பாதிக்கவில்லை. சற்று நேரத்துக்கு ஒரு பெரிய சுதந்திரம் அவளுடையது. அந்த உணர்வின் இதத்தோடு அவள் சென்று தன் படுக்கையில் படுத்துக் கொண்டாள். கண்களை மூடிக்கொண்ட போது இந்த உலகத்தின் நிர்ப்பந்தங்களை யெல்லாம் கடந்து வெகுத் தொலைவில் ஏதோ ஓர் அந்தரத்தில் யாரும் தீண்டமுடியாத ஒரு தனிமையில், தான் பத்திரமாய்ப் பதுங்கியிருப்பதுபோல் தோன்றியது. சாவிக் கொத்து அகப்படாத வரையில் அவள் எதுவும் செய்ய வேண்டாம். சமையலறையைத் திறக்க வேண்டாம், துணிப் பீரோவைத் திறக்க வேண்டாம், பூட்டுகள் இல்லை, சாவிகள் இல்லை... வீட்டை நடத்தும் சுமை இல்லை... அப்பப்பா! உடம்பும் மனமும் எத்தனை லேசாகி விட்டன! இத்தனை கனமா அந்தச் சாவிகளுக்கு? அவள் சாவிகளின் கனத்தில் அழுந்திப் போய்விட்டாள். இப்போது உடம்பிலிருந்து ஒரு பாரம் நீங்கியது போல் மூச்சு சுலபமாய் வந்தது. அவளை விழுங்க வரும் சாவிகளிலிருந்து இந்த மீட்சி. சிறியதானாலும், தற்காலிகமானாலும், அவளுக்கு அவளே வழங்கிக் கொண்ட இந்த இனிமையான விடுதலை...

“சாவிக்கொத்தையே தொலைச்சிடறதுன்னா அப்புறம் என்ன பொம்புளை! வீடு நடத்தற லட்சணமா இது? இப்போ எல்லாப் பூட்டையும் உடைக்கத்தான் வேணுமா?” என்று அவள் கணவன் எங்கிருந்தோ கத்துவது கேட்டது.

‘எதுக்கும் காரிலும் தேடிப் பார்த்துடறேன்’ என்று அப்போதுதான் தோன்றியதுபோல் சொல்லிவிட்டு எழுந்து போய் காரின் க்ளவ் கம்ப்பார்ட்மென்டிலிருந்து கொத்துச் சாவியை எடுத்து வந்து ‘ஸீட்டிக்குள்ள விழுந்து கெடந்துது’ என்று சொல்லிக் கொடுத்து விடலாமா? செய்யலாம், ஆனால் இப்போதே அல்ல, இன்னும் கால்மணி-அதுகூட வேண்டாம், ஒரு பத்து நிமிஷம், ஐந்து நிமிஷம் - இந்த ஆசுவாசத்தையும் எதுவும் செய்யத் தேவையில்லாத நிம்மதியையும் இந்த பாரம் கழன்ற சுகத்தையும் அநுபவிக்கலாமே... ஐந்தே ஐந்து நிமிஷம்தான். ஒவ்வொரு கணத் துகளும் ஒரு சாச்வதமாக விரியும் ஐந்து நிமிஷம். யாரோடும் தொடர்பில்லாத, எந்தக் காலக் கணக்கிலும் சேராத, ஓர் ஐந்து நிமிஷம்.

அவள் இன்னும் கண்களைத் திறக்காமலே படுத்திருந்தாள். “சாவிக்கொத்து இல்லாம இப்போ எதையுமே திறக்க முடியாதேப்பா!” என்று கீழேயிருந்து முறையிட்டுக் கொண்டிருந்த மகனின் சொற்கள் அவள் காதில் இன்னிசையாய் ஒலித்தன.

கணையாழி, ஆகஸ்ட் 1977,

அல்லயன்ஸ், 1985

அனுராதா ரமணன்

தஞ்சாவூரைப் பிறப்பிடமாகக் கொண்ட அனுராதா ரமணன் சிறந்த ஓவியராவார். ஓர் ஓவியக் கலைஞராகப் பணியைத் தொடங்கிய இவர், 1977இல், மங்கை இதழில் பணியில் சேர்ந்து அதன் மூலம் எழுத்தாளராக உருவானார். சுமார் 30 ஆண்டுகளில் 800 புதினங்களும், 1200க்கும் மேற்பட்ட சிறுகதைகளும், எழுதியுள்ளார். இவரது கதைகள் தமிழ், தெலுங்கு, கன்னட மொழிகளில் திரைப்படங்களாக எடுக்கப்பட்டு வெளிவந்துள்ளன. சிறை, கூட்டுப்பூழுக்கள், ஒரு மலரின் பயணம், ஒரு வீடு இரு வாசல் என்பன இவர் கதைகளைக் கொண்டு எடுக்கப்பட்ட தமிழ்த் திரைப்படங்களாகும். இவரது கதைகள் தொலைக்காட்சித் தொடர்களாகவும் எடுக்கப்பட்டுள்ளன. திரு. எம்.ஜி.ஆர் அவர்களிடம் எழுத்துக்காகத் தங்கப் பதக்கம் பெற்றுள்ளார். ''அன்புடன் அந்தரங்கம்' என்ற ஆலோசனைத் தொடர் மூலமாக ஒரு நல்ல ஆலோசகராகவும் தன்னை இனங்காட்டிக் கொண்டுள்ளார்.

கதைக்குள் புகுமுன்

‘சிறை’ என்ற இச்சிறுகதை, திருமணம் என்பது பெண்ணுக்குப் பாதுகாப்பு அளிக்கின்றதா? என்ற வினாவை முன் வைக்கின்றது. அன்று அகலியைக்கு நேர்ந்தது இன்று பாகீரதிக்கு நேர்ந்துள்ளது. கணவனும், ஊரும் உலகமும், அந்தோணிக்குத் தண்டனை தரவில்லை. ஏன், அவன் செய்தது நியாயமில்லை என்று சொல்லக் கூடத் தயங்குகிறது. கட்டிய கணவன் தன் மனைவி தவறிழைக்கவில்லை என்று தெரிந்தும், அவளை அனாதையாக விட்டு விலகி ஓடுகிறான். அவனையும் இந்த ஊர் ஒன்றும் கேட்கவில்லை. ஆனால் தவறு ஏதும் செய்யாது, ஆண் மிருகத்தின் காம பசிக்கு இரையான பெண்ணை மட்டும் இந்த உலகம் இறுதிவரை தூற்றிக் கொண்டிருக்கிறது. தவறு செய்த மிருகமான அந்தோணி கூட உணர்ந்து திருந்தி மனிதன் ஆகிவிட்டான். ஆனால் இந்த ஊரும் உலகமும் திருந்தவே திருந்தாது என்பதுதான் உண்மை. இச்சமூகத்தில் பெண்களின் நிலைப்பாடு இதிகாச காலத்திலிருந்து இன்றுவரை அடிமைப்பட்டு, ஆண்களின் ஏச்சுக்கும் பேச்சுக்கும் ஆளாகி இருக்கிறது என்பதை மிக யதார்த்தமாக அனுராதா ரமணன் எடுத்துரைக்கின்றார். அந்தோணியின் மனைவியாக வாழாத பாகீரதி அவனுடைய விதவையாக வாழத் துணிகிறாள் என்று கதை முடிகிறது. தன்னைக் கட்டிக்காக்காத ராமனை விட, சிறைவைத்த ராவணன், தன் விருப்பம் இல்லாமல் தன்னைத் தொடுவதற்குத் துணியவில்லை என்பதை உணர்ந்த சீதையின் மனநிலைதான் பாகீரதியின் மனநிலையும்.

4

சிறை

அனுராதா ரமணன்

'அ'ன்று - கௌதம முனிவனின் குடிலில் பொழுது புலர்வதற்கு முன் ஏற்பட்ட விபத்து - இன்று பாகீரதிக்கு ஏற்பட்டுவிட்டது. நேரமும், காலமும், மனிதர்களும்தான் வேறு... சம்பவம் ஒன்றுதான்.

அகலிகையைப் போல, தன் கணவனுக்கும் அந்நிய புருஷனுக்கும் வித்தியாசம் தெரியாத மனுஷியில்லை பாகீரதி.

"கடங்காரா... பாவி, நீ நாசமாப் போகப் போறே..." - அவள் மனதாரச் சபிக்கிறாள். இனிமேல் சபித்துப் பிரயோஜனமில்லை. சபிப்பதனால் பாகீரதியின் கற்பு திரும்பி வந்துவிடவா போகிறது...?

மனிதர்களை முழுசாய் விழுங்கி எழுந்து நின்று ஏப்பம் விடுகிற ராட்சஸனைப் போல அந்த அறையின் நிலைப்படி தலையில் இடிக்க நின்று கொண்டிருக்கிறான் அந்தோணி. அவனுடைய ஆறு மாத வேட்கை இன்று தணிந்து விட்டது.

ஆறு மாதங்களுக்கு முன் கண்கள் நிறையக் கனவுகளும், நெஞ்சு கொள்ளாத ஆசைகளுமாய் - ரகுபதி குருக்களின் மனைவியாய் இந்த ஊரில் அடியெடுத்து வைத்த பாகீரதி, நினைத்துக் கூடப் பார்த்திருக்க மாட்டாள், இப்பேர்ப்பட்டதோர் இடியை!

அந்தோணிசாமி தீர்மானிக்கிற - திட்டம் தீட்டுகிற - எதுவும் இதுவரையில் நடக்காமல் போனதில்லை. அந்தச் சிறிய கிராமத்தில் மூன்றடுக்கு மாடி வீடு அவனுடையது. விடிகாலைப் பொழுதில், கழுத்தில் சுண்டுவிரல் பருமனுக்கு மைனர் செயினும், இடுப்பில் தோல் பெல்ட்டுமாய் - அவன் திண்ணையில் உட்கார்ந்து தன் நாட்டுத் துப்பாக்கிக்கு மருந்து கிட்டிக்கும்போது - தெருவில் ஆண்களே நடமாட பயப்படுவார்கள். பக்கத்தில் ஓடுகிற காவேரிக்கு -அந்தத் தெருப் பெண்கள், சுற்றி வளைத்து மூக்கைத் தொடுவதைப்போல - நாலு தெருக்களைப் பிரதட்சிணம் பண்ணிக் கொண்டுதான் போவார்கள். அவ்வளவு கிலி!

அசட்டு பாகிரதி முதல் இரண்டு நாட்கள் - அந்தோணி மாத்திரம் திண்ணையில் உட்கார்ந்திருந்த நேரத்தில் குடத்தைத் தூக்கிக் கொண்டு நாலு தரம் காவேரிக்கு நடந்திருக்கிறாள்.

“டேய் மருது... நம்ம தெருவுல புதுசா ஒரு பொண்ணு காலுல மெட்டியும், கழுத்துல புது மஞ்சக் கயிறுமா போவுதே... யாருடா...?” - அந்தோணி வேலைக்காரனிடம் விசாரிக்கிறான்.

“ரகுபதி அய்யாவோட சம்சாரமுங்க...”

அன்றே அவன் - அவளைத் தனியாகச் சந்திக்க வேண்டுமெனத் தீர்மானிக்கிறான்.

ஒருநாள் நடுப்பகலில் ரகுபதி உச்சிகால பூஜைக்குக் கோயிலுக்குப் போயிருந்த நேரத்தில் - அந்தோணி அந்த வீட்டுக்குள் சர்வ சுதந்திரமாக நுழைகிறான்.

பாகீரதி, நிலைப்படியைத் தலைக்கு அண்டக் கொடுத்தபடி ஈரக் கூந்தலை விரித்துவிட்டபடி, நிர்ப்பயமாய் வீட்டில் படுத்திருந்த நேரம்...

அந்தோணியின் யானை பலத்துக்கு முன் பதினெட்டு வயசு பாகீரதி வெறும் கோழிக் குஞ்சு!

அவன் பெல்ட்டை இறுக்கிக் கொண்டு காலில் செருப்பை மாட்டும் பொழுது...

‘ஓம் பூர்ணமத: பூர்ண மிதம் பூர்ணாத்’ - ஒரு கையில் சிறிய வாதாம் இலை போட்டு மூடிய வெண்கலப் பானையும் மற்றொரு கையில் கோயில் சாவியுமாய் - ரகுபதி!

ஒரு நொடிப் பொழுதில் அத்தனையும் புரிந்துவிட - உடல் வியர்க்க, உள்ளம் பதற, கொதித்து நிற்கிறார் அவர். அவன், இவரை லட்சியமே பண்ணாமல் தலையைச் சிலுப்பிக் கொண்டு போகிறான்.

கொஞ்ச நேரம் கையில் பிடித்திருக்கும் வெண்கலப் பானையைக் கூடக் கீழே வைக்க மறந்து - பாகீரதி படுத்திருக்கும் சமையற்கட்டுக்கு அடுத்த இருட்டு நடையையே பார்த்துக் கொண்டிருக்கிறார்.

நீண்ட கேவலும், ‘ஐயோ... ஐயோ’ என்ற புலம்பலும்.

‘இவளை... இவளை என்ன செய்யறது...?’

‘தரதரன்னு இந்தப் பதைபதைக்கிற வெய்யல்லே காவேரிக்கு இழுத்துண்டு போய்த் தள்ளி விட்டுடலாமா...?’

ரகுபதியின் மனசில் ஆங்காரம் விசுவரூபமெடுத்து - அடுத்த கணமே தணிகிறது.

‘அவன் பண்ணின அபக்யாதிக்கு இவளைக் கொன்னு போடறது என்ன நியாயம்...?’

'அப்போ - இவளோட திரும்பவும் நீ குடித்தனம் நடத்தப் போறியா? உன்னால முடியுமா? இவ பக்கத்துல எப்படி நீ நிம்மதியா படுத்துப்பே. ஊர் உலகம் என்ன சொல்லும்...?'

மலைத்து நிற்கிறார் அவர்.

"ஐயோ சித்த முன்னால நீங்க வந்திருக்கப்படாதா..." பாகீரதி ஆறுதல் தேடும் குழந்தையைப் போலக் கதறிக் கொண்டே வந்து அவரை அணைத்தபோது - உடனேயே சாக்கடையில் போட்டுப் புரட்டி எடுத்தாற்போலக் கூசுகிறது ரகுபதிக்கு.

"இந்தா - தள்ளி நில்லு"

அவரது குரலை அவருக்கே அடையாளம் தெரியவில்லை. காலை வரையில் தன்னிடமிருந்து நூலிழை கூட விலக விரும்பாத தன் கணவர் - இப்பொழுது எங்கே கைக்கு எட்டாத தூரத்தில் தள்ளி நிற்பது போல் பாகீரதிக்குத் தோன்ற, அவள் இன்னும் பெரிதாக அழுகிறாள்.

"என்ன அப்படிப் பார்க்காதீங்கோ. எனக்கு பயமாயிருக்கே..."

"வெளில போ..."

அவரது வார்த்தைகள் தந்த அதிர்ச்சியில் துள்ளி நிமிர்கிறாள்.

"நிஜம்தான். இனிமே ரெண்டு பேரும் சேர்ந்து ஒரே வீட்டுல இருக்க முடியாது. ராத்திரியே நான் இந்த இடத்தை விட்டுப் போறேன். எங்கே போறேன்னு சொல்ல முடியாது. இனிமே ஒரு க்ஷணம் கூட இந்த ஊர்லே நான் இருக்க மாட்டேன்..."

"அப்படிச் சொல்லாதீங்கோ. எனக்கு உங்களை விட்டா யார் இருக்கா? நீங்களே என் கழுத்தை நெரிச்சுக் கொன்னுப் போட்டுடுங்கோ..."

அவள் அழுகிறாள். ரகுபதியின் காலிரண்டையும் கெட்டியாகப் பிடித்துக் கொண்டு புலம்புகிறாள். மார்பிலும் வயிற்றிலும் அடித்துக் கொண்டு கதறுகிறாள்.

'எப்படி இவரால் இந்த மாதிரிப் பேச முடியறது...? இவரில்லாம இந்த ஊருலே எனக்கு யாரைத் தெரியும்...? கடவுளே - கடவுளே...! இது என்ன சோதனை...?'

அன்று இரவோடு இரவாக வீட்டைப் பூட்டிக்கொண்டு தெருவில் இறங்கி நடந்தவர்தான் ரகுபதி. காலைப் பிடித்துக் கொண்டு கதறிய பாகீரதியை ஒரு உதறலில் உதறிவிட்டுச் சென்றவர்தான். ஊர்ப் பெரிய மனிதர் யாரும் இந்த விஷயத்தில் வாயைத் திறக்க வழியில்லை. ஊருக்குப் பெரிய மனிதனே அந்தோணிசாமிதானே!

பெற்றோர் இல்லாத பாகீரதி எத்தனை நாள் இந்த ஊரில் வாசல் திண்ணையில் படுத்திருப்பாள்...?

"சாக வேண்டியதுதானே... இத்தனைக்குப் பிறகும் எதுக்கு இருக்கணும்?" - இது ஊர்ப் பெண்களின் விமர்சனம்.

கொஞ்ச நாள் கோவில் வெளிப் பிரகாரத்தில் வாசம். கொஞ்ச நாள் தபாலாபீசே கதியாய், போனவரிடமிருந்து ஏதாவது தகவல் வராதா என்ற தவம்.

ஊரார், தங்கள் வீட்டுப் பெண்களைத் திட்டும் போது, "பாகீரதி மாதிரி ஒருநாள் தெருவுல நிக்கப் போறே..." என்று சேர்த்துத் திட்ட ஆரம்பித்தாள்.

அன்று

யோசித்து யோசித்து ஒரு முடிவுக்கு வந்த அவள், தனது சிறிய துணிப் பையைத் தூக்கிக்கொண்டு அந்தோணியின் வீட்டு வாசலில் வந்து நிற்கிறாள்.

துப்பாக்கிக்கு மெருகேற்றியபடி உட்கார்ந்திருந்தவன். எதிரில் நிழலாட நிமிர்ந்து பார்க்கிறான். இரண்டு பெரிய கம்பளிப் பூச்சிகள் படுத்துக் கிடப்பது போன்ற புருவங்கள் மேலேற - அவன் திடுக்கிட்டுப் போகிறான்.

எதிரில் நிற்பவளின் பார்வை - பார்வையா அது? இந்தப் பார்வையை அன்றே இவன் ஏன் தரிசிக்காமல் போனான்...? மெள்ளத் துப்பாக்கியைச் சுவரில் சாய்த்துவிட்டு எழுந்து நிற்கிறான்.

இதுவரையில் அவனிடம் தன்னை இழந்த எந்தப் பெண்ணும் திரும்ப வந்து இப்படி வீட்டு வாசலில் நின்று செங்குத்தாய் ஈட்டியைச் செருகுவது போலப் பார்த்ததில்லை.

"நான் இனிமே இங்கேதான் இருக்கப் போறேன்."

அவள் 'தடதட'வென உள்ளே நுழைகிறாள். மருது, திறந்த வாயை மூட மறந்து பார்த்துக் கொண்டிருக்கிறான்.

"இந்த வீட்டுல பொம்பளை யாருமில்லைம்மா"- மருது கொஞ்சம் தைரியம் வந்து சொல்ல-

"தெரியும்" - பதிலளித்துக்கொண்டே வீட்டின் இரண்டாம் கட்டுக்குப் போகிறாள்.

துப்பாக்கியும் கையுமாய்ப் பின்தொடர்ந்த அந்தோணியை அந்த இரண்டாம் கட்டு நுழைவாசலில் அடியெடுத்து வைக்க விடாமல் தடுக்கிறாள்.

"அங்கேயே நில்லு. இந்த வாசப்படி தாண்டி, இந்தப் பக்கம்

வரக்கூடாது. எந்தக் காரணத்துக்காகவும் வரக்கூடாது. உள்ளே வந்தா - என் பொணத்தைத்தான் பார்ப்பே..."

மந்திரத்துக்குக் கட்டுப்பட்டவன் போல அங்கேயே நிற்கிறான் அந்தோணி.

பெண்டாட்டி, பிள்ளை யாருமில்லாமல் தனிக்காட்டு ராஜாவாக வாழ்ந்து கொண்டிருக்கும் அந்தோணியின் வீட்டிற்குள் என்ன தைரியத்தில் நுழைந்தாள் அவள்?

தனியாக அவள் சமைத்துச் சாப்பிட அந்தோணி பாத்திரங்களையும் பண்டங்களையும் வாங்கிப் போடுகிறான். இரண்டு வேளையும் காவேரிக்குப் போய்க் குளித்துவிட்டு தண்ணீர் எடுத்து வரும் பாகீரதி, இப்பொழுது வம்புகளை லட்சியம் செய்வதில்லை. காவேரியிலிருந்து தண்ணீர் எடுத்து வரும் பாகீரதி, வீட்டுக்குள் நுழையும் போதே- தோட்டத்திலிருந்து கொஞ்சம் செம்பருத்திப் பூக்களைப் பறித்துக்கொண்டுதான் உள்ளே நுழைவாள். அந்தோணியின் வீட்டு நடுக்கூடத்தில் பளிங்கிலான பெரிய அன்னை மேரியின் சிலை இருக்கும். இரண்டு பூக்களை அந்தப் பொம்மைக்குச் சாத்திவிட்டுத் தனது இருப்பிடத்திற்குள் புகுந்து கொள்வாள்.

அந்தோணி நடுக்கூடத்தில் உட்கார்ந்திருந்தாலும் அவனை நிமிர்ந்துகூடப் பார்க்க மாட்டாள் - 'உன்னுடன் எனக்கென்ன பேச்சு' - என்பதுபோல.

அன்று - பொறுக்க முடியாமல் அவன் வாய்விட்டுக் கேட்கிறான்.

"அம்மா.... கொஞ்சம் நில்லு..."

அவனது வார்த்தைகளுக்குக் கட்டுப்படும் அளவுக்கு பாகீரதிக்கு அவனிடம் மதிப்பு எதுவும் இல்லையாயினும் அவன் 'அம்மா' என அழைத்த தொனி - அவளைச் சற்று நிற்க வைக்கிறது.

"நீ இன்னும் எத்தனை நாள் இங்கே இருக்கப் போறே?"

'எதுக்குக் கேட்கறே?' என்பது போல, அவள் அவனை ஏறிட்டுப் பார்க்கிறாள்.

"ஊருல உன்னையும் என்னையும் சேர்த்து நிறையப் பேசறாங்க. நான் பேச்சுகளுக்கெல்லாம் பயப்படறவன் இல்லே. அநாவசியமா உன் பேரு..."

"என் பேரு இனிமே கெட எதுவும் இல்லை. என்னிக்கு நீ என்னைத் தொட்டியோ, அன்னிக்கே கெட்டாச்சு. ஆனா, ஒரு தடவைதான் சகதியில காலை விட்டுட்டமேன்னு திரும்பவும் இந்தச் சேத்துல விழுந்து சகதியைப் பூசிக்க நான் தயாராயில்லை. ஊர் என்ன வேணுமானாலும் சொல்லட்டும். உன்னாலதான் எனக்கு இந்த

நிலைமை வந்தது. உன்கிட்ட என் தேகம் அந்தக் கணம் அடிமைப்பட்டுக் கிடந்த குற்றத்துக்குத் தண்டனையை என் அகத்துக்காரர் கொடுத்துட்டார். என்னைத் தொட்ட பாவத்தை நீயும் கொஞ்சம் அனுபவிக்க வேண்டாமா? அனுபவி..."

அவள் ஆவேசமுடன் கூறுகிறாள்.

"நான் இதை தண்டனையா நினைக்கலை. நான் செஞ்சது பெரிய தப்புதான். என்னைக் கர்த்தர் மன்னிக்கவே மாட்டார். ஆனா அதுக்காக என் வீட்டுல எத்தனை நாள் இப்படி சிறைவாசம் அனுபவிப்பே? உன் புருஷனைத் தேடி உன்னை அவன்கிட்ட ஒப்படைச்சாத்தான்..." - அந்தோணியின் கண்கள் கலங்குகின்றன. அத்தனை பெரிய உருவமான அவன் - குழந்தை மாதிரி விசும்புவதை ஒருவித திருப்தியுடன் ரசிக்கிறாள் அவள்.

"என்னமோ அவரைத் தேடிப் பிடிச்சு - என்னைக் கொடுத்தா - அவரும் சுலபமா எல்லாத்தையும் மறந்துட்டு அழைச்சுப் பார்ங்கற மாதிரியும், நானும் சுலபமா அத்தனை பழிச் சொல்லையும் துடைச்சு விட்டுண்டு அவர்கூடப் போயிடுவேன்ங்கற மாதிரியும் பேசறயே. அந்தக் காலத்துல அசோகவனத்துல சிறை வச்சிருந்த சீதையை மீட்டு, அயோத்திக்கு அழைச்சுண்டு வந்த ராமனே - சந்தேகத்துனால பொண்டாட்டியைத் தீக்குளிக்க வச்சான். நான், உன் வீட்டுல ஒண்டியா குடித்தனம் பண்ண வந்து ஒன்பது வருஷங்களாயிடுத்து. சாதாரண சராசரி மனுஷரான அவர் இனிமேல் என்னை எங்கே ஏத்துக்கப் போறார்? இனிமேல் நான் சாகற வரைக்கும் இந்த வீடுதான் எனக்கு..."

அவள் 'விருட்'டென உள்ளே போகிறாள். அவனைப் பார்த்துக் கேலி செய்வதுபோல - அவளது இடுப்பிலுள்ள தண்ணீர்க்குடம் 'களுக்'கெனத் ததும்பி வழிந்து சிரிக்கிறது.

அவர்களது வாழ்க்கை - தெருவிலிருப்பவர்களுக்கும், வீட்டு வேலைக்காரர்களுக்கும் வேடிக்கையான ஒன்று. இருவரும் எந்த பந்தத்திலும் சிக்கிக் கொள்ளாமலேயே ஒருவருக்கொருவர் கடமைப்பட்டு வாழ்கின்றனர்.

"வாழைத்தார் அறுத்தோமுங்க" - பண்ணை ஆள் அந்தோணியின் முன் பூவன் தாரைக்கொண்டு வந்து வைக்கிறான்.

"உள்ளார அம்மாகிட்ட கொண்டு கொடு... போ." அந்தோணி தன் கம்பீரத்திற்குச் சற்றும் குறையாமல் வாசலில் உட்கார்ந்தபடியே கூறுகிறான்.

அதுபோலவே குத்தகைப் பணம், கரும்பு விற்ற பணம் எல்லாமும் - 'அம்மாகிட்ட கொண்டு கொடு.'

“என் தாயே, நான் செய்த தவறுக்கு அபராதமாக என் உயிரை வேண்டுமானாலும் கொடுக்கத் தயாராக இருக்கிறேன். பெற்றுக்கொள்” என்பது போல அந்தோணி அத்தனையையும் பாகீரதியின் முன் சமர்ப்பிப்பதும்...

‘என்னுடைய இழப்பை இதையெல்லாம் கொண்டு தீர்க்க முடியாது’ என்பது போல, பாகீரதி அவற்றைத் தொடாமல் கூடத்தின் நடுவிலுள்ள அன்னை மேரியின் முன் கணக்குப் பார்த்து வாங்கி வைத்து, “மருது, இதையெல்லாம் பத்திரமா ஐயாகிட்ட கொடுத்திடு” என்று சொல்லியபடி தன் கூட்டுக்குள் புகுந்து கொள்வதும்...

இது எல்லாவற்றையும் விடப் பெரிய ஆச்சரியம், பாகீரதி அந்த வீட்டிற்குள் நுழைந்தபின் - அந்தோணி எந்தப் பெண்ணையும் நிமிர்ந்து கூடப் பார்க்கவில்லை என்பதுதான்.

எத்தனை வருஷங்கள் - இப்படி வெற்று வாழ்க்கை...?

“அந்தோணி பொண்டாட்டி போறா டோய்...”

“அந்தோணி சிலுவை பூசை பண்ணுவான். இவ வரலட்சுமி பூசை பண்றாளாம்டா...”

இந்த வார்த்தைகள் இருவருடைய காதிலும் விழத்தான் செய்தன. ஓ... அதையெல்லாம் தாங்கிக் கொள்ள நல்ல மனோதிடம் வேண்டும்.

‘நான்தான் இதையெல்லாம் தாங்கிக்கணும். என் தலையெழுத்து. இவனுக்கென்ன, நினைச்சா மருதுவை விட்டு செத்த எலியை வாசல்லே தூக்கிப் போடறாப்பல என்னை வெளியில கழுத்தைப் பிடிச்சுத் தள்ளிட்டு, பழையபடி இவன் குடியும் கூத்துமா இருந்திருக்கலாமே... இவன் ஏன் என் வார்த்தைக்குக் கட்டுப்படறான்...?’

நினைத்துப் பார்க்கிற பாகீரதிக்கு, தன் கணவன் இந்த மாதிரி - கொல்லைப்புறம் ஒரு குடிசை போட்டாவது கொடுத்திருந்தால் - இப்படிப் பேச்சுக் கேட்டுக் கொண்டிருக்க வேண்டாமே என்று தோன்றும்.

‘அவர் எங்கே இருக்கார்? எப்படி இருக்கார்? இருக்காரா, இல்லையா? ஒண்ணுமே தெரியாத இந்த அவல வாழ்க்கைக்காகவா என்னைக் கல்யாணம் பண்ணி இந்த ஊருக்கு அழைச்சுண்டு வந்தார்?’

இந்த நினைப்புகள் கண்ணாடி பார்த்துப் பொட்டு வைத்துக் கொள்ளும்போது சில சமயங்களில் அந்த ஆறு மாச இல்வாழ்க்கையின் இனிப்பு அடிமனசில் பாகாய்க் கரையும்போது கழுத்தில் கிடக்கும் மஞ்சள் கயிற்றில் கல்லைக் கட்டித் தொங்கவிட்டாற் போல நெஞ்சு கனக்கும் போது - ஆரவாரமாய் எழுந்து அடங்கும்.

‘இதேபோல நினைப்புகள் அரிப்பெடுக்கிற முள் செடி மேல பட்டுட்டாப்பல என்னைப் பார்க்கிற போதெல்லாம் இவன் மனசுலேயும் அரிப்புகள், வேதனைகள் எல்லாம் இருக்குமோன்னோ...’

இதோ ஐம்பது வயசான பாகீரதி, குத்துவிளக்குக்கு மஞ்சள் குங்குமத்தை இட்டுக்கொண்டே - கூடத்துக்கட்டிலில் இரண்டு காலையும் அசைக்கவே முடியாமல் வீக்கம் கண்டு படுத்திருக்கும் அந்தோணியைப் பார்த்தபடி நினைத்துக் கொள்கிறாள்.

அந்தோணிக்கும் கிட்டத்தட்ட எழுபது வயசு ஆகிவிட்டது. வயசானதன் கோளாறு - இளம் வயசில் தறிகெட்டு இருந்தது எல்லாம் சேர்ந்து அவனை இப்பொழுது ஒரே படுக்கையாய்ப் போட்டிருக்கிறது.

வேளா வேளைக்கு மருந்து கொடுத்துப் பார்த்துக் கொள்ள மருதுவைத் தவிர யாருமே இல்லை.

ஒரு தடவை அவன் மூச்சிரைக்க இருமி விட்டு, எச்சிலைப் துப்ப பீங்கான் குவளையைத் தேடியபோது - கிடைக்காமல், எழுந்திருக்க முடியாமல் சிரமப்பட்டபோது - பாகீரதி ஓடி வந்து கட்டிலின் அடியிலிருந்து குவளையை எடுத்து நீட்டுகிறாள்.

அவன் பதறிப் போகிறான்.

“நீயா... நீயா தாயே...! மருது எங்கே?”

“தெரியல. பரவாயில்லை. கொடு. நான் வாங்கி வைக்கிறதுனால பெரிய பாதகம் ஒண்ணும் வந்துடப் போறதில்லை.”

“வேண்டாம்மா. நீ இந்தக் காரியமெல்லாம் செய்யக் கூடாது. ஏற்கெனவே என் தப்புக்கு எப்படிப் பிராயச்சித்தம் செய்யறதுன்னு புரியாம தவிச்சிட்டிருக்கேன்...”

அந்தோணியின் பருத்த கன்னமும், நரைத்த மீசையும் துடிக்கிறது. அத்தனை பெரிய சரீரம் அழுகையால் குலுங்குவதைப் பார்க்க அவளுக்குமே அழுகை வருகிறது.

ஒரு காலத்தில் இவன் அழுததை, தான் ரசித்தது நினைப்புக்கு வர, தன் மேலேயே கோபமாகக் கூட வருகிறது அவளுக்கு.

“இப்போ என்ன, இத்தனை வருஷமா என்னை வீட்டுல வச்சுண்டு சோறு போட்டதுக்கு நான் இதுவாவது செய்யக் கூடாதா? இதுவே நான் படுத்துட்டா நீ செய்ய மாட்டியா? இந்த மனுஷாபிமானம் கூட இல்லைன்னா நாம வெறும் மிருகத்துக்குச் சமானம்...”

- அவள் குவளையை அவன் எதிர்த்தாற்போல இருக்கிற முக்காலியில் வைத்துவிட்டுப் போகிறாள்.

அன்று காலை-

அந்தோணியின் கதை முடிந்துவிட்டது. ஊரே திரண்டு வந்து வாசலில் நிற்க, பாதிரியார் அவனது இறுதிக் கடன்களை முன் நின்று நடத்த - முப்பது வருடங்களுக்கும் மேல் - பாகீரதியுடன் ஊமை வாழ்க்கை நடத்தினவன் - இன்று நீண்ட உறக்கத்தில் ஆழ்ந்துவிட்டான்.

‘இனிமே அந்தோணி வீட்டு அம்மாவின் கதி என்ன...?’ ஊராரின் கேள்விக்கு அவனின் நீண்ட உயில் பதிலளிக்கிறது.

இந்த வீட்டையும், இதிலுள்ள பொருட்களையும் பாகீரதி மிச்ச காலத்தை நிம்மதியாய்க் கழிக்கப் போதுமான தொகையும் தவிர, மீதியை அநாதைக் குழந்தைகளுக்கு எழுதி வைத்து விட்டான் அவன்.

“இதுபோதும் எனக்கு. எனக்கப்புறம் இதெல்லாம் அநாதைகளுக்கே போய்ச் சேரட்டும்.”

பாதிரியாரிடம் சொன்னவனின் கண்களில் சுவரில் மாட்டப்பட்டிருக்கும் நாட்டுத் துப்பாக்கியும், கொசுவலை கட்டிய அவனது கட்டிலும், அன்னை மேரியின் பளிங்கு முகமும் கண்களில் தட்டுப்பட்டுக் கண்ணீரைப் பெருக்குகிறது.

அந்தோணி இல்லாத வீடு வெறிச்சோடிக் கிடக்கிறது. இருட்டு மூலையில் ஒற்றை மெழுகுவர்த்தியின் துணையில் அன்னை மேரி நிற்க - பாகீரதியின் நெஞ்சில் துக்கம் பந்தாக அடைக்கிறது.

‘இவன் யார்...? இவனுக்கும் எனக்கும் அந்த ஒரு நாள் அசந்தர்ப்பமான சந்திப்பைத் தவிர வேற என்ன பந்தம்? இவன் போனதுமே என் ஹ்ருதயமே வெடிச்சுடும்போல இருக்கே. பாவம்! இவனுக்காக நான் என்ன செஞ்சேன்...? அன்னிக்கு இவனுக்குக் குவளையை எடுத்துக் கொடுத்தேனே - அதைத் தவிர இவனுக்கு ஒரு தம்ளர் தண்ணிகூட எடுத்துத் தந்ததில்லையே நான்... ஆறு மாசம் என்னோட வாழ்ந்துட்டு - ஒரே நொடியில உதறி எறிஞ்ச என் அகத்துக்காரரைவிட - ஒரு நாள் செஞ்ச தப்புக்காக வாழ்நாள் மழுக்க என்னைத் தன் பாதுகாப்புல எந்தப் பிரதிபலனும் எதிர்பார்க்காம வச்சுண்டிருந்த இவன் எத்தனை பெரிய மனுஷன்?’

கும்பல் கூடி அந்தோணியின் உடலைச் சந்தனப் பெட்டியில் வைத்துத் தூக்கிச் சென்றபோது, அடக்கி வைத்திருந்த அழுகை இப்பொழுது பீறிட்டு எழுகிறது. இந்த நிமிடத்தில் அம்மி மிதித்து, அருந்ததி பார்த்து வாழ்நாள் முழுக்க இவளை நான் காப்பாற்றுவேன் என்றுகூறி அழைத்து வந்து - நடுத்தெருவில் நிறுத்திவிட்டு ஓடிய ரகுபதியைக் காட்டிலும் அந்தோணிதான் அவள் மனசில் உயர்ந்து நிற்கிறான்.

"ஐயோ... என்னைத் தனியா விட்டுட்டுப் போயிட்டியே..." அவள் ஓவென அலறியபடியே தன் கழுத்திலுள்ள மஞ்சள் கயிற்றைக் கழற்றி - சுவரில் தொங்குகிற துப்பாக்கியின் முனையில் மாட்டிவிட்டு அப்படியே சுருண்டு படுக்கிறாள்.

ஆமாம்! இனிமேல் அவள் ரகுபதியின் மனைவியாக வாழ்வதைவிட - அந்தோணிசாமியின் விதவையாக வாழ்வதே நியாயம் எனக் கருதிவிட்டாள்.

ஆனந்தவிகடன், *1980*

வாஸந்தி

பங்கஜம் என்ற இயற்பெயர் கொண்ட வாஸந்தி கர்நாடக மாநிலம் தும்கூரில் பிறந்தவர்; மைசூர் பல்கலைக்கழகத்தில் ஆங்கில இலக்கியம் மற்றும் வரலாற்றுத் துறைகளில் பட்டம் பெற்றவர்; ஆஸ்லோ பல்கலைக்கழகத்தில் முதுகலை சான்றிதழ் பெற்றவர்; சிறுகதை, நாவல், கட்டுரை என்ற தளங்களில் ஆக்கங்களைத் தந்து வருபவர். 1993 முதல் 10 ஆண்டுகள், இந்தியா டுடே தமிழ்ப் பதிப்பின் ஆசிரியராகப் பொறுப்பு வகித்தார். தமிழ், ஆங்கிலம் இரு மொழிகளிலும் எழுத வல்லவர். 'That Long Silence' என்ற சாகித்திய அகாதமி விருது பெற்ற சசி தேஷ்பாண்டே எழுதிய ஆங்கில நாவலை 'மௌனத்தின் குரல்' என்ற பெயரில் மொழிபெயர்த்துள்ளார் . உசிலம்பட்டி பெண் சிசு கொலைகள் பற்றியும், தமிழக பீடி சுற்றும் பெண் தொழிலாளர்கள் பற்றியும் ஆய்வு செய்துள்ளார். இவரின் 'ஆகாச வீடுகள்' என்ற நாவல் யுனஸ்கோ தொகுப்பு வெளியீடாக வெளிவந்துள்ளது. இந்நாவல் ஆங்கிலம், செக், ஜெர்மன், இந்தி ஆகிய மொழிகளில் மொழிபெயர்க்கப்பட்டுள்ளது. பஞ்சாப் சாகித்ய அகாதமி விருது, உத்தரபிரதேச இந்தி ஸைதானிக் விருது உட்பட பல விருதுகள் பெற்றவர். ஏராளமான சிறுகதைகளையும் நாவல்களையும் உளவியல் நோக்கிலும், பெண்ணிய நோக்கிலும் எழுதி வருபவர்.

கதைக்குள் புகுமுன்

பெண்ணுலகம் ஆண்களால் பாதிக்கப்பட்ட உலகம். உளவியல் ரீதியாகப் பாதிக்கப்படுகிறாள் ஒரு பெண். அவள் பாதிப்புக்கு யார் காரணம். இக்கேள்விக்கு விடை காண்பதாக இக்கதை செல்கிறது. அன்று ஆண்டாள்...... பின்பு மீரா....... இன்று.........? கணவன் முரடனாகவும், அன்பில்லாதவனாகவும், ஒரு சமயம் குழைவதும், மறு சமயம் அனலைக் கக்குவதும் எது உண்மை என்று அவளுக்குத் தெரியவில்லை. வெளி உலகிற்கு ஒரு வேடம். அங்கு அவன் இனிமையானவன். தன்னிடம் நெருப்பைக் கக்கும் அவன், 'அதிக பிரசங்கி. மேதாவி என்கிற நினைப்பு உனக்கு... உன் சமையல் நல்லாயில்ல. புருஷன்கிற மதிப்பில்லை' என்று குற்றம் சாட்டுவது வழக்கமாயிற்று. தன் எழுத்தாற்றலை அவன் வரவேற்கவில்லை என்பதை அறிந்து, எழுதியதை அவன் அறியாமல் மறைத்து வைக்கின்றாள். அவள் தன் படைப்புகளைக் குழந்தையாகக் கற்பனை செய்து கொள்கிறாள். அவன் நெருங்கா உலகில், பிறக்காத குழந்தை அதாவது எழுத்தே அவளுக்கு உயிர்த் துணையாயிற்று. தன்னை வருத்தும் கணவன் குழந்தையையும் வருத்துவானோ என்ற அச்சம் கலந்த கற்பனையில் வாழ்கிறாள். நிஜத்திற்கும் கற்பனைக்குமான வாழ்வு அவளைப் பைத்தியமாக்கிற்று. மன விரக்தியினால் அவள் வன்முறையில் ஈடுபட, அதுவே அவனுக்குச் சாதகமாகப் போயிற்று. அக்கம் பக்கம் துணையுடன், மருத்துவமனையில் சேர்த்துவிட்டு, ஒரு வருடமாகியும் அவளைப் பார்க்காது இருக்கிறான். இவ்வுலகில் ஒரு பெண்ணை ஆடவன் ஒருவன் விரக்தியின் உச்சத்திற்குக் கொண்டு செல்வது எளிது. அவளைச் சமூகத்திற்கு முன் பைத்தியமாகக் காட்டுவதும் எளிது. காலம் காலமாகப் பெண் சமூகத்தின்மேல் நிகழ்த்தப்பட்ட சதி இது. முன்பு பக்தி என்ற பெயரில்.... இன்று பைத்தியம் என்ற பெயரில்.......

5

தேடல்

வாஸந்தி

'கொல்லை முற்றத்துள் இறங்கிய படிக்கட்டில் அமர்ந்தபடி பார்த்தபோது அடர்ந்த வேப்பமரத்தின், மாமரத்தின் இலைகளின் ஊடே வானம் மிக மிக சமீபத்தில் தெரிந்தது. இளநீலத் துணி ஒன்று மரத்தைப் போர்த்தியிருந்தமாதிரி. சற்று எழுந்து கையை நீட்டினால் உள்ளங்கைக்குள் வசப்பட்டு விடும் போல. உட்கார்ந்த இடத்தை வெளிப்படுத்தாமல் பட்சிகள் குரல் எழுப்பின கூ....... கூ....... கீ...... கீ. என்று சளசளத்தன. அவளுடன் அந்தரங்கம் பேச வந்தன. அவளுக்குத் தெரியும். மொட்டை மாடிப்படிகளில் ஏறிச்சென்று நின்றால் மரங்கள் தாழ்ந்துவிடும். பட்சிகளை எத்தனை தேடினாலும் கண்ணில் படாமல் மாயமாய் இலைகளுக்குள் பதுங்கிக் கொண்டு கவி பேசும்.

குழந்தை சிணுங்கிற்று. 'உஷ், நீ உன் குரலை எழுப்பாதே' என்றாள் அவள் செல்லமாக. மார்போடு அணைத்து முழங்கால்களைச் சுற்றி கைகோர்த்து அமர்ந்தாள். பின்னால் அவனது காலடி சத்தம் கேட்கிறதோ என்ற சந்தேகத்துடன் திரும்பிப் பார்த்தாள். கொல்லையிலிருந்து வாசல் வரை கப்சிப்பென்று இருந்தது. குழந்தை அழுதால் அவனுக்குப் பிடிக்காது. அது இருப்பதன் பிரக்ஞை கூட அவனுக்குக் கிடையாது என்று அவளுக்குத் தெரியும். அதனால்தான் குரல் எழும்போது திடுக்கிடுவான். அவளுக்கு மட்டுமே அது சொந்தம் போல் இருந்தது. அவனுடைய உணர்வுகளுடனோ உடலுடனோ சம்பந்தமில்லாமல், அவளது எண்ணங்களில் ஜனித்து உணர்வுகளோடு கலந்து அதற்குப் பெயர் கூடக் கிடையாது. சமயத்திற்குத் தகுந்தாற்போல் அவளது கற்பனையில் பெயர்கள் தோன்றும். ஒரு நாள் நிலா, இன்னொரு நாள் ரோஜா, அல்லி, மல்லி, ஒருநாள் காளி என்று கூடத் தோன்றிற்று. ஏன் கூடாது? அவளை அவன் எத்தனை முறை பத்ரகாளி என்று கூப்பிடுகிறான்! பத்ரகாளி என்பதற்கு ஆண்பால் என்ன என்று அவள் யோசித்தாள். குழந்தை மீண்டும் சிணுங்கிற்று. 'உஷ், உஷ்' என்று சமாதானப்படுத்தினாள்

'பாட்டுப் பாடவா?' என்றாள் குனிந்து மென்மையாக. கண்களை மூடி மனசுக்குள் முனகிக் கொண்டாள். மனசு முழுவதும் பொலபொலவென்று மல்லிகை மொட்டுகள் அரும்பி மலர்ந்தன. குப்பென்று எழுந்த வாசனை நெஞ்சை அழுத்திற்று. அதை உள்ளுக்கிழுத்து கண்களைத் திறந்தபோது மரக் கிளைக்களுக்கப்பால் புதிது புதிதாக வர்ண ஜாலங்கள் தெரிந்தன. பதுங்கியிருந்த பட்சிகள் எட்டிப் பார்த்தன. பஞ்ச பூதங்களும் இசைந்து சரிகமபதிநிஸ என்று கருதி கூட்டினாற்போல் மௌன குகையில் புதையுண்டிருந்த வார்த்தைகள் வெடித்துச் சிதறி வரிவரியாக நெளிந்து மனத்திரையில் விழுந்தன. பனி மழையில் நனைந்த குளிர்ச்சியில் உடல் தண்ணென்றிருந்தது.

குழந்தையின் சிணுங்கல் அடங்கிப் போயிற்று. பேச்சு மூச்சில்லாமல் இருந்தது. அவளுக்குத்தான் களைத்துவிட்டது. சற்று முன் வெளிப்பட்ட வார்த்தைகள் என்ன என்று சுத்தமாக நினைவில்லாமல் போயிற்று. வெற்றிடமாகிப் போன மனத்துடன் அவள் அமர்ந்திருந்தாள். இப்படித்தான் ஆகிறது எப்பவும். அவளுக்கு அம்மாவைப் பெற்றபாட்டியின் நினைவு வந்தது. எண்பது வயதுப் பாட்டியைப் பார்த்துக்கொள்ளும் பொறுமை யாருக்கும் இல்லை. பாட்டியும் சும்மா இருக்கமாட்டாள். இரவு நேரத்தில் வீட்டுக்குள்ளும் கொல்லையிலும் அலையோ அலை என்று அலைவாள். என்ன தேடுவாள் என்று தெரியாது. கண் எப்படித் தெரிகிறது என்று அதிசயமாக இருக்கும். சில சமயம் வெல்லக்கட்டி; குழந்தைகள் பதுக்கியிருக்கும் சாக்லேட் அல்லது மோர், பால் எது இருந்தாலும் அவளுக்கு வாயில் போட வேண்டும். போடும்போது பாத்திரம் உருளும். சட்டி உடையும். அல்லது அவளே விழுந்து அடிபட்டுக் கொள்வாள். மாமியும் மாமாவும் கத்தோ கத்து என்று கத்துவார்கள். திருட்டுக் கிழம் என்று சபிப்பார்கள். 'கிருஷ்ணா ராமான்னு கிடக்க வேண்டிய வயசிலே இது என்ன தீனிச் சபலம்' என்று கத்தியபடி மாமா ரத்தத்தைத் துடைத்து மருந்து போடுவார். பாட்டி எதுவுமே காதில் விழாதமாதிரி உட்கார்ந்திருப்பாள். ஏந்திருடரே ஏந்திருடரே என்ற கத்தல் யாருக்கோ, தனக்கில்லை என்பது போல கண்ணை மூடிக் கொள்வாள். அவளுக்குத் தான் செய்தது ஞாபகம் கூட இல்லை என்று தோன்றும்.

எல்லாமே பழக்கத்தால் வருவது என்று தோன்றிற்று. மௌனமும் மறதியும் கூட. பாடப் பழகுவது போல பேசாமல் இருப்பதையும் பழகிக் கொள்ளலாம். ஆசைகளை அழித்துக் கொள்ளலாம். ஆனால் அந்தப் பழக்கம் ஏற்பட வேண்டுமென்றால் சில கொலைகளைச் செய்ய வேண்டும். பல சமயங்கள் குழந்தை அழும்போது அவன்

போடும் கூச்சலுக்காக, அதைத் தூக்கிக் கொண்டு அவள் ஆற்றங்கரையோரமோ அல்லது மாந்தோப்புக்கோ செல்வாள்; மறந்துபோய் அங்கே எங்கோ புதரில் அதை விட்டுவிட்டு வந்து விட்டதைப் போல கனவு வரும். எது நிஜம் எது கனவு என்று புரியாமல் நெஞ்சம் தடுமாறும். எத்தனை நாட்களுக்கு, அவனுக்குத் தொந்தரவாக இருக்கக் கூடாது என்று குழந்தையைச் சுமந்து கொண்டு இப்படித் திரியப் போகிறோம் என்று அவளுக்குத் திகைப்பாக இருந்தது. அவனது கட்டுப்பாடுகளையும் மீறி அது எப்படி ஜனித்தது என்று அவளுக்குத் தெரியாது. ஆனால் அது அவளுக்கு வேறு ஒரு பிரபஞ்சத்தைக் காட்டும் அற்புதம். அதனாலேயே அதை அவனிடமிருந்து பாதுகாக்க வேண்டியது அவசியம் என்ற வெறி நாளுக்கு நாள் அதிகரித்தது. கிட்டத்தட்ட பாட்டியின் வெறியைப் போல, அவளது நேரத்தை, சிந்தனையை ஆட்கொண்டது. இதை எப்படி நிறைவேற்றுவது என்ற யோசனையில் நேரம் போவது தெரியாமல் அவள் உட்கார்ந்திருக்கிறாள்.

“என்ன எப்ப பார்த்தாலும் ஏதோ பெரிய யோசனையிலே உட்கார்ந்திருக்கே?” என்று அவன் நையாண்டி செய்வான். அல்லது தான் சொல்வதை அவள் காதில் போட்டுக் கொள்ளவில்லை என்கிற எரிச்சலில் கேட்டிருக்கிறான்.

“ஒண்ணுமில்லே” என்பாள் அவள். அப்படி அவன் கேட்பதும், அப்படி அவள் பதில் சொல்வதும் பழக்கமாகிப் போயிருந்தது. அந்த ‘ஒண்ணுமில்லே’யில் பலவித பயங்கள் புதைந்திருந்தது அவனுக்குத் தெரியாது. அவளை ஆட்கொண்டு வரும் வெறியை அடக்கவே முடியாமல் போனால் என்ன செய்வது என்ற அவளது பீதியை அவனால் உணர முடியாது என்று தோன்றிற்று. மீராவுக்கும் ஆண்டாளுக்கும்கூட இப்படிப்பட்ட வெறி இருந்திருக்கும் என்று தோன்றிற்று. அவர்களைப் போல தன்னைக் கற்பித்துக் கொள்வது சுகமாக இருந்தது. துளசி மாலையை அணிந்து கண்ணாடி முன் அழகு பார்த்து, ‘உன்தன்னோடுற் றோமேயாவோம், உனக்கே நாம் ஆட்கொள்வோம்’ என்று விலகிப் போவது எத்தனை சௌகர்யம்! அழுகை சத்தம் கேட்கக்கூடாது, பாட்டுச் சத்தம் கேட்கக் கூடாது என்று கட்டளையிடாத ‘உத்தமன் பேர்பாடி’ தப்பித்துக் கொள்வது எத்தனை சுலபமான வடிகால்!

புருஷனும் வேணும், புள்ளையும் வேணும் என்றால் இப்படித்தான் பிசாசைப்போல் அலைய வேண்டும். புதருக்குள் மறைக்க வேண்டும். எங்கே மறைத்தோம் என்பது மறந்து போனால் கதை முடிந்து போகும். பிறகு ஆசையில்லை. வர்ண ஜாலங்கள் இல்லை. மந்திரச்

சொற்கள் இல்லை. தரிசனங்கள் இல்லை.

"ஜனனீ!"

அவள் வாரிச் சுருட்டிக்கொண்டு எழுந்தாள். திரும்பிப் பார்க்க யோசனையாக இருந்தது. அவனை எதிர்கொள்ளும் போது அவன் கேட்கப்போகும் கேள்விகளுக்குப் பதில்களைத் தயார் செய்ய ஆயத்தமானாள். துளசி மாடத்தில் அம்மா நீர் வார்த்துக் கொண்டிருப்பதுபோல் இருந்தது. தயக்க மேற்பட்டது. அம்மா, நீதான் அவசரப்பட்டே, செத்துடுவேன்னு பயமுறுத்தினே. நா செத்தப்புறம் உன்னை யாரு பார்த்துப்பான்னு தினமும் துளைச்சே.

"ஜனனீ!"

வரேன், வரேன், வராம எங்க போக முடியும்? உங்களைத் தவிர எனக்கு வேற யார் இருக்கா? எனக்கு நீங்க தேவை. உங்க துணை தேவை. அம்மா உரமேத்தி வெச்ச பாடம் இது. பொட்டை நெட்டுரு போட்ட பாடம். எனக்கு மீறத் தெரியாது. வரேன்.

"ஜனனீ!"

அவள் மெல்ல, மிக மெல்லத் திரும்பினாள். "உன்னை எங்கெல்லாம தேடறது? உள்ளே வா, சாப்பாட்டு நேரம்" என்று கடுகடுத்தாள் வார்டு ஆயா.

"இல்லே உள்ளே வரல்லே நா" என்றாள் அவள் பீதியுடன்.

"நல்ல வார்த்தையிலே சொன்னா நீ கேட்க மாட்டே" என்று ஆயா தோளைப் பிடித்து இழுத்தபோது அவள் ஆட்டுக் குட்டியைப் போல் பின்தொடர்ந்தாள். வராந்தாவிலும் கூடத்திலும் நின்றிருந்த பெண்களின் முகங்களைப் பார்க்க பயந்து தலைகுனிந்தபடி நடந்தாள்.

தாயைக் குடல் விளக்கம் செய்த தாமோதரனைத்
தூயோமாய் வந்து நாம் தூமலர் தூவித்தொழுது.
வாயினால் பாடி, மனத்தினால் சிந்திக்க,
போய பிழையும் புகுதருவான் நின்றனவும்
தீயினில் தூசாகும்.

"என்னது?" என்றாள் ஆயா.

"ஒண்ணுமில்லே."

யாரோ கடகடவென்று சிரித்தார்கள். பழைய கோவலன் கண்ணகி சினிமாவில் வரும் கண்ணாம்பா போல, டி.வி.யில் காட்டியபோது பார்த்திருக்கிறாள். "எரியட்டும்! எரியட்டும்....!" பின்னால் அட்டை மாளிகைகள் எரிந்து மதுரை சாம்பலாகும் - தலைவிரி கோலமாக கண்ணாம்பா ஹஹ் ஹஹ்ஹா... சிரிப்பு தொத்திக் கொண்டது போலிருந்தது. சங்கிலித் தொடர் போல் வெளிப்பட்ட சிரிப்பு

கூரையில் எதிரொலித்துக் கூடம் அதிர்ந்தது. அவளுக்குக் கண்களில் நீர் துளிர்த்தது. ஓட்டமும் நடையுமாக ஆயாவைப் பின் தொடர்ந்தாள்.

"உம் உம் - வாங்க வாங்க"

மேஜை மேல் வைத்திருந்த அண்டாக்களிலிருந்து பீங்கான் தட்டுக்களில் களிபோல் சோறும் தோல்போல் சப்பாத்தியும் பருப்புக் குழம்பும், பொரியலும் விழுந்தன. அவள் தட்டை எடுத்துக் கொண்டு மாமரத்தைப் பார்த்தபடி இருந்த படிக்கட்டுக்குச் சென்று அமர்ந்தாள். சாப்பிட ஆரம்பிக்கும் சமயத்தில் சாப்பாட்டறையில் தட்டுக்கள் கீழே விழும் சத்தம் கேட்டது. அவளுக்குத் தூக்கிவாரிப் போட்டதில் கையிலிருந்த தட்டிலிருந்து பொரியலும் சோறும் அவளது புடவையில் தெறித்தன. அவள் வார்டைச் சேர்ந்த அம்புஜமும் சாந்தாவும் ஒருவர் முடியை மற்றவர் பிடித்து இழுத்து சண்டை போட்டுக்கொண்டிருந்தார்கள்.

"ஏய் பேய்களா, நிறுத்துங்க உங்க சண்டையை" என்று ஆயா அலற, இரண்டு மூன்று நர்சுகள் வந்து பிடித்து விலக்கினார்கள். சாந்தா அம்புஜத்தைக் குரோதத்துடன் பார்த்தாள் - கொலை வெறி தெரிந்தது பார்வையில்.

"நம்ம தலையெழுத்து. இதுங்களோடு மாரடிக்க வேண்டியிருக்கு" என்று ஆயா தலையிலடித்துக் கொண்டாள். "நானும் ஒரு நாள் இங்கே பேஷண்டா வந்தாலும் வந்துருவேன்."

ஜனனிக்கு உடம்பு லேசாக நடுங்கிற்று. தட்டைப் பிடித்திருந்த விரல்கள் நடுங்கின. தட்டைப் படிக்கட்டில் வைத்து இரண்டு கைவிரல்களையும் கோர்த்துக் கொண்டாள். மார்பு படபடத்தது. ரத்தம் சூடேறி மண்டைக்குப் போய்விட்டது போல் இருந்தது. புழுங்கி மூச்சிறைத்தது. மாமரத்து இலைகள் அசையக் காணோம். எல்லாம் ஸ்தம்பித்து உறைந்திருந்தன. பிரபஞ்சமே உறைந்திருந்தது. யாரோ "ஃப்ரீஸ்!" என்றாற்போல. அவள் முகத்தை முழங்கால்களில் கவிழ்த்துக் கொண்டாள். கூடத்து சத்தங்கள் ஓய்ந்துவிட்டன. அவரவர்கள் மூலைக்கு மூலை உட்கார்ந்தபடி சாப்பிட்டுக் கொண்டிருந்தார்கள்.

"என்ன ஜனனிம்மா, சாப்பிடலியா?" அவள் சுவாரஸ்யமில்லாமல் நிமிர்ந்தாள். கக்கூஸ் கூட்டும் அஞ்சலை நின்றிருந்தாள் வெற்றிலைமென்றபடி. இவளுக்கு வெற்றிலை வேண்டும் எப்பவும். தற்காப்புக் கவசம் மாதிரி. அவன் விடாமல் சிகரெட் புகைக்கும்போது அவளுக்கு அப்படித்தான் தோன்றும். அது ஒரு கவசம். உணர்ச்சிகளை மறைக்க. இயலாமையை மறைக்க. அதிகாரத்தின் அடையாளம் கூட. 'நீ புகைச்சுடுவியா என் எதிர தைரியமா?' என்பது போல. பதிலுக்கு வெற்றிலையையாவது அஞ்சலைபோல மென்றிருக்கலாம் என்று

இப்போது தோன்றிற்று.

"என்ன சாப்பிடலே?"

அவள் பொம்மைபோல் தட்டை எடுத்துச் சோற்றை அளைந்தாள்.

"அவருக்குச் சாதம் இப்படி இருந்தா பிடிக்காது."

"பின்னே எப்படியிருக்கணுமாம்?"

"மல்லிகைப் பூவா ஒண்ணுமேல ஒண்ணு ஒட்டாம."

"இல்லேன்னா என்ன செய்வாரு?"

"இப்படி சாந்தா தட்டை விட்டெறியலே, அப்படி விட்டெறிவார்."

அஞ்சலை சிரித்தாள்.

"பின்னே அவரில்லே இங்கே வந்து இருக்கணும்!"

"ஐயையோ, வேண்டாம் பாவம்!"

அஞ்சலை படிக்கட்டில் அமர்ந்து கொண்டாள். "ஏனாம், வந்து இருந்து பார்க்கட்டுமே இங்கே எப்படியிருக்குன்னு."

"அவரும் வந்துட்டா, நா வீட்டுக்கு எப்படிப் போறது?"

"சில சமயம் நல்லாத்தான் பேசறே" என்று அஞ்சலை இழுத்துப் பேசினாள். "சொல்லு, புருஷன் மேல ரொம்பப் பிரியமா?"

ஜனனி சுற்றுமுற்றும் பார்த்துவிட்டு 'உனக்கு மட்டும் சொல்றேன்' என்கிற முகபாவத்துடன் 'இல்லை' என்று தலையசைத்தாள்.

"ஏன்....?" என்றாள் அஞ்சலை லேசாக.

ஜனனியின் கண்களில் ஒரு தீவிரம் தெரிந்தது.

"என் குழந்தையைக் கொன்னுட்டார்."

"என்னது?" என்றாள் அஞ்சலை திடுக்கிட்டு. "எப்படி? ஏன்?"

"எப்படித் தெரியுமா? இப்படி" என்று தட்டில் இருந்த சப்பாத்தியை இரண்டாகப் பிய்த்து எதிரும் புதிருமாகப் போட்டாள். "மகாபாரதத்திலே ஜராசந்தனை பீமன் பிச்சுப் போடலே அது மாதிரி"

அஞ்சலை ஒரு வெற்றிலைச் சுருளை வாயில் திணித்துக் கொண்டாள்.

"நா என்னத்தைக் கண்டேன் அதெயெல்லாம் - எதுக்குக் கொல்லணும்?"

"பிடிக்கலே. அது அழுதா பிடிக்கலே. சிணுங்கினா பிடிக்கலே. நா வெச்ச பாசம் பிடிக்கலே. அதே கவனமா இருக்கேனாம். அவரைக் கவனிக்கக்கூட நேரமில்லாம."

அஞ்சலை பேசாமல் அவளையே பார்த்தபடி சற்று நேரம் இருந்தாள்.

"சரி, நீ சாப்பிடு தாயீ, இன்னொரு நாளைக்குப் பேசுவம்."

"நா சொன்னது நிஜம், பொய்யில்லே" என்றாள் அவள். "அவர் அப்படிப் பண்ணுவார்னு எனக்குத் தெரியும். எத்தனையோ நாள் குழந்தையைப் புதர்லே கொண்டு போய் மறைச்சு வைப்பேன். அப்புறம் எங்கே வெச்சோம்னு மறந்து போய் புதர் புதராத் தேடுவேன்."

"நீ சாப்பிடு தாயீ."

"நான் சொன்னது நிஜம்."

"சரி சரி நா நம்பறேன். நீ சாப்பிடு."

அஞ்சலை செல்வதையே பார்த்துக் கொண்டிருந்துவிட்டு அவள் சாப்பிட ஆரம்பித்தாள். சாப்பிடாவிட்டால் ஆயா திட்டுவாள். பிறகு மத்தியானம் தூங்காவிட்டால் திட்டுவாள். இந்தத் திட்டுக்கு உடம்பும் மனசும் பழகிவிட்டது. மௌனத்துக்குப் பழகினது போல. திட்டு கேட்காவிட்டால் தான் என்னவோ போல் இருந்தது. 'எழுந்திருங்க எழுந்திருங்க' என்று சத்தம் கேட்டதும் தான் உடல் எழுந்தது. 'பல் விளக்குங்க' என்றதும் பல் விளக்கிற்று. 'குளியுங்க' குளித்தது. 'சாப்பிடுங்க.' சாப்பிட்டது. 'தூங்குங்க.' தூக்கம்தான் கட்டளைக்கு அடிபணிய மறுத்தது. மூடிய கண்களுக்குள் பிசாசுகளை எழுப்பிவிட்டது. அவை போட்ட ஆட்டத்திலும் செய்த துவம்சங்களிலும் ஏற்பட்ட வேதனையில் அவள் அலறுவாள். அழுவாள். ஏன் அழறே?

என் குழந்தை. என் குழந்தே.

என்ன உன் குழந்தைக்கு?

அதைக் காணும்

இப்ப தூங்க, நாளைக்குத்தேடுவோம். ஊசி குத்துவார்கள்.

நாளைக்கும் அதற்கடுத்த நாளும் குழந்தையைப் பற்றியே மறந்து போகும். அதை நினைத்து இப்போது துக்கமேற்பட்டது; ஆதார உணர்வுகளையே இழந்து வருவது போலத் தோன்றிற்று. சருமம்கூட முன்புபோல மிருதுவாக இல்லை. புறங்கையும் புறங்காலும் கட்டிட வேலை செய்பவள் போல் சொரசொரத்து பாளம் பாளமாகத் தெரிந்தது. கட்டிடத்துள் நடக்கும்போது கண்ணாடிக் கதவில் தெரியும் அவளது உருவம் பீதியை அளிக்கிறது. அன்று டாக்டரின் அறைக்குச் சென்ற போது கழிவறையில் இருந்த கண்ணாடியில் தெரிந்த பிரதிபிம்பத்தைப் பார்த்து அவளுக்குத் தூக்கிவாரிப்போட்டது. நானா?

அது நிச்சயம் வேறு யாரோ அல்லது அவளுள் ஏதோ ரசாயன மாற்றம் ஆகியிருக்க வேண்டும். பள்ளிக் கூடத்தில் 'டாக்டர் ஜெக்கில் அண்டு மிஸ்டர் ஹைட்' கதை படித்திருக்கிறாள். நல்லவனும் கெட்டவனும், அழகனும் குரூபியும் ஒரே ஆளிலிருந்து வெளிப்படும் பயங்கரம் படிக்க சுவாரஸ்யமாக இருந்தது. அவளது நிஜ வாழ்வில் அது உண்மையாகும் என்று அவளுக்குத் தெரியாது. கல்யாணமான பிறகு அவன் ஒரு சமயம் குழைவதும் ஒரு சமயம் அனலைக் கக்குவதும் அந்தக் கதையை ஞாபகப்படுத்தும். வெளி உலகத்திடம் அத்தனை இனிமையாக இருப்பவன். அவளிடம் மட்டும் ஏன் அப்படி இருக்கிறான் என்று குழம்பும். அவனுடைய குற்றச்சாட்டுகள் கூடக் குழப்பும். நீ அதிகப்பிரசங்கி. மேதாவிங்கற நினைப்பு உனக்கு. உன் சமையல் நல்லால்லே. புருஷன்ங்கற மதிப்பு இல்லை. உன் கடமை என்னன்னு முதல்லே தெரிஞ்சுக்கோ. அதுக்கப்புறம்தான் மத்ததெல்லாம் - காரணம் புரியாமல் குற்ற உணர்வு ஏற்படும்.

சரி, சரி, சரி.

புத்தகம் இல்லை. ரேடியோ இல்லை. டி.வி. இல்லை. கதவுகளையும் ஜன்னல்களையும் சாத்தியாச்சு. சினேகிதாள் இல்லை. பல்லைக் கடித்துக் கொண்டுப் புழுங்கிச் செத்த அவதியில், மூடிய அறைக்குள் அது ஜனித்தது. 'பரஸூரே' என்று தான்ஸேன் பாடிய போது மழை பொழிந்தது போல 'தியாஜலாவ்' என்றபோது நெருப்புப் பிடித்து போல, அதன் குரல் கேட்ட மாத்திரத்தில், அவளது குண்டலினி உசுப்பப்பட்டு உள்ளமெல்லாம் பிரகாசித்தது, ஒரு ஜவாலையில் வீற்றது போல.

ஒளிக்க முடியவில்லை. குரல் எழுப்பிற்று. நான்கு பேர் கவனத்தைக் கவரும்படி குரல் எழுப்பிற்று. அவனுக்குக் கோபம் வந்தது. அதையும் மீறி அது குரல் எழுப்பியதுதான் ஆச்சரியம். ஒரு நாள் அவனது கோபம் கட்டுக்கடங்காமல் போயிற்று! குரலைக் காண்பிப்பியா? காண்பிப்பியா? உனக்கு இத்தனை திமிரா? அவள் என்ன செய்வது என்று தெரியாமல் பார்த்தாள். ஜராசந்தனுடன் போர் செய்யும் பீமன் போல் தெரிந்தான். அவன் அடிக்க அடிக்க அது செத்து செத்து திரும்பத் துளிர்த்தது. வானத்தை முட்டும் பீமனாய் அவன் நின்றான். சரக், சரக் - கிழியட்டும். ஜராசந்தன் மாதிரி - இரண்டாகத் தூக்கி வீசி எறிந்தான்.

அவள் விழி பிதுங்கிற்று. நாபியிலிருந்த ஒரு கேவல் எழுந்து தொண்டையை அடைத்தது. தேகம் முழுவதும் பற்றி எரிந்து பத்ரகாளியாக வீறு கொண்டு எழுந்தது. எல்லை மீறி ஆத்திரமும் கோபமும் எழ ரத்த நாளங்கள் எல்லாம் வெடித்து விடுவது போல முறுக்கிக் கொண்டன.

"என்ன பண்றேள்? எங் குழந்தை. எங் குழந்தை. சாகடிக்கிறேளா? எப்பேர்ப்பட்ட ராட்சசன் நீ. சண்டாளன் நீ மனுஷனா? மனுஷனா?"

கையில் கிடைத்ததை வைத்து அவன் முதுகை முகத்தை மண்டையைப் பதம் பார்த்தது நினைவுக்கு வந்தது.

"பத்ரகாளீ, பத்ரகாளீ! ராட்சஸி" திமுதிமுவென்று அக்கம் பக்கத்து ஜனங்கள் நுழைகிறார்கள். அந்தக் கொலைகாரனை எதுவும் சொல்லாமல் நிற்கிறார்கள்.

"பாருங்கோ பாருங்கோ." அவன் முதுகை, கன்னத்தை, மண்டையைக் காட்டுகிறான். அவளது கைகளை யாரோ கட்டுகிறார்கள். அவன் முதுகை அணைத்து சமாதானப் படுத்துகிறார்கள். குழந்தை என்ன ஆயிற்று என்று யாருக்கும் கவலையில்லை.

அவள் உள்ளங்கையால் முகத்தை மூடிக்கொண்டாள். கண்களிலிருந்து சரம் சரமாய் நீர் வழிந்தது. முடியலே முடியலே. என்னாலே இங்கே இருக்க முடியலே. அழைச்சுண்டு போயிருங்கோ. நா பண்ணது தப்பு. இனிமே ஒழுங்கா இருக்கேன். அதற்கு மேல் தாங்க முடியாது போல அவள் விசித்து விசித்து அழுதாள். அவன் முகமே மறந்துவிடும் போல் இருந்தது. அஞ்சுகத்தையும் சாந்தாவையும், கோகிலாவையும் மற்றவர்களையும் பார்க்க வீட்டிலிருந்து வருகிறார்கள். அவளுக்குத்தான் யாருமில்லை. அவன் வந்து எத்தனையோ மாதங்கள் ஆகிவிட்டன.

"நா வீட்டுக்குப் போறனே டாக்டர். எனக்கு ஒண்ணுமில்லே. நன்னா இருக்கேன். இப்ப என் வீட்டுக்காரரை வந்து கூட்டிப்போகச் சொல்லுங்கோ."

"இன்னும் கொஞ்ச நாள் போகட்டும்மா."

இன்னும் எத்தனை நாள்? எத்தனை நாள்? மூச்சு முட்டிற்று. நாள் முழுவதும் ஓலங்களும் சிரிப்புகளும் அழுகைகளும் சண்டைகளும் - "உனக்கு இன்னும் மனநிலை தெளியணும். மறுபடி வயலென்ட் ஆயிட்டீன்னா?"

மாட்டேன். மாட்டேன். என்னை நம்புங்கோ. அப்படியெல்லாம் நடந்துண்டதுக்கு வெட்கப்படறேன்.

"அவங்க பயப்படறாங்க. கூட்டிட்டுப் போக மாட்டேங்கறாங்க."

'ஓ' என்று அலற வேண்டும் போல் இருந்தது. முன்பெல்லாம் குழந்தையை அவனிடமிருந்து எப்படிப் பாதுகாப்பது என்று தீவிரமாக யோசித்தது போல இப்போது இங்கிருந்து எப்படித் தப்பிப்பது என்று தீவிரமாக யோசிக்க ஆரம்பித்தாள். எப்படித் தப்பிப்பது? பெரிய பெரிய பூட்டிய இரும்பு கேட்டுகள். காவல்காரர்கள். இரவில் தூக்கம்

வராமல் திட்டங்கள் தீட்டினாள். காலையில் தலையை வலித்தது. சாப்பிடப் பிடிக்காமல் வாந்தி வந்தது.

கண்டவர்களிடமெல்லாம் புலம்பத் தோன்றிற்று.

"அஞ்சலை, நா வீட்டுக்குப் போகணும். இங்க இருக்க முடியலே என்னாலே."

"மறுபடியும் அந்தப் புருஷன்கிட்டேயா?"

"பின்னே யார்கிட்ட? எத்தனை புருஷன் இருக்கான் எனக்கு?"

"புடிக்காத புருஷன்கிட்ட போயி என்ன செய்யப் போறதாயீ. அவன் மறுபடி இங்க அனுப்புவான்."

"மாட்டார். நா ஒழுங்கா இருப்பேன். சொன்னபடி கேட்பேன். வாயைத் திறக்க மாட்டேன். அவருக்குப் புடிச்ச சமையலை சமைச்சுப் போடுவேன். மல்லிகைப் பூ மாதிரி இட்டிலி பண்ணத் தெரியும் எனக்கு."

அஞ்சலை இடுப்பில் கையை வைத்துக் கொண்டாள், ராணி மங்கம்மா மாதிரி. பிறகு அக்கம்பக்கம் பார்த்து மெல்லச் சொன்னாள். "நீ வெளியிலே போறதுக்கு நா உதவி செய்யறேன். ஆனா மறுபடி அந்த ஆள்கிட்ட போய் சாவாத."

"வேற எங்க போவட்டும்? பிறந்த வீட்டிலே யாரும் இல்லே. என் படிப்புக்கு யார் வேலை குடுப்பா?"

"மல்லிப்பூ மாதிரி இட்டிலி பண்ணுவே இல்லே?"

அவளுக்குத் தலையைப் பிய்த்துக் கொள்ள வேண்டும் போல் இருந்தது. வேண்டாம் வேண்டாம். அவர்கிட்டயே போயிடறேன். அடிச்சாலும், உதைச்சாலும் அவர் யாரு? எம் புருஷன் தானே? அவர் எதிர்பார்க்கிறபடி நா நடந்துக்கலேன்னா அவருக்குக் கோபம் வரத்தானே வரும்? போக்கெடமில்லாத எனக்குப் பவிசென்ன வேண்டிக்கிடக்கு? அவர் வந்தால் இதைத் தெரிவிக்கணும். இரவு முழுவதும் அவள் புலம்பினாள்.

எற்றைக்கும் ஏழேழ் பிறவிக்கும் உன் தன்னோடு
உற்றோமே யாவோம்; உனக்கே நாம் ஆட்செய்வோம்.
மற்றை நம்காமங்கள் மாற்றேலோ ரெம்பாவாய்.

சதா சர்வகாலமும் வாய் முணுமுணுத்தது. மற்றை நம்காமங்கள் மாற்றேலோ ரெம்பாவாய். அவன் டாக்டரின் பார்வையைத் தவிர்த்தபடி சங்கடத்துடன் அமர்ந்திருந்தான்.

"என்ன நீங்க, மாசத்துக்கு ஒரு தடவையாவது ஜனனியைப் பார்க்க வரவேண்டாமா?"

“எனக்கு டூர் போகற வேலை டாக்டர். ஒழுங்கா பணம் அனுப்பறேனே?”

“எங்களுக்கு அனுப்பறீங்க. அவ சமாதானத்துக்கு நீங்க வரணும்.”

“எனக்கு சங்கடமாயிருக்கு. பழசெல்லாம் ஞாபகம் வருது. நானும் நிறைய கஷ்டப்பட்டுட்டேன் டாக்டர். எனக்கும் ஏமாற்றங்கள் இருக்கு.”

டாக்டர் அனுதாபத்துடன் அவனைப் பார்த்தாள்.

“குழந்தை செத்துடுச்சா?”

“குழந்தையா? இல்லையே?”

“ஜனனி அடிக்கடி சொல்லுவா. குழந்தை செத்திடுச்சின்னு.”

அவன் சிரித்தான்.

“குழந்தையே பிறக்கலே. குழந்தையில்லேன்னு எனக்கு ஏமாற்றம்கூட. அவ மூளைக் கலக்கத்திலே என்னவோ சொல்லுவா. குற்ற உணர்வோ என்னவோ.” டாக்டர் ஏதோ சொல்ல நினைத்து பேசாமல் இருந்தாள்.

“இப்ப எப்படி இருக்கா?”

“நல்ல இம்ப்ரூவ்மென்ட் இருக்கு. வீட்டுக்குப் போகணும்ங்கறா.”

“வேண்டாம், வேண்டாம். குழந்தை, கோட்டான்னு சொல்றாங்கறீங்க. நல்லா குணமான பிறகு வரட்டும். ஒரு வருஷம் ஆனாலும் ஆகட்டும்.”

டாக்டருக்குச் சோர்வாக இருந்தது. எத்தனையோ பேரைப் பார்த்தாயிற்று. ஒரு வருஷம் என்கிற கணக்கைக் கேட்டாயிற்று. விவாகரத்துக்குச் சுலபம் என்ற மனக்கணக்கு.

“ஜனனியைப் பார்த்துட்டுப் போங்க.”

“சரி.”

அவன் சங்கடத்துடன் அமர்ந்திருப்பது தெரிந்தது. அவனது சங்கடத்துக்குக் காரணம் நான் என்ற குற்ற உணர்வு ஏற்பட்டது. “வாங்கோ” என்றாள் புன்னகையுடன். வீட்டுக்கு வந்த விருந்தாளியை வரவேற்பது போல.

“நா இப்போ நன்னா ஆயிட்டேன். பார்த்தா தெரியற தோல்லியோ?”

அவன் அவளுடைய காய்ந்த முகத்தை, குழி விழுந்த அருளற்ற கண்களை, பிசுக்குப் பிடித்த ஜடையை, கசங்கிய புடவையை லேசான அருவெருப்புடன் பார்த்தான்.

“என்னை வீட்டுக்கு அழைச்சிண்டு போயிடுங்கோ போறேளா?”

அவளுடைய கண்களில் தெரிந்த தீவிரம் அவனுக்கு பீதி அளித்தது.

"இப்ப வேண்டாம். நன்னா தேவலையாகட்டும்."

"எனக்கு நன்னா தேவலையாயிடுத்து." அவள் சரேலென்று அவன் அருகில் சென்று அவனுடைய தோளைப் பற்றினாள்.

"நீங்க சொன்னபடியெல்லாம் கேக்கறேன்" அவள் விசும்ப ஆரம்பித்தாள். "சத்தியமா உங்க இஷ்டத்துக்கு விரோதமா நடக்க மாட்டேன். சத்தியமா கவிதை எழுதமாட்டேன் - என்னை அழைச்சிண்டு போயிடுங்கோ ப்ளீஸ் - எனக்கு வேற போக்கிடமில்லே."

தோளைப் பிடித்து உலுக்கிய அந்த இரும்புக் கரங்களை அவன் திகைப்புடன் பார்த்தான். இவளுடன் எப்படி இரண்டு ஆண்டுகள் குடும்பம் நடத்தினோம் என்று வியப்பேற்பட்டது. வெடுக்கென்று அவள் கையை விலக்கினான். "நா செத்துப் போயிட்டேன்னு நினைச்சுக்கோ. நா உன்னை டைவோர்ஸ் பண்ணிட்டேன்னு நினைச்சுக்கோ" என்றான் அடிக்குரலில்.

அவளுக்குச் சுறுசுறுவென்று கோபம் வந்தது.

"ஏன், ஏன்? நா ஏன் அப்படி நினைக்கணும்? நீங்க என்னை ஏமாத்தறேள். என்னை இங்கே உயிரோடு குழி வெட்டப் பார்க்கறேளா? அதுதான் ப்ளானா?"

"டாக்டர், டாக்டர்! ஷி இஸ் டர்னிங் வயலெண்ட் - டாக்டர் ஹெல்ப்!" அவனுடைய அலறலைக் கேட்டு நர்சுகள் ஓடி வந்து, அவளை விலக்கி உள்ளே அழைத்துக் கொண்டு போனார்கள். அவள் 'வேண்டாம் வேண்டாம்' என்று அழ அழ, 'தூங்கு' என்று ஊசி போட்டார்கள்.

அவள் கண் விழித்தபோது இன்னும் இருட்டாகவே இருந்தது. எங்கே இருக்கிறோம் என்று புரியவில்லை. வீட்டில் படுக்கையறையில் அவனருகில் படுத்திருப்பது போல ஒரு வினாடி தோன்றிற்று. எங்கோ அழுகுரல் கேட்டது. தொடர்ந்து சிரிப்பு. அவள் விடுக்கென்று எழுந்து சுற்று முற்றும் பார்த்தாள். மூலைக்கொருவராகப் போர்வை போர்த்திய உருவங்கள். விழிக்கும் நேரத்தில் பைசாசங்களாக உலவும் உடல்கள். ஆன்மாவைப் புதர்களில் தொலைத்து விட்ட அப்பாவிகள். எல்லாரையும் கட்டித்தழுவிக் கண்ணீரால் கரைய வேண்டும் என்ற தாபம் அவளுள் எழுந்தது.

"நா விவாகரத்து செய்துட்டதா நினைச்சுக்கோ. நா செத்துட்டதா நினைச்சுக்கோ."

அவளுக்குச் சிரிப்பு வந்தது. புருஷன் விஷத்தை அனுப்பிய போது மீரா சிரித்த ஞாபகம் வந்தது. மீராவைக் கண்ணன் காப்பாற்ற

வந்ததுபோல இப்பொழுது யாரும் வரப் போவதில்லை. அவள் எழுந்தாள். ஆச்சரியமாக இருட்டில் கண் தெரிந்தது. பாட்டியின் ஞாபகம் வந்தது. பாட்டி இருட்டில் அறை அறையாக நகர்ந்தது போல அவள் சுலபமாக நடந்து வெளியே வந்தாள். பால் பாத்திரங்களைக் கொண்டு வரும் டெம்போ வெளியே நின்றிருந்தது. டிரைவர் வாட்ச்மேனைச் சத்தம் போட்டு எழுப்பினான். டெம்போ உள்ளே நுழைவதற்காக இரும்பு கேட் திறக்கப்பட்டது. தூங்கி வழியும் வாட்ச்மேன் கண்ணில் படாமல் அவள் பதுங்கிப் பதுங்கி வெளியேறினாள். மார்பு படபடத்தது. தார் ரோட்டில் வெறும் காலுடன் வேக வேகமாக நடப்பது நூதன அனுபவமாக இருந்தது. காற்றில் இருந்த மண்ணின் மணம் நாடி நரம்பையெல்லாம் உசுப்பி மீட்டிவிட்டது. கீழ்வானத்தில் நெருப்புப் பொறி போல செவ்வொளி லேசாகப் படரத் துவங்கும் போது வானம் மிக அருகில் நெருங்கிவிட்டது போலிருந்தது. பறவைகளும் வானமும், மரமும் காற்றும், நட்சத்திரமும் கவிதைக் குழந்தைகளும், அவளும் ஏதோ ஒரு விதியின் உந்துதலில் இசைவுடன் பயணிப்பது போலிருந்தது.

லதா உதயன்

லதா உதயன் இலங்கையில் யாழ் மாவட்டம் வடமராட்சியில் உள்ள சுப்பர்மடம் என்ற கிராமத்தில் பிறந்தவர். தற்போது புலம்பெயர்ந்து சுவிட்சர்லாந்தில் கணவர் மற்றும் மகனுடன் வாழ்ந்து வருகிறார். இவரது கணவரும் ஓர் எழுத்தாளர். அவர் பெயர் குடத்தளை உதயன். லதா சிறு வயதிலிருந்தே கவிதை எழுதுவதில் அதிக ஈடுபாடு கொண்டிருந்தார். புலம்பெயர் பத்திரிகைகளிலும் வானொலி நிகழ்வுகளிலும் இவரது கவிதைகள் வெளிவந்துள்ளன. “மரணத்துள் வாழ்வு “ என்ற சிறுகதை ஈழமுரசு பத்திரிகை நடத்திய சிறுகதைப் போட்டியில் பரிசு பெற்றது. ஈழமுரசு, எரிமலை, விளக்கு ஆகிய பத்திரிகைகளில் இவரது கதைகள் வெளிவந்துள்ளன. இவரது முதல் சிறுகதைத் தொகுதி “ஒரு நதியின் தேடல்” என்பதாகும். “உன்னைச் சரணடைந்தேன்” என்ற நாவலையும் எழுதியுள்ளார் .இயல்பான எழுத்து நடையும், தகுந்த சொல் எடுத்தாளு கையும் ,தேவையற்ற விவரணை தவிர்ப்பும் இவரது தனித் தன்மைகள். இவர் தன் கதைகளில் பெண்களின் அடிப்படை உணர்வுகளுக்கு முன்னுரிமை வழங்கி உள்ளார். புலம்பெயர் மண்ணில் ஏற்படும் அவலங்களையும் கதைகளாக்கியுள்ளார். மனிதநேய உணர்வுகளுக்கு இவர், தம் எழுத்தின் மூலம் அங்கீகாரம் தந்துள்ளார்.

கதைக்குள் புகுமுன்

கணவன்—மனைவிக்குள் தாம்பத்தியம் பரஸ்பரம் அன்பையும் நம்பிக்கையும் தருவதாக அமைதல் வேண்டும். தன் மண்ணை, மக்களை உறவை, பெற்றோரை, உடன்பிறப்புகளைவிட்டு விட்டு, தாலி கட்டியவனை நம்பி அயல் நாட்டிற்கு வரும் பெண், அவன் அன்பு, இழந்த உறவுகளுக்கு மேலாக அமையும் என்ற நம்புகின்றாள்.. ஆனால் நம்பி வந்தவனோ, ஆசையாக அணைக்கும் போது ஒரு நிறமும், அதிகாரம் காட்டும்போது மற்றொரு நிறமும் காட்டும் போது, அவள் திகைத்து நிற்கிறாள். சுயசிந்தனையும், சுய கவுரவமும் உடைய சுதா என்ற அப்பெண், கணவனின் அதிகாரத்திற்கும் அடக்குமுறைக்கும் வளைந்து கொடுக்க விரும்பவில்லை. மற்றவர்கள் முன் கோழையாகி கண்ணீர் விட மனமின்றி, கணவனால் வரும் பிரச்சினையை எதிர்கொள்ள துணிகிறாள். குழந்தை பிறந்த பிறகும் மாறாத அவனை, வெறுக்காமல் பொறுத்துக் கொள்கிறாள். தன் ஊரில் பழகிய தன் தமையனின் கூட்டாளியான குணா, தன் மீதான காதலைத் தெரிவித்தபோது உறுதியாகத்தான் அவன்பால் காதல்வயப்படவில்லை என்பதை எடுத்துரைத்து, அவன் மீதான அன்பு நட்பின் பாற்பட்டது என உறுதிப்படுத்தியவள் சுதா. அவனைப் புலம்பெயர்ந்த

நாட்டில், ஐந்து வருடத்திற்குப் பின் சந்தித்தபோது, அவனிடம் தன் பிரச்சினையை இனம் காட்டிக்கொள்ள விரும்பவில்லை. கணவன் வெள்ளைக்கார பெண்ணுடன் உறவு வைத்திருப்பதைப் பார்த்தவுடன் மனம் வெறுத்த சுதா, அவனிடம் அது பற்றி வினவும் போது, "நான் ஆம்பளை. என்னமோ செய்வேன். நீ நல்ல பொம்பளை மாதிரி கதைக்கப் பழகு.....' எனக் கூறி அடிக்க கை ஓங்குகின்றான். அப்பொழுது, சுதா ஒரு முடிவுக்கு வந்தவளாய், அவன் வாங்கித் தந்த நகைகள். பொருட்கள் மற்றும் அவன் கட்டிய தாலிக்கொடி எல்லாவற்றையும் கழற்றிக்கொடுத்து விட்டுப் பிரிந்து வருகிறாள். தன்னைக் குழந்தையுடன் ஆதரிக்க முன் வரும் குணாவிடம் தங்கள் நட்பை மட்டும் உறுதிப்படுத்திக் கொண்ட அவள், தனியாக, சுதந்திரமாக, தன்னை யாரிடமும் இழக்காமல், தன் பிள்ளையோடு வாழ துணிந்த முடிவைக் கூறுகிறாள். எந்த ஒரு பெண்ணும் ஆண் சார்பு இல்லாமல் வாழமுடியும். தைரியமும், இந்த ஆணாதிக்க உலகை எதிர்கொள்ளும் மனப்பக்குவமும் இருந்தால், வலியோடு வாழ்வதைவிட, வலிமையோடு வாழ முடியும் என்பதை இக்கதை உணர்த்தி நிற்கிறது.

6

ஒரு நதியின் தேடல்

லதா உதயன்

'சூரிச் புகையிரத நிலையம் சனக்கூட்டத்தில் அலைமோதியது. கபே குடிக்கப்போன கணவன் ரமேசைக் கண்களால் தேடிப்பார்த்தபடி, ஜக்கற் பட்டன்களை இறுக்கிப் பூட்டி, விறைக்கும் கைகளை ஜக்கற் பொக்கற்றினுள் திணித்தாள் சுதா. முகத்தில் ஊசியாகக்குத்தியது குளிர்.

ரமேசு எப்பவுமே இப்படித்தான். இவள் காத்திருப்பதைப் பொருட்படுத்துவதே இல்லை.

தனிய நிற்க விசராக இருந்தது. இந்த ரெயிலும் போய்விட்டது. இனி ஒருமணி தியாலத்திற்குப் பிறகுதான் அடுத்த ரெயில். வீட்டைப் போய்ச் சேர நடுச்சாமம் ஆகும். விடிய வேலைக்குப் போக எழும்பவேண்டும். ரமேசுக்கென்ன? நாளைக்கு லீவு.

வயிற்றுப்பக்கத்தை இன்னும் கவனமாக ஜக்கற்றால் மூடினாள். மூன்று மாதந்தான் ஆனாலும் தன் சின்ன உயிருக்குக் குளிர் தாக்குமோ என அஞ்சினாள். வாய் கசந்தது. இனித் தலைச்சுத்தல் வந்தால் பிரச்சனை என்று, பக்கத்திலுள்ள இருக்கையில் மெல்ல அமர்ந்தாள்.

புத்தகம் வாசித்துக் கொண்டிருந்த பெண் இவளைப் பார்த்து சிநேகமாகப் புன்னகைத்தாள். மூச்சை ஆழமாக இழுத்து, வெளியே விட உடல் உபாதை குறைவாக இருந்தது.

வீட்டில் நின்றிருந்தால் கொஞ்சம் ஓய்வாகப் படுத்திருக்கலாம். வளர்ப்பு நாயைக் கூட்டிச் செல்வது போல், போகுமிடமெல்லாம் இவளை இருத்தி வைத்து விட்டு எல்லோருடனும் அளந்து கொண்டிருப்பான் ரமேசு.

இன்டைக்கும் கபே குடிக்கப்போன இடத்தில் யார் மாட்டுப்பட்டார்களோ? விட்ட பெருமூச்சு குளிருக்குப் புகையாக வெளியேறியது.

வாழ்க்கை நின்ற இடத்திலேயே நிலைதடுமாறி நிற்கின்றது. எவ்வளவு காலத்திற்குத் தாக்குப்பிடிக்குமோ தெரியவில்லை?

கடந்துபோன கனவுகளில் தொங்கிக் கொண்டும், எதிர்காலக்கனவுகளில் தாவிக்கொண்டும், இவளின் நிகழ்காலக் கனவுகள் படுக்கையறையிலும் சமையலறையிலும் மூச்சு முட்டிச் செத்துப் போகின்றன.

இவளின் கனவுக்குப் பின்னால் அவன் ஓடிவர வேண்டாம். அவனின் கனவுகளுக்குப் பின்னே இவள் ஓடிவந்தாலும், தடக்கி, முகக்குப்புற விழுத்தி அவமானப்படுத்துகிறான்.

இவளாகப் போய்க்கதைத்தால் குற்றமும் சந்தேகமும் கண்டுபிடித்துக் கொழுவுவான். கதைக்காவிட்டால் "திமிர்" என்ற பட்டம் தருவான்.

இருமனம் புரிந்துகொண்டு வாழும் வாழ்க்கை இழுபட்டு அந்தரத்தில் தொய்கின்றது. அடங்கிப் போகும் வெறும் உணர்ச்சிகளுக்கு அவன் கொடுக்கும் மரியாதை, உண்மையான உணர்வுகளுக்கு அவன் கொடுப்பதில்லை. ஆசையாக அணைக்கும்போது ஒரு நிறமும், அதிகாரம் காட்டும்போது ஒரு நிறமும் காட்டும், இவனின் நிறம் எப்போது மாறும்? என்று இவளுக்கெப்படித் தெரியும்.

நல்ல மனுசனாக வாழவேண்டாம். மிகச் சாதாரண மனுசனாகக் கூட இவளுடன் வாழத் தெரியவில்லையே?

தனக்குப் பிடித்த பாட்டு, படம், புத்தகம் எல்லாம் இவளும் ரசிக்க வேண்டும். கட்டாயப்படுத்தித் திணித்து ரசிக்கவைக்க, என்றைக்கோ குமட்டிக்கொண்டு வெளிவந்து சண்டையில் முடியும்.

இனிய குடும்பத்தில் ஒத்துப் போகவும், விட்டுக் கொடுக்கவும் எவ்வளவோ எல்லாம் இருக்க, அற்ப விசயங்களுக்கு மல்லுக்கு நிற்பான்.

வளைந்து கொடுத்துக் கொடுத்து அப்படியே முறிந்து போக இவள் என்ன மூங்கிலா? மிகச் சாதாரண பெண்.

வயிற்றில் வளரும் குழந்தை, கொஞ்சமாவது இவனை மாற்றும் என்று நம்பினாள். அதிலும் பயனில்லை. தெரிந்தவுடன் முகத்தில் கொஞ்சம் ஒளிதட்டியது. அவ்வளவுதான்.

சோர்ந்து போய்ப்படுத்தால் "எங்கடை ஆக்களுக்குத் தான் இந்த நடிப்பு! வெள்ளைக்காறியள் கம்பு மாதிரி வேலை செய்து கொண்டு பெத்துப் போடுவார்கள்" என்று குதர்க்கம் கதைத்தான்.

பாசப் பெருக்கில் வந்து கதைத்த அம்மாவுக்கு எதைச் சொல்வது? இவன் முன்னால் கோழையாகிக் கண்ணீர்விடவும் மனமின்றி ஒரு பிரச்சனையுமில்லை என்று சமாளித்தாள்.

இந்த நாட்டிலேயே இருக்கும் அக்கா, அண்ணாக்களுக்கும் ஒன்றும் சொல்வதில்லை. "என் வாழ்க்கையை நான்தான் வாழ வேண்டும்.

யாரின் தோளிலும் சுமையேற்றி என்ன செய்வது? சுமக்க முடியும் வரை நானே சுமப்பேன்" என்ற வைராக்கியம் இவளின் சின்ன வயதிலிருந்தே மனதில் ஊறிப்போனது.

கட்டி அணைத்தபடி ஒரு ஜோடி இவளைக் கடந்து போனது. அவர்கள் காதலர்களாக இருக்கலாம். தங்கள் வாழ்க்கையைச் சுதந்திரமாக வாழ்கின்றார்கள். யாரும் கட்டிப்போடவில்லை.

நித்திரை வருமாப்போல் இருந்தது. இன்னும் ரமேசைக் காணவில்லை. எழும்பிக் கொஞ்சதூரம் நடந்தாள். கண்கள் சிறிது உற்சாகமடைந்தன.

எதிர்க்கடையிலிருந்து ஒரு தமிழ்ப்பொடியன் தன்னையே உற்றுப்பார்த்துக் கொண்டிருப்பதாகத் தோன்றியது. இவள் நன்றாக நிமிர்ந்து, நேராக அவனைப் பார்த்தாள். எங்கேயோ நன்றாகப் பழகிய முகமாகத் தெரிந்தது.

சில விநாடிகளின் பின் மனம், சந்தோஷத்தில் கூக்குரலிட்டது. ஆம் அவன் குணாதான்.

கைநிறைய மல்லிகைப் பூக்களை அள்ளி, வாசம் பார்த்ததுபோல் மனசு திடீரென்று மணந்தது. கண் எட்டும் தூரத்தில், மனம் தொட்டுப் போன நல்ல நட்பு. காய்ந்து வரண்டு போன நிலத்தில் 'சோ' என்ற மழைத்தூறல் கொட்டியது போல், மனசு சிலிர்த்துக் குளிர்ந்தது.

எட்டி விரைவாக அவனை நோக்கி, இவளும் நடக்க அவனும் அருகில் வந்துவிட்டான். புன்னகை அங்கு தோற்றுப் போய், இருவரும் கண்களுக்குள் பாய்ந்து தங்களைத் தேடி விசாரித்தார்கள்.

தவிப்பை அடக்க, கீழ் உதட்டை இறுக்கிப் பற்களால் அழுத்தி, கலங்கும் கண்களை அக்கம் பக்கம் திருப்பி அலையவிட்டாள்.

"எப்பிடியிருக்கிறிர் சுதா?" குணாவின் கனிவான குரல் இவளை உடையப்பண்ணும் போல் இருந்தது.

"நான் நல்லா இருக்கிறன்... நீங்கள்?" அவன் கண்களைப் பார்க்க முடியாமல் தடுமாறினான்.

அவளின் கேள்விக்குப் பதில் சொல்லாது, அவளை உற்றுப்பார்த்தான் குணா. ஜக்கற் போட்டிருந்தாலும் மெலிந்திருப்பது தெரிந்தது. அவளின் துடிப்பான கண்கள் ஓய்ந்து போய்க்கிடந்தன. அவளைக் கண்ட சந்தோஷத்தை விட, அவளின் இந்தக் கோலம்தான் நெஞ்சை வலியாக அழுத்தியது.

ஐந்து வருடப்பிரிவு எவ்வளவோ கதைக்க வேண்டும் போலிருந்தது. ஆனால் முடியாமல் இருவருமே கொஞ்ச நேரம் திண்டாடினார்கள்.

"அவர் எங்கை? அண்ணா அக்காக்கள் எப்படியிருக்கினம்?" கதை

திசைமாற, பொதுவாகக் கதைக்க முடிந்தது. சில இடங்களில் நொண்டி விழுந்தும் இடறியது.

ரமேசு சிவந்த கண்களுடன் வந்தான். அவன் கபே குடிக்கவில்லை என்று தெரிந்து, பயத்துடன் குணாவை அவனுக்குச் சுதா அறிமுகப்படுத்தினாள்.

வேண்டா வெறுப்பாகக் குணாவுடன், கதைத்தவனின் பார்வை சரியில்லை. புரிந்துகொண்ட குணா "என்ரை ரெயின் வந்திட்டுது" என்று போய்விட்டான். அவனின் டெலிபோன் நம்பரை ஜக்கற் பொக்கற்றில், பத்திரமாக வைத்தாள் சுதா.

ரெயினில் மூலை இருக்கையில் அமர்ந்திருந்த குணாவுக்கு, சுதாவைச் சுற்றியே நினைவுகள் பறந்தன. சிட்டுக்குருவிபோல் திரிந்த சுதாவிற்கு இப்பிடியொரு புருஷன்? கலங்கும் கண்களை வெளிக்காட்சிகளில் நிறுத்தினான்.

மலைகளும், மேகங்களும் தட்டுத்தடுமாறி உருண்டு போயின. அவன் நினைவுகளும் வழுக்கி கண்களில் விழுந்தன.

ஊரில் "றொன்சன்" சயிக்கிளில் நீளமான தலைமயிரை வரிந்து இழுத்து இரட்டைப்பின்னல் ஆக்கி, எரிக்கும் வெயிலென்ன, கொட்டும் மழையென்ன தப்பாமல் பள்ளிக்கூடம், டியூசன் என்று போவதைக்கண்டு கிண்டலடிப்பான். அவள் எல்லாவற்றையும் அளவான சிரிப்புடன் ஏற்பாள்.

நூறு குடும்பங்களுக்கும் குறைவாகக் கொண்ட அந்த ஊரில், "மடத்தடிப் பிள்ளையார் கோயில்" தான் நடுவில் இருக்கின்றது. சரியான சின்னக்கோயில் வெள்ளிகிழமைகளில் மட்டும் விசேட பூசை நடக்கும்.

பக்திப்பரவசம் சொட்ட இவளும் தாயுடன் வருவாள். பெரிய பெட்டையன் வருவது குறைவு. ஆனால் இவள் வித்தியாசமானவள். அவளிடமிருந்து கிடைக்கும் சிநேகமான புன்னகைக்காகத்தான் இவன் கோயிலுக்கே போறவன். தமயனும் இவனும் கூட்டாளிகள் என்ற படியால், யாருமே அவர்களின் சிரிப்பை வேறுமாதிரி பார்க்கவில்லை.

நவராத்திரி நாட்களில் நாலைந்து குடும்பங்களாகச் சேர்ந்து, ஒவ்வொரு பூசையாகச் செய்வார்கள். அந்த நேரங்களில் இவள் நீளமான தலைமயிரை முழுகி விரித்து, ஒற்றையாக கட்டிக்கொண்டு கோயிலுக்கு வருவாள். இவன் கண்கள் பார்க்கப் பார்க்க அடங்காது. தெய்வீகக்கோலம் சுடராக அவளில் தெரியும்.

தமயனும் இவனும் 'காரைக்கால் அம்மையார்' என்று நக்கல் அடிப்பார்கள். பத்தாம் நாள் 'வாழை வெட்டுப்பூசை' நடக்கும்.

இரண்டு, மூன்று பேருக்காவது சாமிவந்து பயங்கரமாக ஆடி, பத்திமுத்திய ஆட்களைப் பிடித்து ஏதும் சொல்வார்கள். அந்த நேரங்களில் இவளைக் காணக் கிடைக்காது. பயத்துடன் வேலிப்பக்கம் பதுங்கியிருப்பவளைப் பார்க்க, இவனுக்குச் சிரிப்பு வரும்.

தன்னையறியாமல் இவள்மேல் வளர்ந்த காதலை தானே உணர்ந்து, அதிர்ந்த சம்பவம், இன்றும் பசுமையாக நினைவில் இருக்கின்றது.

தன்னுடன் படிக்கும் ஓடக்கரைப் பொடியன் இவளை ஒருமாதிரிப் பார்க்க, இவனுக்கு எரிச்சல் வந்து போகும். ஒருநாள் நேரடியாகவே "உங்கடை ஊர்ப்பெட்டைதான் ஒருக்கால் விருப்பம் கேட்டுச் சொல்லன்" என்றான்.

மீசை அரும்பிய அந்தப் பதினெட்டு வயதில், அடக்கத் தெரியாத கோபத்தால், அவன் சேட்டைப் பிடித்து "அவளை நான் விரும்பிறன்... இனி இப்பிடிக் கதைக்காதை" என்று உலுப்பினான். கள்ளமில்லா இளநெஞ்சின் தவிப்பு வார்த்தைகளில் வடிந்து வெடித்தது.

"நீ விரும்பிறது தெரிஞ்சிருந்தால் மச்சான், நான் கேட்டிருக்க மாட்டன்" என்று மன்னிப்புக் கேட்டு மறந்தான் நண்பன்.

அந்த நிமிடம்வரை தனக்குள் புதைண்டு கிடந்த காதல், தனக்கே தெரியாமல் வெளிப்பட்டதை நினைத்து அதிர்ச்சியடைந்தான்.

இதை எப்படிச் சொல்வது?

தனக்கென்று வேலிகளைப் போட்டு, பார்ப்பவர்களின் உணர்வுகளைத் தடுத்துப்போடும், அவளின் நேரான பார்வைக்கு முன்னால, இவனின் காதல் பின்வாங்கிச் சென்ற நேரங்கள்தான் அதிகம்.

பார்வையில் வெட்கத்தைக் காட்டுபவளிடமும், கவனிக்காமல் கவனித்துச் செல்பவளிடமும் என்றால், துணிவாகக் காதலைச் சொல்லலாம்...!

ஆனால் இவள்?

கண்களை ஊடுருவும் நட்பான பார்வை, பதினாறு வயதுக்கு மீறிய தெளிவு, எல்லாவற்றையும் விட, "குணா அண்ணா" என்று வார்த்தைகளால் அவனை அடிப்பாள்.

அவள் உள்ளத்திலுள்ளதை யார்மூலமாவது அறியலாம் என்றால், தன்காதல் கொச்சைப்படுத்தப்படும் என்று அஞ்சினான். அவள் தன்மீது கொண்டிரந்த மரியாதை மதிப்பு அடித்துச் செல்லப்படக்கூடாது என்பதில் மிகக் கவனமாக இருந்தான்.

அவளுக்கு ஓ/எல் பரீட்சை அருகில்வர, இவன் அவள் பார்வைக்குத்

தள்ளிநின்றான். அவளின் படிப்பில் தாயைப் போன்ற அக்கறை இவனிடம் எப்போதுமே இருக்கும்.

ஆனால் அவளே வலியவந்து ஓ/எல் பாஸ் பேப்பர் யாரிடமாவது வாங்கித்தரும்படி கேட்டாள். அதை வரம் போல் நினைத்து, வாங்கிக்கொடுத்து சில கடினமான கேள்விகளையும் விளங்கப்படுத்தி உதவி செய்தான்.

அவளிடமிருந்து நன்றியான பார்வைதான் கிடைத்தது. வேறு ஒன்றும் அறியமுடியவில்லை. அவள் உள்ளம் புரியாமல், செய்வதும் தெரியாது, வளரும் காதலைத் தடுக்கவும் தெரியாமல் துவண்டான்.

"குணா அண்ணா... கொஞ்சநாளா உங்கடை முகம் சரியில்லை.... என்ன பிரச்சனை? என்னண்டை சொல்லக் கூடாதோ?" என்று நட்பின் உரிமையுடன் கேட்பவளிடம் "நீதான் காரணம்!" என்று எப்படிச் சொல்வது? முடியாமல் ஏதோ சொல்லிச் சமாளித்தான்.

தன் உள்ளத்தை அரும்பாடுபட்டு மறைத்து, இவன் விலகி நின்றாலும், அவனை மீறிப் பல நிகழ்ச்சிகள், அவளின் அன்பைத் தெரிந்து கொள்ள நடந்தன.

வடமராட்சியைக் குண்டுவீச்சு விமானங்கள் அடிக்கடி ஆக்கிரமித்த ஒரு மத்தியான வேளையில், இவன் சயன்ஸ் சென்ரர் ரியூசனில் இருந்தான். எதிர்பாராத விதமாக இரு குண்டுகள் ரியூசனுக்கு அருகே வீசப்பட்டன. வெறும் கட்டிடங்களும், பெரியமரமொன்றும் சிதறிப் போயின. சிலருக்கு சிறுகாயங்கள் மட்டுந்தான். பெரிய உயிர்ச்சேதம் ஒன்றுமில்லை. அத்துடன் ரியூசனும் கலைக்கப்பட்டது. இவன் றோட்டில் நின்று, சேதங்களைப் பார்வையிட்டு, வம்பளந்துவிட்டு வீட்டுக்கு வர நேரமாகிவிட்டது.

வீட்டு வாசலில் அம்மா, அக்காக்கள் இவனை எதிர்பார்த்து, கண்கலங்கிக் கொண்டிருந்தனர். சயிக்கிளை விட்டு இறங்கியதும், எல்லோரிடமும் சரமாரியாக திட்டுகள் வாங்கினான். தனது ரியூசனுக்குக் கிட்ட குண்டு போட்டமையால்தான் எல்லோரும் கலங்கிப் போயிருக்கின்றார்கள், தான் பிந்தி வந்தது தனது பிழை தான் என்று, உணர்ந்து வருந்தினான்.

உள்வாசலுக்குள் போக கால் எடுத்துவைக்கும் போது, கொய்யாமரத்துடன் சாய்ந்து நின்ற சுதா தென்பட்டாள். "உங்களுக்கு என்ன நடந்ததோ எண்டு நாங்கள் எல்லாரும் பயந்துபோட்டம்! இனிமேல் இப்பிடியான நேரத்திலை சுத்தாமல் பொறுப்பா இருங்கோ குணா அண்ணா" என்று கலங்கும் விழிகளுடன் தன் பங்குக்கு அதட்டிவிட்டுப் போனாள்.

அந்தக் கலங்கிய விழிகளில் தெரிந்தது சாதாரண பாசமா அல்லது காதலா என்று இனம் புரியாது, கொஞ்ச நாட்கள் நித்திரையைத் தொலைத்தான்.

இன்னொருநாள் பின்னேரப் பொழுதொன்றில் சுதாவின் வீட்டில் இவன், தமயன், அக்காமார் என்று கனக்க ஆட்கள் கும்பலாக ஆடிக்கூழ் குடித்துக் கொண்டிருந்தார்கள். றேடியோவில் மாலைத் தென்றலுக்கு இதமாக, நல்ல இனிமையான பாடல்கள் போய்க் கொண்டிருந்தன.

குறிப்பிட்ட ஒரு பாடல் வந்ததும், சுதா றேடியோவின் சத்தத்தைக் கூட்டிவைத்துவிட்டு "இது குணா அண்ணான்ரை அபிமானப்பாடல்" என்று எல்லோருக்கும் சொல்லிவிட்டு, தானும் சேர்ந்து ரசித்துக் கேட்டாள். இவனின் வாயில் அந்தப் பாடல் அடிக்கடி முணுமுணுக்கப்படுவதை, அவள் கன தடவைகள் கண்டிருக்கிறாள்.

பாடல் முடிந்ததும் "இந்தப் பாட்டு இப்ப வந்த பாட்டுக்களுக்கை நல்லாயிருக்கு! கொஞ்சநேரம் நிண்டு கேக்க வைக்குது! கேக்க மனசெல்லாம் கரைஞ்சு போறது போல இருக்கு" என்று பொதுவாகச் சொன்னாள் சுதா.

தனக்குப்பிடித்த பாடலை அவளும் விரும்புவதால், தன்னையும் விரும்புகின்றாளோ? என்று கொஞ்சநாளாக எண்ணிக் குழம்பித் தவித்தான்.

அதன்பிறகு கொஞ்ச காலங்கள், அவனால் காதலைச் சொல்லமுடியாமல் நாட்டுப் போர்ச்சூழல் தடுத்தது.

ரெயின் ஏதோவொரு தரிப்பிடத்தில் நிற்க, நினைவு கலைந்து வெளியே பார்த்தான். அவனிடம் இடம் இன்னமும் வந்து சேரவில்லை.

சுதா இப்போது வீட்டுக்குப் போய்ச் சேர்ந்திருப்பாள். ரமேசு என்ன கேள்வி கேட்டுக் கொடுமைப்படுத்துகின்றானோ? ரமேசைப் போன்றவர்களுக்குச் சுதாவின் நேர்மையான உள்ளம் புரியுமா? மீண்டும் குணா நினைவலைகளுக்குள், கண்ணீரில் தத்தளித்து அமிழ்ந்து போனான்.

வடமராட்சிப் பிரச்சனையில், கரையோரக் கிராமங்களே கூடுதலாக இடம்பெயர வேண்டியிருந்தன. இவர்களின் ஊரவர்கள், மாயக்கைப் பிள்ளையார் கோவில் பக்கம்தான் போயிருந்தனர். ஊரைவிட நெருக்கம் கூடிய வீடுகளிலேயே தங்கியிருந்தனர்.

சுதா வீட்டுக்காரர் இருந்த வீட்டு ஒழுங்கையிலேயே ரியூசனுக்கு போய்வரவசதி என்று, குணாவும் தமக்கைக் குடும்பத்துடன் தங்கியிருந்தான்.

சுதா, ஒழுங்கையைத் தாண்டிப் போவதென்றால் குணா இருக்கும் வீட்டைச் சுற்றித்தான் போகவேண்டும். வழியில் காணும் நேரமெல்லாம், புன்னகையால் இவனை தடுமாற வைத்தாள்.

ஓ/எல் பரீட்சையும் சுதாவுக்கு முடிந்துவிட்டதால் இறுக்கம் குறைந்து, வாசகசாலை, நண்பிகள்வீடு என்று உல்லாசமாகத் திரிந்தாள்.

இதுதான் நல்ல சந்தர்ப்பம் என்று நினைத்து, அவளிடமிருந்து வாங்கிய கவிதைப் புத்தகத்தின், கடைசிப் பக்கத்தில்

"தூக்கம் உன் கண்களைத் தழுவட்டுமே

அமைதி உன் நெஞ்சில் நிலவட்டுமே - அந்தத்

தூக்கமும் அமைதியும் நானானால்"

என்ற ஷேக்ஸ்பியரின் ஆங்கில வரிகளை அப்படியே எழுதி, தன் பெயரையும் அதற்குக் கீழே எழுதிக் கொடுத்துவிட்டான். இதைவிட வேறு எப்படித் தன் உள்ளத்தைப் புரியவைப்பது என்று, அந்த நேர அவனின் இளஉணர்வுகளுக்குத் தெரியவில்லை.

குழந்தைச் சிரிப்புடன் புத்தகத்தை வாங்கிச் சென்றவளை, பிறகு நாலைந்து நாட்களாகவே அவன் காணவில்லை. வெளியே நடமாடமுடியாதபடி மழை அடித்துக் கொட்டியது.

ஒழுங்கையில் முழங்கால் அளவுக்கு வெள்ளம் ஓடியது. மழை குறையும் நேரங்களில், வெளியேவந்து பார்ப்பான், அவள் கண்களில் தட்டுப்படுகிறாளோ என்று காணக் கிடைக்காது. ஒழுங்கைக்குக் குறுக்காகப் பூவரசமரமொன்று பாறிப்போய் விழுந்து கிடந்தது.

இவரும், வேறு பெடியளும் அதைத் துண்டாக்கி, அப்புறப்படுத்தும்போது, குளிருக்குக் கைகளை இறுகக்கட்டிக் கொண்டு தற்செயலாக வந்து ஒருமுறை எட்டிப் பார்த்தாள். சிநேகமான பார்வை, இதமான வருடல் எல்லாம் தொலைந்து போய் முகம் இறுகிக் கிடந்தது.

அன்றுடன் மழையும் நின்றுபோனது. அவன் உள்ளத்தில் குளிருடன், லேசான காய்ச்சலும் அடித்தது.

பின்னேரம் வீட்டுப்பக்கம் போன தமக்கையிடம், வாங்கிய புத்தகத்தை அவனைக் கொண்டு வந்து தரும்படி சொல்லி விட்டிருந்தாள். எந்தப்புத்தகமும் அவனிடம் இல்லை.

காதல் துணிச்சல் அவள்முன். அவனைக் கொண்டு வந்து நிறுத்தியிருந்தாலும், அவளின் நேர்ப்பார்வையைச் சந்திக்கும் சக்தியின்றி, மாமரப் பிஞ்சுப்பூக்கள் மீது கண்களை அலையவிட்டான். அவளும் கனநேரம் மௌனமாகவே நின்றிருந்தாள்.

"உங்களை நான் இப்பிடி நினைக்கேல்லை குணா அண்ணா." குரல் அவளிடமிருந்து தடுமாறித்தான் வந்தது. எல்லாம் நொறுங்கிப் போனவனாகச் சட்டென அவளை நிமிர்ந்து பார்த்தான்.

அவள் கண்கள் கலங்கித் தவித்தன. அதைக் காணச் சகிக்கமுடியாமல் "சொறி சுதா... உம்மை விளங்காமல் நான்தான் அவசரப்பட்டிட்டன்... இதை மறந்திடும் பிளீஸ்" என்று கெஞ்சினான்.

"இல்லை குணா அண்ணா... உங்களிலை பிழையில்லை! நான் பழகிய முறைதான் உங்களை இப்பிடி நினைக்க வைத்திருந்தால்.... அது என்ரை பிழைதான்! சொறி..." அவன் கொஞ்சமும் வேதனைப்படக்கூடாது என்ற ஆதங்கம் குரலில் தெரிந்தது.

"நான் செய்த முட்டாள்த்தனத்திற்கு நீர் ஏன் சுதா சொறி கேக்கோணும்?"

"நீர் அப்பிடி பழகேல்லை! என்ரை மனம்தான் அப்பிடி நினைச்சது." சொல்லி முடிப்பதிற்கிடையில் அவன் குரல் சரியாக மாறிப்போனது அவனுக்கே தெரிந்தது.

"நீங்கள் இப்பிடி எழுதினாப்பிறகு நான் நல்லா யோசிச்சுப் பார்த்தனான்! என்ரை அண்ணாவில வச்சிருக்கிற அன்புதான் உங்களிலையும் வச்சிருக்கிறன். அதையும் தாண்டி.... மனசுக்கு நல்ல சிநேகிதமான பாசம் இருக்கு! ஆனால் காதல் எண்டு என்னால உங்களை யோசிக்க ஏலாமல் இருக்கு! தாய், தகப்பன் சகோதரங்களின்ரை உறவை எப்பவும் மாத்த ஏலாது. அதே மாதிரித் தான் உங்கடை உறவும்! இந்த வயசில வாற காதல்... கொஞ்சக் காலத்திலை இல்லாமல் போயிடும். ஆனால் இந்த நட்பு எப்பவும் இருக்கும்."

அவள் குரலிலிருந்த தெளிவும் உறுதியும் இவனை மேலே கதைக்கமுடியாமல் தடைபோட, உள்ளம் ஊமையாக, "நட்போடை சேர்ந்துவாற இந்தக் காதல் எப்பவும் அழியாது! நீர் என்னை ஏற்காவிட்டாலும், நீர் தந்த நினைவுகளோ, கனவுகளோ என்னை விட்டுப் போகாது" என்று புலம்பியது.

"குணா அண்ணா! படிக்கிற இந்த வயசில வீணாக இப்பிடி காலத்தைக் கழிக்காதையுங்கோ! இதை இண்டையோடை மறந்திடுங்கோ! இன்னும் உங்கடை ஏ/எல் ரெஸ்ற்றுக்கு கொஞ்ச மாதந்தான் கிடக்கு. உங்கடை குடும்பம், நாங்கள் எல்லாம் உங்கடை படிப்பைப்பற்றி எவ்வளவு நம்பிக்கை வைச்சிருக்கிறம்? அதைக் கெடுக்காதையுங்கோ." தாய்க்குரிய பரிவான கண்டிப்புடன் சொன்னவள், கடைசியில் தயங்கி,

"இனிமேல் என்னோடை கதைக்காமல் விடுவீங்களோ? பிளீஸ் குணா அண்ணா... அப்பிடிச் செய்யாதையுங்கோ! பழைய மாதிரி நீங்கள் இருக்கோணும்" என்று அன்பு வேண்டுகோள் விடுத்தாள்.

"உம்மோடை கதைக்காமல் எப்பிடி இருக்கிறது சுதா? பழைய மாதிரியே இருப்பம்! இந்த விசயம் எங்களோடை இருக்கட்டும்... நான் போயிட்டு வாறன்." அவள் மேலிருந்த மதிப்பும், மரியாதையும் அந்தக் கணங்களில் இன்னும் கூடிப்போனது.

காடு பத்திக் கிடந்த பின்வளவுப் பக்கமிருந்து, ஒற்றைக்குயிலின் சோககீதம் அந்த ஒழுங்கை முழுக்கச் சிலநாட்களாகவே கேட்டுக்கொண்டிருந்ததை யாரும் கவனித்ததாக இல்லை.

அவளைப் பார்த்தால் வேதனை கூடும்; பார்க்காவிட்டால் எல்லாம் இழந்தது போன்ற வெறுமை சூழும் என்ற துன்ப அவஸ்தையில் கொஞ்ச நாட்கள் தவித்தான். அதுவும் சுதாவின் ஓ/எல் றிசல்ஸ் வரும்வரைதான்.

அவர்களின் ஊரில் இதுவரை யாருக்குமே கிடைத்திராத நல்ல றிசல்ஸ் சுதாவுக்குக் கிடைத்திருந்தது. குணா வெடி கொளுத்திக் கொண்டாடாத குறையாகச் சந்தோஷப்பட்டான். தூரத்து நிலவை, தொட ஆசைப்பட்ட தன் நினைவைத் தானே நொந்து கொண்டான்.

சுதாவைக் காண்பது, கதைப்பது என்று அவன் குறைத்துக் கொண்டாலும், தவிர்க்கமுடியாமல் பல சமயங்கள் அமைந்துவிடும்.

அப்படித்தான் சுதாவின் மூத்தக்காவின் கலியாண வீடு. தமயன் வெளிநாட்டில் தகப்பனும் வருத்தக்காற ஆள். ஓடியாடி வேலைசெய்ய ஆம்பிளைத் துணை அங்கு இல்லை. இவன்தான் முன்னின்று எல்லாம் செய்தான். பந்தல் போடுவது தொடங்கி, மணவறை சோடிப்பது வரை ஊர் ஆட்களைச் சேர்த்துச் செய்வித்தான்.

விடியக்கலியாணம் நடுச்சாமத்தை தாண்டி விட்டபோதும், மணவறைச் சோடனை முடியவில்லை. சமையல் ஆரவாரம் ஒருபக்கம் நடந்தது. சுதாவும் நித்திரை கொள்ளவில்லை. குணாவுடன் கதைத்துக்கொண்டு நின்றாள்.

திடீரென்று "நீங்கள் செய்யிற இந்த உதவியளுக்கு நான் எப்பிடி நன்றி சொல்லுறது எண்டு தெரியேல்லை குணா அண்ணா" என்று சொன்னாள். கண்கூசும் லையிற் வெளிச்சத்தில் அவள் கண்களை நேராகப் பார்த்து "இந்த உலகத்திலேயே உமக்கு மட்டுந்தான் சுதா, என்னால எல்லாம் செய்ய முடியும்! அதுக்கு நன்றியா... என்னை மறக்காமலிருந்தால் போதும்!" சாதாரணமாக இவன் சொன்னாலும் அவள் தாங்காமல் கண்கலங்கியதைக் கண்டு, துடித்துப் பிறகு அவளைச் சமாளித்துவிட்டான்.

கொஞ்ச மாதத்தில் குணா கொழும்பில் படிக்க வந்தபிறகு, சுதாவைக் காணவில்லை. இன்றுதான் கண்டவன்.

இடைப்பட்ட காலங்களில் எத்தனையோ வடிவான பெட்டைகளைக் கண்டிருக்கிறான். நட்புடன் பழகியுமிருக்கின்றான். ஆனால் அவன் மனதில் சுதா உண்டாக்கிய இதமான வருடலையோ, கனிவான காதலையோ வேறுயாருமே இதுவரை உண்டாக்கவில்லை. அம்மா, அக்காக்கள் அவனின் கல்யாணத்திற்கு பொம்பிளைப் பார்ப்பதாக எழுதியிருந்தார்கள். இவனும் சரியென்று பார்க்கச் சொல்லியிருக்கிறான்.

இளநெஞ்சில் காதல் விதையைத் தூவிய சுதாவின் துடிப்பான முகத்தை சோர்ந்து போகும் வேளைகளில் எல்லாம் நினைத்தால், இவனால் நிம்மதியாக நித்திரை கொள்ள முடியும்.

ஆனால் அந்த முகம் இன்று தன்னைத் தொலைத்து, ஒளியிழந்து, வெளிறிப்போய்...?

தன் நெஞ்சில் அன்புடன் பொத்திப் பாதுகாத்து வைத்திருந்தவளை, இன்னொருவன் தாலி கட்டித் தன்னுடையவளாக்கி, கொத்திக் குதறுவதைத் தாங்க முடியாமல் மனதினுள் அழுதான் குணா. ரெயின்அவன் போய்ச் சேரவேண்டிய இடத்தை அண்மித்தது.

தொட்டிலில் பிள்ளை எழும்பிநின்று கத்திக் கொண்டுஇருந்தாள். இன்னும் சரியாக நடக்கத் தெரியாது. தன்னைக் கீழே இறக்கிவிடும்படிதான் இந்தக் கத்தல்.

ரமேசு கொஞ்சமும் அசையாமல், ரீவி பார்த்துக் கொண்டிருந்தான்.

சுதா அரைகுறையாகக் குளியலை முடித்துக்கொண்டு, ஓடிவந்து பிள்ளையைத் தூக்கினாள். தாயின் அணைப்பில், தன் இரண்டு அரிசிப்பற்களைக் காட்டி சிரித்து “ம்மா” என்றாள். தாயின் கையை இழுத்துப் பிடித்துக்கொண்டு, வீடு முழுக்க நடந்து திரிந்தாள். பிள்ளையுடன் தானும் சிறுபிள்ளையாகித் திரிய, சுதாவிற்கு வேலை அலுப்புடன் மனப்பாரமும் குறைந்தது.

ரமேசு இப்படிப் பிள்ளையுடன் மினக்கெடுவது கிடையாது. “பொம்பிளைப்பிள்ளைக்கு இப்பிடிச் செல்லம் குடுத்தால்... நாளைக்கு எங்கடை சொல்லுக் கேக்காமல் மிஞ்சியிடுங்கள்” என்று அந்தப் பிஞ்சுக் குழந்தை மீது, அன்பைக் காட்டாமல் அரும்பிலேயே அடக்கி வைத்தான்.

இரண்டு கிழமையாக இருவரிடமும் எந்தக் கதை பேச்சுமே இல்லை. கெஞ்சிக் குனிந்து, சமாளித்துச் சுதா களைத்துவிட்டாள். அடிக்கடி ஏற்படும் இந்த அமைதியில் மனம் ஓரளவு காயப்படாமல் தப்பிக் கொள்கின்றது.

தொட்டதெற்கெல்லாம் சண்டைக்கு வருபவனிடம், முகம் கொடுத்துக் கதைக்க மனம் வரவில்லை. ரமேசும் இவளின் அன்பு, அரவணைப்பு தேவை என்பதுபோல் காட்டிக்கொள்ளவில்லை.

சொந்தக்காரப் படியன் ரெகுவைத் தற்செயலாகக் கடையில் அன்று இவள் கண்டபோது, சந்தோஷமாக நாலு கதை கதைத்துச் சிரித்தது இவனுக்குப் பிடிக்கவில்லை. வீட்டுக்கு வந்து அசிங்கமாகக் கேள்விகேட்டு ஆர்ப்பாட்டம் செய்தான். இவளும் பொறுக்கமுடியாமல் கத்த, அடிக்க கை ஓங்கியவன் பிறகு என்ன நினைத்தானோ அடிக்கவில்லை.

இவளுக்கு வெறுத்துப்போய் விட்டது. தனக்குத் தெரிந்த பெட்டைகள் என்று, தனக்கு முன்னாலேயே, கட்டி அணைத்துக் கொஞ்சும்போது ஒன்றுமே இவள் கதைப்பதுமில்லை; கண்டு கொள்வதுமில்லை. ஆனால் தான் கதைப்பதில் மட்டும் ஏன் குற்றம் கண்டுபிடிக்கிறான்? என்று புரியவில்லை.

குணாவுடன் ரெலிபோன் கதைத்துக் கனமாதமாகி விட்டது. கதைக்கவேண்டும்போல் கொஞ்ச நாளாக மனம் தவித்தாலும், முடியாமல் திண்டாடுகிறாள். தன்னையும் மீறி, தன்வேதனைகள் வெளிப்பட்டால் குணா நிச்சயம் தாங்கமாட்டான்.

ரமேசு வீட்டில் இல்லாத நேரங்களில் குணாவுடன் இவள் ரெலிபோன் கதைப்பது தெரிந்தால் அந்த நல்ல உறவைப் புரியாமல், வார்த்தைகளில் அழுக்கைப்பூசி களங்கப்படுத்துவான். இவளின் மனதிற்கு இப்போது ஆறுதல் தருவது குணாவின் கனிவான வார்த்தைகள்தான்.

முந்தியென்றால் வேலை முடிந்து வீட்டுக்கு வர மனம் துவண்டுவிழும். போய் ரமேசுடன் என்ன பிரச்சனை வருமோ என்று கலங்கும். இப்போதெல்லாம் தனக்காக ஒரு ஜீவன் காத்திருக்கும் என்ற நினைவே, வீட்டுக்கு பறந்தோடி வரச் செய்யும்.

அப்படி விழுந்தடித்து வந்து, ஒருநாள் பஸ்சில் ஏறியபோது அங்கு வந்த காரொன்றிலிருந்து ரமேசும், அவனுடன் தொங்கிக் கொண்டு ஒரு வெள்ளைக்காரப் பெண்ணும் இறங்கினாள். அவளைச் சுதாவிற்கு ஏற்கனவே தெரியும். ரமேசுடன் வேலைசெய்பவள்தான். ஆனாலும் இந்தத் தொங்கலும், குழைவும் மனதில் எரிச்சலை உண்டாக்கின.

அவனுக்கு எப்பவோ வேலைமுடிந்திருக்கும். பிள்ளையைப் பார்க்கும் நினைவின்றிக் கண்டவளுடனும் இப்படிச் சுற்றுகிறான். ஏதும் கதைத்தால் “இதெல்லாம் தாயின்ரை வேலை” என்று பொறுப்பைத் தட்டிக் கழித்துக் கதைப்பான்.

ரமேசைப்பற்றி பலவிதமான கதைகள் இவள் காதில் வந்து விழுந்தபோது நம்பவும் முடியாமல், ஒதுக்கவும் முடியாமல் சஞ்சலப்பட்டாள். அவன் வீட்டில் தங்கும் நேரங்களும் குறையத் தொடங்கின.

நல்ல புரிந்துணர்வு இருந்தால் எதையுமே நேரிடையாகக் கேட்கலாம். ஆனால் அதற்குத்தான் அங்கு வழியில்லையே? தனக்குள்ளே குமைந்தாள்.

வேலை நாட்களையும் மாற்றி மாற்றிப் பொய் சொன்னான். பிள்ளையைப் பார்க்கும் வீட்டுக்காரரும் லீவில் போய்விட்டதால், அவனின் வேலை முடிய, பிள்ளையைக் கொடுத்துவிட்டு, தான் வேலைக்குப் போகலாம் என்று, ஒருநாள் அவன் வேலைசெய்யும் இடத்துக்குப் போனாள். அவன் லீவு என்றார்கள். இவளுக்கு அதிர்ச்சியில் மூச்சடைத்தது.

“என்னிடம் ஏன் பொய் சொல்ல வேண்டும்? வீட்டிலும் இல்லாமல், வேலை செய்யும் இடத்திலும் இல்லாமல் வெளியில் நாள் முழுக்க என்ன அலுவல் இருக்கமுடியும்?” அவனின் பொய்களுக்குள் உண்மையைத் தேடி இவள் ஓய, இரவும் வந்துவிட்டது.

அந்த வெள்ளைக்காரப் பெண்ணுடன் காரில் வந்து இறங்கினான் ரமேசு. பிள்ளை நல்ல நித்திரை. இவளின் நேர்ப்பார்வையைத் தவிர்த்தபடி, உடுப்பு மாற்றினான்.

“இண்டைக்கு எங்கை போனனீங்கள்? வேலைக்கும் போகாமல்....!” அடங்ககி வைத்திருந்த ஆத்திரம் அவள் கேள்விகளில் அனலாகக் கொதித்தது.

அவன் கொட்டாவி விட்டபடி “மரியாவுக்கு பிறந்தநாள்.... அதுதான் எனக்குப் பார்ட்டி வைச்சவள். அங்கைதான் போனான். அதுக்கு இப்ப என்ன பிரச்சனை?” என்று சாதாரணமாகக் கேட்டான்.

“எனக்குச் சொல்லிப்போட்டுப் போயிருக்கலாம்தான்...! ஏன் வேலையெண்டு பொய் சொன்னீங்கள்? உங்களிலை தப்பில்லாட்டி ஏன் எனக்குப் பொய் சொல்லோணும்?” மனைவி என்ற பந்தம் உரிமைக்கும், அன்புக்கும் போட்டி போட்டது.

“உனக்கு எல்லாம் சொல்லவேணும் எண்டு எனக்கு அவசியமில்லை. உன்னைக் கலியாணம் கட்டமுதலே எனக்கும், மரியாவுக்கும் நல்ல பழக்கம்! இப்ப உனக்காக அவளைவிட ஏலாது! உனக்கு ஒரு குறையுமில்லாமல்தான் வைச்சிருக்கிறன்... பிறகு ஏன் கத்திறாய்?

சுதாவிற்கு அவமானத்திலும், கோபத்திலும் முகமும் காது மடல்களும் சூடாகின. இப்படியொரு துரோகத்தை அவன் செய்வான்

என்று எதிர்பார்க்கவில்லை. கால்கள் நிற்கமுடியாமல் துவண்டன. வாழ்க்கை அவள்கண்முன்னே பம்பரம் ஆடியது. இதயத்துடிப்பைக் கட்டுப்படுத்த முடியாமல், அந்தக் குளிரிலும் வியர்வை அரும்பியது.

"அவளோடை தொடர்பிருந்தால் பிறகேன் என்னைக் கலியாணம் செய்தனீங்கள்? அவளையே செய்திருக்கலாம் தானே...!" கண்களில் நெருப்புடன் அவனை நெருங்கி நின்று கத்தினாள்.

அவன் அசையாமல் கைகளை இறுகக்கட்டிக் கொண்டு, "வெள்ளைக்காறியளைக் கலியாணம் செய்து வாழ ஏலாது.... எங்கடை தமிழ்ப் பெட்டையளைப் போல அடக்கம், பொறுமை அவகளிட்டை கிடையாது. அதுதான் உன்னைச் செய்தனான்" என்று துணிவாகச் சொன்னான்.

அவள் இவ்வளவு நாளும் காட்டிய அமைதி, பொறுமை, நிதானம் எல்லாம்தான் அவனை இப்படிக் கதைக்க வைத்தது.

ஆனால் இவையெல்லாம் கொஞ்ச நிமிடங்களுக்கு முன்பு, அவளிடமிருந்து பறிபோய் விட்டதை, அவன் அறிய வாய்ப்பில்லை.

"இதோ மாதிரி நானும் வேறை ஒருத்தனோடை தொடர்பு வைச்சிருந்தால்.... நீங்கள் பொறுத்துக்கொண்டு இருப்பீங்களோ" அடிபட்ட, ஏமாற்றப்பட்ட பெண்மை நியாயம் கேட்டுச் சீறியது.

"நான் ஆம்பிளையடி.... என்னவும் செய்வன்! நீ நல்ல பொம்பிளை மாதிரி கதைக்கப்பழகு" என்று ஆத்திரத்தில் கத்திக் கொண்டு, அடிக்கக் கை ஓங்கினான்.

ஓங்கிய கையை இறுகப் பிடித்தவள் "எல்லாத்துக்கும் ஓர் எல்லை இருக்கு! என்னிலை இனிக்கை வச்சால் கஷ்டப்படப்போறது நீங்கள்தான்" என்று கோபத்துடன் எச்சரித்தவள், கையைத்தட்டி விட்டு றூமுக்குள் போய் கதவை அடித்துப் பூட்டினாள்.

ஒரு கிழமையாக அவன் முகத்தில் முழிக்காமல் பிள்ளையும், இவளும் றூமுக்குள்ளே அடைந்து கிடந்தனர். அவள் மனம் இறுகிப்போய் பாறையாகக் கனத்தது. துயரம் மூச்சை இறுக்குவது போல் அந்தரப்பட்டாள்.

பிள்ளையின் சிரிப்பில் ஏதோ எல்லாம் உணர்ந்தவளாக, சில தெரிந்தவர்களுக்கு ரெலிபோன் அடித்து தேவையான உதவிகள் கேட்டாள். தனது, பிள்ளையின் உடுப்புகளை அடுக்கி வைத்துவிட்டு, அவனுக்காகக் காத்திருந்தாள்.

அவன் வந்ததும், அவன் இவ்வளவு நாள் வாழ்க்கையில் வாங்கித்தந்த சில நகைகள், பொருட்கள், இருபது பவுணில் அவன்

கட்டிய தாலிக்கொடி எல்லாவற்றையும் அவனிடம் கொடுத்துவிட்டு "நாங்கள் போறம்" என்று வெளிக்கிட்டாள்.

அவன் முதல் முறையாகக் கொஞ்சம் பதறித் திடுக்கிட்டான்.

"ஏனப்பா இப்பிடி அவசரப்பட்டு, வீட்டைவிட்டுப் போறாய்? அவள் உனக்கு ஒரு கரைச்சலும் தரமாட்டாள். நாங்கள் பிரியிறதால.... எங்கடை வீட்டுக்காறருக்கு எவ்வளவு அவமானம்? ஊரிலை என்ரை ரெண்டு தங்கச்சிமாரும் இன்னும் கலியாணம் கட்டேல்லை. இந்தப் பிரச்சனை தெரிஞ்சால் ஆர் கட்டுவினம்? எல்லாருக்கும் எங்களாலை வீண் கவலை....! எல்லாத்தையும் யோசிச்சுப் பார்!"

அவள் தோளை இறுகப்பற்றிப் பிடித்திருந்த குழந்தை, நிலைமை எதுவும் புரியாமல் "ப்பா" என்று சிரித்தது. குழந்தையைப் பார்த்துப் பெருமூச்சு விட்டாள்.

இப்போதும் கூடத் தன்தாய், தகப்பன் சகோதரங்களினது கவலை, மானத்தைப் பற்றித்தான் யோசிக்கின்றான். தன்னையும், பிள்ளையையும் பற்றி யோசிக்காத அவனின் சுயநலத்தை நினைத்து, தளர்வாக தனக்குள் மெல்ல புன்னகைக்கின்றாள்.

"நீங்கள் ரெண்டுபேரும் தனியப்போய் எப்பிடி வாழப் போறீங்கள் இஞ்சை? நாளைக்கு உங்களுக்கு ஒண்டு நடந்தால்... முழுப்பழியும் என்னிலைதான் வரும்! என்னத்துக்கும் உன்ரை அண்ணா, அக்காக்களுக்கு ஒருக்கால் ரெலிபோன் அடிச்சச் சொல்லிறன்! நில்.....!"

அவன் சொல்லி முடிப்பதைக் கேட்பதற்கு அவளும், பிள்ளையும் அங்கு இல்லை. இருவரும் வெளிக்கதவைத் திறந்து போகும் சத்தம், ரமேசின் காதுகளை மெலிதாக அறைந்து அதிரப் பண்ணியது. இயலாமை தந்த கோபத்தில், செற்றியிலிருந்த புத்தகங்களைத் தூக்கியெறிந்தான்.

அந்த றெஸ்ரோறன்ரில் அன்று சனம் மிகக் குறைவாகவே இருந்தது. குணா இரைச்சல் குறைவான இடமாகப் பார்த்து அமர்ந்திருந்தான்.

சுதா இன்னும் பத்து நிமிடத்தில் வந்துவிடுவாள்.

கனநாட்களாகச் சுதாவின் ரெலிபோனைக் காணவில்லை என்று, இவன் துடித்துக்கொண்டு இருந்தபோதுதான், நேற்றுப் பின்னேரம் சுதா எடுத்தாள்.

"உங்களைச் சந்திச்சு கதைக்கவேணும் போல இருக்கு குணா அண்ணா! வருவீங்களோ?" என்று கேட்டு, இந்த இடத்துக்கு வரச்சொல்லியிருந்தாள்.

சுதாவைச் சந்திப்பது சந்தோஷமாகவிருந்தாலும், அவள் தனியே வருவது, பல கேள்விகளை இவன் மனதில் எழுப்பி, குழப்பத்தை உண்டாக்கியது.

ஐம்பது வயதைத் தாண்டிய ஒரு கிழவன், அளவுக்கு மீறி குடித்துவிட்டுக் கதிரையை விட்டு எழும்புவதும், இருப்பதுவுமாக ஆடிக்கொண்டிருந்தான். குணாவுக்கு அதைப் பார்க்க எரிச்சலும், தலையிடியும் ஒரே நேரத்தில் வந்தன.

"இந்த நாட்டிலை இவங்களுக்கு என்ன குறை? குடிக்கிறதுக்கும், சாப்பிடுவதற்கும் தேவையான காசிருக்கு! சாகும்மட்டும் கூத்தடிப்பாங்கள்! என்ன வாழ்க்கை?" என்று தனக்குள் அலுத்தபடி, வெளியே விரைந்து போகும் வாகனங்களில் எரிச்சலடைந்து கண்களை அலையவிட்டான்.

"வந்து கனநேரமோ...... குணா அண்ணா?" என்ற சுதாவின் குரல் கேட்டுத் திரும்பினான் குணா.

மெல்லிய குளிருக்கு, சாதாரண உடுப்பில் பழைய தோற்றத்தை இவனுக்கு ஞாபகப்படுத்திக் கொண்டு நின்றாள் சுதா. முகம் நன்றாகத் தெளிந்து, சின்னப் புன்னகையுடன் அவளைப் பார்க்க, குணாவுக்கு நல்ல நிம்மதியாக இருந்தது.

அருகில் தள்ளுவண்டியில் ஒய்யாரமாக இருந்து, காலாட்டிக் கொண்டிருந்த அவளின் பிள்ளையைக் கண்டவன், தன்னை மறந்து எழுந்து அருகில் போனான்.

உடலும், மனமும் சந்தோஷத்தில் குதித்துப் பரபரத்தன.

தன் கைகளை ஆவலுடன் பிள்ளையை நோக்கி நீட்டினான். நீட்டிய கைவிரல் ஒன்றை, தன்பிஞ்சுக்கைக்குள் இறுகச் சிறைபிடித்தது பிள்ளை. அந்த ஸ்பரிசம் தந்த புது உணர்வில், சிறிது கண்கலங்கி பரவசப்பட்டான்.

தன் அன்புக்குரியவளின் பிள்ளை. அவளைப் போலவே உரித்துவைத்த அழகான பெரிய கண்கள்; சிறிய குவிந்த உதடுகள்; கன்னங்களில் சிரிக்கும்போது சாடையாக விழும் குழி. பார்க்கப் பார்க்கத் தாளவில்லை அவனுக்கு. கைகளுக்குள் அள்ளி எடுத்துக் கொண்டான் பிள்ளையை. அவன் கொடுத்த பொம்மையுடன் சந்தோஷமாகச் சிரித்து, மழலை பொழிந்தாள்.

தனக்குள் நிறைந்தவளின் பிள்ளையைத் தன் கைகளுள் ஏந்தும் பாக்கியத்தை நினைத்துப் பூரித்துப் போனான். தாய்மையின் தவம், வாழ்வின் ஒட்டு மொத்த வசந்தங்களையும் தன்னுள் ஒளித்து வைத்திருக்கும் வரத்தை நேரில் கண்டான்.

பிள்ளையை இன்னும் இறுக்கமாக அணைத்தான். அந்தக் கணங்களில் வாழ்க்கை அவன் முன்வசப்பட்டு நின்றது. அதை இழக்க விரும்பாதவன் போல, பிள்ளையைக் கையில் வைத்துக்கொண்டே கதிரையில் அமர்ந்தான்.

"ரமேசு எங்கை சுதா? வேலையோ?" என்று பிள்ளையுடன் விளையாடிக் கொண்டே குணா கேட்டான்.

"நாங்கள் இப்ப ரமேசோடை இல்லை....! தனியாகத்தான் இருக்கிறம்......" என்ற சுதாவின் நலிந்த வார்த்தைகளில் திடுக்கிட்டு, சட்டென்று நிமிர்ந்தான் குணா.

சுதா எதையோ பிடிவாதமாக மறக்க நினைப்பவள் போல, கண்களைமூடி நெற்றியைக் கைகளால் அழுத்திப் பிடித்துக் கொண்டிருந்தாள். அவளின் வேதனையை நெஞ்சில் வலியுடன் பார்த்துக் கொண்டிருந்தான் குணா.

மௌனம் அங்கே சில நிமிடங்களுக்கு, அமைதியாக அழுதது.

"ஏன் என்ன நடந்தது சுதா?" தொய்ந்து போன குரலில் கேட்டவன், ஆறுதலுக்குப் பிள்ளையின் கையை எடுத்து, தன்கைக்குள் வைத்துக்கொண்டான்.

"எதையெண்டு சொல்லிறது குணா அண்ணா? என்ரை கலியாண வாழ்க்கையே ஒரு கனவுமாதிரி கலைஞ்சிற்றுது! அவனுக்காக அடங்கி, ஒடுங்கி என்ரை இயல்பையே மாத்தி, என்னையே உருக்கி வாழ்ந்தும்.... அவன் கொஞ்சமும் மாறேல்லை. ஆம்பிளை எண்ட கர்வத்திலை என்னை அடிமை மாதிரி நடத்திறான்! இனியும் அவனோடை பொறுத்து இருந்தால், நான் எல்லாம் இழந்து காணாமல் போயிருவன்!" தன் கண்களில் நீரைத்த தேங்கவிடாமல் சொல்லிமுடித்தாள்.

"அண்ணாக்கள் வடிவா விசாரிச்சுத் தான சுதா இந்தக் கலியாணம் நடந்தது! பிறகு ஏன் இப்பிடி?" நம்பமுடியாமல் வருத்தத்துடன் குணா கேட்டான்.

விரக்திச் சிரிப்புடன், "எல்லாம் விசாரிச்சாத்தான் செய்து வைச்சவை. அண்ணாக்கள் பாவம் என்ன செய்யிறது? இவன்ரை உண்மையான குணத்தை அவையள் எப்பிடிக் கண்டுபிடிக்கிறது? வெளியாலை நல்ல மனுசன்மாதிரி.... எல்லாரோடையும் பழகுவான். என்னட்டைத்தான் தன்ரை மற்றப் பக்கத்தை காட்டிக் கொடுமைப்படுத்துவான்!" என்று சொன்னாள்.

கோபத்தில் முகம் சிவந்த குணா, "உம்மை அடிச்சு ஏதும் சித்திரவதை செய்யிறவனோ?" என்று துடித்துப் போய்க் கேட்டான்.

"அப்பிடி ஏதும் செய்திருந்தால் கூட, நான் ஓரளவுக்குப் பொறுத்துப் போயிருப்பன். ஆனால் அவன் செய்யிற சித்திரவதை வேறை! என்ரை மனசை குத்திக் கிழிச்சிட்டான். அவனைப் பாத்துக் காத்துக்கொண்டிருந்தால் "நடிப்பு" எண்டு சிரிப்பான். என்ரை பாட்டிலை இருந்தால் காணாமல் திரிவான். என்னோடை ரெண்டு சொல்லு அன்பா கதைக்கமாட்டான். ஆனால் வெளியாலை போனால் ஓயாமல் கதைப்பான். அந்த நாலு கவருக்குள்ளையும் அடைஞ்சு வேகிறதைவிட, நாலு மனுசரோடை கதைக்கலாம் எண்டு, நான் கதைக்க வெளிக்கிட்டால்.... சந்தேகத்திலை கடிச்சுக் குதறிப் போடுவான். எப்பிடித் திரிஞ்ச என்னை...... இப்பிடி கூட்டுக்குள்ளை அடைச்சு.... கொஞ்சம் கொஞ்சமாக சாகடிச்சுப்போட்டான் குணா அண்ணா" கட்டுப்படுத்த முடியாமல் மேசையில் கைகளை ஊன்றியபடி, முகத்தை மூடிக்கொண்டு விம்மினாள்.

தாயின் அழுகையைக் கண்டு பிள்ளையும் அழவெளிக்கிட்டது. குணா தூக்கிக்கொண்டு உலாத்தினான். ஆனால் தாயைக் காட்டிக்காட்டி பிள்ளை இன்னும்கூட அழுதது. தாயின் மடியில் கொண்டு போய்விட, இருவரது அழுகையும் ஓரளவு குறையத் தொடங்கியது.

குணா கண்களில் இருந்து வழியும் கண்ணிரைச் சுதாவுக்கு தெரியாமல் துடைத்தபடி மீண்டும் கதிரையில் வந்து இருந்தான்.

பிள்ளை, தாய் கையோடு கொண்டு வந்திருந்த யூசைக் குடித்தபடி, சிறிது நேரத்தில் உறங்கிப் போனது பிள்ளையை வாங்கி, வசதியாக வண்டிலில் படுக்கவைத்தவன், பூப்போலத் தூங்கும் பிள்ளையைக் கண்வெட்டாமல் கனநேரம் பார்த்துவிட்டு, பெருமூச்சு விட்டான்.

சுதாவின் கண்கள் வீங்கி, சிவந்து போய்க்கிடந்தன. கண்களில் நீர்வற்றி, பார்வை வரண்டு போயிருந்தது. அந்தக் கண்களை உற்றுப் பார்த்தவன், "எப்பிடி சுதா உம்மை ஒருத்தனாலை கோபிக்க முடியுது? இப்பிடியொரு பிள்ளையைப் பாத்தாப்பிறகும்... ரமேசாலை எப்பிடிச் சண்டை பிடிக்க முடியுது?" ஆத்திரத்திலும், ஆற்றாமையிலும் கேட்டான்.

"நானும் நினைச்சனான்!..... எங்களுக்கெண்டு ஒரு பிள்ளை பிறக்க, எல்லாம் மாறும்!.... சந்தோஷமா எங்களை பிள்ளை வாழவைக்குமெண்டு! ஆனால நடந்தது?" அவள் தொடர்ந்து சொல்லத்தயங்கி ஏதோ யோசித்தாள்.

கண்களை மூடி, நினைவை உதறி எறிந்தாள்.

"பிள்ளை பிறந்தாப்பிறகு, அவன்ரை அலட்சியம், கர்வம் ஒண்டையும் பற்றி நான் கவலைப்படயில்லை என்ரை பிள்ளையின்ரை சிரிப்பில் எல்லாத்தையும் மறந்திருந்தன்! ஆனால் அவன் செய்த

துரோகத்தை மட்டும் என்னால தாங்க முடியேல்லை குணா அண்ணா" குரல் தளுதளுக்க மேலே சொல்ல முடியாமல் நிறுத்தினாள்.

அவளின் வேதனையை நேருக்குநேர் பார்க்கும் துணிவின்றி, கலங்கும் பார்வையை வேறு பக்கமாகத் திருப்பினான் குணா.

"நான் சாதாரணமா ஆரோடையும் சும்மா கதைச்சாலே சந்தேகப்படுகிற அவன்...... தன்னோடை வேலை செய்யிற ஒருத்தியோடை உள்ள நட்பை படுக்கை வரைக்கும் கொண்டு போயிருக்கிறான். நான் கேக்க..... இஞ்சத்தைய கலாச்சாரம், நான் ஆம்பிளை எண்டு துணிவா விசர்க்கதை கதைக்கிறான். என்னை எங்கடை பண்பாட்டைச் சொல்லி எல்லாவிதத்திலையும் அடக்கி வைச்ச அவன்..... தான் மட்டும் எப்பிடி எல்லாத்தையும் மீறலாம்? இந்தப் பிரச்சனைக்குப் பிறகு அவனோடை என்னால முழுமனதோடை வாழ ஏலாமல் கிடக்கு! அவனைப் பாக்கவே அருவருப்பா இருக்கு......! இப்பிடிப் பொய்யா வாழுறதைவிட.... பிரியறது நல்லது எண்டு வந்திட்டன்." இப்போது அவள் குரலில் வேதனை இல்லை. உறுதிதான் கூடத் தெரிந்தது.

"அண்ணா...... அக்காக்களுக்கு இது தெரியாதோ சுதா? ஒண்டும் சொல்லேல்லையோ?" குரலை மிகவும் கஷ்ரப்பட்டு சாதாரணமாக வைத்துக்கொண்டு குணா கேட்டான்.

"தெரியும்......! முதலிலை சரியா எல்லாரும் கவலைப்பட்டினம்.... பிறகு அவனோடை அவையள் கதைக்க.... எல்லாம் அப்பிடி இப்பிடி சொல்லிச் சமாளிச்சுப் போட்டு, இனி ஒரு பிரச்சனையும் வராது எண்டு தன்னோடை வரச் சொன்னவன்! நல்ல வாழ்க்கையின்ரை அத்திவாரமே ஒருத்தரிலை ஒருத்தர் வைச்சிருக்கிற மாறாத நம்பிக்கைதான்! அதைப் பொய்யாக்கினவனோடை எப்பிடி இனி வாழுறது?"

குணாவிடம் நீதி கேட்பவள் போலச் சில கணங்கள், அவன்மேல் பார்வையை நிறுத்தி வைத்து மௌனித்தவள்.

"இப்ப ரெண்டு வீட்டுக்காறருக்கும் என்னிலை தான் கோவம்! நான் பொம்பிளை... வீட்டைவிட்டுவந்தது பிழையாம்! இவையள் எல்லாருக்காகவும் நான் எப்பிடிச் சுமக்க ஏலாத வேதனைகளைச் சுமக்கிறது குணா அண்ணா? ஒரு நல்லவனுக்காக எல்லாத்தையும் தாங்கி உருகலாம். ஆனால் இவனுக்காக..... மனசில கண்ணீர் வடிச்சு, வெளியாலை சிரிச்சு, என்னையே ஏமாத்தி.... வேதனையில கொஞ்சம் கொஞ்சமா நான் கருகி சாகிறதைவிட தனிய சுதந்திரமா என்னை இழக்காமல், என்ரை பிள்ளையோடை இப்பிடி வாழுறதுதான் எனக்கு இப்ப பிடிச்சிருக்கு" என்று சொல்லி முடித்தாள்.

"இப்பிடியான ஒருத்தனோடை நீர் இருக்கிறதிலும் விட.... தனிய வந்தது நல்லதுதான் சுதா! ஆனால் இந்த வயசில உம்மை இப்பிடிப் பார்க்க... என்னால....." வார்த்தைகளில் சொலல வந்தது, உருண்டு கண்ணீராக, அவன் தாடியினுள் விழுந்தது.

"பிளீஸ் குணா அண்ணா.... நீங்கள் இப்பிடிக் கவலைப்படுவீங்கள் எண்டு தெரிஞ்சிருந்தால், நான் சொல்லியிருக்க மாட்டன்! இந்த நாட்டிலை.... என்ரை மனசுக்கு நெருக்கமா இருக்கிற நட்பு நீங்கள் மட்டுந்தான்! மற்ற சொந்தக்காரருக்கு என்ரை உணர்வுகளின் உண்மையை மதிக்கத் தெரியேல்லை! என்னை அவன்ரை மனிசியா மட்டும்தான் பாக்கினம்.... அதையும் தாண்டி என்னை ஒரு உணர்வுள்ள மனிசியா பாக்கத் தெரியேல்லை. ஆனால் உங்களாலை மட்டும்தான் என்னை விளங்க முடியும்! நீங்கள் கவலைப்பட்டு.... என்ரை உறுதியைக் கரைக்க வேண்டாம் பிளீஸ்." கெஞ்சலாகக் கேட்டாள்.

"எப்பிடி சுதா என்னாலை கவலைப்படாமல் இருக்கேலும்? சரி அவனோடை வாழவேண்டாம். இனி உம்மடை மனசுக்குப் பிடிச்சவன் ஆரையும் சந்திக்கும் மட்டும்.... நீரும் பிள்ளையும் என்ரை பாதுகாப்பிலை வந்து இருங்கோ! உமக்கு நல்லநண்பனா, ஆறுதலா நான் இருப்பன்! இப்பிடித் தனிய இருக்கிறது வேண்டாம்." அவசரமாகவும், கண்டிப்பாகவும் கூறினான்.

"இல்லை வேண்டாம்.....! என்னாலை தனிய இருக்க ஏலும்! அவனாலை காயம்பட்ட என்ரை மனம் தனிமையிலை இருந்தால்தான் ஆறி, வைரமா இறுகும்! சின்ன வயசிலே இருந்து எல்லாரையும் சார்ந்து இருந்தபடியாலதான்.... அவனிட்டை இவ்வளவு நாளும் கோழையா வாழ்ந்திட்டன்."

குணா எதுவும் சொல்லமுடியாமல் அவள் சொன்ன நியாயத்திற்கு உடன்பட்டு, மௌனம் காத்தான்.

"குணா அண்ணா! உண்மையான அன்பு ஒருநாளும் ஒருத்தரையும் காயப்படுத்தாது. நீங்கள் என்னிலை வைச்சிருக்கிற அன்பு.... என்ரை பிள்ளையிலை நான் வைச்சிருக்கிற அன்பு..... எப்பவும் என்ரை மனசுக்கு ஆறுதலையும், நிறைவையும்தான்தரும். அதைக்கிட்டவந்து முட்டிமோதி, கைக்குள்ளை அடக்க நினைச்சால்... பொங்கி வழிஞ்சு கட்டை உடைச்சு எப்பவோ பாயும்! நான் நானாகவே இருக்கிறன்....! இப்பிடி ஆறுதலா நாங்கள் அடிக்கடி சந்திக்கலாம்." நல்ல தெளிவாகச் சொன்னாள்.

குணா தன் வாழ்க்கையில், இரண்டாம் முறையாக வார்த்தைகள் வராமல், பின்வாங்கி இறுகிப்போயிருந்தான். மெலிதான குளிர் பரவ,

சுதாவையும் பிள்ளையையும் கனத்த மனதுடன் பஸ் ஏத்தி விட்டிட்டு, வீட்டுக்கு வந்து சேர்ந்தான்.

றூம்மேட் சதீசு வேலைக்குப் போகும்போது அவசரமாக "கொம்மா கொழும்பிலை வந்து நிக்கிறாவாம்! உன்ரை கலியாண விசயமாக்கும்... என்னை ரெலிபோன் எடுக்கட்டாம்" என்று நம்பரைக் கொடுத்துவிட்டுப் போனான். ரெலிபோன் நம்பரை மேசை ஓரத்தில் எறிந்தவன், எரிந்த லையிற்றுகளை அணைத்து விட்டு கட்டிலில் தொப்பென விழுந்தான்.

வாழ்க்கையில் முதல்முறையாக வாய்விட்டுக் கதறியழுதான். தன் நேசத்துக்குரியவள் கல்யாணத்தின் மூலம் பட்ட வேதனைகளை நினைத்து வெம்பி, மனதினுள் அரற்றினான்.

"நான் மனசில் பூப்போலப் பாதுகாத்தவளை, யாரோ ஒருவன் தாலிகட்டி, சருகாக்கிவிட்டானே......! அவள் பட்ட காயங்கள்தானே அவளை இப்பிடி, தனிமரமாக வாழவைத்துள்ளது.....!"

எங்கேயோ சந்தோஷமாகத் தன் அன்புக்காதலி வாழ்கின்றாள் என்றுதான், இவ்வளவு நாளும் அவன் நிம்மதியாக அவள் தந்த நினைவுகளுடன் வாழ்ந்தான். நலிந்தகோலம் அன்று ரெயினில் கண்டபோதும், சாதாரண குடும்பப்பிரச்சினை தான் என்று மனதைத் தேற்றி, பிறகு அவளின் குரல் கேட்டு ஆறி இருந்தான்.

ஆனால் இன்று.....?

அவனுக்குள் எல்லாமும் ஆகி, எப்போதுமே நெஞ்சினுள் பொங்கும் உற்சாகத்தைத் தந்தவளினது இந்த நிலை கண்டவன், எல்லாவற்றையும் இழந்து, மனசெல்லாம் பாரத்தைச் சுமந்து, இறக்கமுடியாமல் வெகுநேரம் வரை கண்ணீர்விட்டு அழுது பார்த்தான். கண் இமைகளும், நெஞ்சமும்தான் கனத்துப்போயின.

நேரம் நடுச்சாமம் ஆகியிருந்தது. அவனுக்கு மூச்சு முட்டுவது போல் இருக்க, குளிரையும் பொருட்படுத்தாமல் வெளியன்னலைத் திறந்தான். அமைதியாக அவன் வீட்டை, தாண்டி ஓடும் சிறுநதி ஒன்று எந்தச் சலனமுமின்றி, தன் மேல் பால்மழை பொழியும் நிலவையும், கருமேகங்களையும் கடந்து போய்க் கொண்டிருந்தது. நீண்ட நேரமாக அதையே பார்த்துக் கொண்டிருந்தான் குணா.

விமலா ரமணி

எழுத்தாளர் விமலா ரமணி திண்டுக்கல்லைப் பூர்வீமாகக் கொண்டவர்; கோயம்புத்தூரில் தற்போது வாழ்ந்து வருகிறார். ஏறத்தாழ ஐம்பது ஆண்டுகளுக்கு மேலாக எழுதி வரும் இவர் ஆயிரம் நாவல்கள், ஆயிரத்துக்கும் மேற்பட்ட சிறுகதைகள், ஏராளமான கட்டுரைகள், குறு நாவல்கள் எழுதியுள்ளார். எழுத்தாளர் லட்சுமியைத் தன் முன்னோடியாகக் கொண்டுள்ள இவர், 1977 இல் தினமணிக்கதிர் சிறுகதைப் போட்டியிலும், 1978இல் குங்குமம் சிறுகதைப் போட்டியிலும், 1979இல் கலைமகள் குறுநாவல் போட்டியிலும் முதல் பரிசுகளை வென்றுள்ளார். சாதனைப் பெண்மணி, புதினப் பேரரசி, நாவல் அரசி, மனிதநேய மாண்பாளர், எழுத்துச்சுடர், சமூக நலத் திலகம் என்று பல விருதுகளைப் பெற்றுள்ளார். இவரது எழுத்துக்களை ஆராய்ந்து நால்வர் முனைவர் பட்டம் பெற்றுள்ளனர். இவரது படைப்புகள் நிலாசாரல் டாட் காம், வல்லமை டாட் காம் போன்ற இணைய தளங்களிலும் வெளிவந்து கொண்டிருக்கின்றன.

கதைக்குள் புகுமுன்

திருமணமாகி கணவன் வீட்டுக்கு வரும் பெண்ணுக்கான உரிமை பற்றிப் பேசுகிறது இக்கதை. பெண்ணை விட, அவள் கொண்டு வரும் பொருள்கள் புகுந்த வீட்டில் வரவேற்பு பெறுகின்றன. தங்கள் வீட்டுக்கு வாழ வந்த பெண், உணர்வும் உயிரும் அன்பும் ஆசையும் பாசமும் நிறைந்த ஒரு மனுஷி என்பதை அவதானிக்க ஆணுலகம் முன்வருவதில்லை. தனக்கான/ தங்கள் வீட்டுக்கான ஒரு தாதியாக, தங்கள் சுக துக்கங்களுக்கு வடிகாலாக வந்திருக்கும் ஒரு பிள்ளைப் பூச்சியாகவே அவளைக் கருதுகின்றனர். ஆதரவற்ற/நோய்வாய்ப்பட்ட தன் தாய்க்கு ஆதரவளிக்க முன்வரும் கதைநாயகி பத்மா, தன் மனிதாபிமானத்தையும் கடமையையும் புரிந்து கொள்ளாத கணவனை நிராகரித்து விட்டு, தன் தாய்க்காகத் தனி வீடு பார்த்து, அவளைப் பாதுகாத்து வருகிறாள். கணவன் வீட்டில் மனைவி என்ற பெயரில் ஒரு கௌரவ கைதியாக அவள் வாழ விரும்பவில்லை. அவன் கட்டிய தாலியை முதன்மையாக எண்ணி, அவன் வீட்டில் சிறைப்பட விரும்பவில்லை. தன் நியாயமான உணர்வுக்கு மதிப்பளித்து வாழ முன்வருகிறாள். அன்று சந்திரமதிக்கும் திரௌபதிக்கும் தர்மங்களின் பெயரால் நடந்த அவமானங்கள், தன் தலைமுறையிலும் தொடர வேண்டாம் என்று துணிந்து முடிவெடுக்கிறாள் இக்கதையின் நாயகி.

7

கௌரவ கைதிகள்

விமலா ரமணி

'ஹேண்ட் பாக்கிலிருந்த பணத்தை எண்ணிப் பார்த்தாள் பத்மா. சரியாக நூறு ரூபாய் இருந்தது. காலண்டரைப் பார்த்தாள். மாதம் முடிய இன்னும் பத்து நாட்கள் இருந்தன. பஸ் சார்ஜ், டிபன் என்று இருபத்தி ஐந்து ரூபாய் போனால், பாக்கி எழுபத்தி ஐந்து. மாதம் முழுவதையும் மானமாய் ஓட்ட முடியுமா? மருந்து, மாயம், வைட்டமின் பில்ஸ், டானிக்...

"பத்மா... ஆ... ஆ..."

அம்மாவின் குரல் கேட்கிறது.

அம்மா வியாதிக்காரியாய் மாறி, படுக்கையோடு படுக்கையாகிப் படுத்து, கிட்டத்தட்ட இரண்டு வருடங்கள் ஆகிவிட்டன.

இவளும் தன் கணவனை விட்டுப் பிரிந்து இரண்டு வருடங்கள் ஆகிவிட்டன.

ஓர் உறவு வந்தால் இன்னொரு உறவு பிரிந்துவிடுகிறது!

அம்மாவின் அருகில் போனாள் பத்மா.

தாகமாக இருப்பதாகச் சொன்னாள். தண்ணீருடன் மாத்திரைகளைக் கொடுத்துவிட்டு, 'பெட் பேன்' வைத்து பணிவிடைகள் செய்து முடித்தபோது, சரியாக அரை மணிநேரம் காணாமல் போயிருந்தது.

இந்தக் கலர் கலரான பில்ஸ்களில் அம்மா வாழ ஆரம்பித்து இரண்டு வருடங்கள் ஆகிவிட்டன.

இவள் வாழ்வின் வண்ணங்கள் மறைந்தும் இரண்டு வருடங்கள் ஆகிவிட்டன!

வேலைக்காரியைக் கூப்பிட்டு அம்மாவைப் பார்த்துக் கொள்ளச் சொல்லிவிட்டு, அவள் ஆபீசுக்குக் கிளம்பிய போது மணி ஒன்பதே முக்கால்! இன்னும் கால் மணிக்குள் 'பாங்கில்' இருக்க வேண்டும்.

பஸ்ஸுக்குக் காத்து, அந்தக் கூட்டத்தில் நெறிபட்டுப் போவதைவிட... வேகமாக நடந்தே போய்விடலாம். நேரத்திலும் போய்விடலாம்.

ஒப்பணக்கார வீதிதானே?

பத்மா நடக்க ஆரம்பித்தாள். அம்மா படுத்த படுக்கையான பிறகுதான் அவள் இப்படி நடக்க ஆரம்பித்திருக்கிறாள்.

அதற்கு முன்...?

பத்மா அழகு இல்லத்தரசியாக, குடும்பத் தலைவியாக, மாதவனின் மனைவியாகக் குடும்பம் நடத்திக் கொண்டிருந்தாள்.

ஏதோ வீடு வாசலை விற்றோ, நகைநட்டுகளை விற்றோ, தன் பெண்ணை நல்ல இடத்தில் திருமணம் செய்து கொடுத்துவிட்ட நிம்மதியில் பத்மாவின் அப்பா இறந்து போனார். மிச்சமிருந்த பணத்தை வைத்துக்கொண்டு அம்மா ஓர் ஆசிரமத்தில் காலம் தள்ளிக்கொண்டிருந்தாள்.

மாப்பிள்ளை வீட்டில் அடைக்கலம் புக முடியுமா என்ன?

அப்போதுதான் விதி சதி செய்தது!

திடீரென்று அம்மா மயங்கிக் கீழே விழுந்ததாக தகவல் வந்தபோது பத்மா ஆடிப்போனாள்.

என்ன... என்னவாயிற்று அம்மாவுக்கு?

ஆசிரமத்தில் இருக்கிறேன் என்ற பெயரில் பால், தயிர், காய்கறி எதுவுமே சேர்த்துக் கொள்ளாமல், இருந்துவிட்ட காரணத்தால், அவள் தாய் உடல் பலம் குறைந்து தேய்பிறையாகிப் போனாள்.

இந்தக் குறைகளில் நிறைய ஏறி இருந்தது ப்ளட் ஷுகரும், ப்ளட் ப்ரஷரும்தான்! அம்மாவைப் பார்க்க அங்கு போனவள் - தன் தாய் இருந்த அவல நிலையைப் பார்த்து மனமுருகியவள் - தன்னுடனேயே தன் தாயாரை அழைத்து வந்த போதுதான் அந்தப் பூகம்பம் நிகழ்ந்தது!

"யாரைக் கேட்டு உன் அம்மாவை இங்கே கூட்டிண்டு வந்தே?"

மாதவன் விஸ்வரூபம் எடுத்து ஆடினான்.

பத்மா அதிர்ந்து போனாள்.

"ஏன்? யாரைக் கேட்கணும்?"

"இது என் வீடு... இந்த வீட்டிலே வியாதிக்காரர்களை வச்சுக்கறதானா அதுக்கு என்னோட பர்மிஷன் வேண்டாமா? வீட்டை அசிங்கப்படுத்த நான் விரும்பல்ல!"

வயதான தாய் உள்ளே வருவதா, வெளியே போவதா என்று புரியாமல் விழித்தாள்.

“தப்புத்தான்... உங்ககிட்டே பர்மிஷன் கேட்காம கூட்டிண்டு வந்தது தப்புத்தான்... ஆனா இதுவே என்னோட வழக்கமாப் போச்சு... நான் ஒவ்வொரு தடவையும் பொறந்தாத்துலே இருந்து வரச்சே ஏதோ நகை, பாத்திரம், பண்டம், புடவைன்னு புதுசு புதுசான தினுசுகளோடதான் இங்கே வந்து இறங்கி இருக்கேன். அதுக்கெல்லாம் உங்ககிட்டே நான் பர்மிஷன் கேட்கல்லை. நீங்களும் ஒண்ணும் சொல்லல்லை. பொருட்களையே உள்ளே விட்டேளே... உயிரும், சதையுமா எங்கம்மா வந்திருக்கா... அதே மாதிரி இவளையும் உள்ளே விட்டுடுவேள்னு நான் நினைச்சது தப்புத்தான்... என்னை மன்னிச்சுடுங்கோ... இன்னும் ஒரு மாசத்துலே வேற வழி பண்றேன்...”

மாதவனுக்கு கோபம் வந்தது.

“திமிர்ப் பேச்சா பேசறே?”

“இல்லை... தீவிரமா சிந்திச்சித்தான் பேசறேன்... நீ வாம்மா உள்ளே...”

பத்மா தன் தாயை உள்ளே அழைத்தாள்.

அந்த ஒரு மாதமும் அவள் பட்ட பாடு...

வேண்டாதவர்கள் கைப்பட்டால் குற்றம், கால் பட்டால் குற்றம் என்பார்களே... அந்த ரீதியில் மாதவனின் நடவடிக்கைகள் இருந்தன.

“இந்த அழுக்குத் துணியை யார் இங்கே போட்டது?”

“உன் அம்மாவின் துணிகளை தனியாகத் தோய்த்து தனியாக உலர்த்து.”

“இங்கே ஒரு வாடை வருகிறது. டெட்டால் போட்டுக் கழுவு...”

இத்யாதி... இத்யாதி...

அந்தத் தாய் பாவம் கூனிக் குறுகி மறுகிப் போனாள், வேறு வழி...?

உடல் நலமும் மறைந்து, பணமும் குறைந்த பிறகு எங்கேயாவது பரதேசம் போக முடியுமா என்ன?

நிழல்தரும் என்று நம்பி வந்த மரம் சுடு தழல்களை வீசுகிறது. இருந்தாலும் தழல் குளிரும் என்று காத்திருந்தாள்.

தழல் குளிரவில்லை. புயலாக மாறியது.

என்ன என்னவோ மருந்துகள், ஆன்டிபயாடிக்ஸ்கள், ஷுகர் கட்டி ஆபரேஷன், ஆஸ்பத்திரி வாசங்கள், இன்சுலின் இன்ஜக்ஷன்கள் இத்தனையும் ஆன பிறகு...?

ஆறு மாதம் கரைந்து போயிற்று.

பாங்க் பணம் எல்லாமே கரைந்து போனது:

நில் பாலன்ஸ்!

பத்மா சோர்ந்து போயிருந்த அந்தச் சமயத்தில்தான்-

திடீரென்று ஒரு நாள் அவள் தாய்பேச்சு மூச்சில்லாமல் போன போது...? பத்மா பதறித் துடித்துப் போனாள்.

ஆம்புலன்ஸ் வரவழைத்து ஆஸ்பத்திரிக்கு அவள் தாயை கட்டை மாதிரி எடுத்துப் போன அந்தச் சமயத்தில், பணத்திற்காக தன் கணவன் முன் கையேந்தி நின்ற அந்த நேரத்தில்-

இந்த உலகத்தையே சுட்டு எரித்துவிடலாமா என்கிற கோபம் அவள் மனத்தில் முதன் முறையாகத் தோன்றியது.

“என்னமோ பெரீசா உங்கம்மா பணம் இருக்குன்னு பீத்திண்டியே! இப்போ பணத்துக்கு எங்கிட்டே தானே கையேந்தறே? நான் வாடகை இல்லாம உங்கம்மாவை இந்த வீட்டுலே அனுமதிச்சதே அதிகம். இப்போ அவசரத்துக்குப் பணம் தரேன். ஆனா ரெண்டு நாளிலே இந்தப் பணத்தைத் திருப்பித் தரணும்... எதை விற்றுத் தருவியோ எனக்குத் தெரியாது!”

அந்த நெருக்கடி கட்டத்திலும் மாதவனின் கண்டிப்பும், கறாரும்! இதுதான் தாம்பத்தியமா? ஒருவர் துன்பத்தில் ஒருவர் கரைந்து, ஒருவர் வேதனைகளை மற்றொருவர் தாங்கிக் கொள்கிற பண்பா?

நொந்த சமயத்தில் மேலும் நோக நோகப் பேசுவதுதான் மனித தர்மமா?

கணவன் என்கிற பட்டம் தந்த கண்மூடித்தனமான உரிமைகளா? எது பேச வைக்கிறது மாதவனை?

ஏற்கனவே ‘பேங்கில்’ வேலை பார்த்து வந்த பத்மாவை, கல்யாணத்திற்குப் பிறகு வேலைக்குப் போகக் கூடாது என்று மாதவன் கண்டிஷன் போட்டபோது, கணவன் தன் மீது கொண்ட அன்பினை எண்ணி மகிழ்ந்து போனாள் பத்மா. மனைவி பிறரின் முன் அடிமையாய் வேலை பார்ப்பதை விரும்பாத தன்மானமுள்ள கணவன் என்று நினைத்திருந்தாள்.

இப்போதுதான் அவன் பார்க்கும் கோணம் புரிகிறது.

தன் மனைவி தனக்கு மட்டுமே அடிமையாக இருக்க வேண்டும் என்று நினைக்கிற பெருந்தன்மை!

கழுத்திலே தாலி என்கிற சுருக்குக் கயிற்றை மாட்டி மனைவியைக் கௌரவக் கைதியாக நடத்தும் ஆண் மகனின் பெருந்தன்மை!

இவர்கள் எல்லாம் மனிதர்களா?

கையாலாகாத இந்த மாதிரி ஆண் வீரர்கள் கதைகள் தான் புராணங்களா?

சத்தியத்தைக் காப்பாற்றுகிறேன் என்கிற பெயரில், சந்திரமதியை விலைக்கு விற்க ஹரிச்சந்திரனுக்கு எந்தச் சட்டம் உரிமை அளித்தது?

கவுரவர்கள் சபையில் ஒரு பெண்மை துகிலுரியப்பட்ட போது - தர்மத்தின் பெயரால் பஞ்ச பாண்டவர்களும் பார்வையாளர்களாக நிற்க எந்த நீதி அனுமதி தந்தது?

பெண்ணை அவலப்படுத்த, கொடுமைப்படுத்த எல்லோருக்குமே உரிமை இருந்திருக்கிறது!

அன்றும் சரி, இன்றும் சரி.

அன்று தர்மங்களின் பெயரால் இந்த அவமானங்கள் அனுமதிக்கப்பட்டன.

இன்று கணவன் என்கிற உரிமையால், தான் ஆண்மகன் என்கிற மமதையில், தாலி கட்டிய உரிமைக்குரியவன் என்கிற மிதப்பில், இப்படிச் சிறுமைகள் செய்ய யார் உரிமைகள் தந்தார்கள்?

சமூகமா? அல்லது சமுதாயத்தின் மீது பழியைப் போட்டுவிட்டு, நமக்கு நாமே வழங்கிக் கொண்ட சில போனஸ் சலுகைகளா?

இவர்கள் கட்டிய தாலி பெருமைக்குரியதா? இல்லை மறுப்புக்கு உரியதா?

தாலி

'சட்'டென்று அவளுக்குத் தோன்றியது.

இந்தத் தாலிச் செயின் அவள் தாய் பண்ணிப் போட்டது.

இவன் கட்டிய தாலிக்கு பொன் கயிறு எதற்கு?

எதற்கோ பட்டுக் குஞ்சம் என்பார்களே அது மாதிரி. இந்த அடிமைத் தளைக்கு தங்கக் கயிறு எதற்கு?

ஆஸ்பத்திரியிலிருந்து தாயாரை 'டிஸ்சார்ஜ்' செய்த போது, மொத்தம் மூவாயிரம் ரூபாய் பில் ஆனது.

கணவனிடம் கை நீட்டி வாங்கிய கடன் ஆயிரம்.

அதை முதலில் அடைத்துவிட வேண்டும்.

பத்மா அடைத்துவிட்டாள். கடனை மட்டுமல்ல, தன் மனக் கதவுகளையும்! மஞ்சள் கயிற்றில் தாலியைக் கட்டிக்கொண்டு, அந்தச் செயினை விற்றபோது சுளையாக ஆறாயிரம் ரூபாய் வந்தது.

தனி வீடு பார்த்தாள். தாயை அங்கு குடி ஏற்றினாள்.

ஒரு வழியாக மாமியாரை வீட்டை விட்டுத் துரத்தி ஆயிற்று.

மனைவி திரும்பி வருவாள் என்று மாதவன் காத்திருந்தான்.

ஆனால்... வந்தது கடிதம் மட்டும்தான்.

"கல்யாணத்திற்கு முன் நான் விட்டு விட்ட பழைய பேங்க் வேலையைப் பல கஷ்டங்களுக்கு இடையே திரும்பப் பெற்றுவிட்டேன். எதையாவது ஒன்றைப் பெற்றால், எதையாவது ஒன்றை இழக்க வேண்டும் அல்லவா? இப்போதைக்கு என்னுடைய இல்லறத்தை இழந்திருக்கிறேன். மன்னிக்கவும். என் தாயின் காலத்திற்குப் பின் - எனக்குக் காலன் வராமல் இருந்தால், நாம் மீண்டும் சந்திப்போம்.

பொய்யாக, இயந்திரமாக, அவமானங்களைச் சகித்துக் கொண்டு மனைவி என்ற பெயருடன் வாழும் கௌரவக் கைதியாக இனியும் என்னால் தொடர்ந்து வேஷம் போட முடியாது. மன்னியுங்கள்..."

'பட்'டென்று நினைவுகள் தொடராமல் நின்றன.

ஓ! பேங்க் வந்துவிட்டது. பத்மா பேங்கில் நுழைந்தாள். இன்று 'காஷ் கவுண்ட'ருக்குப் போக வேண்டிய நாள். காஷுக்குள் நுழைந்து தன்னை சிறைப்படுத்திக் கொண்ட பத்மா, அந்த இரும்புக் கட்டங்களுக்கு நடுவே மனித முகங்களைப் பார்க்கிறாள்.

வரிசையாக சில பெண்கள் டோக்கன் நம்பருக்காகக் காத்திருப்பது தெரிகிறது.

இதில் எத்தனை பேர்கள் கௌரவக் கைதிகளோ?

அந்தக் கம்பிகளுக்கு நடுவே அவர்களைப் பார்க்கிற போது அவர்களும் சிறைப்பட்டுக் கிடப்பதாக ஓர் உணர்வு தோன்றுகிறது அவளுக்கு. அவளுடைய வழக்கமான நாள் ஆரம்பமாகிறது. அவள் காலண்டரில் இதுபோன்ற எத்தனை நாட்கள் இன்னும் கிழிக்கப்பட வேண்டுமோ! யார் கண்டது? ஜெயில் கைதிகளுக்காவது தங்களுடைய விடுதலையின் நாள் தெரியும்! ஆனால் கௌரவக் கைதியான பத்மாவுக்கு...?

பத்மா எந்தவித எதிர்பார்ப்பும் இன்றி சுறுசுறுப்பாக இயங்க ஆரம்பிக்கிறாள்.

சீதாரவி

சீதாரவி எழுத்தாளர், பத்திரிக்கையாளர் என்ற தளங்களில் இயங்கிக் கொண்டிருப்பவர். இவர், புகழ் பெற்ற மூத்த எழுத்தாளர் கல்கியின் பேத்தியும், முன்னாள் கல்கி ஆசிரியர் கி.ராஜேந்திரனின் மகளும் ஆவார். இவர் 18 ஆண்டுகள் கல்கியில் ஆசிரியராகப் பணியாற்றி உள்ளார். தற்போது கல்கி குழுமத்தின் மேலாண்மை இயக்குனராக இருந்து வருகிறார். பாரம்பரியமிக்க எழுத்துக் குடும்பத்தில் பிறந்தாலும், இவர் தனித்தன்மை வாய்ந்த எழுத்தாளராக விளங்குகிறார். சீதா ரவி 'ஏகாந்த ராமன்', 'ஸ்வரஜதி' என்ற சிறுகதைத் தொகுதிகளையும், 'உள்ளே வரலாமா' என்ற நாவலையும் எழுதியுள்ளார். இவர் எழுதிய சங்கீத மும்மூர்த்திகள் பற்றிய பரிமள ரங்கநாதன், சியாமா கிருஷ்ணன், கீர்த்தி விலாசம் என்ற மூன்று கதைகளையும் ஓய்வு பெற்ற நீதிபதி பிரபா ஸ்ரீதேவன் ஆங்கிலத்தில் மொழிபெயர்த்துள்ளார். கல்கி கிருஷ்ணமூர்த்தி நினைவு அறக்கட்டளை நிர்வாகிகளில் ஒருவராக சீதா ரவி விளங்குகின்றார் எம்.எஸ்.சுப்புலட்சுமி பற்றி My memories of Ammu patti என்ற கட்டுரையைத் தன் முக நூலில் எழுதியுள்ளார். ஏராளமான கட்டுரைகள் புத்தக விமர்சனங்கள் இலக்கியக் கூட்டங்கள் என்று இவருடைய பங்களிப்பு இலக்கிய உலகில் நாளும் தொடர்ந்து கொண்டிருக்கிறது.

கதைக்குள் புகுமுன்

பெண்ணுக்கு அழகு கூந்தல் என்பார்கள். ஒவ்வொரு தாயும் தன் பெண்ணுக்குக் கூந்தல் நன்றாக இருக்க வேண்டும் என்று பக்குவம் பார்த்து வளர்ப்பாள். சுதாவிற்கு மிளகும் வெற்றிலையும் போட்டு பக்குவமாகக் காய்ச்சிய எண்ணெயைப் பதமாகத் தேய்த்து வளர்த்தாள் அவள் பாட்டி. கைம்பெண்ணான பாட்டி, தன் தலையில் சிறிது மூடி வளர்ந்தவுடன் அதனை எடுக்க நாவிதனை வரவழைக்கின்றார். கணவன் இறந்து விட்டால், அவன் மனைவி முடி களைய வேண்டும் என்ற சமூக நிலைப்பாட்டை அப்பொழுதுதான் சுதா உணர்ந்து கொண்டாள். அச்செய்தி அவளை அதிர வைத்தது. அதன் பின் அவளை அறியாமலேயே கூந்தல் மீதான பற்று அவளுக்குக் குறைந்தது. திருமணத்தன்று தலை அலங்காரத்தைப் பாரமாக உணர்ந்தாள் சுதா. கூந்தலால் வரக்கூடிய துன்பம் கண்ணுக்குப் புலப்படாது. எடுத்துச் சொன்னாலும் புரிய வைக்க இயலாது. எப்பொழுதும் களைய முடியாத, தொடர்ச்சியான, சின்ன வலியினை சுதா உணர்கிறாள். திருமணத்திற்குப் பின் தன் கூந்தலில் முகம் புதைத்து, கணவன் தன் பெயர் சொல்லி அழைத்து மகிழும்போது, மனம் நெகிழ்ந்தாலும் கூந்தலால் ஏற்படும் வலி அவள் மனத்தை உறுத்திக் கொண்டேதான் இருந்தது. கணவன் அலுவலக நிமித்தமாக ஒரு வருட காலம் வெளிநாடு சென்றவுடன், சுதா, முதல் வேலையாகத் தன் நீண்ட கூந்தலைக் கழுத்து வரை வெட்டிக் கொள்கிறாள். சிறுவயதில் தன் கூந்தலைப் பார்த்து பார்த்து வளர்த்த பாட்டியும், திருமணத்திற்குப் பின் தன் முகத்தைக் கூந்தலில் புதைத்து அரற்றும் கணவனையும் அவள் அந்த நேரத்தில் மனதில் நினைத்துக் கொண்டாள். ஆனாலும், அவள், உடலிலும் மனதிலும் பாரம் குறைந்ததை உணர்கிறாள். அழகின் பெயரால் பெண்ணினம் கூந்தல் என்ற பாரத்தைச் சுமப்பதும். பெண்ணின் அழகு அவள் கணவனுக்கு மட்டுமே சொந்தம் என்ற சமூக உணர்வின் அடிப்படையில் அவன் இறப்புக்குப் பின், அவள் கூந்தல் சிதைக்கப்படும் அவலமும் இக்கதை வழி அடையாளப்படுகிறது.

8

கூந்தல்

சீதாரவி

"அகலிகை, திரௌபதை, சீதை, தாரை, மண்டோதரி..." ஒவ்வொரு பெயருக்கும் ஒரு சொட்டு நல்லெண்ணெய்யால் சிமெண்ட் தரையில் புள்ளி வைப்பாள் பாட்டி.

'மண்டோதரி...'யின் ஈகாரத்தை நீட்டி உச்சரித்து, அந்த ஐந்து புள்ளிகளையும் ஒரு நேர்க்கோடாக இணைப்பாள்.

மிளகும் வெற்றிலையும் போட்டுக் காய்ச்சிய எண்ணெய், சுதாவின் அடர்த்தியான உச்சந்தலை மயிரைப் பிரித்துப் பிரித்துப் பாட்டி பரபரவென்று தேய்க்க,

"எதுக்கு பாட்டி ஒரோரு தடவையும் இப்படிச் சொல்லி எண்ணெய் தேய்க்கறே...?" தேய்க்கும் வேகத்தில் உடம்பெல்லாம் ஆட, சுதாவின் குரலில் பிசிறடிக்கும்.

"தலைமயிர் நன்னா வளரும்..."

ஏழு வயதில் அந்த விளக்கம் திருப்தியளித்தது. வெள்ளி - செவ்வாய் தவறாமல் தனக்கு எண்ணெய் தேய்த்துக் கூந்தல் வளர்த்த பாட்டியின் மொட்டைத் தலைக்கும் முக்காட்டுக்கும் காரணம் கேட்கத் தோன்றவில்லை.

இலேசாக விறகுப் புகை மணக்கும் வெந்நீரில் 'தீர்த்த மாடல்' முடிந்து, சாம்பிராணி மணக்கும் ஆத்திப் பின்னலுடன் ஸ்கூலுக்குப் போனால்... பத்தாங்கிளாஸ் அக்காமார்களெல்லாம் கூட ஆசையாகத் தடவித் தடவிப் பார்ப்பார்கள்.

"ஏய்! நீ என்ன எண்ணெய் தடவிக்கறே...? அதன் பேரை, உங்கம்மாவை ஒரு பேப்பர்ல எழுதித் தரச் சொல்லுடீ... எங்கம்மா கேட்டாங்க..." தன் எலிவால் பின்னலை ஏக்கத்துடன் தொட்டபடி ஆர்.வி.உஷா கேட்பாள்.

சுதா, பாட்டியிடம் வந்து சொல்லுவாள்.

“கட்டேல போக! கொள்ளிக் கண்ணை வைக்கறாளுங்க பாரு என் குழந்தை மேலே...!”

அடுத்த நிமிடமே உப்பும் மிளகாயும் அடுப்பில் படபடவென்று வெடிக்கும்.

சயன்ஸ் டீச்சர் பத்துவிதமான இலைகளைக் கொண்டு வரச் சொல்லப் போக, சுதாவுக்குப் பாட்டியின் மொட்டைத் தலை பற்றிய ரகசியம் தெரிய வந்தது.

விரல் விரலாயிருந்த சுண்டைக்காய் இலையை பறிக்க, தோட்டத்தின் கடைசி மூலைக்குப் போனபோது, பாட்டி முக்காட்டைக் கழற்றிப் போட்டுவிட்டு உட்கார்ந்திருந்தாள். நாவிதரின் முரட்டுக் கத்தி அவள் தலையின் குச்சி நரைகளை மழித்தெடுத்து முடித்துக்கொண்டிருந்தது. பளபளத்த முன்தலையில்... ஒரு குண்டுப் பல்லி அளவுக்குப் பெரிய வடு!

சுதாவுக்கு பயமாக இருந்தது. ‘பாட்டி’ என்று கூப்பிடக்கூட முடியாமல் நாக்கு மேலண்ணத்தில் ஒட்டிக் கொண்டது.

“ஓடு உள்ளே!” - சில்லறையைக் கொடுத்துவிட்டு எழுந்த பாட்டி, அதட்டி அனுப்பிவிட்டாள்.

அன்று முழுக்க கெட்ட கனவாய் அந்தக் காட்சி சுழன்றடித்தது. பாட்டியிடம் பேச முடியவில்லை.

“ஏழுமலையப்பா!” என்று பாட்டி கூவியபடி தண்ணீர் சொம்புடன் படுக்க வந்தபோது சுதா வெறுமே கண்களை மூடிக் கொண்டிருந்தாள்.

இருட்டில் பாட்டியின் நெருக்கம் தெம்பாக இருந்தது.

“ஏன் பாட்டி, நீ மொட்டை அடிச்சுக்கறே?”

“அந்தக் காலத்துலே, வீணாப் போனவாளை அப்படித்தான் அலங்கோலம் பண்ணிடுவா...”

“வீணா போறதுன்னா...?”

“ஆம்படையான் செத்துப் போய்ட்டான். இதுல வேடிக்கை என்னன்னா... எங்கக்கா செத்துட்டான்னு என்னை என் அத்திம்பேருக்கே இளையாளா பண்ணி வைச்சா... அவனுக்கும் அல்பாயுசு...”

தூக்கம் வரவில்லை. குண்டுப் பல்லி வடு ஞாபகம் வந்தது. அது பற்றிக் கேட்டாள்.

பாட்டி சிரித்தாள்... “அதுவா! பத்து வயசுல வாக்கப்பட்டுப் போனவ, முழு மாம்பழம் வேணும்னு கேட்டு அடம்பிடிச்சேனா... என் மாமியார் வெங்கல லோட்டாவாலே ‘ணங்கு’ ன்னு தலையில் நெத்தினாப் பாரு.... அது ரத்தக் காயமாகி... அப்படியே நின்னு போச்சு...”

ஏதோ பெரிய ஹாஸ்யத்தைக் கண்டவள் போல பாட்டி சிரித்தாள்.

நிச்சயதார்த்தன்று பாட்டி சொன்ன மாமியாரும் மாம்பழமும் கதைதானா ஞாபகம் வரவேண்டும்...?- சுதா தனக்குள் ஆழ்ந்து கிடப்பது பார்த்து, தோழிகள் காரணம் புரியாமல் சம்பிரதாயமாய்க் கேலி செய்தார்கள்.

அது எதுவும் அவள் காதில் ஏறவில்லை. இப்போதெல்லாம் வெங்கல தம்ளர்கள் புழக்கத்தில் இல்லை... மேலும் மாமியாரின் நாகரிகம் எடுப்பான அலங்காரத்திலும் மென்மையான பேச்சிலும் யாவராலும் உணரப்படுகிறது. பெண் பார்க்க வந்த தினத்தில் கூட 'நிஜ முடிதானா?' என்று கேட்க முயன்று தயங்கித் தவித்தாளேயொழிய, இழுத்துப் பார்க்கவில்லை!

"உன் தலை மயிருக்காகவே உன்னைப் பண்ணிக்கறா... தோகை மாதிரி..."

இலேசாக சலிப்பு வந்தது. அப்படியென்ன சாதித்து விட்டது இந்தக் கூந்தல்? வாழ்க்கையின் ஒவ்வொரு கட்டத்திலும் படுத்தி யெடுத்திருக்கிறது!

பாட்டி போய்ச் சேர்ந்ததற்குப் பிறகு, அம்மா எண்ணெயை வைத்து, பாத்ரூமுக்குள் தள்ளி விட்டதோடு சரி... சீயக்காயைத் தரையில் பாதி தலையில் பாதி என்று கொட்டி, குளித்து முடித்து வருவதற்குள் கைகள் சளைத்துத் துவளும்.

"இப்படியா தலையைக் குருவி சிடுக்கா ஆக்கிப்பா...? வயசாச்சேயொழிய தலை கசக்கக் கூடத் தெரியலை..."- அம்மாவிடம் வசவு வாங்கிக் கட்டிக் கொள்ள வேண்டும்.

பாண்டியாடும்போது, முன்னால் வந்து விழும் ஜடையைப் பின்னுக்குத் தள்ள மறந்தாலும் திட்டுதான்.

"எத்தனை தடவை சொல்லியிருக்கேன்.... பின்னலை முன்னால போடாதேன்னு...!"

"நானா போடறேன்... அதுவா வந்து விழறது! பேசாம ஹம்சா மாதிரி வெட்டி 'பாப்' வச்சுக்கறேன்."

"சீ! மூடு வாயை! துளிர்த்துப் போச்சு ரொம்பத்தான்..."

கூந்தலால் ஏற்பட்ட அவமானம் அதோடு போகவில்லை... நவராத்திரிக்கு ஜடை தைக்க கமலா மாமி வீட்டுக்கு அனுப்பி வைத்தார்கள். செவ்வந்திப் பூவை வைத்து, ரோஸ் கலர் பட்டு நூலால் தைத்துவிட்டாள் மாமி.

ஜடையலங்காரத்தைப் பார்த்த சக்தி மாமா, "அடி, கல்யாணப்

பெண்ணே! நீ என்னைத்தானே கல்யாணம் பண்ணிக்கப் போறே...?" என்று நடுக்கூடத்தில் கட்டிப்பிடித்து முரட்டுத்தனமாக முத்தம் கொடுத்த போது குபீரென்று அழுகை வந்தது. சுற்றியிருந்த அத்தனை பேரும் கொல்லென்று சிரித்தார்கள்.

ஜடையைப் பிய்த்துப் போட்டுவிட்டு ஓடி விடலாமா...? அம்மாவுடைய பெரிய சைஸ் கத்தரிக்கோலை எடுத்து நறுக் நறுக் கென்று பின்னலைக் கழுத்தோடு வெட்டிவிட்டால் என்ன...? அப்படியே இந்த சக்தி மாமாவின் மூக்கையும்!

அந்த சக்தி மாமாதான் மாலை மாற்றியபோது 'தோள் தூக்கி'னார்!

சுதாவின் நெற்றியில் பட்டஞ்சுட்டி அழுந்திக் கவ்வியிருந்தது. சூர்ய பிரபையும் சந்திர பிரபையும் கரும்பட்டுத் துணியில் இழைத்த மாதிரி, அவள் அகன்ற தலையின் இரு பக்கங்களிலும் பதிந்து உட்கார்ந்திருந்தன. பின் தலையில் ராக்கோடிக்காக மெல்லிய காலெடுத்து சிறியதாய் ஒரு பின்னல் பின்னியிருந்தார்கள். மூச்சைப் பிடித்துக் கொண்டு இழுத்துப் பின்னியதில் ஓரே ஒரு மயிரிழை மட்டும் இடம்மாறிப் போய் முறுக்கிக் கொண்டு பிராணாவஸ்தைப் படுத்தியது.

'அது படீரென்று அறுத்துக் கொள்ள, வலி நின்று போகாதோ?'

ஆனால் அந்த ஒற்றை முடிக்கு வலிமை அதிகம். ஹிம்ஸையைத் தாங்கியபடி கடமையைத் தொடரும் குணம், பெண்களைப் போல அதற்கும் இருக்கிறது!

ஹிம்சைகள் என்றால் அகலிகையும் திரௌபதியும் பட்ட கொடுமைகள் அல்ல...

மானிடப் பெண்களின் துன்பம், இதோ பின் மண்டையில் இழுக்கும் ஒற்றை முடியைப் போல... அலங்காரத்தால் மூடப்பட்டிருக்கும்; கண்ணுக்குப் புலப்படாது; எடுத்துச் சொல்லிப் புரியாது. களைய முடியாத, தொடர்ச்சியான சின்ன வலி... பதினோரு வயதில் காரணம் புரியாமல் சுற்றிக் கொண்ட தாவணி, பதினைந்து வயதில் இரட்டைப் பின்னல் கேட்டதற்காக விழுந்த அடி, அப்புறம் அயன்ராண்டில் மூழ்கி அடுப்படியில் தீய விட்டதற்காகக் கிடைத்த 'பொறுப்பின்மை' பட்டம்... என்று வாழ்க்கை முழுதும் தொடர்வது.

பெண்களுக்கு மட்டும் நீளமான தலை மயிர் என்று விதிக்கப்பட்டது இதை உணர்த்தத்தானோ...?

தான் பார்த்த நாட்டிய நாடகங்களை நினைத்துக் கொண்டாள் சுதா. ராமாயணத்தில், அசோகவனத்து சீதை தன் நீண்ட கருங்கூந்தலைக் கொண்டு தூக்கு மாட்டிக் கொள்ள முயன்றதும், திரௌபதி, துரியோதனன் - துச்சாதனன் இரத்தத்தை 'பூசி நறுநெய் குளித்தே

சீவிக் குழல் முடிப்பேன்' என்று கோர சபதம் செய்ததும் ஞாபகம் வந்தன. 'அகலிகை, தாரை, மாண்டோதரியின் கூந்தல் எப்படியிருந்திருக்கும்?'

சுதா மெதுவாகத் தன் பூ ஜடையை முன் புறமிட்டு ஆளுயர நிலைக் கண்ணாடியில் பார்த்துக் கொண்டாள். விம்மிய மார்பின் மேல் வழிந்தோடி முழங்கால்களுக்குக் கீழே தட்டி நின்றது ஜடை குச்சு. கன்னங்கரேரென்ற பின்னலின் கால்களில் முத்துக் கோத்தது போல் முல்லை அரும்புகளைக் குத்தி அலங்கரித்திருந்தாள் மாமி.

ராமகிருஷ்ணனின் கையில் புரோகிதர் தாலியைக் கொடுத்து கட்டச் சொன்னபோது நாதஸ்வரத்தின் ஆலாபனையைத் தாண்டி இரண்டு விஷயங்கள் பலமாக சுதாவின் காதில் விழுந்தன.

"கெட்டி மேளம்! கெட்டி மேளம்!" - சக்தி மாமாவின் ஒன்றரைக் கட்டை ஆணை;

"பின்னலை நன்னா தூக்கிப் பிடியுங்கோ... அப்போதான் தாலி முடிய சௌகரியமாயிருக்கும்..." - மாமியாரின் உச்சஸ்தாயி உத்தரவு.

போட்டோவில் அந்தக்கணம் அப்படியே நிரந்தரமாயிருந்தது. சக்தி மாமாவின் தூக்கிய ஒற்றை விரல். மாமியாரின் உத்தரவுப்படி சின்ன அம்புலு இரண்டு கைகளாலும் தூக்கிப் பிடித்த சுதாவின் பின்னல். அப்பாவின் மடியில் அவள் உட்கார்ந்திருக்க, அவர் தோளுக்கு மேலாகக் கடந்து போய், அவருக்குப் பின்னால் நின்ற சின்ன அம்புலுவின் கையிலிருந்தது அது. குத்திய முல்லை முத்துக்கள் அழகாய் வரிசையாய்த் தெரிந்தன.

பதினைந்து ஆண்டுகள் கடந்து விட்டன. சுதாவின் காதோரம் நரைகள் கொல்லென்று பூத்துவிட்டாலும் மிக நெருக்கத்தில் உட்கார்ந்திருந்தான் ராமகிருஷ்ணன். அந்தப் படத்தை இருவருமாய்ப் பார்த்துக் கொண்டிருந்தார்கள்.

"இந்த சமாசாரத்துல ஒண்ணைக் கூட கழட்டாம அப்படியேவா அனுப்பி வைப்பாங்க பொண்ணை...?" கேலியாக அவளைப் பார்த்துக் கேட்டான்.

கல்யாணச் சடங்குகள் முடிந்து, சாந்தி முகூர்த்தத்துக்கு நேரமாகிவிட்டது என்று அவசரமாகப் புடவையை மட்டும் மாற்றி, பால் தம்ளரைக் கையில் திணித்து அனுப்பி விட்டார்கள்.

தலை அலங்காரங்களைக் களைவதற்கு ராமகிருஷ்ணன்தான் உதவினான்! ராக்கோடியைச் சுற்றி இறுக்கிய சுண்டுவிரலகல மயிர்க் கற்றையை விடுவித்தபோது, தப்பாக முறுக்கிக் கொண்ட ஒற்றை இழை இடம் மாற, பெருமூச்சு விட்டாள் சுதா. விடுதலையுணர்வில் கண்ணீர் வந்தது. ராமகிருஷ்ணனை நன்றியுடன் திரும்பிப் பார்த்தாள்.

அவன் அன்பு ததும்ப சிரித்துவிட்டு அவள் கூந்தலை விரல்களால் பிரித்துக் கோத, உள்ளம் கனிந்தாள். தொடர்ந்த இரவுகளில் அந்தக் கூந்தலில் முகம் புதைத்து, 'சுதா சுதா' என்று அவன் அரற்றியபோது, உள்ளத்துடன் உடலும் இளகிக் கரைந்தது.

இன்றளவும் அந்த பிரேமை புதுக்கருக்கழியாமல் இருந்தாலும், முறுக்கிக்கொண்ட ஒற்றை மயிராக வலிகளும் தொடர்கின்றன.

குனிந்த வாக்கில் எச்சிலிடும்போதும் கோலம் போடும்போதும், ஓயாமல் முன்னால் வந்து விழுவேன் என்று அழிச்சாட்டியம் செய்யும் பின்னல். கட்டாய ஸ்நான தினங்களில் பட்டியல் நீண்டு கொண்டே வருகிறது. ஈரத்தலையை அள்ளி முடிந்து, சமையற்கட்டுக்குள் நுழைந்தால், அலுவலகம் புறப்பட ஐந்து நிமிடங்கள் இருக்கும்போதுதான் வெளியே வர முடிகிறது. கசகசத்த ஈரமும் வியர்வையும் சேர்ந்து, அடித்தலையில் நிரந்தரமாகிவிட்ட நீர் பாரம். புத்தகம் படிப்பதும், பாட்டு கேட்பதும், பக்கம்பக்கமாய்த் தோழிகளுக்குக் கடிதங்கள் எழுதுவதும்... ஏதோ போன ஜன்மத்து சங்கதிகள் போல் பழங்கதையாகிவிட்ட மனப்பாரம்.

'குடும்பம் என்னும் சிறைக்கு என்னையே சாசனம் பண்ணிக் கொடுத்து விட்டேனோ?' என்று அவ்வப்போது எழுந்து நடுங்க வைக்கும் அச்சம்.

இந்த வேட்கைகளின் ஆழ - அகலங்கள் புரியாமல் அன்பைச் சொரியும் ராமகிருஷ்ணன் கூட பாரம் தானோ...? அல்லது அப்படி சிந்திப்பது சுயநலத்தின் உச்சமா...?

சுதாவின் குழப்பங்கள், விசாரங்கள் அறியாத ராமகிருஷ்ணன் கல்யாணப் போட்டோ ஆல்பத்தை வைத்துக் கேலி பேசிக் கொண்டிருந்தான்.

விடிந்தால் அமெரிக்கா போக அவன் பெட்டிகள் தயாராயிருந்தன. சுதாவைப் பிரியப்போகும் எண்ணம் அவனை ஏக்கத்தில் அமிழ்த்தியிருந்தது. அதை மறைத்துச் சல்லாபிக்கும் முயற்சியில் இறங்கியிருந்தான்.

கூந்தலை அளைந்து கழுத்தை வருடிய அவன் விரல்களை மெதுவாக அகற்றிவிட்டு சுதா கேட்டாள்:

"இன்னும் ஒரு வருஷம் கழிச்சுத்தான் பார்க்க முடியுமில்லையா...?"

"ம்... ஒரு வருஷம் டெபுடேஷன்..."

"அதுக்குள்ளே என் தலையெல்லாம் இன்னும் கொஞ்சம் நரைச்சுப் போயிடும்..."

"போகட்டுமே. எனக்கும்தான் நரைக்கும்..."

"அப்புறம்..." தயக்கத்தைப் பிடித்து நெட்டித் தள்ளிவிட்டு சுதா பேசினாள்.

"தலைமயிரை கத்தரிச்சுக்கலாமான்னு பார்க்கறேன்..."

"பைத்தியம்! உன்னால் முடியாது... எனக்குத் தெரியும்..."

அவனுக்கு அவளைத் தெரியவில்லை!

ப்யூட்டி பார்லரின் நாற்காலியில் கண்ணாடி முன்னால் உட்கார்ந்திருக்கிறாள்.

"எவ்வளவு வெட்டலாம்...?" சிகை அலங்காரக் கலைஞர் கேட்கிறாள்.

"இதோ... இதுவரை..." கழுத்தில் கை வைத்து சுதா சொல்ல...

"ஆர் யூ ஷ்யூர்?"

"ஐ 'ம் வெரி ஷ்யூர்..."- சொல்லிவிட்டு சுதா கண் மூடுகிறாள். ராமகிருஷ்ணன் திரும்புவதற்குள் மீண்டும் வளர்ந்துவிடும் - பாதி நீளமாவது வளர்ந்து விடும்.

சுதாவின் நீண்ட கூந்தலை படிய வாரி, இழுத்துப் பிடித்து... கழுத்தருகே கத்தரிக்கோல் 'கருக்கருக்' கென்று முன்னேறும் ஓசை கேட்கிறது.

சுதா மீண்டும் கண் திறக்கும்போது, கண்ணாடி பிம்பம் அந்நியமாய்த் தெரிகிறது.

கத்தரித்த முடி, கற்றையாய்த் தரையில் கிடக்கிறது.

'அகலிகை, திரௌபதை, சீதை, தாரை, மண்டோதரீ...' - பாட்டி ஈகாரத்தை நீட்டி உச்சரிப்பது கேட்கிறது. கூடவே ராமகிருஷ்ணன் 'சுதா சுதா' என்று கூந்தலில் முகம் புதைத்து அரற்றும் குரலும்.

சாதனா ராதாகிருஷ்ணன்

எழுத்தாளர், கவிஞர், பேச்சாளர், ஆங்கில மொழி பயிற்றுவிப்பாளர் என்று பல தளங்களில் இயங்கும் இவர், இளைய தலைமுறையைச் சேர்ந்தவர். எழுத்தாளர் பூவண்ணனின் மகளான இவர், முதுகலை வணிகவியல் படித்துள்ளார். தம் தந்தை தாய் இருவரையும் போல இவரும் எழுதுவதில் வல்லவர். கோவை ஞானியின் ‘தமிழ்நேயம்’ சார்பில், பெண் எழுத்தாளர்களுக்காக *1999, 2000* ஆகிய ஆண்டுகளில் நடத்திய சிறுகதைப் போட்டிகளில் கலந்துகொண்டு இரண்டு முறையும் பரிசு பெற்றுள்ளார். தொடர்ந்து தம் எழுத்துக்களுக்காகப் பல்வேறு அமைப்புகளிலிருந்து பரிசுகளைப் பெற்றுள்ளார். *2001, 2002, 2003* ஆம் ஆண்டுகளில் கோவை வள்ளியப்பா இலக்கிய வட்டம் நடத்திய சிறுகதை, கட்டுரை, கவிதைப் போட்டிகளில் கலந்து கொண்டு மூன்று முறையும் பரிசுகள் பெற்றுள்ளார். இலக்கியப்பீடம் அமைப்பு ,கோகுலம் இதழ் நடத்திய சிறுகதைப் போட்டி இவற்றிலும் கலந்து கொண்டு பரிசுகளைப் பெற்றுள்ளார். எப்போதும் பெண்களே, பார்வை ஒன்றே போதுமே, மும்மணிக் கதைகள், நாலும் நாலு விதம் என்ற நூல்களை எழுதியுள்ளார். மும்மணிக் கதைகள் நூலுக்காக மெய்யறிவு இதழ் வழங்கும் சிறந்த சிறுகதை தொகுதிக்கான பரிசினைப் பெற்றுள்ள இவர் நாடகம் எழுதுவதிலும் வல்லவர். திருப்பூர் அரிமா சங்கத்தின் சிறந்த பெண் எழுத்தாளர் விருதினையும், ஸ்ரீராம் நிதி நிறுவனங்கள் வழங்கும் இலக்கியச் செல்வர் என்ற விருதினையும் பெற்றுள்ளார்.

கதைக்குள் புகுமுன்

வாழ்க்கையில் துணை என்று எதை நினைக்கிறோமோ அதெல்லாம் உண்மையில் துணையா? என்ற வினாவை முன்வைக்கிறார் சாதனா ராதாகிருஷ்ணன். நல்ல குரல் வளமும் ஆர்வமும் சிவகாமிக்கு இருந்த போதும் சிறு வயதில் சங்கீதம் கற்றுக்கொள்ள பாட்டி தடை விதிக்கிறாள். நன்றாகப் படித்து பெரிய உத்தியோகத்திற்குப் போக வேண்டும் என்ற ஆர்வத்துக்கு முட்டுக்கட்டை போட்டு, திருமணம் செய்து வைத்து தன் கடமையை முடித்துக் கொண்டாள் அவள் தாய். புகுந்த வீட்டில் மனைவியாய், மருமகளாய், தாயாய் வாழ்ந்து கொண்டிருந்த அவளுக்கு, மேற்படிப்பு பற்றிப் பேச அவள் மாமியார் இடம் தரவில்லை. கணவனின் அகால மரணத்திற்குபின், அண்ணன் அண்ணி தங்கள் வீட்டில் அவளுக்கு அடைக்கலம் தந்தபோது, வீட்டைப் பொறுப்பாகக் கவனிப்பதற்கும், அண்ணன் குழந்தைகளைப் பராமரிப்பதற்கும் ஒரு நல்ல தாதியாக அவள் இருக்க முடிந்ததே தவிர, அவள் தேடிய சுதந்திரம் அவளுக்கு அங்கு கிடைக்கவில்லை. பின் அங்கிருந்து விடுபட்டு, தனிக்குடித்தனம் சென்ற பொழுது மகளை வளர்ப்பதிலேயே காலம் கழிந்தது. மகள் காதலித்துத் திருமணம் செய்துகொண்டபோது,

அவள் குடும்பத்திற்காகவும் பேரனுக்காகவும் ஓயாமல் உழைக்கிறாள். பக்கத்து வீட்டுக்கார பெண், லேடிஸ் கிளப் அழைத்தபோது மகள், “உனக்கு எங்கம்மா நேரம் இருக்கும்’ என்று தடுத்து விடுகிறாள். அவளைச் சுற்றி இருக்கின்ற சொந்தங்கள், அவளைக் கடமையைச் செய்ய நிர்ப்பந்திக்கன்றனரே தவிர, அவளுடைய சின்ன சின்ன ஆசையைக்கூட அவர்கள் பொருட்படுத்தவில்லை. மருமகனின் வேலை நிமித்தமாக மகள் அவளை விட்டுப் பிரிந்தபோது, முதன்முறையாக, அவள் அதுவரை அனுபவித்திராத சுதந்திரத்தை அனுபவிக்கிறாள். தனிமை அவளுக்கு அளித்த சுதந்திரத்தை எந்த துணையும் அவளுக்குத் தரவில்லை என்று கதையை முடிக்கிறார் ஆசிரியர். பெண்கள் காலம் காலமாக அறியாமை என்ற இருட்டிலே, தங்களின் தனிப்பட்ட விருப்பத்தை, வளர்ச்சியை, இயக்கத்தைப் பொருட்படுத்துவதில்லை. தங்களுக்கென்று தனிப்பட்ட வாழ்வு ஒன்றுமில்லை. குடும்பமே தங்கள் வாழ்க்கை என்று எண்ணி வாழ்ந்து மடிந்ததுடன், தங்கள் பிற்கால தலைமுறையினரையும் அந்த எண்ணத்தில் வாழ நிர்பந்திக்கிறார்கள் என்பதை கதாசிரியர் எடுத்துரைக்கின்றார். ‘பெண்களுக்குக் குடும்பம் மட்டுமல்ல வாழ்க்கை’ என்பதை இக்கதை உணர்த்துகின்றது.

௭

துணையா?

சாதனா ராதாகிருஷ்ணன்

'அன்று வெள்ளிக்கிழமை. கோயிலுக்குச் சென்று திரும்பி வந்த சிவகாமி வீட்டைத் திறந்து உள்ளே செல்லாமலேயே வெளியே தோட்டத்தில் அமர்ந்திருந்தாள்.

அந்த வீட்டில் அவள் தனியாகத்தான் இருந்தாள். ஐம்பது வயதில் தனியாக இருப்பது ஒரு கஷ்டமாக அவளுக்குத் தோன்றவில்லை. அந்தத் தனிமையை அவள் மனம் ஏற்றுக்கொண்டது. சாதாரணமாக, பெரிய குடும்பத்தில் வாழ்க்கைப்பட்டவர்கள் சலிப்பு உண்டாகி, அமைதியான சின்னக் குடும்பமாக வாழ ஆசைப்படுவார்கள். ஆனால், சிறிய குடும்பமாக வாழ்பவர்களோ, 'பெரிய குடும்பமாக இருந்தால் கலகலப்பாக இருக்கும்' என்று ஏங்குவார்கள். சிவகாமியோ எந்தவித சஞ்சலமும் இல்லாமல், அமைதியாக வாழ்ந்து வந்தாள்.

வாழ்க்கையின் பல கட்டங்களைக் கடந்து வந்த அவளுக்கு அந்தத் தனிமை தேவைப்பட்டது. அவள் வாழ்க்கை அமைதியான நீரோடையாகவும் இருந்திருக்கிறது. சில சமயம் காட்டாற்று வெள்ளமாகவும் மாறியிருக்கிறது.

அவள் நடந்து வந்த பாதையைக் கொஞ்சம் திரும்பிப் பார்த்தாள்.

முதன்முதலில் அவளைப் பெற்ற தாய். பிறகு, தந்தை, கணவர், அண்ணி, குழந்தை என்று எத்தனையோ உறவுகளைக் கடந்து வந்தபிறகு இன்று இங்கு இந்த இடத்தில் தனிமையில் அமர்ந்து கொண்டிருக்கிறாள். பத்து வயதிலோ, இருபது வயதிலோ, முப்பது வயதிலோ அவளுக்குக் கிடைக்காத சுதந்தரம் இந்த ஐம்பது வயதில் அவளுக்கு ஆறுதல் பரிசாக அமைந்தது. அந்த வீட்டைச் சூழ்ந்திருந்த அமைதி அவளை அடிக்கடி கடந்த காலத்திற்கு அழைத்துச் சென்றது.

பாட்டியின் குரலும் அம்மாவின் குரலும் அவளுக்குக் கேட்பதுபோல் தோன்றும். இதோ இப்பொழுதுகூடக் கேட்கிறதே...

"சிவகாமி! எங்க போயிட்டா, இங்கே தானே இருந்தா? இந்தா சிவகாமி, இந்தக் காய்கறியைக் கொஞ்சம் நறுக்கிவிட்டுப் போயேன்" என்று பாட்டியின் குரல் கேட்டு ஓடி வந்தாள் எட்டு வயது சிவகாமி. "இல்ல பாட்டி, பக்கத்து வீட்டுல பாட்டுபாடிண்டிருக்கா. அதான் கேட்டுட்டிருந்தேன். நீயும் வந்து கேளு பாட்டி, ரொம்ப நல்லாயிருக்கு" என்று முகம் மலர விவரித்தாள். "ஆமாம்! போடி! பாட்டு கேட்டாளாம் பாட்டு. உன் கூட சேர்ந்து நானும் பாட்டு கேட்டா வீட்டு வேலையை யாரு செய்வா? அதெல்லாம் உனக்கு எதுக்கு? வேலைவெட்டி இல்லாதவங்க உட்கார்ந்து பாடுவாங்க, நீ போய் உன் வேலையைப் பார்" என்றார் கடுமையாக.

பாவம், சிவகாமி! அவளுக்குத்தான் சங்கீதத்தின் பேரில் எவ்வளவு ஆர்வம்! இந்தப் பாட்டிக்குத்தான் புரியவில்லை என்றால் இந்த அம்மாவும்கூட பாட்டியைப் போலவே இருக்கிறார்களே. இருந்தாலும் ஒருமுறை கேட்டுத்தான் பார்ப்போமே என்று துணிந்து கேட்டும் பார்த்தாள். இது எப்படித்தான் அந்தப் பாட்டி காதில் விழுந்ததோ? எங்கேயோ பின்கட்டிலிருந்து ஓடி வந்து, "அதெல்லாம் ஒன்றும் வேண்டாம், இவ என்ன பெரிய கச்சேரியா செய்யப் போறா" என்று தடுத்துவிட்டார். சே! என்ன செய்வது? அதற்குள், பள்ளியில் பாடுவது போலவும், மேடையில் பாடுவது போலவும் கனவெல்லாம் கண்டிருந்தாளே! சங்கீதத்தைக் கற்றுக்கொள்ள முடியாவிட்டாலும், நல்ல இசையைக் கேட்கவும், முடிந்தால், பாடவும் அவளுக்குத் தடையேதும் இல்லையே. என்னதான் பாட்டி திட்டினாலும், அம்மா தடுத்தாலும், நேரம் கிடைக்கும்போதெல்லாம், அடுத்த வீட்டிற்கு ஓடிச்சென்று, திண்ணையில் அமர்ந்து வகுப்பில் மாணவர்கள் பாடுவதைக் கேட்டு ரசிப்பாள். சில சமயம் மெல்லிய குரலில் தானும் அவர்களுடன் பாடிப் பரவசமடைவாள். அவள் அங்கு அமர்ந்து கேட்பதை வாத்தியார் ஆட்சேபிக்கவில்லை. அதனால் அங்கே பயிலும் மாணவர்களை விட அவள் அதிக ஆர்வத்துடன் கவனிப்பாள். இப்படித்தான் ஒருமுறை, வாத்தியார் மாணவர்களை, "யாராவது ஒருத்தர் நல்லா சுருதி மாறாமப் பாடிக் காட்டுங்களேன்" என்று கேட்டபோது, ஒருவரும் முன்வரவில்லை. அப்பொழுது சிவகாமி திடீரென்று பாடத் தொடங்கியதும், மாணவர்கள் உட்பட ஆசிரியரும் அசந்து போய்விட்டார். வாத்தியார் அவளை அருகில் அழைத்து, "சிவகாமி! உனக்கு நல்ல குரல் வளம் இருக்கு. நீ பாட்டு கத்துக்கலாமே" என்று அன்புடன் சொன்னதும், சிவகாமி மெல்லிய குரலில், "எங்கம்மா வேண்டாம் என்று சொல்லிவிட்டாள்" என்று சொல்லி ஒரே ஓட்டமாக ஓடிவிட்டாள்.

நாள்கள் நகர்ந்தன. சிவகாமிக்கு வயது ஏற ஏற மேலும் ஓர் ஆசை வளர்ந்தது. நன்றாகப் படித்து பெரிய உத்தியோகத்துக்குப் போக வேண்டும் என்பதே அந்த அசை. சினிமாவில் தோன்றும் கதாநாயகிகள் சில படங்களில் ஆபீஸராகவும் மானேஜராகவும் தோன்றும்போதெல்லாம் அவளுக்கு அந்தக் காட்சியில் தன்னுடைய முகம்தான் பிரதிபலிக்கும். அப்படி ஒரு சிறுபொறியாகத் தோன்றிய ஆசை, விரைவிலேயே கொழுந்துவிட்டெரிந்தது.

தன் அண்ணன் தம்பியைவிட நான் அதிக மதிப்பெண்கள் பெற்றுப் பெருமையடைய வேண்டும் என்ற ஒரு லட்சியத்தோடு படித்தாள். தன் எதிர்கால ஆசையை, லட்சியத்தைத் தாயிடம் பகிர்ந்து கொண்டாள். "அம்மா! அம்மா! நான் ஆபீஸராகப் போகிறேன் பார்! பிறகு காரில் போகலாம், பங்களாவில் இருக்கலாம்" என்று விவரிக்கும் போது அவள் கண்கள் பளபளக்கும்.

பள்ளிப் படிப்பை முடித்துவிட்டு மேல் படிப்பில் சேரத் தன்னைத் தயாராக்கிக் கொண்டாள். அப்பாவிற்கு அடிக்கடி உடல்நலம் சரியில்லாததால், அதையும் அம்மாவிடமே பேசவேண்டிய கட்டாயம். கல்லூரியைப் பற்றி இன்று பேசியே தீர வேண்டும் என்று ஒரு வழியாக அம்மாவை அணுகிய அவளுக்கு ஓர் அதிர்ச்சி காத்துக் கொண்டிருந்தது. இவள் பேசத் தொடங்கும் முன் அம்மா, "இப்படி உட்காரு சிவகாமி! நானே உன்கிட்ட ஒரு விஷயம் பேசணும்னு நினைச்சுகிட்டிருந்தேன். உனக்கு மாப்பிள்ளை பார்த்தாகிவிட்டது. தூரத்துச் சொந்தம்தான். நமக்கேற்ற நல்ல இடம். உங்கப்பாவுக்கும் உடம்பு சரியில்லை. உனக்கு கல்யாணம் செய்துட்டா எங்க கடமை முடியும். அதனால இந்தப் படிப்பு வேலை பற்றி எல்லாம் என்கிட்ட பேசவராதே" என்று கண்டிப்பாகச் சொல்லிவிட்டு எழுந்து போய்விட்டார்.

கண்ணீரைத் துடைத்துக்கொண்டு, "ஏம்மா! யாரைக் கேட்டு முடிவெடுத்தாய்? நமக்கும் ஓரளவுக்கு வசதி இருக்கு. நீ நினைச்சா என்னைத் தாராளமாகப் படிக்கவைக்கலாம், காலங்காலமா நம்ம நாட்டுல எல்லாப் பெண்களும் வாழறமாதிரியே என்னையும் வாழச் சொல்றியே! நான் கல்யாணம் பண்ணிக்கலை என்று சொல்லலை. அதைக் கொஞ்சம் தள்ளிப்போடுன்னு தான் சொல்ல வந்தேன்" என்றாள், படபடவென்று. அம்மாவோ முன் வைத்த காலைப் பின் வைக்காதவர்கள். "அதெல்லாம் முடியாது! வேணும்னா முதல்ல கல்யாணம் பண்ணிக்கோ! அப்புறம் உன் மாமியார் அனுமதிச்சா மேல படி, சரிதானே?" என்றவள், அவள் பதிலைக்கூட எதிர்பார்க்காமல் நடையைக் கட்டினாள்.

அம்மாவின் ஆசை நிறைவேறியது. ஒரு சராசரி இந்திய மாமியாரின் முகத்தில் இருக்கும் ஒரு கர்வமும் கடுகடுப்பும் அவளை மேல்படிப்பைப் பற்றிப் பேசவே விடவில்லை. பிறகென்ன? மருமகளாய், மனைவியாய், பிறகு தாயாய் வாழ்ந்து கொண்டிருந்த அவளுக்கு, கணவனின் அகால மரணம் பேரிடியாக அமைந்தது. கையில் ஒரு பெண் குழந்தை. இனி அவள் உலகமே அந்தக் குழந்தைதான். மேற்கொண்டு என்ன செய்வதென்று யோசித்து முடிவெடுப்பதற்குள் அண்ணனும் அண்ணியும் அவளை வீட்டிற்கு அழைத்துச் சென்றனர். "இனி நாம்தான் அவளுக்குத் துணை" என்ற வார்த்தை சிறிது ஆறுதல் அளித்தது.

அண்ணியோ கணவனின் ஜவுளிக் கடைக்குக் காலையிலேயே சென்று விடுவாள். கணவனுக்குக் கடையில் உதவி செய்து மாலைதான் திரும்புவாள். முதலில் சிவகாமி அந்த வீட்டில் நிம்மதியாகத்தான் இருந்தாள். போகப்போகத்தான் அந்தக் குடும்பத்தின் போக்கு அவளுக்குத் தெரிய வந்தது. அவர்களுக்கு இரண்டு குழந்தைகள். கணவன் மனைவி இருவரும் காலையிலேயே வெளியே சென்று விடுவதால் வீட்டைப் பொறுப்பாகக் கவனிப்பதற்கும், குழந்தைகளைப் பார்த்துக் கொள்வதற்கும் சரியான நபர் இல்லாமல் அவர்கள் தவித்துக் கொண்டிருந்தார்கள். இவளின் வருகை அவர்களின் தேவையைப் பூர்த்தி செய்தது. தன் கணவருக்குப் பின் அவளுக்குச் சேர்ந்த பணத்தில் மாதாமாதம் தனக்கும் தன் குழந்தைக்கும் பராமரிப்புச் செலவுக்கு அண்ணியிடம் கொடுத்து வந்தபோதும், அவள் எதிர்பார்த்த சுதந்தரம் அவளுக்குக் கிடைக்கவில்லை. ஏதாவது வேலையில் சேர வேண்டும் என்ற எண்ணத்தை அண்ணனிடம் வெளியிட்டாள். "அப்படியா பார்க்கலாம்" என்றவர் அதைப் பற்றி மீண்டும் பேசவில்லை. அண்ணியோ, எங்கே இவள் வேலைக்குப்போனால் குடும்பப் பொறுப்பு தன் தலையில் விழுந்துவிடுமோ என்று பயந்தாள்.

நாள்கள் செல்லச் செல்ல அவளுக்குள்ளே ஒரு தெளிவும் தன்னம்பிக்கையும் உருவாவதை உணர்ந்தாள். விரைவிலேயே அந்த வீட்டிலிருந்து வெளியேறிவிட வேண்டும் என்று திட்டமிட்டாள். அதன்படி, தன் கணவனின் பாகமாகக் கிடைத்த பணத்தில் ஒரு வீடு வாங்கி அதில் குடியேறினாள். மாடியில் இருந்த போர்ஷனை வாடகைக்கு விட்டு அந்த வருமானத்தில் நிம்மதியாகக் காலம் கடத்தினாள்.

ஆயிற்று. இனி கடந்த காலம் மெல்ல மெல்ல அவளை விட்டு அகன்றது. அவள் எண்ணம் எல்லாம் மகளையே சுற்றிச் சுற்றி வந்தன. தான் அனுபவிக்காத சுதந்தரத்தை மகளுக்கு அளித்து, அவள் சின்ன

சின்ன ஆசைகளை எல்லாம் நிறைவேற்றுவதில் அவள் ஒரு தனி சந்தோஷம் அடைந்தாள். அவளுக்கு எல்லாவிதத்திலும் ஏற்ற கணவரை அவள் அடைய வேண்டும் என்று கவலைப்பட்ட அம்மாவுக்கு எந்தச் சிரமமும் வைக்காமல் தானே ஒருவரைக் காதலிப்பதாகச் சொன்ன கீதாவை அவளால் என்ன செய்ய முடியும்? வேறு வழியில்லாமல் சம்மதித்துக் கல்யாணத்தை முடித்து வைத்தாள். மாப்பிள்ளை பரவாயில்லை. நல்ல குணம்தான். அதனால் அவள் மனம் ஆறுதல் அடைந்தது.

மகளும் மாப்பிள்ளையும் வேலைக்குப் போவதால் தன்னால் இயன்ற உதவிகளை ஒரு நல்ல தாயாக, நல்ல மாமியாராகச் செய்து வந்தாள். பேரனும் பிறந்தான்; பெருமையும் அடைந்தாள். கூடவே வேலையும் பொறுப்பும் அதிகமானது. ஒரு மாறுதலோ பொழுது போக்கோ இல்லாமல் ஓய்வில்லாமல் உழைத்தாள். அவள் இப்படி ஓய்வில்லாமல் உழைப்பதை மகளோ மாப்பிள்ளையோ பெரிதாக நினைக்கவில்லை. 'அவள் கடமையைத்தான் செய்கிறாள்' என்று ஆறுதலடைந்தார்கள்.

ஒரு நாள் மாலை மகளை அழைத்து, "கீதா! நம்ம பக்கத்து வீட்டு ஆன்ட்டி இன்னிக்கு சாயந்தரம் இங்க வந்திருந்தாங்க. அவங்க லேடீஸ் கிளப்புல சேர்ந்திருக்காங்க. வாரத்துல ஓரிரு நாள்தான். 'கொஞ்சம் மாறுதலாக இருக்கும் மனசுக்கு. நீங்களும் வர்றீங்களா?' என்று கேட்டாங்க" என்று சொன்னதும், "ஏம்மா! உனக்கு எங்கேம்மா நேரமிருக்கும்? அவங்க வேணும்னா போய்ச் சேரட்டும், உன்னால் எப்படி அம்மா முடியும்?" என்றபடி குழந்தையைத் தூக்கிக் கொண்டு கிளம்பிவிட்டாள்.

எங்கே தான் வெளியே போய்விட்டால் குழந்தையைச் சரியாகக் கவனிக்காமல் போய்விடுவேனோ என்ற மகளின் சுயநலம் அவளுக்குப் புரியாமல் இல்லை. இதை அவளால் யாரிடம் போய்ச் சொல்ல முடியும்?

ஆக, தன்னுடைய சின்ன சின்ன ஆசைகளை மூட்டை கட்டிவிட்டுத் தன் கடமைகளை மட்டும் செய்ய வேண்டும் என்றுதான் அவளைச் சுற்றியிருந்த அனைவரும் விரும்பினர்.

மூன்று வருடம் கழித்து மாப்பிள்ளைக்கு மாற்றலாகியது. தாயைப் பிரியவேண்டிய நிர்ப்பந்தம் ஏற்பட்டதால் கீதாவின் முகம் வாடியது. "அம்மா! நீயும் வாம்மா" என்றழைத்த மகளை அணைத்து, "இல்லம்மா நீங்க போயிட்டு வாங்க" என்று அனுப்பிவைத்தாள். மாப்பிள்ளை, பேரனுக்கு அவள் ஆற்றிய கடமைகளிலிருந்து ஓய்வுகிடைத்தபோதும் அவள் மனம் கலங்கினாள்.

மகளை அனுப்பிவைத்து ஒரு மாதமாகியது. இதோ அந்தத் தோட்டத்தில், அவள் அமர்ந்திருக்கிறாள். பழைய நினைவுகளிலிருந்து விடுபட்ட அவள் மெல்ல எழுந்து கதவை நோக்கி நடந்தாள். இந்தத் தனிமை அவளுக்குப் பல பாடங்களைக் கற்றுத் தந்தது. அம்மாவின் நினைவு எப்பொழுதாவது வரும்போது, தன் சின்னவயதில் அவள் சங்கீதம் பயில வேண்டும் என்ற ஆசை நிராசையானது நினைவுக்கு வரும். அம்மா என்றால் அன்பு. அது சரி! அன்பு என்றால் என்ன? தனக்குப் பிடித்ததை மகளுக்குத் தருவதா? மகளுக்குப் பிடித்ததைத் தாய் தருவதா? இந்தக் கேள்விகளுக்கு அவளுக்கு விடை தெரியவில்லை. அண்ணியைப் பற்றி நினைத்தால், தான் வேலைக்குப் போக முடியாமல் செய்த அவளின் சூழ்ச்சி நினைவுக்கு வரும்.

அப்பொழுதுதான் திடீரென்று ஓர் எண்ணம் அவளுக்கு மின்னலாகத் தோன்றியது. ஆசைகளை நிறைவேற்றுவதில் வயது என்ன? இங்கே அவளைத் தடுப்பதற்கு யாரும் இல்லை. நம் ஆசைகளை ஏன் மற்றவர்கள் நிறைவேற்ற வேண்டும்? அதை நாமே நிறைவேற்றிக் கொள்ளலாமே!

மறுநாள் தேடிப்பிடித்து தானும் சங்கீதம் பயிலும் ஒரு வகுப்பில் சேர்ந்து கொண்டாள். முதல்நாள் பள்ளிக்குச் செல்லும் ஒரு மாணவியின் உற்சாகத்தோடு பாட்டு வகுப்புக்குச் சென்றாள். அந்த உற்சாகம் அவளுக்கு ஒரு புதிய சுறுசுறுப்பை அளித்தது. காலையிலேயே சமையலை முடித்துவிட்டு, மதியம் வரை பொழுதைக் கழிப்பது சிரமமாகத்தான் இருந்தது. அதற்கும் ஒரு வழி செய்தாள். அடுத்த தெருவில் புதிதாகத் திறக்கப்போகும் ஒரு பள்ளியில் ஆசிரியராகச் சேரத் திட்டமிட்டாள்.

ஆம்! அவள் வாழ்க்கையில் யாரை எல்லாம் தனக்குத் துணை என்று நினைத்தாளோ அத்தனை பேரும் அவளுக்குத் தடையே என்று உணர்ந்தாள்.

பெற்ற தாயிடம், பிறகு மாமியாரிடம், அண்ணியிடம், ஏன் மகளிடம்கூட சுதந்தரமாக வாழமுடியவில்லை. ஒன்றை நினைத்துப் பார்க்கும்பொழுது அவளுக்கு வியப்பாக இருந்தது. இவர்கள் எல்லாரும் பெண்களே! ஒரு பெண்ணிற்குப் பெண்ணே தடை என்பதை உணர்ந்தாள். இந்தத் தனிமை அவளுக்கு அளித்த சுதந்தரத்தை எந்தத் துணையும் இதுவரை அவளுக்கு அளித்ததில்லை. கொஞ்சம் சந்தோஷத்திற்குப் பெயர் நிம்மதி. அதிக நிம்மதிக்குப் பெயர் சந்தோஷம். அவள் சந்தோஷமாக இருந்தாளோ, இல்லையோ, நிம்மதியாக இருந்தாள்.

பாக்கியம்

எழுத்தாளர் பாக்கியம் 'சீடா' அறக்கட்டளையின் இயக்குநர். குழந்தைகள், பெண்கள் மற்றும் சுற்றுச்சூழல் தொடர்பான பணிகளில் களப்பணியாளராகக் கடந்த இருபது ஆண்டுகளாகப் பணியாற்றி வருகிறார்; மேடைப் பேச்சும், எழுத்தாற்றலும் மிக்கவர். இவர் எழுதிய நூல்களுள் 'பெண் குல வரலாறு' பெண்ணியம் சார்ந்து ஆய்வு மேற்கொள்ளும் மாணவர்களுக்குச் சிறந்த மேற்கோள் நூலாக விளங்குகிறது. பாலின நிகர்நிலை பார்வை, ஆதிக்க நீதி அநீதி, குடும்ப வன்முறை ஒரு பன்முகப் பார்வை, பெண்கள் கையில் உள்ளாட்சி அது நல்லாட்சி, குழந்தைகளின் குரல், நடந்ததும் நடப்பதும், உலகமயமும் பெண் மீதான தாக்குதலும், சுற்றுலாவும் குழந்தைகளும் என்று பெண்கள் சார்ந்த, குழந்தைகள் சார்ந்த நூல்களையும், வதைபடும் தேவதைகள், கதை கதையாம், விட்டு விடுதலையாகி, நாளை, காற்று சிரித்தது போன்ற கதை இலக்கிய நூல்களையும், Gender Equality, Angels in Agony என்ற ஆங்கில நூல்களையும் எழுதியுள்ளார்.

கதைக்குள் புகுமுன்

கர்ப்பப்பை சார்ந்த நோய் பெண்ணுக்கே உரியது. நடுத்தர வயதைக் கடக்கும் பெண்களில் 70 சதவீதத்திற்கும் மேல் கர்ப்பப்பை நோயால் பாதிக்கப்படுகின்றனர். கடுமையான இரத்தப் போக்கு அவர்களை வாட்டி வதைக்கின்றது. தன்னுடலே தனக்கு எதிரியாகத் தெரியும் அவலம் இது. நிறைய பெண்கள், ஏன் படித்த பெண்கள் கூட, கடுமையான உதிரப் போக்கை வெளியில் சொல்ல அஞ்சுகின்றனர். மனைவியின் நிலையைப் புரிந்து கொள்ளாத கணவனும், புரிந்து கொண்டாலும் அதனைப் பொருட்படுத்தாதவர்களுமே இன்று அதிகம். பாதிக்கப்பட்ட பெண்களுக்குச் சரியான மருத்துவ வசதிக்கு ஏற்பாடு செய்யாது, தான் சம்பாதிப்பதைத் தானே குடித்து அழிக்கும் கொடுமை வேறு. கர்ப்பப்பைக் கட்டியினாலும் கடுமையான வயிற்று வலியாலும், உதிரப்போக்காளும் அவதிப்படும் அவளை அக்கம்பக்கத்தவர் மருத்துவமனையில் சேர்க்கின்றனர். அவளைச் சாவதானமாக வந்து மருத்துவமனையில் பார்த்துவிட்டு செல்லும் அவள் கணவன், அவள் வளர்த்த பால் மாட்டை விற்று அவளுக்கு வைத்தியம் பார்க்கின்றான். கணவனைப் புரிந்து கொண்டாள் அவள். வீட்டுக்கு வந்த இரவு, அந்த நிலையிலும் தன்னிடம் உறவு கொள்ளத் துடிக்கும் அவனை நாசுக்காக ஒதுக்குகின்றாள். அந்தக் கோபத்தில் அவன், “காசை விட்டெரிஞ்சா பொண்டாட்டி வாங்குவேன்..... எல்லாத்தையும் வாங்குவேன் ..... எச்சக்கல நாயே.... ஒண்ண வாழாவெட்டி ஆக்கினால் தாண்டி உனக்கு திமிர் அடக்கும்’ எனக் கத்துகின்றான். பதிலுக்கு அவள் “நீ என்னை வாழாவெட்டியாக்க வேண்டியதில்லை. நான் உன்னை வாழாவெட்டி ஆக்குகின்றேன். இனி ஜென்மத்துக்கும் உன் மூஞ்சிலேயே முழிக்க மாட்டேன். உனக்குச் சோறாக்க மாட்டேன். உன் கிட்டப் பேச மாட்டேன். உன் கூட வாழ மாட்டேன். என்னையாடா வாழாவெட்டியாக்குவ. பொம்பள மட்டும் வாழவெட்டி இல்ல. இந்த வீட்ல நீ வாழாவெட்டி’ என்று அவனிடம் கூறி விட்டு நிதானமாகப் படுத்து, நிம்மதியாக உறங்குகிறாள் என்று கதை முடிகிறது. இனிவரும் காலத்தில் ஆணின் அச்சுறுத்தலுக்குப் பயந்து, பணிந்து எந்தப் பெண்ணும் வாழத் தலைப்படமாட்டாள். வருங்காலம் விழிப்புணர்வு காலம். பெண் விழித்துக் கொண்டு விட்டாள் என்பதைக் கதாசிரியர் பாக்கியம் தன் கதையின் மூலம் உணர்த்தியுள்ளார்.

10

வாழாவெட்டி

பாக்கியம்

'மழையில் நனைந்த விறகை மண்ணெண்ணையைச் சிறிது ஊற்றி தீ பொருத்தி வைத்தாள். மண்ணெண்ணெய் இருக்கும் வரை விறகு எரிந்து அணைந்தது. எப்படியாவது பற்றவைத்து விடுவது என்று கங்கணம்கட்டிக் கொண்டு மீண்டும் மீண்டும் சின்னப்பெண் முயற்சி செய்தாள். அடுப்பை எவ்விதம் பற்ற வைப்பது என்று அவளுக்குத் தெரியவில்லை.

ஓரத்தில் படுத்திருந்த சின்னம்மா மகள் படும் அவஸ்தையைப் பார்த்து எழ முடியாமல் எழுந்து உட்கார்ந்து நகர்ந்துகொண்டே அடுப்புப் பக்கத்தில் போய் விறகில் இருக்கும் சிம்புகளைப் பிய்த்து கொஞ்சம் சேகரித்துக் கொண்டு எருவைப் பாதியாக ஒடித்து அதன்மேல் சிறிது மண்ணெண்ணெய் ஊற்றி அடுப்பில் வைத்து மேலே இந்தச் சிம்புகளை அடுக்கி நெருப்பு பற்ற வைத்தாள். தீப்பற்றிக் கொண்டவுடன் லேசாக விறகின் நுனியைத் தீக்குள் வைத்தாள். நெருப்பின் வெப்பம் பட்டு விறகிலிருந்த ஈரம் கொஞ்சம் கொஞ்சமாகக் காயவே விறகில் கங்கு ஏற்பட்டது.

இதைப்போல மீண்டும் சிம்புகளைப் பிய்த்து அதில் போட்டு தீயை அணையவிடாமல் பார்த்துக்கொண்டு மற்றொரு விறகை எடுத்து வைத்தாள். பின்பு பானையை அதன்மேல் ஏற்றி அதில் தண்ணீர் ஊற்றி பானையின்மேல் தட்டு வைத்து மூடும்படி மகளுக்குச் சொன்னாள். மீண்டும் சோர்வு தட்டவே நகர்ந்து நகர்ந்து தன் இருப்பிடத்திற்குச் சென்று படுத்து கண்களை மூடிக்கொண்டாள்.

இன்னொரு மகள் சிலேட்டில் வீட்டுப்பாடம் எழுதிக் கொண்டிருந்தாள். சிம்னி விளக்கின் பக்கத்தில் உட்கார்ந்து கொண்டு சில சமயம் தவறாக எழுதிவிட்டு எச்சிலைத்தொட்டு அழித்து மீண்டும்

எழுதியவண்ணம் இருந்தாள். பாடம் எழுதி முடித்தவுடன் அது அழிந்துவிடாமல் இருப்பதற்காகத் துணிப்பைக்குள் வைக்க முயன்று பின் வேண்டாம் என்ற முடிவுக்கு வந்தவளாய் வீட்டை சுற்றும்முற்றி பார்த்துவிட்டு சுவரோரமாகச் சாய்த்து வைக்கச் சென்று பின் அதுவும் வேண்டாம் மென்று நினைத்தவள் போல பிளாஸ்டிக் கவருக்குள் சிலேட்டைப் போட்டு அதைத் துணிப்பைக்குள் வைத்துப் பத்திரமாக மூடிவைத்தாள்.

“அம்மா, வாங்கித் திங்க காசு குடும்மா” என்று தாயை அணுகினாள் கடைசிப்பெண். அம்மா கொடுத்த காசை வாங்கிக்கொண்டு கடைக்கு ஓடினாள். அரிசி வாங்க ஏற்கனவே கடையில் நின்ற மூத்தமகள் தன் தங்கை குழாய் அப்பளம் வாங்கிக்கொண்டு சென்றதைப் பார்த்து அரிசியை வாங்கி ஓட்டமும் நடையுமாக வீட்டுக்கு வந்து “ஏம்மா, அவளுக்கு மட்டும் காசு குடுக்குற, எனக்குக் குடுக்கமாட்டியா?” என்று கேட்டாள். அவளுக்கும் காசு கிடைத்தது. அவள் சிட்டாகக் கடைக்குப் பறந்து உடனடியாகத் திரும்பினாள்.

அவளைத் தன் பக்கத்தில் அழைத்தவள் தன்னைக் கைபிடித்துத் தூக்கிவிடும்படிக் கூறினாள். மகளுக்குப் புரிந்துவிட்டது. ‘கொஞ்சம் நேரம் பொறு’ என்று சைகை காட்டி வீட்டின் ஓரத்தில் சாத்தி வைக்கப்பட்டிருந்த கொத்தை (சின்ன மண்வெட்டி) எடுத்துக் கொண்டு வெளியே ஓடினாள். வீட்டின் பின்புறம் ஒவ்வொரு இடமாகப் பார்த்துவிட்டு ஓரிடத்தைத் தேர்வு செய்து ஒரு சிறிய பள்ளத்தைத் தோண்டி அந்தப் பள்ளத்தின் இருபக்கத்திலும் செங்கற்களை நீளவாக்கில் வைத்துவிட்டுத் திரும்பினாள். தாய் எழுந்து கொள்ள கைபிடித்துத் தூக்கினாள். எழுந்து உட்கார்ந்த சின்னம்மா தனக்கு மேலே கட்டித் தொடங்கவிடப்பட்டிருந்த கொடியில் உள்ள சேலையை எடுத்து கால்வாசிக் கிழித்து தோளில் போட்டுக்கொண்டு நகர்ந்து நகர்ந்து வீட்டின் பின்புறம் சென்றாள். மூத்தவள் அடுப்பைப் பார்த்துக்கொள்ள அமர்ந்தாள்.

சின்னம்மா மேலே கட்டியிருந்த சேலையை உருவி கீழே எறிந்துவிட்டு பாவடையும் சட்டையும் மட்டும் அணிந்த வண்ணம் வெளியே சென்றாள். பெரியவள் ஏற்கனவே பொருத்தி வைத்திருந்த சிம்னி விளக்கு காற்றுடன் போராடிக்கொண்டிருந்தது. முழங்கால்கள் இரண்டையும் இரண்டு கைகளில் பிடித்துக் கொண்டே குனிந்தாள். செங்கற்கள் மேல் கால்களை வைத்து குழிக்கு நேராகத் தன்உடல் இருக்கும்படிப் பார்த்துக்கொண்டு பாவடையைச் சற்று விலக்கிக் கொண்டு உட்கார்ந்தாள். ஏற்கனவே பொருத்தியிருந்த துணி முழுவதும் நனைந்து விட்டதால் அந்தத் துணியைக் கழற்றி குழிக்குள் போட்டாள். கண் இமைக்கும் நேரம்தான். ரத்தம் கட்டி கட்டியாக வெளியேற

ஆரம்பித்தது. இரத்தத்தால் ஏறக்குறைய குழியே நிரம்பிவிட்டது. இரத்தப்போக்கு நின்றுவிட்டது என்று உணர்ந்தவுடன் முட்டிகளில் கையூன்றி எழுந்தாள். அந்த முயற்சியில் அவளுக்கு மூச்சு வாங்கியது. தலை சுழன்றது. கண்களை மூடி தன்னை நிதானப்படுத்திக்கொண்டாள். பெண் பிறவியை நினைத்து அவளுக்கு உடலெல்லாம் கூசியது.

மண்ணை எடுத்து அந்தக் குழியை நிரப்பினாள். தண்ணீர் ஊற்றி கால்களை அலம்பிவிட்டு கால்வாசி கிழித்திருந்த சேலையைப் பக்குவமாக மடித்து இறுக்கமாகக் கட்டிக்கொண்டாள். மூத்த மகளை அழைத்தாள். அவளின் குரல் அவளுக்கே கேட்கவில்லை.

ஏறக்குறைய இரண்டு நாட்களில் நான்கு சேலைகளைக் கிழித்தாகிவிட்டது. மூத்தவளுக்கு என்ன ஏது என்று புரியவில்லை. இவள்தான் ஒருவாறு விளக்கினாள். அதன்பின் ஒரு தாயைப் போல அம்மாவுக்குச் சேவை செய்ய ஆரம்பித்தாள்.

தாயின் குரல் கேட்டுவந்த மூத்தவள் எவ்வித அருவருப்பும் சங்கோஜமும் இல்லாமல் காரசட்டியை எடுத்துக்கொண்டுபோய் அருகில் கிடக்கும் செம்மண்ணை எடுத்துக்கொண்டு வந்து அரைகுறையாக மூடப்பட்டிருந்த அந்தக் குழியின் மேல் போட்டு வெளியே துர்வாடையும் இரத்தக்கசிவும் இல்லாதவண்ணம் மூடினாள். பின் கொத்தியால் செம்மண்ணை மெத்திவிட்டு உள்ளே சென்றாள்.

மீண்டும் குடிசைக்குள் வந்த சின்னம்மாள் படுக்கையில் அப்படியே கீழே சாய்ந்து படுத்துவிட்டாள். மேல்மூச்சு கீழ்மூச்சு வாங்கியது. முழங்கால் இரண்டும் தெரித்து விழுந்துவிடும் அளவிற்கு வலித்தது. இடுப்பிலிருந்து கால்வரை குடைச்சல் தாங்கமுடியவில்லை. அடிவயிற்றில் அழுத்தி அழுத்தி பிசைவது போல உணர்வு தோன்றியது.

மார்பு வலித்ததால் சட்டைப் பித்தான்களைக் கூட அவளால் சரியாகப் போடமுடியவில்லை. கண்களை மூடியிருந்தவள் சிறிது நேரத்தில் தூங்கிப்போனாள். எவ்வளவு நேரமானதோ தெரியவில்லை. விழித்துப் பார்க்கும்போது ஊரே உறங்கிப் போயிருந்தது. சுவர்பல்லி கத்தும் சப்தம் கேட்டுக் கண்விழித்தவள் தன் குழந்தைகளைப் பார்த்தாள். இரண்டு குழந்தைகளும் தாயின் பக்கத்தில் ஆளுக்கொரு பக்கமாகப் படுத்திருந்தனர். நன்கு அயர்ந்து தூங்கிக்கொண்டிருந்தனர்.

இவர்கள் வயதில் சின்னம்மாள் வீட்டில் தங்கியதில்லை. காலையில் சாப்பிட்டு வெளியே போனால் சாப்பிடும் நேரத்திற்குத் தான் சரியாக வீட்டிற்கு வருவாள். பரமபதம், ஐஸ் நம்பர், சொட்டாங்கல், நொண்டி, இச்சா இனியா, கயிறு தாண்டுதல் எல்லாம் விளையாண்டு சாப்பிட்டுவிட்டு திரும்ப விளையாடச் சென்று விடுவாள். தின்பண்டம் இல்லாத நேரமே இருக்காது. இலந்தவடை, கலாக்காய், அப்பம்,

முறுக்கு, தேன்மிட்டாய் என்று எப்போதும் ஏதாவது ஒன்று கையிலிருக்கும். தின்பண்டங்களை இவளிடம் வாங்கித் தின்பதற்கே ஒரு கூட்டம் இவள் பின்னாலிருக்கும். ஆகையால், இவள்தான் அவள் குழுவிற்குத் தலைவி. வீட்டுப் பாடம் கூட யாரையாவது வைத்து செய்து வாங்கிவிடுவாள். யாராவது இவள் சொல்லைக் கேட்காவிட்டால் கொடுத்த தின்பண்டத்தைத் திருப்பிக் கேட்டு அடிப்பாள். ஆகையால், இவள் சொல்லை யாரும் மீறியதில்லை.

ஆனால் அதெல்லாம் நினைவிலும் அழிந்துபோன பழைய காலம். பசியில் வயிறு இரைந்தது. கஷ்டப்பட்டு எழுந்து உட்கார்ந்து மீண்டும் அடுப்பிற்குப் பக்கத்திற்குச் சென்று தன் மூத்தமகள் தனக்குத் தட்டில் எடுத்து வைத்திருக்கும் சோற்றில் ரசம் ஊற்றி நன்கு பிசைந்து சாப்பிட்டாள். ரசம் வாயில் வைக்க முடியாத அளவிற்குப் புளித்தது. பெரியளாவது இவ்வளவு வேலை செய்கிறாள். அவள் வயதில் சின்னம்மா தன் பாட்டிக்கு ஒரு டம்ளர் தண்ணீர் கூட மொண்டு கொடுத்ததில்லை. பாட்டிக்கு அவ்வளவு செல்லம்.

சின்னக் குழந்தையாக இருக்கும்போதே சின்னம்மாவின் தாயும் தந்தையும் இறந்துவிட்டனர். பாட்டிதான் இவளை வளர்த்தாள். பெரிய மனுஷியாகும் முதல்நாள் வரை தெருவில் தான் அவளைப் பார்க்க முடியும். பள்ளிக்கூடம் சென்ற மீதி நேரம் முழுவதும் விளையாட்டுத்தான்.

பெரிய மனுஷியானவுடன் சடங்கெல்லாம் தடபுடலாக நடந்தது. அக்கா, மாமா வீடுகளிலிருந்து சீர்வரிசை ஊரே பாராட்டும்படி வந்தது. நிறைய பாவாடை தாவணிகளும், வளையல்களும் இன்னும் என்னென்னவோ தட்டில் வைத்துக் கொண்டுவந்தனர். சடங்கு சுற்றிய ஏழு நாளும் ரொம்பவும் சந்தோஷமாக இருந்தது. 6-ம் வகுப்பில் தேர்வாகவில்லை என்று பள்ளிக்கூடத்தில் சொல்லிவிட்டதால் மேற்கொண்டு படிக்கவே மாட்டேன் என்று பிடிவாதம் பிடித்து நின்றுவிட்டாள்.

பெரிய மனுஷியாகி ஆறு மாதத்தில் தன் அக்கா, இறந்துவிட்டதாகச் செய்தி வந்து அனைவரும் அலறி அடித்துக்கொண்டு சென்றனர். அக்காவுக்கு ஒரு கைக்குழந்தை இருந்தது. செத்துப்போன அக்காவையும், அழுதுகொண்டிருந்த குழந்தையையும் வெறித்துப் பார்த்தவளாய் அக்கா பக்கத்தில் அமர்ந்திருந்தாள்.

இவள் அக்கா பெரியமனுஷியாகி வீட்டிற்குள் இருந்தபோது அவளை எத்தனை முறை அடித்திருக்கிறோம் என்று கவலைப்பட்டு அழுதாள். ஒருமுறை வாய்ச்சண்டை போட்டுக்கொண்டிருக்கும் போதே ஆத்திரத்தின் உச்சிக்குச் சென்று கோலப்பொடிமாவைக்

கொட்டாங்குச்சியோடு சேர்த்து அக்காவின் முகத்தில் அறைந்துவிட்டு சின்னம்மா ஓடிவிட்டாள். பாட்டி குச்சியைக் கொண்டு துரத்திக்கொண்டே வந்தாள். வீட்டைத்தாண்டி சந்துக்கு ஓடி மாயமாய் மறைந்துபோனாள் சின்னம்மா. மாலை மீண்டும் வீட்டிற்கு வரும்போது பாட்டி குச்சியுடன் தயாராக இருந்தாள். கெண்டைக்காலில் அடி நச் நச்சென்று விழுந்தது. அக்காதான் குறுக்கே விழுந்து தடுத்தாள். அந்த அக்கா இன்று அசைவற்றுக் கிடந்தாள்.

அக்கா இறந்து போனதற்கு என்னென்னவோ காரணம் சொன்னார்கள். இவளுக்கு அந்தக் குழந்தை மட்டுமே கவனத்தில் இருந்தது. காரியம் முடிந்து வீட்டிற்குத் திரும்பி வரும்போது குழந்தையோடு வந்துவிட்டாள். அந்தக் குழந்தை மேல் அவ்வளவு பிரியத்தையும் காட்டி தன்னுடனே வைத்துக்கொண்டாள்.

பாட்டி அக்காள் இறந்த சோகத்தில் படுத்த படுகையாளானள். மருமகனை வரவழைத்து இரண்டாவது பேத்தியைத் திருமணம் செய்து கொள்ளுமாறும் அப்போதுதான் குழந்தை நன்றாக வளரும் என்றும் சொன்னாள். சின்னம்மா அதற்குத் தயாரில்லை. பாட்டி விடுவதாயில்லை. அந்தச் சின்னக் குழந்தையின் எதிர்காலம் பற்றிப் பேசினாள். எவளோ ஒருத்தி வந்தாள் அந்தக் குழந்தை என்ன பாடுபடும் என்று கதை கதையாகச் சொன்னாள். பேத்தியிடம் சத்தியம் வாங்கிக்கொண்டாள். திருமணத்தை முடித்துவிட்டு நான்கைந்து மாதத்தில் இறந்தும் போனாள்.

திருமணத்தின்போதும் அநேக சடங்குகள் செய்தார்கள். குழந்தையை வைத்துக்கொண்டு திருமணம் செய்துகொண்ட முதல்பெண் இவளாகத்தான் இருப்பாள். கைகளில் மருதாணியும் புதுக்கொலுசும், கூறைப்புடவையும், தலைநிறைய பூவும் அவளுக்கே அவள் அழகாகத் தெரிந்தாள். சிலநாட்கள் மகிழ்ச்சியாகக் கழிந்தது. சின்னம்மாவின் கணவனும் அழகில் மயங்கியவன் போல வீட்டைச் சுற்றிசுற்றி வந்தான். வேலை வெட்டிக்குப் போவதில்லை.

இவளுக்குக் குழந்தை பிறந்தபோது சேர்த்து வைத்த அனைத்தும் ஒவ்வொன்றாகப் போக ஆரம்பித்தன. தெய்வத்தின் கருணை அவ்வளவு மோசமாகப் போய்விடவில்லை. “கண்ணைக் கெடுத்தாலும் கோலையாவது கொடுத்தது” போல பெரியமனுஷியாகி வீட்டில் இருந்தபோது வீட்டுவேலைகளையும் கால்நடைகளையும் அவ்வளவு பக்குவமாகப் பார்த்துக்கொண்டது இப்போது கைகொடுத்தது. கன்றுக்குட்டிகளை வாங்கி வளர்த்து சினையாக்கி அதைவிற்று குடும்ப தேவைகளைப் பூர்த்தி செய்தாள்.

புருஷன் வேலைக்குப் போனால், அவன் சம்பாதிக்கும் பணம் அவனின் குடிக்கும் கடையில் சாப்பிடுவதற்கும் மட்டுமே சரியாக

இருந்தது. சின்னம்மா கலங்கிப்போனாள். குழந்தையைக் காப்பாற்றப்போய் தான் புதை குழியில் விழுந்துவிட்டதை உணர்ந்தாள்.

அப்பொழுதான் அவளுக்கு வயிற்றுவலி வந்தது. சாதாரணமான வலி என்று வெந்தயம், சீரக கசாயம், மோர், வேப்பிலை கொழுந்து, தாயத்து மந்திரித்து கட்டுவது வரை எல்லாவற்றையும் முயன்று பார்த்துவிட்டாள். எதற்கும் அசையவில்லை வலி. வலியென்றால் சாதாரண வலி இல்லை. துணிமூட்டை தலையணையை வயிற்றில் வைத்து தன் மகளை ஏறி நிற்கச் செய்தால் தான் வலி சற்று குறைவதாக அவளுக்குப் பட்டது. பக்கத்தில் இருக்கும் ஆஸ்பத்திரிக்குச் சென்றாள். பெரிய டாக்டர் ஏதேதோ பரிசோதனை செய்துவிட்டு எக்ஸ்ரே எடுக்கச் சொல்லி கொடுத்துவிட்டார். வயிற்றில் கட்டி என்றனர். உடனே அறுவை சிகிச்சை செய்ய வேண்டும் என்றனர்.

இவளுக்கோ குழப்பம். டாக்டரம்மாளிடம், “நான் கர்ப்பமாக இல்லையா? தீட்டு நின்று இரண்டு மாதங்கள் ஆகின்றன” என்று கேட்டாள்.

“குழந்தை மட்டுமல்ல... அதோடு சேர்த்து கட்டியும் இருக்கு” என்று பெரிய குண்டை போட்டார் டாக்டரம்மா. ஆப்பரேஷனைத் தவிர வேறு வழியில்லை என்பதையும் அவர் தெளிவுபடுத்தினார்.

ஆப்பரேசன் என்றவுடன் சின்னம்மா பயந்துவிட்டாள். குழந்தைகளை யார் கவனித்துக்கொள்வார்கள் என்ற பயம் வந்துவிட்டது. போய்விட்டு மறுநாள் தன் கணவனுடன் வருவதாகச் சொல்லிவிட்டு வேகவேகமாக ஆஸ்பத்திரியை விட்டு நடையைக் கட்டினாள்.

இரவு வெகுநேரம் வரை புருஷன் வரவேயில்லை. எப்படியும் காலையில் வந்துவிடுவான். அப்புறம் அவனுடன் ஆஸ்பத்திரிக்குச் செல்லலாம் என்று தைரியம் வளர்த்துக் கொண்டு படுத்தாள். ஆஸ்பத்திரியில் கொடுத்த மருந்தை உட்கொண்டதால் வலி சற்றுக் குறைந்து சற்று தூக்கமும் வந்தது. நடுஇரவில் வயிறு பிசைவதுபோல் தோன்றவே விழித்துக்கொண்டாள்.

அம்மாதிரியான வலியை அவள் இதுவரை உணர்ந்ததில்லை. பக்கத்தில் கணவன் படுத்திருந்தது தெரிந்தது. இவள் உறங்கிக் கொண்டிருக்கும்போது அவன் வந்திருக்க வேண்டும். சாராய நாற்றம் வாந்தியை வரவழைத்தது. தன் கணவனைத் தொட்டுத் தொட்டு எழுப்பிப் பார்த்தாள். அவன் எழவில்லை. குடிவெறியில் ஏதோ உளறினான். பக்கத்தில் படுத்திருந்த மூத்தவளை எழுப்பினாள். குழந்தையவள். அயர்ந்து தூங்கிக்கொண்டிருந்தாள்.

வலியை பொறுத்துப் பொறுத்துப் பார்த்து முடியாமல் கத்த ஆரம்பித்தாள். வயிற்றுக்குள் யாரோ கையைவிட்டு பிசைவதுபோல

புரண்டு புரண்டு வலித்தது. கண்கள் மேலே சொருகிக்கொண்டன. திறக்கமுடியவில்லை. முகமெல்லாம் வேர்த்து கண்களில் இருந்து கண்ணீர் வந்துகொண்டே இருந்தது. அம்மா, அம்மா என்று அரற்றிக்கொண்டே இருந்தாள். பிரசவ வலி வரும்போது அலறுவதைப் போல அலறினாள். இவள் அலறிய சப்தம் பக்கத்து வீட்டு பேச்சியம்மாவுக்குக் கேட்டது. இவள் வீட்டுக்கும் அவள் வீட்டுக்கும் இடையில் ஒரே சுவர்தான்.

சப்தம் கேட்ட பேச்சியம்மா இருட்டில் வெளியே வர பயந்து தன் கணவனைத் துணைக்கு அழைத்துக்கொண்டு வந்து கதவைத் தள்ளினாள். இதற்குள் குழந்தைகள் இருவரும் எழுந்து அம்மாவின் பக்கத்தில் உட்கார்ந்து அவளின் முகத்தையே கவனித்துக் கொண்டிருந்தனர்.

சின்னம்மாள் படும் அவஸ்தயைப் பார்த்து ஆஸ்பத்திரிக்குக் கூட்டிக்கொண்டு செல்லலாம் என்று பேச்சியம்மாள் முடிவுக்கு வந்தாள். அவள் கணவன் மாட்டு வண்டியைக் கேட்டு வாங்கிவர கிழக்குப் புறத்தில் உள்ள கவுண்டர் வீட்டுத் தோட்டத்திற்கு ஓடினான்.

சின்னம்மாளின் கணவன் இத்தனை களோபரத்திலும் எழுந்திருக்கவில்லை. பக்கத்து வீடுகளிலிருந்து இங்கே அங்கே என்று பத்து பேர் கூடிவிட்டனர். அனைவரும் அவள் கணவனை எழுப்புவதில் கவனம் செலுத்தினர். முகத்தில் தண்ணீர் அடித்தனர். திடுக்கிட்டு எழுந்தவன் சுற்றிமுற்றிப் பார்த்துவிட்டு தன்னைச் சுற்றி என்ன நடக்கிறது என்று உற்று கவனிக்கப்பார்த்தான். கண்கள் போதையால் மீண்டும் மேல்நோக்கி சொருகவே தள்ளாடிக் கீழே படுத்துவிட்டான். வாயின் ஓரத்தில் எச்சில் வழிந்து ஊஞ்சல்போல் இறங்கியது. பக்கத்தில் இருந்தவர்கள் அருவருப்புடன் முகத்தைச் சுளித்துக்கொண்டு ஒதுங்கினர்.

சின்னம்மாவை மாட்டு வண்டியில் ஏற்றி ஆஸ்பத்திரிக்கு அழைத்துச் சென்றனர். பேச்சியம்மாள் குழந்தைகளைத் தன் வீட்டிற்கு அழைத்துப் போனாள். சின்னம்மாளுடன் அக்கம் பக்கத்து பெண்கள் இரண்டுபேர் பேச்சியம்மாளின் கணவனுடன் ஆஸ்பத்திரிக்குச் சென்றனர்.

எல்லா சடங்குகளும் முடிந்து ஆஸ்பத்திரி உள்ளே போவதற்குக் கிட்டத்தட்ட ஒருமணி நேரமானது. நரக வேதனை என்பது இதுதான் என்பதை உணர்ந்து கொண்டாள் சின்னம்மா. ஆறு மணிக்கு அறுவை சிகிச்சை என்றனர். அதற்குள் கையெழுத்துப்போட கணவன் வேண்டும் என்றனர். பேச்சியம்மாளின் கணவன் தன்னை அண்ணன் என்று

அறிமுகம் செய்து கையெழுத்திட்டான். அறுவை சிகிச்சைக்குச் செல்வதற்கு சில பரிசோதனைகள் நடைபெற்றன. தியேட்டருக்கு எடுத்துச் சென்றுவிட்டனர். இதற்குள் கிட்டத்தட்ட 1500 ரூபாய் செலவழிந்துவிட்டது. இங்கு அங்கு என்று இரவே பணத்தைப் புரட்டி எடுத்து வந்திருந்தான் பேச்சியம்மாளின் கணவன். சின்னம்மாவின் புருஷன் குடிமயக்கம் தெளிந்து பிள்ளைகளை அழைத்துக்கொண்டு ஆஸ்பத்திரி வரும்போது காலை பத்து மணி ஆகியிருந்தது. சின்னம்மா தியேட்டரை விட்டு வெளியே வருவதற்குச் சரியாக மதியம் ஆகிவிட்டது. மாலைவரை மயக்க நிலையிலே இருந்தாள் சின்னம்மாள்.

சின்னம்மா கண் விழிக்கும்போது பொழுது சாய்ந்திருந்தது. முன்னால் நின்றுகொண்டிருந்த கணவனைப் பார்த்துவிட்டு பக்கத்தில் குழந்¬யைத் தேடினாள். குழந்தைகள் இருவரும் தன் தாயின் முகத்தைப் பார்த்தபடி இருந்தனர். தலையைத் தடவிக்கொடுத்தாள். கண்களில் கண்ணீர் வழிந்தது. காய்ந்திருந்த உதடுகளை ஈரப்படுத்தினாள். நாக்கு கசந்தது. தண்ணீர் வேண்டும் என்று சைகை காட்டினாள். அவள் கணவன் நர்சிடம் அனுமதி கேட்க அவள் பால் வாங்கிக் கொடுக்கும்படி கூறிவிட்டுச் சென்றுவிட்டாள். பால் வாங்குவதற்கு பாத்திரம் ஏதும் இல்லாததால் பக்கத்து பெட்டில் இருந்தவர்களிடம் ஒரு டம்ளரை வாங்கிக் கொண்டு சென்றான்.

பாலை ஆற்றி அவளுக்குக் கொடுக்கச் சென்றபோது தலையை அப்புறம் திருப்பிக் கொண்டாள் சின்னம்மா. சின்னம்மாளின் கணவன் பக்கத்து பெட்டில் உள்ளவர்களிடம் கொண்டு கொடுக்கச் செய்தான். இரண்டு வாய் குடித்துவிட்டு தன் குழந்தைகளை அருகில் அழைத்து அவர்கள் முன் டம்ளரை நீட்டினாள். பெரியவள் மறுத்துவிடவே சின்னவளுக்குக் கொடுத்தாள். குழந்தை வாங்கிக் குடித்துவிட்டது.

மயக்கம் இன்னும் அகலாததால் மீண்டும் கண்களை மூடிக்கொண்டாள். அவள் புருஷன் சிறிதுநேரம் நின்று பார்த்துவிட்டு குழந்தைகளைக் கூட்டிக்கொண்டு காலையில் வருவதாகக் கூறிச்சென்றுவிட்டான்.

ஒருமணி நேரம் சென்றது. பசித் தீ வயிற்றை எரிக்க, கண் விழித்தாள். பக்கத்துப் படுக்கையில் இருந்த பாட்டி சாப்பிட்டுவிட்டு அப்போதுதான் தட்டைக் கழுவி தண்ணீரை சன்னல் வழியே ஊற்றினாள். அவளிடம் பசிக்கிறதென்று சைகை காட்டினாள்.

“அடிப்பாவி இப்பத்தான சாப்பிட்டு முடிச்சேன். உன் புருஷன் வேற நின்னு நின்னு பாத்துட்டுப் போயிட்டான். கொஞ்சம் இரு. கடையில வாங்கிட்டு வந்துர்றேன்” என்று சொல்லி சிறிது நேரத்தில் 2 இட்லியுடன் வந்தாள். சீனியைத் தொட்டு 2 வாய் ஊட்டிவிட்டு “உனக்கு என்னாச்சு, யாரும் இல்லையா உனக்கு?...” என்று கேட்டாள்.

பேசமுடியாதது ஒரு பக்கம், மறுபக்கம் தனக்கு யாருமில்லை என்ற நினைவு வந்து கண்களில் கண்ணீர் கொட்டியது. தேம்புதலின் காரணமாக மூச்சை இழுத்து விடும்போது தையல் போட்ட இடத்தில் சுருக்கென்று குத்தியது. தனக்கு பசிக்கிறது என்று முன்பின் தெரியாத நபரிடம் கேட்பதே அழுகை வரவழைத்தது. ஆனாலும் பசி வெட்கமறியவில்லை. சாப்பிட்டு முடித்தவுடன் இருகைகளையும் குவித்து மனசார நன்றி கூறினாள்.

நினைக்க நினைக்க நெஞ்சு வலித்தது. தான் இருந்த செல்வாக்கு என்ன? இப்போது தனக்கு வந்த நிலையென்ன என்றெல்லாம் மனம் குமைந்தது.

மறுநாள் காலை அவள் கணவன் குழந்தைகளுடன் வந்தான். நல்லாயிருக்கியா? சாப்பாடு வாங்கி வரவா? என்றெல்லாம் விசாரித்தான். இவள் வாயே திறக்கவில்லை. பதிலும் கூறவில்லை. மௌனமாக இருந்தாள்.

பக்கத்து பாட்டி, "ஏம்பா நீ பாட்டுக்கு விட்டுட்டு போயிட்ட, இவ என்னசெய்வா? சாப்பாடு வாங்கிக் குடுத்திருக்க வேணாமா?" என்று முகவாய்கட்டையைத் தோள்பட்டையில் இடித்துக் கொண்டாள். அப்போதுதான் அவனுக்கு உரைத்தது.

பையில் இருந்த சில நூறுகளை எடுத்து அவளிடம் கொடுத்தான். அவள் அதை வாங்கவில்லை. அவள், பெட்டில் வைத்துவிட்டு; சாப்பாடு வாங்கி கொடுத்துவிட்டுக் குழந்தைகளுடன் கிளம்பினான்.

அடுத்த ஏழு தினங்களில் தையல் பிரிக்கப்பட்டு வீட்டுக்கு வந்தாள். வீட்டுக்கு வந்ததும் நான்கைந்து நாட்கள் இரத்தப்போக்கு குழியே நிரம்பும் அளவிற்கு இருந்தது.

வீட்டில் கட்டிவைக்கப்பட்டிருந்த மாடும், ஆடும் காணவில்லை. குழந்தைகளிடம் விசாரித்தாள். அவற்றை வித்துத்தான் ஆஸ்பத்திரி செலவிற்கு அப்பா செலவிட்டதாக பெரியவள் சொன்னாள்.

அந்த மாட்டை வாங்க அவள் பட்டபாடு அவளுக்குத்தான் தெரியும். 7000 ரூபாயை கவுண்டரிடம் வாங்கி பாலைக்கறந்து கடன் அடைப்பதாக ஒப்புக் கொண்டு பாலைக் கறந்து கறந்து கடனடைத்தாள். இப்போது சினைக்கு இருந்தது. எவ்வளவுக்கு விற்றானோ? பாவி.

கடன் அடைக்கவேண்டுமே என ஒரு பைசா கூட செலவழிக்கமாட்டாள். தன் சின்னப்பிள்ளைக்குக் கூட பால் அதிகமாக எடுத்து வைக்கமாட்டாள். அதற்காகவே பால் குடிக்கும் பழக்கத்தை குழந்தைக்கு நிறுத்தி சாப்பாடு சாப்பிடும் பழக்கத்துக்குக் கொண்டு வந்திருந்தாள். எல்லாம் போச்சு.

எதிர்காலமே சூனியமாகத் தெரிந்தது. பயமாக இருந்தது. இரண்டு குழந்தைகளை எப்படி ஆளாக்குவது என்று நினைக்கும் போதே

கண்களில் நீர் முட்டிக்கொண்டு வந்தது. யாரிடம் போய் புலம்புவது? அப்போதுதான் புலம்பவதற்குக்கூட தனக்கு ஆளில்லை என்று நினைத்தாள். கைதூக்கி விடுவதற்குக் கூட ஆளில்லாத பிறவியாகப் போய்விட்டோமே என்று மனதுக்குள் மருகினாள்.

இதுபோதாதென்று தொடர்ந்த இரத்தப் போக்கினால் உடலில் அசதியும் மயக்கமும் தூக்கமும் அதிகமாக இருந்தன. டானிக்கும் மாத்திரையும் நல்ல சாப்படும் சாப்பிட வேண்டும் என்று மருத்துவர் அறிவுறுத்தி அனுப்பியிருந்தார். வந்த நாளிலிருந்து இவள் கணவன் கொடுத்த பத்து இருபது ரூபாயைக் கொண்டு ஒப்பேற்றினாள்.அவன் கொண்டு வந்த காசில் ஒருநேரம் சாப்பிடுவது கூட அவளுக்கு ஒவ்வவில்லை.

வந்த இரண்டாவது நாள் பேச்சியம்மாளை வீட்டிற்கு வரச்சொல்லி தன் பிரச்சினைகளைத் தன் அக்காவிடம் சொல்லுவதைப் போல எடுத்துச்சொல்லி தனக்கு கவுண்டரிடம் ஒரு மாடு வாங்கித் தரும்படிக் கேட்டுக்கொண்டு வரக் கூறினாள். இவள் நாணயமாகப் பணம் செலுத்தியதால் அடுத்த இரண்டு நாட்களில் மாடு வாங்கித் தருவதாக கவுண்டர் கூறியதை பேச்சியம்மாள் சொல்லவே சற்று நம்பிக்கை வந்தது.

அன்றிரவு தன் கணவன் எப்போதும்போல குடித்துவிட்டு வந்தான். இவள் பக்கத்தில் உட்கார்ந்து ஏதோ பேசவேண்டும் என்றான். "என்ன" என்பது போல் பார்த்தாள். ஆனால் எதுவும் பேசவில்லை. சிறிதுநேரம் மௌனமாக இருந்தவனை நேருக்கு நேர் பார்த்தாள். அது அவனை நிலைகுலையச் செய்தது.

"சரி... நடந்தது நடந்துவிட்டது. இனி நான் என்ன செய்ய வேண்டும் என்று சொல்," என்றான். குழந்தைகள் நன்றாக தூங்கிக்கொண்டிருந்தனர். அவளுக்கு வலது பக்கத்தில் படுத்திருந்த குழந்தையைத் தூக்கி இடப்பக்கம் போடுவதற்கு முயற்சி செய்தான். எதற்காகச் செய்கிறான் என்று புரிந்து கொண்டவள் குழந்தையைத் தூக்கவிடாமல் பிடித்துக் கொண்டு விளக்கை சிறியதாக்கி விட்டுப் படுத்துவிட்டாள்.

"என்னடி கொழுப்பா?" என்றான்.

அவள் பதில் பேசவில்லை.

"நான் வேற எவகிட்டவேணாலும் போய்க்கவா?" என்றான். அதற்கும் எந்தச் சலனமும் இல்லை.

"இதென்ன வீடா? நானும் தெனம் பாக்குறேன். ஒரு வாரமா சோறு ஆக்கி ஆக்கி நீங்க மட்டும் தின்னுக்குறீங்க. சட்டியில கொஞ்சம் கூட சாப்பாடு வக்கிறதில்லை. நான் குடுக்குற காசு மட்டும் வேணும் நான் வேணாமா? எவன் எக்கேடு கெட்டா எனக்கென்னன்னு இருப்பியோ?

நீ போடலன்னா எனக்குக் கடை இல்லையாக்கும்? நான் சாப்பிடமாட்டனா என்ன? காசை விட்டெறிஞ்சா பொண்டாட்டியும் வாங்குவேன்... எல்லாத்தையும் வாங்கிக்குவேன்... எச்சிக்கல நாயி நீ... நீ ஒரு ஆளுன்னு ஒங்கிட்ட பேசிக்கிட்டிருக்கேன். ஒன்ன வாழாவெட்டியாக்கினா தாண்டி ஒனக்குத் திமிறு அடங்கும்." அவன் ஆற்றாமையில் வெடித்தான்.

இனியும் பேசாமல் இருப்பது நல்லதல்ல என்று இவள் எழுந்து உட்கார்ந்தாள்.

சிம்னி விளக்குச் சுடரைத் தூண்டிவிட்டாள். "யார்றா எச்சிக்கல நாயி? நானா? எங்கக்காவ கட்டிக்கிட்டு. அவ செத்த மூனாவது மாசத்துல என்னையும் கட்டிக்கிட்ட நீயா? இல்ல நானா? வேற எவகூட வேணாலும் போயிக்க. எனக்கு கவலையில்லை... வேணும்னுதாய்யா உனக்குச் சோறாக்கல... நீ குடுத்த காசு உம் பிள்ளைகளுக்கு மட்டுந்தான். நான் அதுல ஒருநேரம் சாப்பிட்டிருந்தாக்கூட இந்த முந்தி ஒருத்தனுக்கு மட்டும் போட்டதில்ல. காசு இருக்குல்ல பொண்டாட்டிய விலைக்கு வாங்கிக்க... என்னையவா எச்சிக்கலங்கிற... கட்டுன பொண்டாட்டி அவதிப்படுறேன்னு இல்லாம உனக்கு குடிதான் முக்கியம்னு விட்டுட்டு வந்த நீ என்னைய எச்சிக்கல நாயுங்கிற... இப்ப நான் கேட்குறேன்... நீ ஒரு ஆளு... உனக்கு ரெண்டு பிள்ளைக... இனி ஜென்மத்துக்கு உன் மூஞ்சியில நான் முழிக்கமாட்டேன்... உனக்குச் சோறாக்க மாட்டேன்.. உங்கிட்ட பேசமாட்டேன்... உன் கூட வாழமாட்டேன். என்னையாடா வாழாவெட்டியாக்குவ...? பொம்பள மட்டும் வாழாவெட்டி இல்ல... இந்த வீட்டுல நீ வாழாவெட்டி... நீ யார்கூட வேணாலும் போயிருக்கலாம்.. எந்தக் கடையில வேணாலும் சாப்பிட்டுக்கலாம்.. நீ இந்த வீட்டுக்கு வந்தாலும் சரி வரலைனாலும் சரி... உன்னைய நான் புருஷனா நினைக்கவும் இல்ல..." என்று சொல்லிவிட்டு தலை முடியை தட்டிவிட்டு கொண்டையாக்கிக் கொண்டு நிதானமாகப் படுத்தாள்.

அவனின் போதை ஒரே நிமிடத்தில் தொலைந்தது. "சண்டை போடும் பொம்பளைக்கிட்ட சண்டை போட்டுறலாம்.. கத்துற பொம்பளைக்கிட்ட அடிச்சி, பேசாம இருக்க வச்சிறலாம். ஒப்பாரி வக்கிற பொம்பளைகள வேடிக்கை பாத்திறலாம்.. இவ்வளவு நிதானமா பேசுற பொம்பளையை என்ன செய்ய? நினைக்க நினைக்க ஆத்திரம் பீறிட்டது. இவள கதறடிக்கனும்னோ வேற எவளையாவது வச்சிக்கனும்.. ஆனா அதுக்கும் சரிங்கிறாளே..." என்று பலவாறு யோசித்தான். வாழாவெட்டிக்கு உண்மையான அர்த்தம் புரிந்தது.

அவளோ நிம்மதியாகத் தூங்கிக்கொண்டிருந்தாள்.

ஜெயந்தி சங்கர்

மதுரையில் பிறந்த எழுத்தாளர் ஜெயந்தி சங்கர், தற்போது சிங்கப்பூரில் வாழ்ந்து வருகிறார். தமிழிலும் ஆங்கிலத்திலும் எழுதி வரும் இவர் எட்டுக்கு மேற்பட்ட சிறுகதைத் தொகுதிகளையும், ஐந்து நாவல்களையும், ஆறு கட்டுரை நூல்களையும், ஒரு குறுநாவல் தொகுப்பினையும், ஐந்துக்கும் மேற்பட்ட மொழிபெயர்ப்பு நூல்களையும், ஒரு வாழ்க்கை வரலாற்று நூலையும், ஒன்பது சிறுவர் இலக்கிய நூல்களையும் எழுதியுள்ளார். இவர், எழுத்தையே வாழ்க்கையாக அமைத்துக் கொண்டு வாழ்ந்து வருபவர். 2000 ஆம் ஆண்டு தொடங்கி இன்றுவரை தமிழக மண்ணில் திருப்பூர் தமிழ்ச்சங்க விருது, நல்லி திசை எட்டும் விருது, அரிமா சக்தி விருது, ஜெயந்தன் படைப்பிலக்கிய விருது, சின்னப்ப பாரதி விருது என்று பல இலக்கிய விருதுகளைப் பெற்றுள்ளார்; சிங்கப்பூர் மண்ணிலும் மூன்று முறை இலக்கிய விருதுகளைப் பெற்றுள்ளார் உலகளாவிய நூல் தொகுப்புகளில் இவரது தமிழ், ஆங்கில சிறுகதைகள் இடம் பெற்றுள்ளன.

கதைக்குள் புகுமுன்

பெண்ணுக்குச் 'சுயம்' என்பது உண்டா? இந்த வினாவிற்குப் பதில் தருவதாக இக்கதை அமைந்துள்ளது. திருமணவாழ்வில் தோல்வியைக் காணும் கதையின் நாயகி பத்மினி, தன் சுயத்தைக் காக்க கணவனிடம் போராடுகிறாள். திருமண உறவு முறிந்து நீதிமன்றத்தில் விவாகரத்து வழக்கு நடக்கும் நிலையில் கூட, பெற்றோர் ஆதரவு இன்றி பத்மினி தவிக்கிறாள். குழந்தையைத் தன்னிடம் கொடுக்க மறுக்கும் கணவரிடம் போராடும் அவள், கணவனோடு வாழ மறுக்கும் தன் நிலையைப் புரிந்து கொள்ள இயலாத தாயிடமும் போராட வேண்டியுள்ளது. தாய்மை காக்கப் போராடினாலும், அதனைப் பகடைக்காயாக நகர்த்தும் கணவனிடம் தோற்க விரும்பவில்லை. உலக இயல்பைப் புரிந்து கொண்ட பத்மினி, தன்னிடம் தொலைபேசியில் மட்டும் பேசிக்கொண்டிருக்கும் தந்தையிடம், விவாகரத்து கிடைத்தவுடன், 'எனக்காகத்தான் ஒவ்வொரு நிமிடமும் வாழ்ந்து பார்ப்போமேனு தெளிவாயிட்டேம்பா' என்று கூறுகிறாள். ஒரு பெண் தன் சுயத்தைக் காக்க இச்சமுதாயத்தில் ஒவ்வொரு கணமும் ஒவ்வொரு நபரிடமும் போராடும் நிலை தான் இன்றைக்கும் நிலவி வருகிறது என்பதை ஜெயந்தி சங்கர் தெளிவாகப் படம்பிடித்துக் காட்டுகின்றார்.

11

சுயம்

ஜெயந்தி சங்கர்

'பாவம் பத்மினி மிகவும் நம்பிக்கையாக நேற்று போனில் என்னோடு பேசியிருந்தாள். வேண்டுமென்றே பிரதோஷபூஜைக்கு லஷ்மி கோவிலுக்குப் போயிருந்த நேரமாய்ப் பார்த்து பேசினாள். அவளது குரலைக் கேட்டதுமே டொக்கென்று போனை வைப்பது லஷ்மியின் ஆறுமாதப் புதுப் பழக்கம். அதனால், நான் தனியாக இருந்தால் என்னிடமாவது மனம் விட்டுப் பேசலாமே என்றுதான் பத்மினி அப்படிச் செய்திருந்தாள்.

"அப்பா, மதுரைல நீங்க ரெண்டு பேரும் தனியா இருக்கறதுக்கு இங்க வந்து இருக்கலாம்பா. அம்மாவுக்குப் பிடிக்கல்லன்னா நீங்களாவது வருவேளாப்பா? நா வீடு பாக்கவா? ஏற்கனவே டெம்ரரி ஜாப்ல இருக்கேன்னும் அடிக்கடி வேலை மாத்துவேன்னும் கோர்ட்ல ஒரு முக்கிய பாயிண்டாச் சொல்லியாறது.

இப்போ 'ஹாஸ்டல்ல இருக்கா, பேரண்ட்ஸ் சப்போர்ட் இல்ல'ன்னு வேற வர ஹியரிங்க் போது சொல்லப் போறாளாம். எங்காதுக்கு எட்டியாச்சு. இந்த மூணு வாரத்துல வீட்டப் பார்த்துட்டேன்னா, நீங்களும் வந்திருந்தேள்னு வைங்கோ, எனக்குக் கொஞ்சம் நம்பிக்கை வரும். ஒரே ஒரு 'ஹியரிங்'க்கு மட்டும் என்னோட நீங்க வரவேண்டியிருக்கும்பா. நீங்க புரிஞ்சுப்பேள். கோர்ட் படியேத்தறேன்னு அம்மாதான் வைவா, கத்துவா, ஆனா, எனக்கு இந்த நேரத்துல தானேப்பா உங்க ரெண்டு போரோட மாரல் சப்போட் வேணும்? எனக்கு எம்பிள்ளை வேணும்பா. இல்லன்னா நா வாழறதுக்கு ஒரு அர்த்தமே இல்லாம போயிடுமோனு தோணறது..." என்றபோது தைரியசாலியான பத்மினியின் குரல் உடைந்து விடுவேனென்று பயமுறுத்தியது.

“ரிலாக்ஸ்மா, பத்மினி, ஒன்னோட ‘டெஸ்பரேட் பொசிஷன்’ எனக்குப் புரியறது. ஆனா ஒங்கம்மா, உம்... ஏற்கனவே நான் என்னால முடிஞ்சவரைக்கும் சொல்லியாச்சு. உங்கம்மாவப் பத்தி ஒனக்குத் தெரியாதா? இருந்தாலும், மறுபடியும் பேசிக் ‘கன்வின்ஸ்’ பண்ணப் பார்க்கறேன். நீ ஒரு ரெண்டு நாள்ள எனக்குப் போன் பண்ணினியானா, நெலவரத்தைச் சொல்லிடறேன்” என்று சொல்லிப் போனை வைத்ததிலிருந்து நான் செய்த முயற்சியெல்லாம் வெறும் முயற்சிகளாகவே முடிந்தன.

முதலில் பிரிய நினைத்து வீட்டைவிட்டுக் கிளம்பி லேடீஸ் ஹாஸ்டலில் போய்த் தங்கும்போது பத்மினிக்கு வரக்கூடிய சிக்கல்கள் புரியவில்லை. ஒரே மாதத்தில் தனியாக ஒரு போர்ஷன் வாடகைக்குப் பேசிக்கொண்டு, வீட்டிற்குப் போய் குழந்தையைக் கேட்டால் தரமறுத்ததுடன் துரத்தாத குறையாக விரட்டியடித்து விட்டனர்.

அதன் பிறகு ஸ்கூலில் போய் தன் குழந்தையைப் பார்க்க ஆரம்பித்தாள் பத்மினி. அதுவும் ஒரே வாரத்தில் தெரியவர ஸ்கூல் வாச்மேனிடம் பத்மினி வந்தால் குழந்தையைப் பேச விட வேண்டாம் என்று சொல்லிவிட்டார்கள். கோடம்பாக்கத்தில் தான் பகுதிநேர வேலை பார்த்த கன்ஸல்ட்டஸ்ட் ஆபிஸில் கெஞ்சிக் கேட்டு பர்மிஷன் போட்டுவிட்டுப் பேய் மாதிரி ஆட்டோ வைத்துக் கொண்டு தன் பிள்ளையைப் பார்க்க மேற்கு அண்ணாநகருக்கு ஓடுவாள். பள்ளிக்கூட நேரம் முடிவதற்குள் எப்படியும் பார்த்துவிட வேண்டுமென்று.

படித்தவர் செய்யக்கூடிய எதையும் பத்மினியின் புருஷன் செய்யவில்லை. குடியிருந்த வீட்டிற்கும் ஒரே மாதத்தில் ஆபத்து வந்தது. காலிப்பசங்களை இரவு நேரத்தில் அனுப்பிச் செய்த ரகளையில், வீட்டுக்காரர்கள் அடுத்த நாளே வீட்டைக் காலி செய்யச் சொல்லிவிட்டனர். மறுபடியும் லேடீஸ் ஹாஸ்டலிலிருந்து வேலைக்குப் போனாள். இப்போது பாவம் மறுபடியும் வீடு பார்க்க நினைக்கிறாள்.

ஆரம்பத்திலிருந்தே குழந்தையின் தகப்பனாருக்குக் குடும்பத்தின் முழு ஆதரவும் கிடைத்தே வந்திருந்தது. குழந்தையைச் சென்னையில் இருந்த ஸ்கூலிலிருந்து வேண்டுமென்றே நாகர்கோவிலில் தன் பெற்றோருடன் இருக்கட்டுமென்று கொண்டு விட்டுவிட்டார். முதலில் அம்மாவைக் கேட்டு அழுதிருக்கிறான். நாளடைவில் அவ்வப்போது கேட்பதுடன் சரி. அழுகை நின்று விட்டதாம். இரண்டாம் வகுப்புப் படிக்கும் அந்தப் பிள்ளைக்கு இந்த ஒரு வருடத்தில் அம்மாவின் நினைவு அடிக்கடி வந்திருக்கும். பெரியவர்கள்

சண்டையில் அந்தப் பிஞ்சுமனம் என்னென்ன குழப்பங்களை அடைந்திருக்குமோ.

"நம்ம ஆதரவு இருக்குங்கற தைரியத்துல அவ இன்னும் ஜாஸ்தி பண்ணுவா. அதனால வேண்டாம்." பள்ளி மாணவனுக்குக் கட்டளையிடும் ஆசிரியராய் என்னை அதட்டிவிட்டு உள்ளே சென்றாள் லஷ்மி.

"இனிமே செய்ய என்ன இருக்கு. லஷ்மி, சொல்லு. எப்பிடியும் ரெண்டு பேருமா முடிவெடுத்துக் கோர்ட் படியேறியாச்சு. ரெண்டு பேரும் ஒருத்தர ஒருத்தர் மாறி மாறித் தூத்தித் தள்ளிண்டுட்டா, இனிமே அவா ரெண்டு பேரும் மனச மாத்திக்கறது ஒண்ணும் நடக்கப் போறதேயில்ல. இப்போ அவளுக்கு அந்தக் கொழந்தை தான் வேணுமாம். புரோசீடிங்க்ஸ் முடியற இந்தக் கடைசிக் கட்டத்துல அதுக்குத்தான் பாவம் அந்தக் கெஞ்சு கெஞ்சினா போன்ல நேத்திக்கி தெரியுமா..." மெதுவாகக் குழைந்து குழைந்து லஷ்மியை வழிக்குக் கொண்டு வரமுடியுமாவென்று பேசிப் பார்த்தேன்.

"இல்லன்னா, இதுல எனக்குத் துளியும் இஷ்டமில்ல. நாந்தான் ஏற்கனவே சொன்னேனே இதப்பத்தி இனிமே பேசவேண்டாம்னு. நா சொல்றது ரொம்பக் கசப்பாவும் நா கொடுமைக்காரி மாதிரியும் தோணும். ஆனா அந்தக் கொழந்தைக்காகவானும் அவ மனசு மாறலாமோல்லியோ? அதான் இப்பிடிச் சொல்றேன். இப்பவும் 'ரிக்கன்ஸைல்' ஆகச் சான்ஸ் இருக்கான்னு நான் ராப்பகலாக் கவலப்படறேன். அவளுக்கு சம்பாதிக்கற தைரியம் இருக்கும். அதனால, இப்ப சரி, பின்னாடி? அவளுக்குப் பிள்ளை வேணும்ன்ற அந்த விஷயமே அவ மனச மாத்தாதான்னு பாக்கறேன்."

"இல்ல, லஷ்மி, அவ ரொம்ப தெளிவா இருக்கா. கொழந்தைக்காகவெல்லாம் அவ மனசு மாறாது. மொதல்ல அதப் புரிஞ்சிக்கோ நீ."

"எனக்கு சான்ஸ் இருக்குன்னு தோண்றது. இத இத்தோட விடுங்கோ. சாப்ட வரேளா, சாதம் போடறேன்."

"இல்ல, எனக்குப் பசிக்கல்ல. நீ வேணா ஸ்லோக கிளாஸுக்குப் போ. அரைமணி கழிச்சு நானே போட்டுச் சாப்டுக்கறேன்."

லஷ்மி பிடிவாதமாய் மறுத்தது எனக்குச் சரியாகப்படவில்லை. ரிடையர் ஆகும் வரை புரிந்திருப்பதை விட இந்த ஐந்தாண்டு ஓய்வில் லஷ்மியை இன்னும் அதிகம் புரிந்து கொண்டிருந்ததாக என்னுள் நினைத்திருந்ததை மறுபரிசீலனை செய்ய வேண்டுமோ என்று தோன்றியது. இரவெல்லாம் தன் பெண்ணின் கவலையில் அவளுக்கு உறக்கமே இருப்பதில்லை. இருட்டில் வெறித்து வெறித்து எதைத்தான்

பார்ப்பாளோ, ஆனால், பார்த்துக் கொண்டேயிருப்பாள். திடீர் திடீரென்று கண்களில் வழியும் கண்ணீரைப் புடைவைத் தலைப்பில் துடைத்துக் கொள்வாள். விடியற்காலையில் தன்னை மறந்த ஓரிரு மணிநேரமே அவளது தூக்கம். இதெல்லாம் எனக்குத் தெரியாது என்பது அவள் எண்ணம்.

இரவில் பட்ட வருத்தத்திற்கும் கவலைக்கும் நேர்மாறாக பகலில் பெண்ணின் செய்கைகளை வெறுப்பது போன்று நடந்தாள். லஷ்மியை நினைத்து மிகவும் கவலையாக இருந்தது. பெண்ணின் மீது பாசமிருந்தும் காட்டவும் சொல்லவும் தெரியாமல் விழிக்கும் மனநலம் பாதிக்கப்பட்ட குழந்தையைப் போன்ற ஒரு பரிதாப நிலையை அடைந்திருந்தாள். ஒரு நடை அவளிடம் சொல்லாமலேயே அவளது தூக்கமின்மைக்கு டாக்டரிடம் கூட்டிப் போவதாகச் சொல்லிவிட்டு மனநல மருத்துவரிடம் கூட்டிப் போக வேண்டும் என்று தோன்றியபடியே இருந்தது. ஆனால் தெரிந்ததோ அவ்வளவுதான், பத்ரகாளியாய் மாறி என்னைக் கொன்றாலும் கொன்றுவிடுவாள். சட்டென்று அப்படிச் செய்தாலும் பரவாயில்லையே. சொல்லாமலேயே இரவு பகலாகக் கொஞ்சம் கொஞ்சமாகக் கொல்வாளே.

பத்மினியின் உடனடியான தேவைக்குப் பின்னால் ஒன்றுமே செய்ய முடியவில்லை. சட்டென்று கிளம்பி சென்னைக்குப் போய் விடலாமாவென்று ஒரு கணம் தோன்றியது. சில மாதங்களுக்குப் பின் மதுரைக்கு வந்துதானே ஆக வேண்டும். லஷ்மி அவள் சொல்வதைக் கேட்காமல் நான் போனேன் என்று என்னோடு தன் கடைசி மூச்சுவரை பேசவே மாட்டாள்.

ஸ்லோக கிளாஸிலிருந்து திரும்பிய லஷ்மி கூடத்தில் அமர்ந்திருந்த என் முகத்தையே பார்த்தபடி படியேறி உள்ளே நுழைந்தாள். என் முகத்தில் அவள் பத்மினி போன் செய்தாளா என்று தன் உள்மனக் கேள்விக்கு விடை தேடினாள்.

“பத்மினி போன் பண்ணல்ல லஷ்மி. ராத்திரி பண்றாளோ என்னவோ, பண்ணினா நீ பேசும்மா அவகிட்ட, ப்ளீஸ், பாவம், ரொம்ப ஃபீல் பண்றா,” என்றதுமே, “இல்லன்னா, நா பேசறதா இல்ல. ஒரு கல்யாணத்துக்குப் போக முடியறதா, இல்ல கோவிலுக்குத் தான் போக முடியறதா. எங்க யாரப் பார்த்தாலும் இதே கேள்விதான் கேக்கறா. ரொம்ப அனுதாபப்படறாப்ல முன்னாடிக் கேட்டுட்டு பின்னாடி பரிகாசம் பண்றா. இதுக்குத் தான் போன வாரம் விசாலம் பொண் கல்யாணத்தக் கூட அவாய்ட் பண்ணிட்டேன். இதோ, இப்பக்கூட கிளாஸ்ல கமலி இந்த டாபிக் எடுத்தா. நான் கட் பண்ணிட்டு, நைஸா கழண்டுண்டு வந்துட்டேன். இந்த மதுரை மீனாஷி அருளால ஓங்க பொண்ணுக்குப் புத்தி வந்து பழையபடி

ரெண்டுபேரும் ஒண்ணு சேர்ந்தா, பச்சப்பட்டுப் புடைவை வாங்கி சாத்தறதா வேண்டிண்டிருக்கேன்," என்று சொல்லிக் கொண்டே சமையலறையை நோக்கிச் சென்று விட்டாள்.

இவள் வாங்கிக் கொடுக்கும் பச்சைப்பட்டப் புடைவைக்கு ஆசைப்பட்டு மீனாஷியம்மன் பத்மினியை அவளுக்குப் பிடிக்காத வாழ்க்கையில கழுத்தைப் பிடித்துத் தள்ளவும் கூடுமோ? பாவம் லஷ்மி, தன் அர்த்தமற்ற பிடிவாதத்துக்கு மீனாஷியம்மனை வேறு குழப்பி லஞ்சம் கொடுக்க நினைத்தாள்.

விசாலம் லஷ்மியின் சொந்தத் தங்கை. அவளுடைய கல்யாணத்துக்குப் போக வேண்டும் என்று கழுத்துவரை ஆசையை வைத்துக்கொண்டு வம்புகளைத் தவிர்க்கவே கல்யாணத்திற்குப் போகவில்லை. எனக்கும் 'தடா' போட்டுவிட்டாள். கமலி ஸ்லோக கிளாஸின் ஒலிபரப்புத் துறையின் முக்கிய செயலாளர். அதாவது, அனைத்து விதமான வம்புகளையும் குறையே இல்லாமல் பரப்புவதில் வல்லவள். கமலி தன் விஷயத்தை மெல்லாதவரை லஷ்மிக்கு அவளைப் பிடிக்கும்.

முன்னிரவில் பத்மினி போன் செய்தாள். போனை எடுத்து நான் பேச ஆரம்பித்ததுமே, லஷ்மி தனக்குப் பிடித்த டிவி தொடரைக் கூடத் தியாகம் செய்துவிட்டு கூடத்திலிருந்து கிளம்பி வாசலுக்குப் போனாள். விறுவிறுவென்று. அங்கே நின்றிருந்தால், தாய்ப்பாசம் தன் பிடிவாதத்தைத் தகர்த்து விடுமோவென்ற பயம் போலும்.

"அப்பா, என்னப்பா சொல்றா அம்மா? உங்கள மட்டுமாவது அனுப்புவாளா இங்க."

"எனக்குத் தோணல்ல பத்து. அவள எதுத்துண்டு தான் நா வரதானா வரணும்."

"இருக்கற பிரச்சன போறாதா? அதெல்லாம் வேண்டாம்."

"ஐம் சாரிம்மா. எனக்கு ஒண்ணுமே செய்ய முடியல்ல."

"எனக்கு நேரம் சரியில்ல. நீங்க ஏம்பா வருத்தப் படறேள்? ஆபீஸ்லயும் வேலையே ஓடல்ல எனக்கு. இந்த யோஜனையா இருக்கு. ஒலகத்துல உள்ளவா எல்லாரும் சேர்ந்து எனக்கெதிரா சதி பண்ணக் கிளம்பிட்டாளோன்னு ஒரேயடியா ஒவ்வொரு நேரம் தன்னிரகக்கத்துல புழுங்கறேன். விஜி இருந்தா பத்தாள் பலம் இருந்திருக்கும் எனக்கு. இந்த நேரம் பார்த்து அவளும் டெபுடேஷன்ல போகணுமா? இதான் நேரம்ங்கறது போலிருக்கு."

"ஹும்... பாப்போம். பிள்ளைக்காகப் போராடறேன், ஆனா சில சமயம் தோண்றது, அதுவே சரியில்லையோன்னு. ஆனா, அந்த மனுஷனுக்கு இப்பவே பொண் பாக்கறாளாம் அவாத்துல. அப்போ,

கேஸ் முடிஞ்சதும் ஒடனே கல்யாணம்தான் போலிருக்கு. அப்போ கொழந்த பெத்துக்கலாமே. நான் பட்ட கஷ்டத்துல எனக்கு இன்னொரு கல்யாணத்த நெனச்சும் பாக்க முடியல்ல. சரி, இருக்கற ஒரு பிள்ளையவாவது கூட வச்சிப்போமேன்னு பாக்கறேன். தானே அவன வச்சி வளக்கணும்ற ஆசைய விட என்கிட்டக் கொடுக்கக்கூடாதுன்றதுல தாம்பா குறியா இருக்கா அவா. அப்படி கொடுத்தா, நா ஜெயிச்சதாயிடுமாம். என்னவோப்பா, ஒண்ணுமே புரியல்ல. எரிச்சலாயிருக்கு."

"போன்லயாவது பேசினியா விஜியோட?"

"உம்... பேசினா, ரொம்பநேரம். அதுலதான் கொஞ்சமே கொஞ்சம் தைரியம் வந்திருக்கு. எதுக்குடி புள்ளபுள்ளன்னு அடிச்சிக்கறன்றாப்பா. பிறத்தியாருக்கே வாழ்ந்திண்டிருக்கணும்னு சட்டமா? கொஞ்சநாள் ஒனக்கே ஒனக்காகவும் வாழ்ந்து பாருன்றா. எனக்கே எனக்காக நானும் வாழ்ந்துதான் பார்ப்போமேன்னு இப்பல்லாம் அப்பப்ப தோண்றது."

"பத்து, நீ எதனாலும் மனசத் தளர விட்டுடாத. தைர்யமா இரு, என்ன?"

"உம், உம்... சரிப்பா, அடுத்தவாரம் போன் பண்றேன்."

அடுத்தவாரம் தொலைபேசியில் பேசினாள். விவாகரத்திற்குக் கையெழுத்துப் போட்டுவிட்டு இரண்டு நாட்கள் கழித்துப் பேசினாள். "அப்பா, எனக்குப் பிள்ளை தான் கிடைக்கல்ல. ஆனா, நான் ரொம்ப எதிர்பார்த்திருந்த வேல கெடச்சுடுத்து. அதனால, அம்மாவ மீனாஷிக்குப் பொடவ சாத்தறத நிறுத்த வேண்டாம்னு சொல்லிடுங்கோ. இனிமே 'எம்பொண்ணு ஆஸ்திரேலியால இருக்கா'னு பெருமைப்பட்டுக்கலாம் அம்மா. இதச்சொல்லவாவது எல்லாக் கல்யாணத்துக்கும் விசேஷத்துக்கும் போகலாம். அந்தவிதத்துல அம்மாவுக்குச் சாதகமாத்தானே நடந்திருக்கு. உம்... ஹூம்... கொஞ்சநாள் விஜி சொன்னாப்ல எனக்காகத்தான் ஒவ்வொரு நிமிஷமும் வாழ்ந்து பார்ப்போமேனு தெளிவாயிட்டேம்பா. சோ டோன்ட் வொர்ரி. பொறப்படறதுக்கு முன்னாடி ஒங்களுக்குப் போன் பண்றேன். பை."

தமிழோவியம் டாட் காம்

கதைக்குள் புகுமுன்

சிங்கப்பூர் பின்னணியில் ‘ஈரம்’ கதை சொல்லப்பட்டுள்ளது. கதையின் முதல் வரியே ‘என்ன சட்டம், என்ன ஒழுங்கு, இந்த ஊருக்கு இணையே இல்லை’ என்று தான் தொடங்குகிறது. சட்டம் ஒழுங்கை சிலாகித்துப் பேசிய அதே பெண் அதனால் பாதிக்கப்பட்டு மனிதாபிமானமின்றி அவமானப்பட்ட போது, ‘மனிதநேயம் மறந்த சட்டம் கொடூரமாய் என்னைக் கசக்கியது’ என்று கூற வேண்டிய நிலை ஒரு வருடத்திலேயே அவளுக்கு ஏற்படுகிறது. கதை சிங்கப்பூரின் சட்டம்—ஒழுங்கை மட்டும் பேசவில்லை. ஒரு தாயின்/பெண்ணின் இருத்தலினைப் பேசுகிறது. கணவனை இழந்த அவள், தானே தன் இரு குழந்தைகளுக்காகவும் சம்பாதிக்க வேண்டிய சூழலுக்குத் தள்ளப்பட்டாள். பெரிய மகனைக் கல்லூரியில் படிக்க வைக்க, தன் இரு மகன்களையும் மாமியாரிடம் விட்டுவிட்டு சிங்கப்பூர் வருகிறாள். ஆனால், அங்கு அவளின் அப்பாவித்தனமும் அறியாமையும் குற்றமாகக் கருதப்பட்டு சிறைவாசமும் அபராதமும் பெற்ற பொழுது, கூனிக் குறுகி நிற்கிறாள். அந்த ஊரையும், ஆதரித்த குடும்பத்தையும் விட்டு விட்டு, சொந்த ஊருக்குத் திரும்ப நினைக்கிறாள். பெரிய மகன் ‘பைக்’ வாங்க பணம் கேட்டபோது அடுத்த மாதம் அனுப்பித் தருகிறேன் என்றவள் ஊருக்குத் திரும்ப வேண்டிய சூழல். இதைக் கேள்விப்பட்ட மகன், ‘ஏம்மா, இப்ப என்ன ஆயிடுச்சுனு திடீர்னு கிளம்பி இங்க வரேன்ற?’ எனத் தொலைபேசியில் கேட்க, தாய் விக்கித்து நிற்கிறாள். மனிதாபிமானம் சிங்கப்பூரில் மட்டுமல்ல, இந்த ஆணாதிக்க உலகத்தில் எங்கும் இல்லை. தாயின் துன்பத்தைப் போற்றாமல் தன்னலத்தை விரும்பும் மகன், மகனாகக் காட்சியளிக்கவில்லை ஆணாதிக்க சமூகத்தின் பிரதிநிதியாகவே காட்சியளிக்கிறான். ஒரு பெண்ணை, தந்தை, சகோதரன், கணவன், மகன் என்ற ஆண்கள் உலகமே பெண்ணாக மட்டுமே பார்க்கின்றது. ஆணாதிக்க உலகில் பெண் ஒரு உணர்வற்ற எந்திரமே என்பதில் விதிவிலக்கு இல்லை.

12

ஈரம்

ஜெயந்தி சங்கர்

'என்ன சட்டம், என்ன ஒழுங்கு, இந்த ஊருக்கு இணையே இல்ல' இதையே ஓராயிரம் முறை சொல்லியிருப்பேன். காலை வைக்கக் கூசும் சுத்தமான ரயில் நிலையத் தரைகள், எறும்பின் சுறுசுறுப்புடன் பல இன முகங்கள், சாலையில் வரிசையாய் வழுக்கிக் கொண்டோடும் வாகனங்கள், விண்ணைத் தொட்ட கட்டிடங்கள், கருத்துடன் வளர்க்கப்படும் சாலையோர மரங்கள், எங்கும் நிறைந்திருக்கும் சுத்தம் எல்லாவற்றையும் பட்டிக் காட்டானாய் வாய் பிளந்து பார்த்தேன். 'சாங்கி' விமான நிலையம் வந்திறங்கி, 'பூலோகம் தானா?!' என்று வியந்த அந்த நாளை என் வாழ்நாளில் மறக்கவே முடியாது.

நான்கு வருடங்களுக்கு முன், எங்களூரான கருப்பூரிலிருந்து பாதிக்கிராமம் மீனம்பாக்கம் வந்திருந்தது. பஸ்ஸில் பயணிகளில் பாதிக்கு மேல் என் சொந்தங்களும் கிராம ஆட்களும். நான் ஏதோ பெரிய படிப்புப் படித்து உத்தியோகத்திற்காக வெளிநாடு போவது போல எனக்குக் கிடைத்திருந்தது சாதாரணப் 'பணிப்பெண்' உத்தியோகம் என்பதையும் கடந்து, 'சிங்கப்பூருக்குப் போறா எங்கொழுந்தியா,' என்று என் அக்கா வீட்டுக்காரரும், மற்றவர்களும் பெருமைப்பட்டதற்குக் காரணம், இந்த ஊரின்பால் அவர்களுக்கிருந்த ஆகர்ஷணமேயன்றி எனது வெளிநாட்டுப் பயணம் அல்ல. நான்கு பேரிடம் கௌரவமாகச் சொல்லிக் கொள்ளலாமே. 'இந்த விதவைக்கு வந்த வாழ்வப் பாரேன்டா,' என்று உள்ளுக்குள் பொறாமைப் பட்டவர்களும் அதில் அடங்கினர். பிள்ளைகள் சோகம் அப்பிய முகத்துடன் எனக்கு விடை கொடுத்தனர்.

அன்று நினைத்துக் கொண்டேன். இன்னும் சில வருடங்களில் பெரியவனை அதே போல ஏற்றிவிட வேண்டுமென்று; நல்ல உத்தியோகத்திற்கு; அதற்கான ஆயத்த முயற்சி தான், இரண்டு மகன்களையும் மாமியாரிடம் விட்டு விட்டு நான் கிளம்பியது.

பேரன்களைப் பார்த்துக் கொள்ளும் முழுப் பொறுப்பையும் அவர் ஏற்றதால் தான் என்னால் இன்று இங்கு பொருளீட்ட முடிந்தது.

அப்போது பெரியவனுக்குப் பதினேழும் சின்னவனுக்கு பதினொன்றுமே முடிந்திருந்தது. இப்போதோ மூத்தவன் பொறியியல் கல்லூரியில் மூன்றாவது வருடத்தில் நான்கு வருடத்தில் ஒருமுறை கூட ஊருக்குப் போகத் தோன்றவில்லை. விமான கட்டணத்திற்குரிய பணத்தை ஊருக்கு அனுப்பினால் உபயோகமாகவாவது இருக்கும் என்றே நினைத்து வந்தேன். சென்ற மாதம் பெரியவன், “எனக்கு ஒரு பைக் வாங்கணும்மா...” என்றதுமே துளியும் தயங்காமல், “ம், வாங்குவோம். அடுத்த மாசமே பணமனுப்பறேன், நீ நல்லாப் படிப்பா,” என்று சொல்லியிருந்தேன் அவனிடம் போனில். அவனை ஆளாக்கி விட்டால் இளையவனின் கல்விப் பொறுப்பை அவன் ஏற்றுக்கொள்வான் என்ற பெரும் நம்பிக்கை.

வந்த புதிதில் ஒவ்வொன்றும் புதுமையாக இருந்தது. சின்னச் சின்ன விஷயத்தையும் ஆர்வமாய் ஆசையாய் பார்த்துப் பார்த்து ரசிக்கவும் ஊரோடு ஒன்றவுமே கிட்டத்தட்ட ஒரு வருடமானது. மூங்கில் கழிகளில் துணிகளை உலர்த்திக் க்ளிப் போட்டு, சன்னலுக்கு வெளியே கொடுத்து அங்கிருந்த துளைகளில் நுழைத்து வைக்கும் வித்தையை எனக்குப் பொறுமையாகச் சொல்லிக் கொடுப்பதற்குள் ரோகிணி எடுத்த விடுப்பும் கூட முடிந்து விட்டிருந்தது.

என்னைக் காட்டிலும் ஏழெட்டு வயது இளையவரே யானாலும் ‘அம்மா’ என்றே நான் என் முதலாளியான ரோகிணியை அழைத்து வந்தேன். ‘மேடம்’ என்றழைக்க ஏனோ என் நாக்குக்குக் கடைசி வரை வரவேயில்லை. வெளிறிய வண்ணப் புடைவையைத் தவிர வேறு உடைக்குள் புகவும் என்னுடல் ஒப்பவில்லை.

அவர்களது ஒன்றரை வயதான செல்ல மகள் ஸ்வேதாவும் ‘ஆண்டி, ஆண்டி’ என்று என்னோடு ஒட்டிக்கொண்டாள். குடும்பத்தில் ஒருத்தியாகவே இருந்து வந்தேன். என்னால் அவர்களுக்கோ அவர்களால் எனக்கோ பிரச்சனை என்று ஒன்று வந்ததே இல்லை. ரோகிணியும் சரி, அவளது கணவரும் சரி என்னை நடத்தும் விதம் சிங்கை நாளிதழ்களில் பணிப்பெண்களை முதலாளிகள் துன்புறுத்தும் செய்திகளைக் கேலி செய்வதாய் இருக்கும். எங்கள் ‘திலோக் ப்ளாங்கா’ வட்டாரம் என் மனதில் பதிய ஒரு வருடம் பிடித்தது. மின்தூக்கியைப் பயன்படுத்த மட்டும் எனக்குத் தயக்கம். யாரேனும் உடனிருந்தால் மட்டுமே ஆறாவது மாடிக்குச் செல்ல லிப்டைப் பயன்படுத்தினேன். தனியே இருந்தால், விறுவிறுவென்று படிகளில் ஏறி விடுவேன். ஸ்வேதா கூட, “என்ன ஆண்டி, இப்பிடி பயப்படறீங்க?”, என்று கேலி செய்வாள்.

மின்தூக்கியில் தனியே ஏற வேண்டிய நிர்பந்தம் அன்று தான் ஏற்பட்டது. ஸ்வேதாவைப் பள்ளியில் விட்டுவிட்டுத் திரும்பும் போது வழியில் செல்வி ஸ்டோரில் எனக்குத் தேவையான 'ஹமாம்' சோப்பு வாங்க வேண்டியிருந்தது. எதிர் பூக்கடையில் பூக்கட்டிக் கொண்டிருந்த ஆள் புதிதாகத் தெரிந்தான். பூக்கடை முதலாளி கண்ணில் படவில்லை. கொஞ்சம் பூஜைக்கு உதிரிப்பூ வாங்கிக் கொண்டே, "முன்னாடியிருந்த ஆள மாத்திட்டாங்க போல?," என்று சாதாரணமாய்க் கேட்டேன். "ஆமாங்கக்கா. போன வாரத்துலேருந்து நாந்தாம் பூக்கட்டறேன். நீங்க எந்தூருக்கா?", என்று வெகு நாட்கள் பழகியவனைப் போல பதில் சொன்னான் அந்த இளைஞன்.

தன்னுடைய ஊரிலிருந்து வந்தவராய் இருந்தால் தன் குடும்பத்தினரையே பார்த்த மகிழ்ச்சி இவர்களுக்கு. நானும் நின்று பேசினேன். 'பெர்மிட்' இருக்கறவங்களுக்கு ஒரு மணிநேர பூக்கட்டும் வேலைக்குப் பத்து வெள்ளியென்றால், 'பெர்மிட்' இல்லாதவங்களுக்கு அதில் பாதி கொடுத்தாலே போதுமாம். அவன் பெர்மிட் இல்லாமல் பாஸ்போர்ட்டையும் 'தொலைத்து' விட்டவனாம். எனக்கு மிகவும் அதிர்ச்சியாக இருந்தத. பிடிபட்டால் தீர்ந்தான்.

நிலம், நகை என்று ஏகமாய் விற்றுவிட்டு நான்கு வருட வேலையென்று அழைத்து வரப்பட்டு, ஆறு மாதம் முடிவதற்குள் வேலை செய்த காண்ட்ரேக்டர் கையை விரித்து விட்டதில் தலைமறைவு வாழ்க்கை - "தங்கச்சி கல்யாணம் முடியற வரைக்காச்சும் கெடைக்கற வேலைல ஏதாவது சம்பாரிச்சு அனுப்பணும்கா." பார்க்க மிகவும் பாவமாய் இருந்தது.

நேரமானதை உணர்ந்தவுடனே வீட்டை நோக்கி விரைகையில் சொடசொடவென்று முன்னறிவிப் பேயில்லாமல் மழை பெருந்தூறலாகக் கிளம்பியது. அடுக்குமாடிக் கீழ்த் தளங்களில் புகுந்து நிற்காமல் நடந்தேன். ஆனாலும், ஆடைகள் நனைந்துவிட்டன. சமையல் வேலை இருந்ததால், வேறு வழியில்லாமல் தனியாக லிப்டில் ஏறினேன். ஏறும்போது பாதியிலேயே ஒரு குலுக்கலுடன் நின்றது. பகீரென்று அடிவயிற்றில் பயம் கவ்வியது.

இன்னும் ஆறாவது மாடியும் வந்திருக்கவில்லை என்பது புரிந்தது. கதவைத் திறக்கும் பொத்தானை அழுத்திப் பார்த்தேன். ஹஹம், கதவு திறக்காமல் சதிசெய்தது. உள்ளே புழுக்கமும் இருட்டும் சேர்ந்து ஒரே அவஸ்தையாக இருந்தது. யாரும் வராமல், கதவைத் திறக்காமல் அங்கேயே செத்து விடுவோமோ என்றெல்லாம் விபரீதக் கற்பனைகள் தோன்றின. கண்டுபிடித்து உடலை எடுக்கும்போது அழுகியிருக்குமோ என் சடலம். சிங்கப்பூரில் செத்தால் என் சாவும்கூட என் கிராம

மக்களுக்குப் பிரமிப்புச் செய்தி தானோ. அப்படிச் செத்துவிட்டால் சின்னவனைப் பெரியவன் ஆளாக்குவானா?...

லிப்டின் உள்ளேயிருந்த மணியை அழுத்திய படியிருந்தேன். கணங்கள் யுகங்களாகத் தோன்றின. சாதாரணமாகவே பயந்தவளான எனக்கு மிகவும் பயமாயிருந்தது. முகத்தில் முத்து முத்தாய் வியர்த்தது. உள்ளங்கைகள் ஜில்லிட்டு விட்டன. ஆடைகள் ஈரத்தினால் உடலோடு ஒட்டிக்கொண்டன. என்ன செய்வதென்றே தெரியவில்லை. நான் மின்தூக்கியில் சிக்கிக்கொண்டது ரோகிணிக்கு எப்படித் தெரியும் என்ற கவலை வேறு அரித்தது.

வெகுநேரம் கழித்து கொட்டித்தட்டும் சத்தம் கேட்டது. பேச்சுக் குரல்களும் உடன் கேட்டன. மின்தூக்கியைப் பழுது பார்த்தனர். சில நிமிடங்களில் அசைந்து மேலேறத் தொடங்கியது. கதவு திறந்தது, ஆறாம் மாடியில் வெளியே சின்னதும் பெரியதுமாய் இரைந்து கிடந்த ஆயுதங்களைக் கீழே குத்த வைத்து உட்கார்ந்திருந்த மலாய்க்காரர் ஒவ்வொன்றாகப் பொருக்கிப் பெட்டியில் போட்டுக் கொண்டிருந்தார். அவர் கொஞ்சம் நகர்ந்து வழிவிட்டதும் நான் சிறையிலிருந்து விடுதலையான பெரும் நிம்மதியோடு வீட்டை நோக்கி விரைந்தேன். என் பின்னாலேயே ஒரு சீனர் ஓடி வந்து ஆங்கிலத்தில் ஏதோ கேட்டார். அவர் தான் மின்தூக்கியைப் பழுது பார்க்கும் வேலைக்கு சூபர்வைஸர் என்று கூறிக் கொண்டே என்னை உடன் வரச் சொன்னார். கைக் கடிகாரத்தைப் பார்த்த எனக்கு அதிர்ச்சி! இருபது நிமிடங்களுக்கு மேல் உள்ளேயிருந்திருக்கிறேன். வேலையெல்லாம் அப்படியே கிடந்தன. இதில் இந்த ஆள் வேறு எதற்குக் கூப்பிடுகிறான் என்று யோசித்தபடியே பின்னால் போனேன்.

லிப்டின் தரையில் தேங்கியிருந்த குட்டிக் குளத்தைக் காட்டி, “யூ பாஸ்ட் யூரின்?” என்றதும் எனக்கு மிகவும் கூச்சமாகிவிட்டது. எத்தனை முறை ‘நோ லா’ என்று சொல்லியும் விடாமல் கேட்டார் அவர். நான் மறுபடியும் ஓடோடி வீட்டியடைந்து கதவைத் திறந்து ஆடைகளைக் களையுமுன் குக்கரில் சாதமும் பருப்பும் மட்டும் வைத்தேன்.

அப்போது வாயிற்கதவு திறக்கும் ஓசை கேட்டது. ரோகிணி தான் வந்திருந்தார். கூடத்தை எட்டிப் பார்த்தால் அவசர அவசரமாய் எதையோ தேடுவது தெரிந்தது. “இங்க ஒரு ‘யெல்லோ பைல் இருந்திச்சே பார்த்தீங்களாம்மா? ஆமா, ஏன் ஒரு மாதிரியிருக்கீங்க? டிரெஸ்ஸெல்லாம் வேற ஈரமாயிருக்கு?’”, என்று அக்கறையோட கேட்டதும், மழையில் நனைந்ததையும் லிப்டில் மாட்டிக் கொண்டதையும் சொன்னேன். “எப்படியும் ஏறவே மாட்டீங்களே. ரொம்ப பயந்திட்டீங்களா?”, என்றதற்குப் பதில் சொல்லும் முன்,

வாசற்கதவில் நிழலாடியது. அதே சீனர் மறுபடியும் ரோகிணியிடம் லிப்டில் சிறுநீர் கழித்தேனாவென்று என்னைக் கேட்டுச் சொல்லச் சொன்னார். ரோகிணி என்னைத் திரும்பிக் கேட்டு விட்டு நான் இல்லையென்றதும் அவரிடம், ஆடையில் இருந்த மழைத் தண்ணீர்தான் சொட்டிச் சொட்டித் தேங்கியிருக்கும் என்று கூறி அனுப்பினார்.

ரோகிணி தன் பைலை எடுத்துக்கொண்டு மறுபடியும் ஆபீஸுக்குப் போனதும், நான் உடை மாற்றிக் கொள்ள குளியலறைக்குப் போனேன். ஒவ்வொன்றாய் அவிழ்க்கும் போது தான் சந்தேகம் தட்டியது. வீச்சம் என் சந்தேகத்தை உறுதி செய்தது. அடடா, அந்தச் சீனர் சொன்னது சரிதான். அதீத பயத்தில் என்னையும் அறியாமல் சிறுநீர் கழித்திருந்தேன். சாதாரணமாகவே அதிக நேரம் குளிரூட்டப்பட்ட அறையிலோ எம்.ஆர்.டியிலோ பயணித்தால் இயற்கையின் அழைப்புக்கு உடனே பதிலளிக்க முடியாமல் நெளிவதுண்டு நான். ஆனால் என் புலன்களைக் கூடவா பயம் மந்தித்து விட்டது. நினைக்கவே அகமும் புறமும் கூசியது.

ரோகிணியும் அவள் கணவரும் தங்கள் வியாபார விஷயமாக சீனாவிற்குப் பயணப்பட்டனர். ஐந்து நாட்களிலேயே வந்து விடுவதாயிருந்தனர். ரோகிணியின் தாய் வீடு நடக்கும் தொலைவிலேயே இருந்ததால் தேவைக்கு அவர்களைத் தொடர்பு கொள்ளச் சொல்லி விட்டுப் புறப்பட்டனர்.

அவர்கள் போய் இரண்டு நாட்களிலேயே வந்திருந்த தபால்களையெல்லாம் எடுத்துக்கொண்டு ரோகிணியின் அம்மா வீட்டிற்குப் போனேன். அங்கிருந்த ஸ்வேதாவின் தாத்தா எல்லாவற்றையும் பிரித்துப் படித்தார். ஒரு உரையைப் பிரித்துப் படிக்கும்போது மட்டும் முகம் வெளிறிப் போய் என்னை நிமிர்ந்து பார்த்தார். “ஏம்மா, இது உங்க விஷய மாத்தான் வந்திருக்கு. நாளைக்கே நீங்க ‘சபார்டினேட் கோர்ட்’டுக்குப் போகணுமாம். உங்களோட ‘யூரின்’ சாம்பிள் எடுத்து உடனேயே பரிசோதனைக்கு அனுப்பணும்னு போட்டிருக்கு.”

எனக்கு திடீரென்று முகத்தில் யாரோ பளாரென்று அறைந்தது போலிருந்தது. அன்று நடந்ததை நான் முழுவதும் மறக்க ஆரம்பித்திருந்தேன். பயத்திலும் கூச்சத்திலும் கண்களில் கண்ணீர் திரண்டு வழியத் தயாராய் இருந்தது. “கவலப்படாதீங்க. நானே அழைச்சி கிட்டுப் போறேன். ஒண்ணும் பிரச்சனையிருக்காது.” ரோகிணியிடம் கூடச் சொல்லவில்லை அன்று. பெரியவரிடம் எப்படிச் சொல்வது.

போனோம் அடுத்த நாள். அந்தச் சீனரும் வந்திருந்தார் கோர்ட்டுக்கு. 'சாம்பிள்' எடுத்து ஒப்பிட்டு விட்டுச் சொன்னார்கள். அன்று நான் பொய் சொல்லியிருக்கிறேன் என்று. சிறுநீர் கழித்ததும், அதைவிட நான் அதை மறுத்ததுமே குற்றமானது. மறுபடியும் மறுபடியும் கேட்டும் நான் பொய் சொன்னேன் என்பதையே குற்றமாகச் சுட்டினார்கள். "வாட் இஸ்திஸ்லா மிஸ்டர் கணேசன்? இவங்க உங்க கிட்ட கூட சொல்லல்லயா? ஐ'ம் வெரி சாரிலா வீ காண்ட் டூ எனிதிங்க், பை", என்று கிளம்பிவிட்டார் பெரியவர் ஏற்பாடு செய்திருந்த வழக்குரைஞர்.

மின்தூக்கியில் நான் பயந்ததோ, மாட்டிக்கொண்டு வெகு நேரமானதோ, ஐம்பதை நெருங்கும் என் வயதோ, அறிவோ, உடலுபாதையோ அங்கிருந்த ஒருவருக்கும் பெரிதாகத் தெரியவில்லை. மனிதநேயம் மறந்த சட்டம் கொடூரமாய் என்னைக் கசக்கியது. மூன்று நாட்கள் சிறை அல்லது எழுநூற்றைம்பது வெள்ளி அபராதம் என்று தீர்ப்பு வழங்கப்பட்டது. அதைக் கேட்டதும் அவமானம், வருத்தம், பயம் எல்லாம் சேர்ந்த கலவையில் என் கால்களிரண்டும் வலுவின்றிக் குழைந்து போயின. அழ ஆரம்பித்து விட்டேன்.

உடனே கட்டுவதற்குக் கையில் போதிய பண மில்லாதிருந்ததால் பெரியவர் பணத்திற்கு ஏற்பாடு செய்து கொண்டு வருகிறேனென்று விட்டுக் கிளம்பினார். அவர் முகத்தில் ஈயாடவில்லை. யார் கண் தான் பட்டதோ தெரியவில்லை. யாருமே எதிர்பாராமல் என்னால் அவர்களுக்கும், ஏன் எனக்கே கூட பெரும் பிரச்சனை, நான் மெச்சிய ஒழுங்கும் சட்டமும் மனிதத்தை மறந்தது என்றுணர்ந்ததுமே திடீரென்று எனக்கு வாழ்வளித்த ஊர் என் மனக் கண்ணில் வெறுமையாகி ஈரமற்றுப் போனது. என் நிலையைப் புரிந்து கொள்ளக்கூடிய என்னையொத்த மத்திய வயதுப் பெண் ஒருத்தி கூடவா இந்த ஊரில் இல்லாமல் போனாள்?

பெரியவர் அடுத்தநாள் மாலையில்தான் அபராதத்தைக் கட்டினார். நானும் விடுவிக்கப்பட்டேன். அந்த ஒன்றரை நாள் சிறைவாசம் என்னுடைய மனதை மிகவும் பாதித்துவிட்டது. கைதிகளின் கழிப்பறைகளைக் கழுவும் பணி எனக்கு முற்றிலும் வேறுலகத்தை அறிமுகப்படுத்தியது. அவமானம் என்னை யோசிக்கக்கூட விடாமல் பெரும் துயரில் ஆழ்த்தியிருந்தது. பசியும் தூக்கமும் முற்றிலும் தொலைந்திருந்தன. ரோகிணியிருந்திருந்தால், உடனே என்னை வீட்டிற்குக் கூட்டிக் கொண்டு போயிருப்பார். என் கெட்ட நேரம் தான் அவரை வெளியூருக்குத் துரத்தியிருந்தது.

அடுத்த நாளே ரோகிணியும் வந்துவிட்டார். "எங்கிட்டச் சொல்லக் கூடவாம்மா உங்களுக்குக் கூச்சம்? நாம அப்பவே அந்தச் சீனனோட

பேசி இத வளர விடாம செஞ்சி இருக்கலாமேம்மா,” என்றதும் சிறையில் ஒரு நாளிருந்த வேதனையில் உடைந்து அழுதுவிட்டேன். நான் பட்ட துன்பமும் என் அழுகையும் அவரையும் மிகுந்த வருத்தத்தில் ஆழ்த்தியது.

“என்ன ஊருக்கு அனுப்பிடுங்கம்மா. வந்த புதுசுல இருந்த கொஞ்ச தைரியங் கூட எனக்கு இப்ப இல்ல. இனிமே ஊருக்குப் போக மட்டும்தான். நான் வீட்ட விட்டு வெளியில போவேன்” ரோகிணி எவ்வளவோ எடுத்துச் சொன்னார். என் மகன்களின் எதிர்காலம் குறித்த அக்கறையினாலும், என்னுடைய விலகலினால் அவர்களது வாழ்க்கையில் திடீரென்று ஏற்படக்கூடிய குழப்பங்களை நினைத்தும் என்னைச் சமாதானம் செய்ய முயன்றார். இன்னும் நான்கு வருடங்களுக்கு நானே அவர்கள் வீட்டில் இருப்பேன் என்ற அவரின் நம்பிக்கை தகர்க்கப்படுவதையும் அவர் விரும்பவில்லை.

ஒரே வாரத்தில் இருபது வயது ஏறிவிட்ட ஆயாசத்தையும் தன்னம்பிக்கையின்மையையும் சிறை வாசம் எனக்குக் கொடுத்திருந்தது. கோர்ட், ஜெயில், போலீஸ் ஸ்டேஷன் படியேறுவதையும் அவமானமாய் நினைத்து வளர்க்கப்பட்ட எனக்கு உயிரே போனது போலிருந்தது. நான் பட்ட மனக் கஷ்டத்தைக் காணச் சகிக்காமல் ரோகிணி ஒரு வழியாக என்னை ஊருக்கு அனுப்பச் சம்மதித்தார்.

இந்தியாவுக்குத் தொலைபேசினோம். விவரங்கள் முழுவதும் சொல்லி, வருவதாகச் சொன்னதுமே மாமியாரும் இளையவனும் முதலில் கவலையடைந்து பதறினர். ஊர் திரும்பும் என் திட்டத்தைச் சொன்னதுமே மகிழ்ச்சியோடு வரச்சொல்லி விட்டனர். இரண்டு வாரங்களில் கிளம்பலாம் என்று ரோகிணி சொன்னதும் வீட்டு வேலையில் கவலையை மறக்க முயன்ற எனக்கு ஸ்வேதாவையும் ரோகிணியையும் விட்டுவிட்டு போவதை நினைத்து ஒருபுறம் வருத்தப்படாமல் இருக்க முடியவில்லை. மறுபுறம் என்னுடைய சொற்ப சாமான்களைக் கட்ட ஆரம்பிக்கலாமா என்றும் தோன்றியது.

இரண்டு நாட்களிலேயே பெரியவனிடமிருந்து போன் வந்தது. மகிழ்ச்சியோடு ‘வந்துடும்மா’, என்று சொல்வானென்று எதிர்பார்த்துப் போனைக் கையில் வாங்கினேன். எடுத்ததுமே, “ஏம்மா, இப்ப என்ன ஆயிடுச்சுன்னு திடீர்னு கிளம்பி இங்க வரேன்ற?”, என்றதும் வாயடைத்து நின்றேன்.

திசைகள்.காம், ஆக.04

Fetna (USA) *ஆண்டுவிழா மலர் 04*

எம்.ஏ.சுசீலா

எம்.ஏ.சுசீலா, மதுரை பாத்திமா கல்லூரி தமிழ்த்துறையில் இணைப் பேராசிரியராகப் பணியாற்றி ஓய்வு பெற்றவர். 1979 முதல் எழுதி வரும் இவர், சிறுகதை எழுத்தாளர், நாவலாசிரியர், கட்டுரையாளர், மொழிபெயர்ப்பாளர், சொற்பொழிவாளர், பெண்ணிய ஆய்வாளர், வலைப்பதிவர் என்று பன்முகங்கள் கொண்டவர். இவரின் முதல் சிறுகதையான 'ஓர் உயிர் விலை போகிறது' என்ற சிறுகதை கல்கி நினைவுச் சிறுகதை போட்டியில் முதல் பரிசு பெற்றது. பருவங்கள் மாறும், புதிய பிரதேசங்கள், தடை ஓட்டங்கள், தேவந்தி என்ற சிறுகதைத் தொகுப்புகளையும், யாதுமாகி என்ற நாவலையும், விடுதலைக்கு முன் தமிழ் நாவல்களில் பெண்கள், பெண் இலக்கியம் — வாசிப்பு போன்ற கட்டுரை நூல்களையும், ரஷ்ய எழுத்தாளர் தஸ்தயெஸ்வஸ்கியின் குற்றமும் தண்டனையும், இடியட், அசடன் மற்றும் சில குறுநாவல்களையும் ஆங்கிலத்தின் வழியாகத் தமிழாக்கம் செய்துள்ளார். இவரது சிறுகதைகள் மலையாளம், கன்னடம், இந்தி, வங்காளம் ஆகிய மொழிகளில் மொழிபெயர்க்கப்பட்டுள்ளன. எழுத்துக்காகப் பல விருதுகளையும், பரிசுகளையும் பெற்றுள்ளார் இவர்.

கதைக்குள் புகுமுன்

கண்ணகி, தேவந்தி என்ற இரு காப்பியப் பெண்களின் துயரங்களை எடுத்துரைப்பது 'தேவந்தி' கதை. பிரிந்து சென்ற கோவலனை எதிர்பார்த்துக் காத்திருக்கும் கண்ணகியின் துயரம் ஒரு புறம். தான் ஒரு தெய்வம் என்ற கற்பிதத்தை நம்பி, தன் மனைவியிடம் இருந்து விலகி நிற்கும் கணவனுக்காகக் காத்திருப்பது போல் நடிக்கும் தேவந்தியின் ஆற்றொணாத் துயரம் மறுபுறம். இச்சமூகத்தின் மூட நம்பிக்கைகளுக்கும் கற்பிதங்களும் இரையாவது பெண்ணினம்தான். மாலதி தன் மனப்பிரமையை, மகனிடம் தனித்து இருக்கும் தருணங்களிலெல்லாம் கூறி வருகிறாள்; அந்தப் பிஞ்சு மூளைக்குள் அவன் சாதாரண மனிதப் பிறவி அல்லன்; தெய்வீக பிறப்பு என்று சொல்லி வளர்க்கிறாள். மானுடத்திற்கும் அமானுஷ்யத்திற்கும் இடையே ஊசலாட்டத்தில் வாழ்ந்துள்ளார்கள் தேவகியின் கணவன். அவன் தன் தெய்வீகப் புனிதம் காக்க லௌகீக வாழ்க்கையைத் தவிர்த்து, தன்னை, மூட நம்பிக்கைக்குப் பலிகடா ஆக்கிவிட்டான் என்பதைத் தன் தோழியிடம் எடுத்துரைக்கிறாள் தேவந்தி. உலகதாரின் வாய்க்குப் பயந்து வாழும் அவலம் பெண்ணினத்திற்கு மட்டுமே வாய்த்திருக்கிறது. மனைவி என்ற மனித உயிர்க்குள்ளும் தனியாக ஓர் இதயம் துடித்துக் கொண்டிருக்கிறது என்பதை ஒவ்வொரு கணவனும் புரிந்து கொள்ள வேண்டும். மனைவிக்கு ஆற்ற வேண்டிய கடமை தங்களுக்கு உண்டு என்பதும் அவர்களுக்குத் தெளிவு பட வேண்டும். தனக்கு வந்த துயரம் இனிவரும் காலங்களில் யாரோ ஒரு பெண்ணுக்கு ஏதோ ஒரு வகையில் தொடர்ந்து கொண்டேதான் இருக்கும். மௌனங்களை உடைத்துக் காட்டக்கூடிய தருணத்திற்காகக் காத்துக் கொண்டிருக்கிறேன் என்று கூறுகிறாள் தேவந்தி. இதிகாச / காப்பியப் பாத்திரங்கள் வெறும் கதைக்கூறுகள் அன்று. அவை வாழ்க்கையின் பிரதிபலிப்புகள். அப்பாத்திரங்களின் மூலம் சொல்லப்படும் வெவ்வேறு கருத்துக்களைப் பின்வரும் தலைமுறையினருக்குக் காலம் தான் புரிய வைக்க வேண்டும். காலம் காலமாகப் பெண்ணினம் அனுபவிக்கும் வலியை, காவிய நடையுடன் இக்கதையில் பதிவு செய்துள்ளார் கதாசிரியர்.

13

தேவந்தி

எம்.ஏ.சுசீலா

"அந்தப்புர மேன்மாடத்தை அழகுபடுத்திக் கொண்டிருந்த சிலைகளோடு, தானும் ஒரு சிலையாய்ச் சமைந்துபோய் அசைவற்று நின்று கொண்டிருந்தாள் கண்ணகி.

இருநிதிக் கிழவனான அவள் தந்தை மாநாய்கன், தன் செல்வப் புதல்விக்குச் சீதனமாய்த் தந்திருந்த எழுநிலை மாடங்கள் கொண்ட பிரம்மாண்டமான அந்த மாளிகையின் தனிமை., அவள் முகத்தில் அறைந்தது. அதிலும் கோவலனோடு பல நாட்கள் ஒன்றாகக் கூடியிருந்து, நிலவின் பயனை இருவருமாய்த் துய்த்திருந்த அந்த முத்து மாடம்....., அவளது அந்தரங்கக் கதைகளை ஒவ்வொன்றாய்க் காதுக்குள் ஓதியபடி அந்த வெறுமையின் அவலத்தை மேலும் விசிறி விட்டுக் கொண்டிருந்தது.

நினைவு நதி கிளர்த்தி விட்ட எண்ண அலைகளின் ஓங்காரச் சுழலுக்குள் சிக்கிச் சுழன்றபடி அவள் போராடிக் கொண்டிருந்த அந்தத் தருணத்தில்... அருகே நிழல் தட்டியது. தேவந்திதான் அங்கே வந்து அமைதியாக நின்றிருந்தாள்.

"கண்ணகி! நீ இப்போது துணுக்குற்றுத் திரும்பிப் பார்த்த கோலம் எப்படி இருந்தது தெரியுமா? கோவலரை நீ எதிர்பார்த்துக் காத்துக் கொண்டிருந்ததைப் போலத்தான் எனக்குத் தோன்றியது!"

"என் நிலைமை... நீ கூடப் பழிக்கும்படி ஆகிவிட்டதல்லவா தேவந்தி? ஆனால்... ஒரு வகையில் பார்த்தால், நீ சொல்வதிலும் உண்மை இல்லாமலில்லை! ஒருவேளை... இன்று காலை நான் கண்ட கனவு மெய்ப்பட்டால்... அவர் விரைவில் என்னை நாடி வருவது உறுதி! அவர் வருவதில் மகிழ்ச்சி தானென்றாலும் அந்தக் கனவின் கோரமான மற்றொரு பக்கம்தான் என்னை மிரட்டிக் கொண்டிருக்கிறது...."

முகம் தெரியாத ஒரு பட்டினத்தில்..., இனம் தெரியாத ஏதோ ஒருவகை ஆபத்து தங்களை எதிர்கொள்ளக் காத்திருப்பதாக அன்று

அதிகாலையில் தான் கண்ட கனவைத் தேவந்தியிடம் கொட்டித் தீர்த்தாள் கண்ணகி.

"இப்படி அந்தப்புரச் சிறையிலேயே அடைந்து கிடந்தால்... உனக்கு வேறு எந்த மாதிரியான கனவுகள்தான் வரக்கூடும் கண்ணகி...? உன் சீறடியை அலங்கரித்த சிலம்பைக் கழற்றிவிட்டாய்! நெற்றியில் திலகம் அணிவதையும் நிறுத்தி விட்டாய்! மங்கலத் தாலி ஒன்றைத் தவிர மற்ற எல்லா அணிகலன்களையும் துறந்துவிட்டாய்! இன்னும் எத்தனை நாள் தான் இப்படி அவரது வருகையை எதிர்நோக்கி இங்கேயே தவமிருக்கப் போகிறாய்!... நானும் உன்னைப் போலக் கணவரைப் பிரிந்திருப்பவள்தான்! ஆனாலும் கோயில் வழிபாடு..., நோன்பு என்று ஏதேதோ செய்து என் மனதை ஆற்றிக்கொள்ளவில்லையா?... நீயும் வெளியே வா கண்ணகி!.... வெளி உலகத்தைப் பார்! வெளிக் காற்றைச் சற்றே சுவாசி!"

"தேவந்தி...! போதும் நிறுத்திக் கொள்! உன்னை இன்னும் கொஞ்சம் பேசவிட்டால்.... சோம குண்டம், சூரிய குண்டம் என்று புகார் நகரத்திலுள்ள புனிதக் குளங்களை யெல்லாம் பட்டியலிடத் தொடங்கிவிடுவாய்! காமவேள் கோட்டத்தைத் தொழுவதற்குக் கூட என்னை அழைக்க ஆரம்பித்துவிடுவாய்!"

"அதில் தவறென்ன கண்ணகி?"

"அது எனக்குப் பெருமையில்லை தேவந்தி! அது... பீடில்லாத செயல் என்று நினைப்பவள் நான்! என் கணவர் என்னிடம் திரும்பி வருகிறார் என்றால்... அது, என் அன்பின் வலிமையால்தான் சாத்தியப்பட வேண்டும்...! அது எப்போது முடியவில்லையோ... அப்போது பிற புறக்காரணிகளுக்கு அங்கே வேலையில்லை!"

தேவந்தி, அதைக் கேட்டு ஏளனமாகச் சிரித்தாள்.

"உன் அன்புக்கோ..., அல்லது நான் செய்து கொண்டிருக்கிற நோன்புக்கோ அந்த வலிமை நிச்சயம் இல்லையடி பைத்தியக்காரி!"

அந்த வார்த்தைகள், கண்ணகியைச் சற்றே வியப்பில் ஆழ்த்தின.

"பிறகு நீ ஏன் இப்படிக்..."

"கோயில் கோயிலாக வலம் வருகிறேனென்றுதானே கேட்கப்போகிறாய்...? தெரிந்துதான் செய்கிறேன் கண்ணகி! இதனாலெல்லாம் என் கணவர் நிச்சயம் வரப்போவதில்லை என்பதை நன்றாகத் தெரிந்துகொண்டுதான் இப்படியெல்லாம் நான் செய்து கொண்டிருக்கிறேன்!"

"அப்படியெல்லாம் பேசாதே தேவந்தி! மாதவியின் கலை மயக்கத்தில் கட்டுண்டு கிடக்கும் கோவலர் கூடக் கட்டாயம் திரும்பி

வந்துவிடுவார் என்று நான் நம்பிக்கையுடன் இருக்கும்போது.... உனக்கு ஏன் இந்த விரக்தி?"

"இது விரக்தியில்லை கண்ணகி....! நிஜம்...! சுட்டெரிக்கும் நிஜம்!"

"உன் கணவர், தீர்த்தத் துறைகளில் படிந்து வரத்தானே போயிருக்கிறார்?"

"அது...., இந்த உலகின் கண் முன்னே அரங்கேறும் நாடகம்!.... ஆனால் உண்மை...., வேறெங்கோ பாதாளத்தில் பதுங்கிக்கொண்டு கண்ணாமூச்சி ஆடிக் கொண்டிருக்கிறது!"

"என்னிடம் அதைப் பகிர்ந்து கொள்வதால் உனக்கு ஆறுதல் கிடைக்குமென்று நீ நினைத்தால்..."

கண்ணகி வார்த்தையை முடிப்பதற்குள் தேவந்தி வெடித்தாள்.

"என்றாவது ஒருநாள் உன்னிடம் மட்டுமே அதைச் சொல்லியாக வேண்டுமென்ற தாகத்துடன்... என் நெஞ்சக் கூட்டுக்குள் அடைகாத்து வருகிறேன் கண்ணகி! என் கதையின் மூலவேரை.... அதன் சரியான அர்த்தத்தில் உள்வாங்கிக் கொள்ள உன் ஒருத்தியால்தான் முடியும்!"

கணநேரம் அமைதி காத்த தேவந்தி...., தன் கதையைத் தொடங்கினாள்.

"என் கணவரின் தந்தைக்கு இரண்டு மனைவியர்! மூத்தவளான மாலதிக்குக் குழந்தை இல்லாமற் போய் விட்டதால் இரண்டாவதாக ஒரு பெண்ணை அவர் மணந்து கொண்டார். அவனுக்குப் பிறந்த அந்த ஆண் குழந்தையைப் பொறுப்போடும், கரிசனத்தோடும் சீராட்டி வளர்த்ததெல்லாம் மூத்த மனைவி மாலதிதான்..."

'குறுகுறு நடந்து... சிறுகை நீட்டி... இட்டும், தொட்டும், கவ்வியும் துழந்து'மாய்... அந்தப் பிஞ்சுக் குழந்தை தரும் பிள்ளை இன்பத்தில் தன்னை மறந்து லயித்துக் கிடந்தாள் மாலதி. மயங்க வைக்கும் அந்த மழலைச் செல்வத்திற்கு முன்னால் தன் கணவர் மறுமணம் செய்து கொண்ட துயரம் கூட அவளைப் பெரிதாகப் பாதிக்கவில்லை.

அவள் மடியில் கிடந்த அந்த மகவு சிணுங்கியது; கை, கால்களை உதைத்துக் கொண்டு அழுதது. துணி விரிப்பில் அதைக் கிடத்தி விட்டுச் செம்பில் பாலும், வெள்ளிச் சங்கும் எடுத்துக்கொண்டு வந்த மாலதி, குழந்தையை மடியில் கிடத்திச் சங்கில் பால் புகட்டத் தொடங்கினாள். தாயும், அவளது கணவரும் பக்கத்து ஊரில் நடக்கும் ஒரு திருமணத்திற்குச் சென்று விட்டிருந்தனர்.

'இந்தப் பாவியைக் குடல் விளக்கம் செய்ய ஒரு மகன் ஜனிக்காமல் போனால்தான் என்ன....? நான்தான் பத்துத் திங்கள் சுமக்காமல்...., பிள்ளைவலி என்பது என்னவென்றே தெரியாமல் இந்தக் குழந்தைக்குத் தாயாகிவிட்டேனே...? இதை ஒரு நல்ல வாய்ப்பாக..., கணவரோடு சேர்ந்து, நினைத்த நேரத்தில், நினைத்த இடங்களுக்குச் சென்றுவர வசதியாக இருப்பதாகக் கூட அவள் எண்ணிக் கொண்டிருக்கலாம்... சரி...! அப்படித்தான் இருந்து விட்டுப் போகட்டுமே...! அதைப் பற்றி எனக்கென்ன வந்தது?... மடியை நிறைத்துக் கிடக்கும் இந்த மழலையின் முகத்தைப் பார்த்துக்கொண்டே என் பொழுதை ஓட்டி விடலாமே...?'

ஏதேதோ எண்ணங்களில் மிதந்தபடியே அவள் பாலைப் புகட்டிக்கொண்டிருந்தாள்! திடீரென்று... சற்றும் எதிர்பாராத ஒரு தருணத்தில் குழந்தையிடமிருந்து ஒரு செருமல்! புரையேறி மூச்சு அடைத்துக் கொண்டுவிட்டதைப் போல ஒரு திணறல்...! செய்வதறியாமல் அவள் திகைத்து நின்ற அந்த ஒரு நொடிக்குள் குழந்தையின் தலை துவண்டு சாய, அது இறந்துபோய் விட்டதாகவே முடிவுகட்டிக் கொண்ட மாலதி, பிரபஞ்ச சோகம் முழுவதையும் ஒன்றாக உள்ளடக்கி ஓலமிட்டாள்.

குழந்தையை இழந்துவிட்ட அவலம் ஒருபுறமும், மாற்றாளின் மகவைச் சாகடித்துவிட்ட பழிச்சொல் பற்றிக்கொண்டு விடுமோ என்ற பயம் மறுபுறமுமாய்ப் பதை பதைத்து நடுங்கியது அவள் உள்ளம்! அண்டை அயலாரிடம் ஆலோசனை கேட்கப் போய்..., அந்தச் செய்தி அனைவருக்கும் அஞ்சலாக்கப்பட்டு விடுவதிலும் அவளுக்குச் சம்மதமில்லை.

சேலைக் கிழிசல் ஒன்றில் குழந்தையைப் பொதிந்து தோள் மீது கிடத்தியபடி.... பூம்புகார் நகரத்திலுள்ள இந்திரக் கோட்டம் தொடங்கி... வேற்கோட்டம், நாகர்கோட்டம் என அங்குள்ள கோயில்கள் அனைத்தையும் ஒன்றுவிடாமல் வலம் வரத் தொடங்கினாள் மாலதி. அங்கிருந்த தெய்வ சன்னிதிகளின் முன்னிலையில் குழந்தையைக் கிடத்தி மனதுக்குள் கதறினாள். குழந்தை... இன்னும் கூடப் பேச்சு மூச்சு இல்லாமல் தான் கிடந்தது! மாலதியின் உள்ளுணர்வில் அவளது குலதெய்வமான பாசண்டச் சாத்தனின் உருவம் திடீரென்று மின்னலடிக்க..., அங்கே சென்று 'பாடு' கிடக்கலாம்..., அந்தக் கடவுள் முன்பு பழியாய்க் கிடக்கலாம் என்று எண்ணியவளாய், அலறிப் புடைத்தபடி, அங்கமெல்லாம் அலுங்கிக் குலுங்கக் கோயிலை நோக்கி ஓட்டமும் நடையுமாய் அவள் செல்லத் தொடங்கினாள். நகரத்திற்கு வெளியே... எங்கோ தொலைதூரக் காட்டுப் பகுதியிலிருந்த அந்தக் கோட்டத்துக்குப்

போய்ச் சேர்ந்த அவள், அதன் முற்றத்திலேயே குழந்தையோடு மயங்கிச் சரிந்தாள்.

தன் நினைவு தவறிக் கிடந்த மாலதியின் ஆழ்மனதிற்குள் ஊழிக் கூத்தாடிக் கொண்டிருந்தான் பாசண்டச் சாத்தன். ஒரு நேரம் அவனுக்குள் விசுவரூபம் எடுத்து விண்முட்ட வளரும் அவன்...., அடுத்த கணத்திலேயே அழகுக் குழந்தையாகித் தவழ்ந்து தளர் நடையிட்டபடி.... அவள் மடி தேடி ஓடிவந்து விடுவான்! ஒரு நிமிடம்... தெய்வமாய் நின்று ஆசி வழங்கும் அவன்... அடுத்த நிமிடத்திலேயே மண்ணளைந்த கையோடு.... மிரண்டுபோன பாலகனாக அஞ்சி வந்து அவள் முன்பு நின்று விடுவான். அவன்... தெய்வமா...? குழந்தையா...? இல்லை... தெய்வக் குழந்தையா?

மயக்கம் முழுவதுமாய்த் தெளிந்திராத மாலதி, சாத்தனின் திருவுருவச் சிலைக்கு முன்னால் அரைகுறையாய்க் கண் விழித்தாள்...

'என்ன இது... சிலை வடிவத்தில் சாத்தனின் முகம் என் கண்ணுக்குத் தெரியவில்லையே...! அங்கே எனக்குத் தட்டுப்படுவது என் குழந்தையின் முகமல்லவா...?'

எங்கிருந்தோ குழந்தையின் முனகல் ஓசை... மெதுவாய்... மிக மெதுவாய்க் கேட்கச் சாத்தனின் முகத்திலிருந்து மெள்ளத் தன் பார்வையை மீட்டுக்கொண்டாள் மாலதி. கோயில் முற்றத்தில் அவள் கிடத்தியிருந்த குழந்தை... கை, கால்களை உதைத்தபடி சிரித்து விளையாடிக் கொண்டிருந்தது. அதை அள்ளி எடுத்துக் கொண்ட அவள், அதன் காதுகளில் ஓதினாள் 'நீ... குழந்தை இல்லை கண்ணே...! நீ.... என் தெய்வம்!'

"அந்தக் குழந்தைதான் என் கணவர்!" என்றபடி கதைக்குச் சற்று இடைவெளிவிட்டாள் தேவந்தி.

"அப்படியென்றால் உன் கணவர் உருவில்..., பாசண்டச் சாத்தனா...?"

"அப்படி யார் சொன்னது? அது..., என் மாமியார், அவளாகவே ஏற்படுத்திக் கொண்ட மனப்பிரமை! அது... அவள் கொண்ட மன மயக்கம்! குழந்தையைச் சாகடித்து விட்ட பழி தன் மீது விழுந்து விடுமோ என்ற பதட்டமான உணர்ச்சியின் பிடியில் சிக்கியிருந்த அந்த நேரத்தில், பால் விக்கியதால் பாலகன் சோர்ந்திருக்கிறானா... அல்லது உண்மையிலேயே அவன் மாண்டுவிட்டானா என்று சோதித்துப் பார்க்க வேண்டும் என்பது கூட அவளுக்குத் தோன்றாமல் போயிருக்க வேண்டும்! குழந்தையைத் தூக்கிக்கொண்டு அவள் ஓடிய ஓட்டத்திலும், அதைப் போட்டுக் குலுக்கி எடுத்ததிலும் அதற்கு ஏற்பட்ட விக்கலும், மூச்சுத் திணறலும் இயல்பாகவே சீராகிவிட்டிருக்கிறது! அப்படித்தான் அது நடந்திருக்க வேண்டும்!

ஆனால் இறுதி வரையில் அவள் அப்படி நினைக்கவே இல்லை! தான் உறுதியாக நம்பிய கடவுளின் அருளால்தான் மகன் உயிர் பிழைத்தான் என்று பொதுவாக எல்லோரும் எண்ணுவதுபோல் எண்ணுவதற்குக் கூட அவள் தயாராக இல்லை! குழந்தை முதலிலேயே இறந்துபோய்விட்டது என்றும், பிறகு அதற்குள் உயிராக வந்து உலகில் உலவியது தன் இஷ்ட தெய்வம்தான் என்றும் அவள், தன் மனதிற்குள் திட்டவட்டமாக முடிவு கட்டிக்கொண்டு விட்டாள். ஆனால், கணவரிடமும் மாற்றாளிடமும் அதைச் சொல்லித் தன்னைக் காட்டிக் கொடுத்துக் கொள்ளும் துணிச்சலும் அவளிடம் இல்லை! அதற்கு மாறாகக் குழந்தையோடு தனித்திருக்கும் தருணங்களிலும்..., வாய்ப்பு நேரும் போதெல்லாம், அதன் அசாதாரணத் தன்மையை அந்தப் பிஞ்சு மூளைக்குள் அவள் செலுத்திக் கொண்டே இருந்தாள்...."

"இதனால் பாதிக்கப்பட்டவர் என் கணவர்தான்! மானுடத்திற்கும் அமானுஷ்யத்திற்கும் இடையிலான ஊசலாட்டத்திலேயே அவர் வளர்ந்து வாலிபரானார். சராசரி மனிதனாகத் தாய் தந்தையருக்கு ஆற்ற வேண்டிய யதார்த்தக் கடமைகள் ஒரு பக்கம்...! தெய்வீகமான தன் புனிதம் கறைப்பட்டுவிடாமல் காத்துக் கொள்ள வேண்டுமென்ற இடைவிடாத போதனை மற்றொரு பக்கம்...! அவரது லௌகீக வாழ்வின் தவிர்க்க முடியாத திருமணக் கட்டத்தில், நான் அவரோடு இணைந்தேன். மணமேடையைத் தீவலம் வரும் போது என்னைப் பற்றிய அவரது கரங்கள்..., தொடர்ந்து நாங்கள் மணவாழ்க்கை நடத்திட எட்டாண்டுக் காலத்தில்... ஒரு கணம்கூட என்னைத் தீண்டியதே இல்லை....! அது ஏன் என்பது அப்போது எனக்கு விளங்கியிருக்கவில்லை! அப்படிப்பட்ட கேள்விகளை அவரிடம் கேட்க..., நான் வளர்ந்த சூழல் என்னை அனுமதிக்கவும் இல்லை!"

தேவந்தியை நெருங்கி வந்து, அவளை ஆரத் தழுவியபடி கண்ணீர் வடித்துக் கொண்டிருந்தாள் கண்ணகி.. ஆயிரம் அர்த்தச் செறிவுகளை அடக்கியிருந்த அந்தக் கண்ணீர்..., தனக்கானதா... அல்லது தேவந்திக்கானதா என்பதை அவளே அறிந்திருக்கவில்லை. தேவந்தி அவளை மெள்ள வருடிக் கொடுத்தாள்.

"உன் உள்ளம் புரிகிறது கண்ணகி...! நீயும் உன் கணவரைப் பார்த்து வினாக்குறியாகக் கூட ஒரு பார்வையைப் படர விட்டிருக்காதவள்தானே...? என்ன செய்வது? இது... இந்த யுகத்தின் சாபம்...! சரி.... மீதியையும் கேட்டு விடு...."

"நாங்கள்.... அப்படித்தான் வாழ்ந்தோம்! ஒருவர் நிழல் கூட அடுத்தவர் மேல் படாமல் எட்டாண்டுக் காலம் உலகத்தின் பார்வைக்கு நாங்கள் கணவன் மனைவியாக வாழ்ந்தோம். அவர் உற்றார், உறவினருக்கு உறுதுணையாய் உதவினார்; கல்வி....

கேள்வியில் தேர்ச்சி பெற்றுச் சான்றோனென்று பெயரெடுத்தார்; குலத் தொழிலில் கொடிகட்டிப் பறந்து... கோலோச்சி உயர்ந்தார்... இப்டி...., என்னைத் தவிரத் தன்னைச் சுற்றிக் கூடியிருந்தோரையெல்லாம் பலமுகம் காட்டிப் பதமாய்க் குளிர்வித்தார். பெற்றோரின் காலம் முடிந்தது; மாலதியும் மரணமடைந்தாள்... அவர்களுக்குச் செய்ய வேண்டிய ஈமக் கடன்களையெல்லாம் முறைப்படி கழித்த பிறகு... மெதுவாக என்னை நாடி வந்தார்... என்னிடம் முதலும், கடைசியுமாக அவர் பேசிய சந்தர்ப்பம் அது ஒன்றுதான்!"

'நான் யார் என்பதை நீ அறியமாட்டாய் தேவந்தி... என் மூவா இளநலத்தை உள்ளபடி நான் காட்டினால்... அதைப் பொறுக்கும் சக்தி, உன் கண்களுக்கு இல்லை!... நான்தான் பாசண்டச் சாத்தன்! மாலதியின் பழி துடைக்கவே, மறைந்த குழந்தையின் உருவில் நான் குடி புகுந்தேன்!... அவளுக்காகவே மனிதனாகப் பிறப்பெடுத்த நான், மனித வாழ்வின் கடமைகள் அனைத்தையும் செய்து முடித்தேன்!.... இனிமேல் நான் விடைபெறும் தருணம் வந்து விட்டது! கடவுளையே கரம் பற்றும் அரியதொரு வாய்ப்பைப் பெற்றவள் நீ!.... அந்த மகிழ்ச்சியோடு எஞ்சிய உன் வாழ்நாளைக் கோயில் வழிபாட்டில் கழித்துக்கொள்!'

இந்த வாசகத்தோடு என் வாழ்விலிருந்தே விடைபெற்று அவர் அகன்று போனார். வேரற்ற மரமாக நான் விழுந்து கிடந்த நாட்கள்... நீண்டு கொண்டே போன அந்தக் காலகட்டத்தில்தான் என் அறிவில் படிந்திருந்த மாயத் திரைகளெல்லாம்... படிப்படியாக விலகிக்கொண்டே வந்தன!... அது வரையில் புலப்பட்டிருக்காத புதிர்களின் முடிச்சுக்களெல்லாம் ஒன்றன் பின் ஒன்றாக அவிழ்ந்து கொண்டே வந்தன!... நான்.... தெளிந்தேன்!.... என் கணவர் கடவுளில்லை! மனித மனத்தின் கணநேரத் தடுமாற்றத்தால் அவ்வாறு ஆக்கப்பட்டவர்! அவர்... புனிதரில்லை! தாயின் மூளைச் சலவையால் இக வாழ்விலிருந்தே தன்னைத் துண்டித்துக் கொண்டுவிட்ட ஒரு மனிதர்தான் அவர்!"

"இந்த அளவு யோசித்து வைத்திருக்கும் நீ..., உன் கணவர் திரும்பி வர வேண்டுமென்பதற்காக நோன்பு நோற்பதாக ஏன் சொல்லிக் கொண்டிருக்கிறாய் என்பதுதான் எனக்கு இன்னும் விளங்கவில்லை தேவந்தி!"

"நான் தான் முதலிலேயே அதைத் தெளிவுபடுத்தி விட்டேனே? ஊராரின் கண் முன்னால் நான் போடும் வேடம் அது! கண்ணகி....! நீ அருக (சமண) சமயத்தைச் சேர்ந்தவள். இப்படிச் செய்வதையெல்லாம் ஒரே வார்த்தையில் 'மடமை' என்று சொல்லி விலக்கி வைத்து விட உன்னால் முடியும்! ஆனால்... என் பிறப்புப் பின்னனி அவ்வளவு

எளிதாக என்னைவிட்டு விடாது! தீர்த்த யாத்திரை சென்றிருக்கும் கணவன் நலமுடன் திரும்ப வேண்டும் என்று வழிபடாமல் நான் சும்மா இருப்பதை அது நிச்சயம் ஏற்றுக் கொள்ளாது! அந்த வகையான நிந்தனைகளிலிருந்து தப்பித்துக் கொள்ளத்தான் நான் இப்படி நெஞ்சறிந்து பொய்யாக நடித்துக் கொண்டிருக்கிறேன்! இந்த உலகத்தவர்களின் நாக்கு இருக்கிறதே... அது..., பிளவுபட்டுக் கிடக்கும் அந்த ஆதிசேஷப் பாம்பின் நாக்கை விடவும் கூடுதலான நச்சுத் தன்மையைக் கொண்டிருப்பது கண்ணகி!... உதாரணத்திற்கு உன் வாழ்வையே எடுத்துக் கொள்ளேன்! கோவலன், மாதவியை நாடிச் சென்றிருப்பது, கலை மீது கொண்ட காதலால்தான் என்பது எல்லோருக்குமே வெளிப்படையாகத் தெரியும்!.... ஆனால்.... உன்னிடம் தான் ஏதோ குறை இருப்பதைப் போல நரம்பற்ற நாவினராய் இந்த ஊரார் பேசவில்லையா?"

கண்ணகி, தாளாத துயரத்துடன் தலையைத் தாழ்த்திக் கொண்டாள். அவள் முகத்தைச் சற்றே உயர்த்திய தேவந்தி... அங்கே அரும்பியிருந்த கண்ணீர் முத்துக்களைத் தன் விரலால் சுண்டி விட்டாள்.

"இப்படி நாமெல்லாம் கண்ணீருக்குள்ளேயே கரைந்துபோய் விடுவதானாலேதான் சில கேள்விகளைக் கேட்காமலே விட்டு விடுகிறோம்!... அப்படி நான் கேட்கத் தவறிய ஒரு கேள்வி.... என் உள்ளத்துக்குள் உட்கார்ந்து கொண்டு, அல்லும் பகலும் என்னைக் குடைந்தெடுத்துக் கொண்டிருக்கிறது..."

அது என்னவாக இருக்குமென்பதை அறிந்து கொள்ளும் ஆவலுடன் தன் விழிகளை அகல விரித்தாள் கண்ணகி.

'மனிதக் கடமைகளில்... மனைவிக்கு ஆற்ற வேண்டிய கடமை என்பதும் உட்பட்டிருக்கிறதா... இல்லையா....? அப்படி அதுவும் உட்பட்டதுதான் என்றால் மனித நிலையில் ஆற்ற வேண்டிய எல்லாக் கடமைகளையும் என் கணவர் முழுமையாகச் செய்து முடித்துவிட்டார் என்று எப்படிச் சொல்ல முடியும்?... மனைவி என்ற மனித உயிருக்குள்ளும் தனியாக ஓர் இதயம் துடித்துக் கொண்டிருக்கிறது என்பது மட்டும் ஏன் கணக்கிலெடுத்துக் கொள்ளப்படுவதே இல்லை...? இதையெல்லாம் அவரிடம் கேட்காமல் நான் மௌனமாக இருந்துவிட்டேன் கண்ணகி!.... இந்தக் கேள்விகளைக் கேட்பதற்காகவாவது அவரை நான் சந்தித்தே ஆக வேண்டும் கண்ணகி!'

அத்தனை நேரமும், வேறு யாருடைய கதையையோ சொல்வதைப் போல் நிதானமாகச் சொல்லிக் கொண்டு வந்த தேவந்தியின் குரல்..., அந்தக் குறிப்பிட்ட கணத்தில் உடைந்து சிதறத் தொடங்கியது; உடனேயே தன்னை அதிலிருந்து மீட்டுக் கொண்டு விட்ட அவள்...,

ஆவேசமான குரலில் சூளுரைப்பதைப் போல ஒரு பிரகடனம் செய்தாள்!

"ஆனால்... இந்தக் கதை, இந்தத் தேவந்தி ஒருத்தியின் வாழ்க்கையோடு முடிந்துவிடப் போவதில்லை....! இனி வரும் காலங்களிலும் வேறு ஏதோ ஒரு வடிவத்தில் இது தொடரத்தான் போகிறது! அப்போது.... இன்றில்லை என்றாலும்... என்றோ ஒரு நாள்...., ஏதாவது ஒரு யுகத்தில் நான் அந்தக் கேள்விகளைக் கேட்காமல் விட்டுவிட மாட்டேன்!.... இந்த மாதிரியான மௌனங்கள் உடைபடும் தருணத்தை... நிச்சயம் நான் நிகழ்த்திக் காட்டத் தவற மாட்டேன் கண்ணகி!"

காலம் தன் மீது உழுதுவிட்டுப் போயிருக்கும் பதிவுகளைச் சுமந்தபடி..., யுகங்களின் இருள் படர்ந்த கணங்களின் ஊடே, மெள்ள ஊர்ந்து பயணிக்கத் தொடங்கினாள் தேவந்தி.

வடக்கு வாசல், நவம்பர், 2007

ரேவதி பாலு

ரேவதி பாலு பிரபல எழுத்தாளர் ரசவாதியின் மகளாவார். தஞ்சாவூரைச் சேர்ந்த இவர் தற்போது சென்னையில் வசித்து வருகிறார். சென்னை தொலைபேசி அலுவலகத்தில் பணியாற்றி விருப்ப ஓய்வு பெற்ற இவர், கடந்த 30 ஆண்டுகளுக்கும் மேலாக எழுதி வருகிறார் .சிறுகதை, நாடகம், குறுநாவல், ஆன்மீகம் என்று பல தளங்களில் தடம் பதித்துள்ளார். 1983 இல், 'கொழுக்கவோ இளைக்கவோ' என்ற சிறுகதையினை மங்கையர் மலரில் எழுதி எழுத்து உலகிற்கு அறிமுகமானார். உயிரோட்டம், தற்காலிக உன்னதங்கள், பிச்சு நீ ஜெயிச்சிட்டே என்பன இவரது சிறுகதைத் தொகுதிகளாகும். ரேவதி பாலு நகைச்சுவையாக எழுதுவதிலும் வல்லவர். இலக்கிய பீடம் சிறுகதைப் போட்டியில் பரிசு, கலைமகள் சிறுகதை மற்றும் குறுநாவல் போட்டியில் பரிசு, இரு முறை இலக்கிய சிந்தனை அமைப்பின் மாதப் பரிசு எனப் பல பரிசுகளைப் பெற்றுள்ளார். இவருடைய படைப்புகள் சென்னை வானொலி மற்றும் தொலைக்காட்சிகளில் ஒலி, ஒளிபரப்பப்பட்டுள்ளன.

கதைக்குள் புகுமுன்

ரேவதி பாலு, 'மகளிர் தினம்' என்ற சிறுகதையினை எள்ளல் சுவையுடன் எழுதியுள்ளார். இக்கதையின் நாயகி காலை எழுந்தவுடன் மெஷின் போல் வீட்டு வேலைகளை ஒன்றன்பின் ஒன்றாகச் செய்து முடித்துவிட்டு, குழந்தைகளைப் பள்ளிக்கு அனுப்பிவிட்டு, நிம்மதியாகக் குளிக்கவும், உடைமாற்றவும் சாப்பிடவும் நேரமில்லாது, மற்றவர்களுக்காகவே வேலை செய்து முடித்து அலுவலகம் கிளம்புகிறாள். மிக நெருக்கடியான பேருந்தில் பயணம் செய்து, பின் வேக வேகமாக நடந்து கைக்குழந்தையைக் காப்பகத்தில் விட்டுவிட்டு, அலுவலக வருகை பதிவேட்டில் கையெழுத்திட்டு, தன் சீட்டில் 'அப்பாடா' என்று அமர்ந்தபோது, தான் குளித்துவிட்டு தலையில் சுற்றிய துண்டை எடுத்து விட்டோமா இல்லையா என்ற சந்தேகம் அவளுக்கு வருகிறது. தலையைத் தடவி பார்த்துக் கொள்கிறாள் ஒரு நிமிடம். உட்காரவோ, நிற்கவோ, சிந்திக்கவோ, நேரமில்லாது உணர்வற்ற எந்திரமாக வீட்டில் உழைத்து விட்டு, அலுவலக இருக்கையில் அமர்ந்த பொழுது, சக ஆண் ஊழியர் ஒருவர் மகளிர் தின நல்வாழ்த்துக்களுடன் இனிப்பு தரும் போது, வாழ்க்கையின் முரண் புரிபடுவது அவளுக்கு மட்டுமல்ல; நமக்கும் தான். மகளிரின் ஓயாத உழைப்பைப் பொருட்படுத்தாத இச்சமூகத்தில் மகளிர் தினம் கொண்டாடுவது நகைப்பிற்குரியது அல்லவா?

13

மகளிர் தினம்

ரேவதி பாலு

'காலையில் கண் விழிக்கும்போதே கண்கள் தீப்பட்டது போல எரிந்தன. இன்றைக்காவது தலையில் ஒரு கை எண்ணெய் வைத்துக்கொண்டு குளித்தால்தான் இந்த உஷ்ணம் அடங்கும் என்று நினைத்துக்கொண்டே எழுந்தாள் மீரா.

அம்பத்தூரில் தனியார் கம்பெனியில் வேலை பார்க்கும் கணவன், பொழுது ஒருபக்கம் விடியும் போதே கிளம்பிப் போய்விட, மீராவுக்கு வழக்கம்போல 'ஸ்விட்ச் தட்டிவிடப்பட்ட மெஷின்'போல வேலைகள் ஒன்றன்பின் ஒன்றாக முறை வைத்துக்கொண்டு சமையல் வேலை சுற்று வேலைகள் என்று வந்து கொண்டே இருந்தன.

கைக்குழந்தையின் தூக்கம் கெடாதவாறு தூக்கத்திலேயே பாலைக் கரைத்துக் கொடுத்துவிட்டு, பெரியவனை எழுப்பி பள்ளிக்கு 'ரெடி' பண்ணி வாயில் ஒரு இட்லியைத் திணித்து முடிப்பதற்கும், வாசலில் 'ஸ்கூல் வேனின்' ஹார்ன் ஒலிப்பதற்கும் சரியாக இருந்தது.

கைக்குழந்தை எழுவதற்குள் பதைத்துப் பதைத்துக் குளிக்கும் காக்கா குளியலில் இன்று தலைக்கும் ஒரு சொம்பு விட்டுக் கொண்டு குளித்தாகிவிட்டது. அப்படியே அலுவலகம் செல்லும் உடையும் அணிந்து கொண்டாகிவிட்டது.

குளித்தவுடன் கண்ணாடியைப் பார்த்து, லேசாகப் பவுடர் பூசி நெற்றியில் ஒட்டிக்கொள்ளும் 'ஸ்டிக்கர் பொட்டோடு' காலை அலங்காரம் ஓவர்.

பாத்திரம் தேய்க்க வரும் பெண்மணி கேட்கும் கேள்விகளுக்கு பதில் சொல்லிக்கொண்டே, குழந்தைகள் காப்பகத்தில் கைக் குழந்தைக்குத் தேவையான உணவு, உடைகளை ஒரு கூடையில் அடுக்கினாள். மறக்காமல் இருமலுக்குக் கொடுக்க வேண்டிய

‘சொட்டு மருந்து’ எடுத்து வைத்தாள்.

மூன்று மணிக்குப் பள்ளிவிட்டு நேரே குழந்தைகள் காப்பகத்திற்கு வரும் பெரியவனுக்குத் தேவையான மாற்றுடை, மாலை நேர சிற்றுண்டி மற்றொரு கூடையில். வேலைகளுக்கு நடுவே சாப்பிட வாகான காலை உணவாக பாலில் ஊறிய ‘பிரட்’ துண்டங்களை அவ்வப்போது ஸ்பூனால் ஒருவாய் போட்டுக்கொண்டு தனக்கும் பிற்பகல் உணவு கட்டி எடுத்து வைத்தாள்.

வேலை செய்யும் பெண்மணிக்கு இட்லியும், காப்பியும் கொடுத்துவிட்டு, சிணுங்கிய கைப்பிள்ளையைச் சமாதானப்படுத்தி, சமையலறை ‘சிங்க்கிலேயே’ நிற்க வைத்து உடம்புக்கு ஊற்றி உடையணிவித்தாள்.

குழந்தையைத் தூக்கிக்கொண்டு எல்லா அறைகளிலும் மின்விசிறி, விளக்குகள் அமர்த்தப்பட்டிருக்கின்றனவா என்று பார்த்து கேஸ் சிலிண்டர் வால்வைக் கவனமாக மூடிவிட்டு வீட்டைப் பூட்டினாள்.

ஒரு தோளில் குழந்தை, மறு தோளில் கைப்பை, இரண்டு கையிலும் கூடைகள் என்று, அடுத்த தெருவிலுள்ள காப்பகத்தில் குழந்தையையும், கூடைகளையும் இறக்கிவிட்டு, தன்னைப் பார்த்து அழும் குழந்தையின் முகத்தை ஏறிட தைரியமில்லாமல் ஓட்டமும், நடையுமாக ஒன்பது மணி பஸ்ஸைப் பிடித்து, வழக்கம்போல நின்று கொண்டே பயணித்து, பஸ்ஸை விட்டு இறங்கி நெரிசலான சாலையில் ‘வேகுவேகு’ என்று நடந்து அலுவலகத்தினுள் நுழைந்து ‘அட்டெண்டென்ஸில்’ கையெழுத்திட்டு விட்டு தன்சீட்டில் ‘தொப்’பென்று அமர்ந்தாள்.

திடீரென மனதில் ஒரு சந்தேகம் தோன்ற தூக்கிவாரிப் போட்டு எழுந்து நின்றவள், அக்கம்பக்கம் இருப்பவர்களை மெதுவாக ஒரு பார்வை பார்த்துக்கொண்டே வலது கையால் தலையைத் தடவிப் பார்த்துக் கொண்டாள்.

‘அப்பாடா! ஈரத்தலையில் சுற்றியிருந்த துண்டை ஞாபகமாக அவிழ்த்துவிட்டு ரப்பர்பேண்ட் போட்டுக் கொண்டுதான் வந்திருக்கிறோம்.’

ஆசுவாசமாக சீட்டில் தொய்ந்து உட்கார்ந்து அலுவலகக் கோப்புகளை எடுத்தவளிடம் ஒரு சாக்லேட்டை நீட்டினார் தொழிற்சங்க பிரதிநிதி. என்ன என்பதுபோல் நிமிர்ந்தவளிடம் “மகளிர் தின வாழ்த்துக்கள்” என்று புன்முறுவலித்தார்.

மஞ்சுளா ரமேஷின் - சிநேகிதி

கவிதா சொர்ணவல்லி

கவிதா சொர்ணவல்லி அம்பாசமுத்திரத்தைச் சேர்ந்தவர். இளைய தலைமுறை எழுத்தாளரான இவர் ஊடகவியலாளர், எழுத்தாளர், பெரியாரியவாதி, தலித்திய அரசியலாளர் என்ற பல முகங்களைக் கொண்டவர். இவரின் 'பொசல்' என்ற சிறுகதைத் தொகுதி, 2014 இல் வெளியாகி பலரின் கவனத்தை ஈர்த்தது. தற்போது மீண்டும் ஒரு பதிப்புக் கண்டுள்ளது. அத்தொகுதியிலுள்ள 'விலகிப்போன கடவுள்கள்' என்ற சிறுகதையை ஓய்வுபெற்ற நீதிபதி பிரபா ஸ்ரீதேவன் ஆங்கிலத்தில். "The Gods that moved away" என்ற பெயரில் மொழிபெயர்த்துள்ளார். மற்றவர்கள் சொல்ல தயங்கும் பல விடயங்களை இவர், தம் கதைகளில் பேசியுள்ளது குறிப்பிடத்தக்கது.

கதைக்குள் புகுமுன்

அறிவும் அழகும் ஆற்றலும் மதிநுட்பமும் நிறைந்த பெண்ணொருத்தி, திருமணத்திற்குப் பின், அவை அனைத்தையும் தன் மனதில் இட்டுப் புதைத்து, சுயத்தை இழந்து வாழுகின்ற அவலத்தைப் பேசுவதுதான் ‘அம்மாவின் பெயர்’ என்ற கதை. புயல் வேகத்தில் பிறந்து, 10 வயதிலேயே 20 வயதிற்குரிய அறிவுடன், ஜெயகாந்தனையும், லா.சா. ராவையும், அசோகமித்திரனையும் படித்து, கவிதை, கட்டுரை போட்டிகளில் பல பரிசுகளையும் சான்றிதழ்களையும் பெற்று, ஸ்புட்னிக் என்ற ஆங்கில இதழ்களையும் அதில் வரக்கூடிய கட்டுரைகளையும் படித்து வளர்ந்த திராவிடச் செல்வி, திருமணத்திற்குப் பின் அப்பெயரையும் அறிவையும் தீட்சன்யத்தையும் இழந்து, மொத்தத்தில் தன்னுடைய அடையாளத்தை இழந்து வாழ்கின்றாள். அவளுடைய மகள் தன் அம்மாவின் அடையாளத்தைக் கண்டறிய அவளுடைய பிறந்த ஊருக்கு வந்து அவள் இல்லத்தில் தேடுகின்ற பொழுது அவளின் சுயபெயரையும் இளமைப் பருவத்தையும் அறிந்து கொள்கின்றாள். புகுந்த வீட்டில் அவள் எந்த ஒரு பெயரும் இன்றி வாழ்கிறாள். எதிர்வீட்டு ஆச்சி செல்லம்மா என்ற பெயரிலும், தெருக்காரர்கள் அவள் குழந்தைகளை வைத்து பாரிஜாதம் அம்மா என்றும் சரவணன் அம்மா என்றும் அழைக்க, நண்பர்கள் மத்தியில் அவளுடைய தீர்க்கமான அழகின் காரணமாக அழகம்மா என்றும் மாற்றுப் பெயர்களில் அடையாளம் காணப்படுகிறாள்.

பொறாமை கொண்ட சமூகத்தின் கண்ணில் இருந்து தப்ப, அவள் தன் அழகைச் சிதைத்துக் கொண்டு காட்சியளிக்கிறாள். அப்போது, அவளைப் பைத்தியம் என்று மற்றவர்கள் அழைக்கின்ற அவலம் நேரிடுகின்றது. புயலுக்குரிய வேகமும், அறிவும், ஆற்றலும் உடைய பெண்ணாக இருந்தவள், திருமணத்திற்குப் பின் புகுந்த வீட்டில் அனைத்தும் இழந்து, இறுதியில் ஒரு பைத்தியமாக வாழ வேண்டிய சூழல் தன் அம்மாவுக்கு நேர்ந்திருக்கிறது என்பதை ஒரு மகள் அறிந்து வருந்துவதாக இக்கதை அமைந்துள்ளது. பெண்ணினத்திற்கே உரிய பெருங்கேடு இக்கதையில் அடையாளப்படுத்தப்பட்டுள்ளது. இப்படி எத்தனை எத்தனை அம்மாக்கள் இந்தச் சமூகத்தில்......

15

அம்மாவின் பெயர்

கவிதா சொர்ணவல்லி

'அம்மாவின் பெயர் என்ன என்பதே வெகு காலத்துக்குத் தெரியாது எனக்கு. அம்மாவுக்கு என்ன பெயர் இருக்க முடியும்? அம்மா என்பதைத் தவிர, 'வாட் இஸ் யுவர் ஃபாதர்ஸ் நேம்?' என்ற கேள்விகளினால் அப்பாவுக்குப் பெயர் உண்டு என்பது நன்றாகவே தெரிந்து இருந்தது. அம்மாவைப் பற்றியும் கேட்டு இருப்பார்கள். ஆனால், அடிக்கடி கேட்டு நினைவில் பதியவைத்து இருக்க மாட்டார்கள் என்றே தோன்றுகிறது.

அம்மா... எல்லோருடைய அம்மாவையும்போல் அவளும் அழகானவள்தான். பேரழகி. கண்ணை உறுத்தாத, மெலிதான, ஆனால், பொறாமை ஏற்படுத்தும் அழகி. அவளைவிட அழகான பெண்ணாகக் காட்டிக்கொள்ள முயற்சித்து, முயற்சித்து தோற்றுப்போனவர்கள்தான் அதிகம். அதில் நானும் ஒருத்தி. என் பதின் பருவங்களில் அவள் மீது உருவான பொறாமை அப்படி இப்படி என்று சாதாரணமானது கிடையாது. கொலை வெறிப் பொறாமை. நாங்கள் இருவரும் அம்மா - மகள் என்கிற பந்தத்தைத் தாண்டி நண்பிகளாக மாறிய ஒரு நாளில், அம்மாவிடம் கேட்டேன்.

"எப்படிம்மா இவ்ளோ அழகா இருக்க? இந்த ஆரஞ்சு கலர் நம்ம குடும்பத்துல யார் கிட்டயுமே கிடையாதே? இத்தனை அழகை எங்க இருந்து கொண்டுவந்தேம்மா?" - மூக்கின் நுனிகள் சிவக்கச் சிரித்த அம்மா, நான் கேட்ட கேள்விக்குப் பதில் சொல்லாமல், வேறு ஒரு பதிலைச் சொன்னாள்.

"உனக்குத் தெரியுமா? சின்ன வயசுல நம்ம கிராமத்துல உள்ள எல்லோரும் என்னை 'ஜெயலலிதா மாதிரியே இருக்கே'னு சொல்வாங்க" - அம்மா இப்படிச் சொன்னபோது, சந்தோஷமான சிரிப்பு வந்தது எனக்கு. "உனக்கு ஜெயலலிதா பிடிக்குமாம்மா...?"

"இல்ல. எனக்கு சரோஜாதேவிதான் பிடிக்கும்!"

"ஏன்?"

"அவங்க நீளப் பொட்டு வெச்சிருப்பாங்க. வட்டக் கொண்டை போட்டிருப்பாங்க. கொஞ்சிக் கொஞ்சிப் பேசுவாங்க...." - இப்படியே அடுக்கிக்கொண்டே போனாள். சிறுவயதில், என் கனவில் வரும் தேவதைகள் அனைத்தும் சாதாரண வாயில் சேலையில், ஒற்றைப் பின்னலில் நீள மல்லிப் பூவுடன், குட்டியான லோலாக்குகளுடன், ஸ்ரிங்கார் பொட்டுவைத்து இருக்கும் என் அம்மாவைப்போலவே எளிமையாக, பேரழகாக வருவாஙகள். முழிப்பு வந்தவுடன் அம்மாவைப் பார்க்கும்போது தோன்றும், தேவதைகளை விட, ஜெயலலிதாவை விட அம்மாதான் அழகு என்று.

சிறுவயதில் எங்கள் வீட்டுக்கு எதிர்வீட்டில் இருந்த செட்டியார் ஆச்சிகூட அப்படித்தான் சொல்லுவார். ஆச்சி என்றவுடன் வெத்தலைச் சாறு வழிய வாய் நிறையப் புன்சிரிப்போடு, 'செல்லம்ம்மா' என்று ராகம் பாடியபடியே வீட்டுக்குள் வரும் உருவம் தான் நினைவுக்கு வருகிறது. அம்மாவுக்கு ஆச்சி வைத்திருந்த பெயர் செல்லம்மா. ஆச்சிக்கு அம்மா இப்போதும்கூட செல்லம்மாதான். ஆச்சி, தாத்தா, ராஜம் அத்தை, தியாகு மாமா, சுமதி நர்ஸ், எங்கள் வீட்டு வேலைக்காரப் பாட்டி எல்லோருக்கும் அம்மா... செல்லம்மதான். ரொம்ப நாட்கள் அம்மாவின் பெயர் செல்லம்மாவாக மட்டுமே இருக்க வேண்டும் என்று நினைத்துக்கொண்டு இருந்தேன். அத்தனை அன்பான, அமைதியான அம்மாவுக்கு செல்லம்மா என்பதுதானே பெயராக இருக்கவேண்டும்.

ஆனால், அம்மாவின் பெயர் அதுவல்ல என்று நான் வளரும் நாட்களில் தெரிந்துகொண்டேன். கவுன் பருவத்தில் இருந்து நான் பாவாடைப் பருவத்துக்கு மாறியபோது அம்மாவின் பெயரும் மாறியது. எங்கள் தெருவுக்கு பாரி ஜாதம் அம்மாவாக. என் தம்பியின் நட்பு வட்டத்துக்கு சரவணன் அம்மாவாக... அடையாளம் தெரியாதவர்களுக்கு... தட்டி வீட்டுக்காரம்மாவாக.

பாரிஜாதம் அம்மாவாக மாறிய நாட்களில், செல்லம்மாவின் தோற்றத்தில் இருந்தும் அம்மா தன்னை மாற்றிக்கொண்டாள். ஒற்றைப் பின்னல் வட்டக் கொண்டையாக மாறியது. நீள நீள மல்லிப் பூக்கள், இரண்டே இரண்டு மொக்குகளாக மாறி கொண்டைக்குள் ஒளிந்துகொண்டன. ஸ்ரிங்காருக்குப் பதிலாகக் குங்குமம் ஏறியது நெற்றியில். வாயில், காட்டன் சேலையாகவும், லோலாக்குகள் தோடுகளாகவும் மாறின. சுத்தமாக அம்மாவைப் பிடிக்காமல் போன காலம் அது. அம்மா அசிங்கமாகிவிட்டாள்... என் தேவதை இவள் இல்லை என்று மூளையில் ஊறத் தொடங்கிய பதின் வயது அது.

அம்மாவின் லோலாக்குக் காலங்களில் அவள் கை பிடித்து நடந்து

போவதையே வானத்தில் மிதப்பதுபோல் உணர்ந்திருக்கிறேன். ஆனால், சுடிதார் அணிந்த அம்மாக்களின் பிள்ளைகள் என் நண்பர்களான பதின் வயதில், காட்டன் சேலை அணிந்த என் அம்மாவுடன் வெளியில் செல்வதே அவமானமாக இருந்தது. நட்பு வட்டத்தில் அறிமுகப்படுத்தவும் தயக்கம் அதிகரித்து இருந்தது. இப்படியான ஒரு எதிர்பாரா சந்தர்ப்பத்தில் என் வீட்டுக்குத் திடீர் விஜயம் செய்த என் நண்பர்கள் குழு, அம்மாவின் அழகைப் பார்த்து அரண்டு போனார்கள் என்பது பின்னாட்களில் தெரிய வந்தபோது, ஆச்சர்யமாக இருந்தது. அழகு மட்டுமல்ல; அம்மாவின் எளிமை, ஒற்றைப் பல் தெரியும் சிரிப்பு, பார்வையிலே சிதறித் தெளிக்கும் அன்பு என அவளின் எல்லாமும் சேர்ந்தே அவர்களை வசீகரித்தது என்பது தெரியவந்த நாட்களில், அவர்கள் அம்மாவுக்குப் புதிய பெயரையே சூட்டி இருந்தார்கள்... அழகம்மா என்று. அதன்பின் அம்மா, அழகம்மா ஆனாள். பள்ளிக் காலம் முடியும் வரை அவள் அழகம்மாவாகவே இருந்தாள்.

குளிர், மழை, வெயில் என்று பருவம் எனக்குத்தான் பல மாற்றங்களைத் தந்துகொண்டே இருந்தது. அம்மா எப்போதும் வசந்த காலம் போலவே இருந்தாள். அழகாக, இளமையாக, இனிப்பாக, சுவையாக, குளிராக, மழையாக, சிட்டுக் குருவியாக, பட்டாம் பூச்சியாக.

நான் கல்லூரிக்குச் செல்லத் தொடங்கிய காலங்களில், அம்மா பிரயத்னப்பட்டுக் கொண்டு இருந்தாள் தன்னை வயசானவளாக, அசிங்கமானவளாகக் காட்டிக்கொள்ள. உடம்பைச் சுற்றி சுருங்கிய சேலைகள், கழுத்தில் தாலி செயினுக்குப் பதிலாக மஞ்சள் கயிறு, முத்து வளையல்கள் அலங்கரித்த கைகளை மொட்டையாக்கிக் கொண்டாள். பூக்களை அருகில் விடவே இல்லை. இப்படிப் பல்வேறு விதங்களில், தன்னை வயதானவளாக, அசிங்கமானவளாகக் காட்டிக்கொள்ள முயன்று, பரிதாபமாகத் தோற்றுப்போனாள். அவளிடம் மட்டும் அல்ல; கழுகுக் கண்களால் அவளை உற்று நோக்கிக்கொண்டு இருந்த சமூகத்திடம் இருந்தும்.

"புள்ளைங்க எல்லாம் காலேஜுக்குப் போற நேரத்துல, இவ ஏதோ ஸ்கூலுக்குப் போற மாதிரில்லா இளமையா... ஆட்டிக்கிட்டு அலையிறா" என்ற அசிங்கமான, வயிறு ஊதிப் பெருத்துப் போன, பக்கத்து வீட்டுப் பெண்களின் வயித்தெரிச்சல்கள், மிருதுவான அம்மாவைக் குத்திக் கிழித்தது எனக்குத் தெரியும்.

நாங்கள் தூங்கிவிட்டோம் என்ற நம்பிக்கையில் தனிமையில் அழுதுகொண்டு இருக்கும் அம்மாவை என்ன செய்வது என்று தெரியாமல், தூங்குவதுபோல் நான் நடிக்கப் பழகிக்கொண்ட நாட்கள் அவை.

அம்மாவின் அழகு அவளையே வதைக்கும் அளவுக்கு வந்த ஒரு நாளில், தன்னுடைய ஆறடிக் கூந்தலை ஒரு நள்ளிரவில் அரை அடிக் கூந்தலாக வெட்டி எறிந்தாள் அப்பாவின் கத்திரிக்கோலினால். ஆம்பளைப் பையனைப் போல காதுவரை மட்டுமே முடிவைத்து இருந்த அவளைப் பார்த்த அந்தக் காலைதான் என்னால் சகித்துக் கொள்ளவே முடியாத ஒரு காலையாக இருக்கிறது இப்போது வரைக்கும்.

அம்மாவைப் பற்றிய, அவளின் பேரழகைப் பற்றிய பொரணிகளும், புகைச்சல்களும் அதிகரித்த ஒருநாளில், அம்மா மனநிலை தவறினாள். அடம்பிடித்து மொட்டை அடித்துக் கொண்டாள். பட்டினி கிடந்து எலும்பும் தோலுமாக மாறினாள். தூக்க மாத்திரைகள் மட்டுமே சாப்பிட்டு எந்நேரமும் தூக்கத்திலேயே இருந்தாள், இந்த உலகத்தையே பார்க்க விரும்பாதவள்போல. அப்போதும் அவளுக்கு ஒரு பெயர் இருந்தது. சுற்றி இருந்தவர்களால், உறவினர்களால், நண்பர்களால்... பைத்தியம் என்று.

மனதிலும் கண்ணிலும் ரணம் வழியச் சண்டை போட்டிருக்கிறேன் இந்தச் சமூத்திடம்... என் அம்மா பைத்தியம் இல்லை என்று. 'போங்கடா தே... பசங்களா' என்று தெருவில் நின்று உரக்கக் கத்தி இருக்கிறேன். அவர்களைப் பார்த்து, அம்மாவின் வலி தாங்காது.

அம்மா பைத்தியம் இல்லை என்றும், அவளை அந்தக் கூட்டுக்குள் இருந்து வெளிக்கொண்டு வந்துவிட வேண்டும் என்ற வெறியில் மருத்துவமனைக்கும் வீட்டுக்கும் அலைந்து திரிந்த ஒரு நாளில், எதற்கும் தொடர்பே இல்லாமல் திடீர் என்று எனக்குத் தோன்றியது அம்மாவின் உண்மையான பெயர் என்னவாக இருக்கும் என்று. தாத்தாவும் ஆச்சியும் உயிருடன் இல்லாத காரணத்தினால் எங்கு போய்க் கண்டுபிடிக்க என்று தெரியவில்லை எனக்கு. ஸ்கூல் சர்ட்டிஃபிக்கேட்களில் இருக்குமே அம்மாவின் உண்மையான பெயர் என்று தோன்றிய கணம், ஒரு புன்னகையும் கூடவே வந்தது.

அம்மா அப்போதே சேரன்மாதேவியில் இருந்து திருநெல்வேலி வரை ரயிலில் சென்று படித்தவள். அதுவும் பத்தாம் கிளாஸ் வரை. இதைச் சொல்லும் ஒவ்வொரு முறையும், அம்மாவின் முகத்தில் இருந்து கீழே விழும் புன்னகையை எடுத்துச் சேகரித்து வைத்திருக்கிறேன் என் பெட்டகத்தில். அம்மாவின் படிப்பைப் பற்றிய நினைப்பே அந்தப் பெட்டகத்தைத் திறந்து ஒரு புன்னகையை எனக்குக் கொடுத்தது.

ஊருக்குச் சென்று தாத்தாவின் வீடு திறந்தபோது, உள்ளிருந்து வந்த சிறிய வயது அம்மாவின் வாசம், நசநசவென்ற மழை நேர

இம்சையில், தேடிக் காத்திருக்கும் பளிச் என்ற ஒரு வெயில் காலத்தை எனக்குப் பரிசாகக் கொடுத்தது.

வீட்டுக்குள் நுழைந்து ஒரு சுற்று அடித்துத் திரும்பியதில், அம்மாவின் பல்வேறு விதமான புகைப்படங்கள் கிடைத்தன. ரிப்பன் வைத்த ரெட்டைச் சடையில், கழுத்து வரை தொங்கும் ஜிமிக்கிகளுடன், பூ போட்ட தாவணியில், தோழிகளுடனான சில குறும்புத் தருணங்களில் என்று எங்கு திரும்பினாலும் அம்மாவின் சட்டம் போட்ட புகைப்படங்களைப் பார்க்க முடிந்தது.

எல்லாவற்றையும் கடந்து அரங்கு வீட்டுக்குள் மஞ்சள், சிவப்பு, பச்சை என்று பல வண்ணங்களில் ஏராளமான டிரங்குப் பெட்டிகள் ஒன்றன் மேல் ஒன்றாக அடுக்கி வைக்கப்பட்டு இருந்தன. தாத்தாவின் பெட்டிக்குள் உளுத்துப்போன சில பத்திர நகல்கள், பாச்சா உருண்டை வாசத்துடன் சில வேஷ்டி சட்டைகள், தாத்தாவின் அப்பா இறந்த நாளில், அவருடைய பிணத்துடன் எடுக்கப்பட்ட ஒரு புகைப்படம் என்று பல கலவை. அம்மாச்சியின் பெட்டிக்குள் பெரிதாக எதுவும் இல்லை. சில மஞ்சள் கிழங்குகள், ஆச்சி எப்போதோ தலையில் வைத்தோ, அல்லது வைக்காமலோப் பத்திரப்படுத்திய மரிக்கொழுந்து மாலை, மஞ்சள் கயிறு, சிவப்பு பிளாஸ்டிக் வளையல்கள், கொஞ்சம் அதிசயமாக நெல் அறுக்கும் ஒரு பன்னருவாள், சம்பந்தமே இல்லாமல், ஏதா ஒரு சின்னக் குழந்தையின் குட்டி கறுப்பு வளையல்கள் (ஒருவேளை என்னுடையதாக இருக்கும் என்று நினைத்துக் கொண்டேன்) இப்படியாக இருந்தது.

அம்மாவுக்குச் சொந்தமானதாக, அம்மா பயன்படுத்தியதாக, திருமணத்துக்குப் பின் அம்மா தன்னுடன் எடுத்துப் போக விரும்பாததாக, மூன்று டிரங்குப் பெட்டிகள் அடையாளம் காட்டப்பட்டபோது, சட்டென்று ஒரு பதற்றமும் பயமும் சேர்ந்த ஒரு சந்தோஷம் மனதுக்குள் புகுந்து கொண்டது. பெட்டி திறந்தபோது நான் எதிர்பார்த்தது எதுவும் கிடைக்கவில்லை. மாறாக, நான் எதிர்பார்க்காத ஒன்று கிடைத்தது. திறக்கவே கஷ்டப்படும், துருப் பிடித்துப்போன அந்த டிரங்குப் பெட்டிக்குள்தான். புதைத்து வைக்கப்பட்ட அம்மாவின் மற்றொரு பக்கத்தை நான் தெரிந்துகொண்டேன்.

துணிகளுக்குப் பதிலாக பெட்டிகள் முழுவதும் ஜெயகாந்தன், லா.ச.ரா, அசோகமித்திரன் என்று நிரம்பி இருந்தன. சோவியத் ரஷ்யாவில் இருந்து தமிழில் மொழிபெயர்க்கப்பட்டு வந்த வாரப் பத்திரிகைகளும், ஸ்புட்னிக் ஆங்கில இதழும், நக்சல்கள் பற்றிய கட்டுரைகளுமாகக் குவிந்து அதிர்ச்சியை அளித்தது.

அம்மா புத்தகங்கள் படிப்பாள் என்பதே ஆச்சர்யமாக இருந்தது. அவளிடம் வளர்ந்த இந்த 27 வருடங்களில் ஒரு முறைகூட இதை என்னிடம் பகிர்ந்துகொண்டதே இல்லை. அப்பா வாங்கி வரும் அரசியல் சார்ந்த புத்தகங்களை மிக அரிதாக, மூக்குக் கண்ணாடி அணிந்து அவள் படித்த நேரங்களில், "உனக்கு இந்த மாதிரி புக் எல்லாம் படிக்கத் தெரியுமா என்ன?" என்று நக்கல் அடித்த காலங்கள் உண்டு. எப்போதாவது கடைக்கும் ரிலாக்ஸ் தருணங்களில் அப்பாவுடன் உலக விஷயங்கள் விவாதிக்கையில், அருகில் அமர்ந்து இருக்கும் அம்மாவைச் சட்டை செய்ததுகூடக் கிடையாது.

தோண்டத் தோண்ட... நிறையப் புத்தகங்களுக்கு அடியில் கட்டுரைப் போட்டி, கவிதைப் போட்டி என்று பல போட்டிகளில் வெற்றி பெற்றதற்கான சான்றிதழ்கள் சிதறிக்கிடந்தன. மக்கிப்போன சான்றிதழ்கள் எல்லாவற்றிலும் செல்வி, திராவிடச்செல்வி, எட்டாம் வகுப்பு, செல்வி. திராவிடச்செல்வி, ஒன்பதாம் வகுப்பு, என்று பெயர் பிரகாசமாக. பக்கத்தில் துணைக்கு உட்கார்ந்து இருந்த கன்னுத்தாய் சித்தியிடம், "இது யாரு திராவிட செல்வி?" என்றேன். "ஆங்... இதுகூடத் தெரியாதா? உங்க அம்மைதான் திராவிட செல்வி" என்றாள்.

திராவிட செல்வி... அதுதான் அம்மாவோட உண்மையான பெயரா? எத்தனை ஆளுமையான பெயர். ஆனால், அம்மா அந்தப் பெயரைத் தாங்குவதற்குச் சாத்தியமான ஓர் ஆளா என்ன? கன்னாபின்னாவென்று ஓடியது நினைவு.

நினைவுகளைப் பேச்சின் மூலம் கலைத்தாள் சித்தி, "உங்க தாத்தா திராவிடக் கட்சியில பெரிய ஆளு. அதுனால, உங்க அம்மைக்கு இந்தப் பேர வெச்சாரு. அவளும் சும்மா சொல்லக்கூடாது. பேருக்கு ஏத்த புண்ணியவதி. என்ன அறிவு தெரியுமா அவளுக்கு. எல்லாத்துலயும் ஃபர்ஸ்ட். அவிய அப்பா மாதிரியே பெரிய ஆளா வருவா, ஊருக்கெல்லாம் நல்ல வழி பண்ணுவானு எல்லாம் நினைச்சோம். ம்ம்... உங்க ஆச்சி பண்ணின கூத்துல பதினாறு வயசுலலேய கல்யாணம் பண்ணிவெச்சு நோவடிச்சுட்டாங்க" என்றாள்.

சட்டென்று ஒரு வெறுமை மனதுக்குள் பரவியது. பாவமாக இருந்தது அம்மாவை நினைத்தபோது, எத்தனை ஆசைளுடன் இருந்திருப்பாள். அத்தனை ஆசைகளையும் இத்தனை வருடங்களாக எந்தக் குழியில் இட்டுப் புதைத்து வைத்திருக்கிறாள் என்று புரியவில்லை. அந்த வலிதான் அவள் சுயத்தைக்கூட எங்களிடம் இருந்தே மறைத்து வைக்கச் சொல்லி இருக்கிறதோ என்றும் தோன்றியது.

வேறு ஒன்றும் இங்கு கிடைக்கப்போவது இல்லை என்று தோன்றிய மறு கணம் அங்கே இருந்து கிளம்ப ஆயத்தமானேன். அங்கே இருந்த சில மணிநேரங்களில் அம்மாவைப் பற்றிய மற்றொரு பிம்பம் எனக்குள் உற்பத்தி ஆகிக் கொண்டு இருந்தது. சித்திக்கு டாட்டா சொல்லி விட்டு, தெரு முனையில் நின்று இருந்த ஆட்டோவை நோக்கி நடந்தேன்.

"ஏலா... யாருளா அது. பொசலு மவளா? எலா..." - சத்தம் வந்த பக்கம் தலை திருப்பினால், பொலமாடி பாட்டி. புருவத்துக்கு மேல் கை வைத்து சூரியனை மறைத்துக் கொண்டு, கண்களை இடுக்கி என்னைப் பார்த்துக்கொண்டு இருந்தாள். சிரித்தபடியே பாட்டியிடம் போனேன். "நான் திராவிட செல்வி மக ஆச்சி... பாரிஜாதம்" என்றேன்.

கெக்கபிக்க என்று சிரித்தபாட்டி, "அது யாருளா திராவிட செல்வி... புதுப் பேரால்ல சொல்லுத... உங்கம்மை பேரு பொசலு. அவ இந்த ஊருக்கே பொசலு. எங்க பொசலு தாயி" என்றபடியே ராகம் போட்டு ஒரு பாட்டுப் பாடினாள்.

"அசலு பொசலு தாயி
ஆரஞ்சு கலரு தாயி
தங்கம் யாரு தாயி
எங்க பொசலு தாயி"

என்று சிரித்தவள் கண்களில் திடீரெனக் கண்ணீர்த் துளி. "எப்பிடிலா இருக்கா உங்கம்மை... எங்க பொசலு" என்றாள்.

"அது என்ன பொசலு?" என்றேன்.

"அவ பொறக்கும் போது பொசல் மாதிரிதான் பொறந்தா, அத்தன வேகம். வலிகூட வரல. அதுக்குள்ள இவ வந்து வெளில குதிச்சுட்டா உங்க ஆச்சி வயித்துல இருந்து. வளரும் போதும் பொசல் மாதிரிதான் வளர்ந்தா... என்னா வேகம். பத்து வயசுலயே இருவது வயசுக்கு அறிவு இருக்கும்ல அவளுக்கு. அப்பிடியே அதே வேகத்துல எங்களவிட்டு வெளியவும் போய்ட்டா..."

ஆச்சி சொல்லச் சொல்லப் புரிந்தது. அம்மா புயல்போல் இருந்திருக்கிறாள். அதுதான் இந்தப் பெயர். பளிச்சென்று மின்னல் மின்னியது மனதுக்குள். பொசலு... என் அம்மாவின் பெயர் இதுதான். அவள் பெயர் இதுவாக மட்டுமே இருக்க வேண்டும். அவளின் சந்தோஷங்கள், அவளின் அன்பு, அவளின் கோபம், அவளின் நுட்பம். அவளின் நுணுக்கம், அவளின் அழகுகூட.... எல்லாமே புயல் மாதிரிதான். அடித்துச் சாய்த்துவிடும் எதிரில் இருப்பவர்களை.

அவள் பொசல்... அசல் பொசல்...

எங்கோ அறுந்து பறந்துகொண்டு இருந்த காத்தாடி நூலின் முனை என் சுண்டு விரலுக்குள் தானாகவே வந்து சிக்கியதுபோல் இருந்தது.

ஊரில் இருந்து கிளம்பி வீட்டுக்கு வந்து அம்மாவைத் தேடினேன். தோட்டத்தில் வெறித்துப் பார்த்துக்கொண்டு இருந்தாள் எங்கோ. எதை நினைத்துக்கொண்டு இருப்பாள் இப்போது? தொலைத்ததை எல்லாமா? தெரியவில்லை.

பின்னால் போய் நின்று மெதுவாக, "பொசலு... யேய் பொசலுத் தாயோவ்" என்றேன்.

சடக்கென்று தலை திருப்பிய அம்மாவின் கண்களில் ஓராயிரம் சூரியன்களின் ஒளி தெரிந்தது. நீண்ட நாட்களுக்குப் பின்!

பெப்ரவரி 2011.

அ. வெண்ணிலா

எழுத்தாளர் / கவிஞர் வெண்ணிலா திருவண்ணாமலை மாவட்டம் வந்தவாசியில் பிறந்தவர். இவர், அரசுப் பள்ளியில் ஆசிரியராகப் பணியாற்றிக் கொண்டிருக்கின்றார். நீரில் அலையும் முகம், ஆதியில் சொற்கள் இருந்தன, கனவைப் போலொரு மரணம், இசைக்குறிப்புகள் நிறையும் மைதானம், இரவு வரைந்த ஓவியம் என்ற கவிதை நூல்களையும், கனவிருந்த கூடு என்ற கடிதத் தொகுப்பினையும், பட்டுப் பூச்சிகளைத் தொலைத்த ஒரு பொழுதில், பிருந்தாவும் இளம் பருவத்து ஆண்களும் என்ற சிறுகதைத் தொகுப்புகளையும், மீதமிருக்கும் சொற்கள் என்ற பெண் எழுத்தாளர்கள் பற்றிய ஆவண நூலையும் எழுதியுள்ளார். சமீபத்தில் கங்காபுரம் என்ற நாவலையும் எழுதியுள்ளார். பெண் எழுதும் காலம், துரோகத்தின் நிழல், எங்கிருந்து தொடங்குவது, எரியத் துவங்கும் கடல், தேர்தலின் அரசியல் போன்ற கட்டுரை நூல்களையும் எழுதியுள்ளார்.

இவர் தமிழக அரசு விருது, சிற்பி அறக்கட்டளை விருது, கவிதை உறவு விருது, தமிழ்நாடு முற்போக்கு சங்க விருது ,தேவமகள் அறக்கட்டளை விருது, கவிஞர் வைரமுத்து விருது என்பன போன்ற பல விருதுகளைப் பெற்றவர். பெண்ணியம் சார்ந்த செயற்பாடுகள், சமூக நலன் சார்ந்த செயற்பாடுகள் ஆகியவற்றில் ஈடுபட்டு வருகிறார்.

கதைக்குள் புகுமுன்

விளிம்பு நிலையில் வாழும் பெண்ணினத்தின் கதை இது. இந்தப் பரந்த உலகில் மலம் கழிப்பதற்குக் கூட ஓர் இடமும் காலமும் துணையும் தேட வேண்டிய நிலையில் இன்றும் நம்மில் பலர் வாழ்ந்து கொண்டிருக்கின்றோம். இந்த வெளி (space) ஆண்களுக்கானது. பரந்துபட்ட உலகமும் காலமும் நேரமும் தருணங்களும் அவர்களுக்கானது. அவர்களுக்கென்று தனித்த கட்டுப்பாடுகள் இல்லை. எங்கு வேண்டுமானாலும் எப்பொழுது வேண்டுமானாலும் அவர்கள் செல்லலாம்; தடையில்லை. ஆனால் அதற்கு நேர் எதிர்மறையாகப் பெண்ணுகளுக்கான வெளி கட்டுப்படுத்தப்பட்டுள்ளது. மிக மிக குறுகிய வெளி அது. அடிப்படைத் தேவையான கழிப்பிடம் கூட இல்லாத சூழலில் அவர்கள், மலம் கழிக்க திறந்தவெளியை நாடுகிறார்கள். ஆண்களும் மிருகங்களும் நடமாடாத சூழலும் நேரமும் பார்த்துத்தான் அப்பெண்கள் மலங்கழிக்க செல்லவேண்டியுள்ளது.

பெண், உயிரும் சதையும் உள்ள மனுஷிதானே. திடீரென்று அவளுக்கு இயற்கை உபாதை எடுத்து விட்டால் அவள் என்ன செய்ய இயலும். அதைத்தான் இக்கதைப் பேசுகிறது. பாவம் சின்னஞ்சிறு பெண். நடுப்பகலில் அவளுக்கு வயிறு வலிக்கிறது.. மலம் கழிக்க துணைதேடுகிறாள். உடன் வர ஆள் இல்லாது தனித்துச் செல்கிறாள். அப்போது குட்டி போட்ட பன்றியிடம் மாட்டிக் கொள்ளும் தருணத்தில் அதிலிருந்து தப்பிக்க வேகமாக எழுகிறாள். எழுந்த வேகத்தில் முள் செடியில் தலைமுடி மாட்டிக்கொண்டு தவிக்கின்றாள். பயத்தில் பாவடையில் சிறுநீர் கழித்து விட்டோமோ என்று அஞ்சும் போது, அவள் வயதுக்கு வந்துவிட்டதை உணருகிறாள்.

பொதுவாக, பெண்கள் வாய் விட்டுச் செல்லவும் பகிர்ந்து கொள்ளவும் தயங்கும் ஒரு விடயத்தை நம் கண்ணுக்கும் கருத்துக்கும் கொண்டு வந்துள்ளார் எழுத்தாளர் வெண்ணிலா. பரந்துபட்ட பிரபஞ்சத்தையே தங்களுடைய வெளியாக ஆக்கிக் கொண்டிருக்கும் கல்பனா சாவ்லா, சுனிதா வில்லியம்ஸ் இவர்கள் வாழ்ந்த/வாழுகின்ற ராக்கெட் யுகத்திலும், விளிம்புநிலை பெண்ணுக்கான வெளி எவ்வளவு குறுகி உள்ளது என்ற சமூக முரணை, இக்கதை அடையாளம் காட்டி நிற்கிறது.

16

வெளிய

அ.வெண்ணிலா

‘முள்தோப்பு எங்கும் மல நாற்றம். இந்தத் தெருவிலேயே பெரியம்மாதான் முதலில் தோட்டத்துக்குப் போகும். தெருக் குழாயில் தண்ணீர் பிடிப்பதற்காக பெரியம்மாவுக்கு விடியற்காலை இரண்டு மணிக்கு எல்லாம் விழிப்பு வந்துவிடும். தண்ணீர் பிடித்துக் கொண்டு இருக்கும்போதே, பறவைகள் சத்தம் கேட்கிறதா எனப் பார்க்கும். பறவைகள் சத்தம் கேட்டால் பூச்சி, பொட்டெல்லாம் போய்விடும்’னு பெரியம்மா சொல்லும். தோட்டத்துக்குக் கதவைத் திறந்து, முதல் ஆளாக பெரியம்மா, குப்பைப் பள்ளத்துக்குப் போகும். குப்பைப் பள்ளத்துக்கு முன்னாடியே உட்கார்ந்துவிடும். பெரியம்மா போன உடனே அடுத்தடுத்து அக்காக்கள் மூன்று பேரும் போவார்கள். கடைசியாக அம்மா.

நான் போகும்போது கால்வைக்க இடம் இருக்காது. கட்டை விரலை ஊன்றவைத்து எம்பிக் குதித்து, நல்ல இடம் தேடி உட்காருவதற்குள் போதும் என்று இருக்கும். அந்நேரத்துக்குள் எல்லோர் வீட்டுக் குப்பைப் பள்ளத்தையும் சுற்றிச் சுற்றி இருந்து வைத்து இருப்பார்கள். பன்றிகள் வரும் வரை கால்வைக்க முடியாது. நாற்றம் குடலை முறுக்கும்.

நான் குப்பைப் பள்ளத்துக்கு அருகில் உட்கார்ந்து போக மாட்டேன். எனக்குன்னு குப்பைப் பள்ளத்தைத் தாண்டி ஒரு முள்ளு மரம் குடை பிடிச்ச மாதிரி படர்ந்து இருக்கும். அந்த முள்ளு மரத்துக்குப் பின்னால் இரண்டு பேர்கூட உட்காரலாம். வெளிய தெரியாது. வேர் அவ்வளவு தடிமன். அந்த மரத்துக்குப் பின்னால் உட்கார்ந்து போனால்தான் பயம் இல்லாமல் இருக்கும். பின்னாடியும் நிறைய மரம் இருக்கும். யாருக்கும் தெரியாது. மரத்துக்குப் பின்னால் உட்கார்ந்து கொண்டு, வேரின் ஓரத்தில் சாய்ந்து பார்த்தால், யார் வீட்டுத் தோட்டத்துக் கதவு திறந்து இருக்கிறது, யார் வெளியே

வருகிறார்கள்.... எல்லாம் பார்க்கலாம். 8 மணிக்கு மேல் போனால், ஆண்கள் மட்டும் வாயில் பிரஷ்ஷை வைத்துக் கொண்டு, குப்பைப் பள்ளத்துக்கு அருகில் நின்று இருப்பார்கள். எந்தப் பொட்டச்சி எந்த முள்ளு மரத்துக்குக் கீழ் உட்கார்ந்திருக்கான்னு கண்ணு அலஞ்சிக்கிட்டு இருக்கும். வாயில் வைத்த பல்பொடி நுரைபோய், பிறகுவெறும் எச்சிலைத் துப்பி, வராத சளியை காறித் துப்பிக் கொண்டு, கண்களால் முள் மரத்தை மேய்ந்துகொண்டு இருப்பார்கள். மூணாவது வீட்டு வடிவேலு அண்ணனுக்கு இதுதான் வேலையே.

சாயந்திரம் பள்ளிக்கூடம் விட்டவுடன், தினமும் வீட்டுக்குள் பையைத் தூக்கிப் போட்டுவிட்டு நானும் சங்கரியும் நேராகத் தோட்டத்துக்கு ஓடுவோம். எனக்கு ஒரு மரம்; அவளுக்கு ஒரு மரம். பாவாடையை நல்லா சுருட்டிவிட்டுக் கொண்டு, மரத்தடியில் உட்கார்ந்துகொண்டு பேசுவோம். கையில் ஆளுக்கு ஒரு குச்சியை வைத்துக் கொண்டு பள்ளம் தோண்டுவோம். சின்னச் சின்ன நட்சத்திரம் வரைவோம். சில சமயம் குச்சியைப் போட்டுவிட்டு, மண்ணை அள்ளி, சின்னச் சின்ன நிலாக் கும்பல் வைப்போம். நிலாக் கும்பல் வைத்துக்கொண்டே நகர்வோம். அவள் என் பக்கம் நகர்வாள். நான் அவள் பக்கம் நகர்வேன். நிலாக் கும்பல் சுவாரஸ்யத்தில் நகர்ந்து வந்து முட்டிக்கொள்வோம். 'அய்ய...' என ஒரு அசட்டுச் சிரிப்பு. சங்கரி காலையில் என்னுடன் வரமாட்டாள். அவங்க அம்மா விட மாட்டாங்க.

காலையில், பெரியம்மா, அம்மா, பக்கத்து வீட்டு மீரா சித்தி யாரும் ஒருத்தரை ஒருத்தர் பார்க்க மாட்டாங்க. அவசரத்துக்கு வெளிய போயிட்டு, வெள்ளெனத் திரும்பிடுவாங்க. சாயந்திரம் பேசுவதற்காகத்தான் குப்பைப் பள்ளத்துக்கு வருவார்கள். பக்கம் பக்கமாக உட்கார்ந்து கொண்டு குசுகுசுவெனப் பேசுவார்கள். அம்மாவும் மீரா சித்தியும் இருட்டினாத்தான் எழுந்து வருவார்கள். எழுந்து கொஞ்சநேரம் நின்றுகொண்டு பேசுவார்கள்; நடந்து கொண்டு; வீட்டுத்தோட்டம் வந்து என பேசிக்கொள்வார்கள்.

தலையைச் சுற்றி கொசு மொய்க்கும். வாய்க்குள் ஒன்றிரண்டு பூச்சிகள் நுழையும் காறித் துப்பிக்கொண்டே, 'கண்ணு, வாங்கடி போலாம், பொழுது போச்சி.... பூச்சிபொட்டு வரும்' என்று சொல்லிக் கொண்டே, தோட்டத்து வாசற்படியில் வைத்து இருக்கும் ஒரு டப்பா தண்ணீரில் கால் கழுவிக்கொள்ளும்.

மண்ணு வீட்டு கன்னியம்மா கிழவி நல்ல வெயில் நேரத்தில்தான் சுள்ளி பொறுக்கப் போகும். 'கிழவிக்கு எந்த முள்ளு மரம் காஞ்சிருக்கு; எந்த மரத்தில் காய் பழுத்து விழற மாதிரி இருக்கு; வேர் பட்டுப்போன மரத்தை எப்படிப் பொளந்து கிட்டு வர்றது'

எல்லாம் தெரியும். எல்லா மரத்துக்குக் கீழேயும் யார் வெளிய போவாங்கன்னும் தெரியும்.

அந்தத் தெருவில் யார் யாருக்குத் தீட்டுன்னு, மதியத்துக்குள் குழாயடியில் கிழவி சொல்லிவிடும். சங்கரி இரண்டு நாட்களாகப் பள்ளிக்கூடம் வரவில்லை. சாயந்திரம் வெளிய போகவும் வரவில்லை. அவள் வீட்டுப் பின் கதவைத் தட்டினேன். சங்கரி அம்மாதான் திறந்தார்கள். "அக்கா, சங்கரியக் கூப்பிடுக்கா..." "அவ இப்பத்தான்டி போயிட்டு வந்தா, நீ போயிட்டு வா." கதவைச் சாத்திவிட்டுப் போய் விட்டார். நான் மட்டும் போனேன்.

நான்கைந்து நாட்களாக சங்கரி பள்ளிக்கூடமும் வரவில்லை. கண்ணிலும் படவில்லை. ஒருநாள் சாயந்திரம் நான் மட்டும் வெளிய போகப் போனேன். சங்கரி வெளிய போகும் இடத்தில் நிலாக் கும்பல் வைப்பதுபோல் சின்னச் சின்ன மண் குவியல்கள். காலால் லேசாகக் கீறிப் பார்த்தேன். ரத்தமாக இருந்தது. அவளுக்கு உடம்பு சரியில்லைபோல் இருக்கிறது. அதான் என்கூட வெளிய போக வரவில்லை. அவளுக்கு உடம்புக்கு என்னன்னு பயமாக இருந்தது.

ராத்திரியானால் உருளைக் கிழங்கு விளையாட்டு விளையாடுவோம். சங்கரி அங்கும் வரவில்லை. போய்க் கூப்பிட்டேன். "ஏய் அவளுக்கு பேதியாகுதுடி, அவ வரமாட்டா." சங்கரியம்மா என்னை உள்ளேயே கூப்பிடவில்லை.

ஒருவாரம் கழித்துத்தான் சங்கரி வெளிய போக வந்தாள். "ஏம்ப்பா, இத்தனை நாள் வரலை"னு கேட்டவுடனே, "எங்க அம்மா கிட்ட கேட்கக் கூடாது என்ன? நான் வயசுக்கு வந்துட்டன்டீ, எங்கம்மா சும்மான்னாலும் பேதியாச்சுன்னு சொன்னாங்க, யார் கிட்டயும் சொல்லாதப்பா...." என்றாள் சங்கரி.

சங்கரியைப் பார்த்தேன். முகத்தில் மஞ்சள் பூசியிருந்தாள். பாவாடையை நன்றாக விரித்து, முன்னால் கீழே இறக்கிவிட்டுக் கொண்டு இருந்தாள். பின்னால் இடக்கையால் பாவாடையை, பின்புறத்தை மறைக்குமாறு நீட்டிப் பிடித்துக் கொண்டு இருந்தாள்.

கைகள் பாவாடையை மெள்ள கீழே இறக்கின. சங்கரியின் மரத்துக்குப் பக்கத்தில் வெள்ளையாக ஒன்று அசைந்தது. சங்கரியின் மரத்தில் ஜோட்டான், ஜோட்டானாக மஞ்சள் காய்கள் தொங்கின. பச்சை மரத்தில் மஞ்சள் காய்கள். இடையில் வெள்ளையாக ஏதோ ஒன்று.

'வீணான துணியை யாராவது தூக்கிப்போட்டு இருப்பார்கள். முள்ளில் மாட்டி காற்றில் ஆடிக்கொண்டு இருக்கிறது'- நினைத்துக்கொண்டே விரித்த பாவாடையைச் சுருட்டிப் பிடித்தேன்.

குச்சியால் நட்சத்திரம் வரைந்துவிட்டு, சங்கரியின் மரத்தைத் திரும்பிப் பார்த்தேன். வெள்ளைத் துணியைக் காணவில்லை. 'எங்கே போயிருக்கும்? கீழே விழுந்து இருக்குமோ?' சமாதானத்துடன் எழுந்தேன்.

குப்பைப் பள்ளத்தில் கறுப்பு சிவப்பு கோடுடன் குச்சி போன்ற பொருள்கிடந்தது. குச்சியால் கிளறினேன். பென்சில், அட, இந்த பென்சிலைத்தானே இரண்டு நாட்களாகத் தேடிக்கொண்டு இருந்தோம்? அம்மாதான்பெருக்கி வாரிக் கொட்டி இருக்கும். திட்டிக்கொண்டே பென்சிலை பீச்சாங்கையில் எடுத்தேன். தோட்டத்து வாசற்படியில் தண்ணீர் டப்பா இருந்தது. சங்கரி வீட்டில் இருக்கிற மாதிரி பிளாஸ்டிக் குவளை வேண்டும் என்று ஆசையாக இருக்கும். ஆனால், அம்மா காசு கொடுத்து குவளை வாங்காது. ஒவ்வொரு டப்பாவாக தொலையத் தொலைய, யார் வீட்டில் இருந்தாவது ஒரு பெயின்ட் டப்பா வாங்கி வந்துவிடும். பிடியும் இல்லாமல், மேலெல்லாம் பெயின்ட் ஊத்தி, வாந்தி எடுதத மாதிரி இருக்கும். குளிக்க, தோட்டத்துக்குப் போக, கை கழுவுகிற தொட்டிக்கு எல்லாத்துக்கும் டப்பாதான்.

ஒரு டப்பா தண்ணீரில்தான் கால் கழுவ வேண்டும். அம்மா, பெரியம்மா, மீரா சித்தி எல்லாம் அந்த ஒரு டப்பாவில்தான் கழுவிக்கொள்வார்கள். வீட்டுக்கு உள்ளே போய், தொட்டித் தண்ணீரில் கையையும், காலையும் கழுவுவார்கள். எனக்கு மட்டும் எப்பவும் தண்ணீர் பற்றாது. அம்மா திட்டும். 'அரிசி, பருப்பு செலவு செய்யற மாதிரிதான் தண்ணியையும் செலவு செய்யணும். காசு கொடுத்து வாங்கலேன்றதுக்காக. மானாவாரியா ஊத்தக் கூடாது.'

பென்சிலைக் கழுவினேன். அரை டப்பா தீர்ந்துவிட்டது. அரை டப்பா தண்ணீர்தான் மீதி இருந்தது. என்ன செய்வது? பத்தாதே! காலில் தண்ணீரை ஊற்றிக்கொண்டு, வெளி வாசலில் இருக்கும் தண்ணீர் தொட்டிக்கு நடந்தேன்.

அம்மா உள்வாசலில் பாத்திரம் தேய்த்துக்கொண்டு இருந்தது. அப்பா, தம்பி யாரும் இல்லை. வெளிவாசலை ஒட்டி இருந்த பெரியம்மா வீட்டைப் பார்த்தேன். ஒருவரும் கண்ணில் படவில்லை. சட்டென்று தொட்டிப் பக்கத்தில் உட்கார்ந்து, நான்கைந்து டப்பாக்கள் தண்ணீர் மொண்டு கால் கழுவினேன். "இப்படிப் போற வாற வழியில் கால் கழுவினா, நாங்கள்லாம் நடக்கிறதா இல்லயா? வெளிய போனா தோட்டத்தில் காலக் கழுவிட்டு வர வேண்டியது தானே? சின்ன டப்பா பாரு? உள்ள வர?"-பெரியம்மா வாசல் கழுவித் தள்ளிய துடைப்பத்துடன் கூச்சல் போட்டது.

பக்கத்தில் பெரியம்மாவைப் பார்த்தது தூக்கிவாரிப் போட்டது. இதையட்டி அம்மாவுக்கும் பெரியம்மாவுக்கும் நடக்கப் போகிற சண்டையை நினைத்தேன். தாராளமாகத் தண்ணீர் ஊற்றிக் கழுவி சந்தோஷம் போனது. உடம்பு ஆடியது.

அம்மா வெளியே வந்தது. சாமான் கழுவிக்கொண்டு இருந்த கையோடு என் முடியைக் கொத்தாகப் பிடித்தது. பெரியம்மா கையில் இருந்த துடைப்பத்தைப் பிடுங்கி முதுகிலும், காலிலும், தொடையிலும் என வசதியாக அகப்பட்ட இடங்களில் எல்லாம் அடி விழுந்தது. "அய்யோ, அடிக்காதம்மா, அடிக்காதம்மா, இனிமே தோட்டத்துல கழுவுறம்மா, வலிக்குதும்மா"-கத்தினேன்.

"அவ அவ பல்லுக்கு நிக்காதன்னு சொன்னா, கேட்டாத்தானே, இங்கதான் எப்ப எப்பன்னு நிக்கறாங்களே? தண்ணிய ஊத்தினா ஒரு சண்ட, ஊத்தலன்னா ஒரு சண்ட, விடிஞ்சா ஒரு சண்ட, பொழுதுபோனா ஒரு சண்டனு, தெனம் ராமாயணம், போறாததுக்கு நீ வேற."

இப்ப என்னா சொன்னன்னு அந்தப் பொண்ணப் போட்டு இந்த அடி அடிக்கிற, வெளிய போயிட்டு வந்து காலக் கழுவுறா, பின்னாடியே கழுவிக்கிட்டு வர வேண்டியது தானேன்னு கேட்டதுக்கு இந்த அடி அடிக்கிற? போற வர்ற வழியில் மெறிச்சு மெறிச்சு நடக்கணுமா? தூங்கி எழுந்தா, நல்லா அவலை வறுக்கிற! நல்லாயில்ல சொல்லிட்டன்."

"நானா அவல வறுக்கிறது? யார் வறுக்கிறாங்கன்னு அவங்கவங்களுக்குத் தெரியும்."

வெற்றுடம்பில் தோளில் துண்டுடன் அப்பா உள்ளே வருவது தெரிந்தது. அம்மா துடைப்பத்தைக் கீழே போட்டுவிட்டு சாமான் தேய்க்கப் போனது. பெரியம்மா இறைந்துகிடந்த துடைப் பக்குச்சியை ஒவ்வொன்றாகப் பொறுக்கி துடைப்பத்துள் செருகியது.

வீட்டுச் சண்டை ஆம்பளைங்க வரைக்கும் போனால், பெரிசாகிவிடும். அம்மாவும் பெரியம்மாவும் என்ன சண்டைன்னாலும் அவங்களுக்குள் வைத்துக் கொள்வார்கள். காலையில் சண்டை போடுவார்கள். சாயந்திரம் திண்ணையில் உட்கார்ந்து யாரிடமோ பேசுவதுபோல ஜாடையாகப் பேசிக் கொள்வார்கள்.

அப்பா செருப்புக் காலை ஒருக்களித்து வைத்து நடந்து வந்தார். தொட்டிக்கருகில் வந்தவுடன், செருப்பைக் கழட்டினார். "டப்பா எடும்மா!" டப்பாவை நீட்டினேன். "கருமம் நாய் கண்ட இடத்துல போய் வைக்குது!"-தொட்டியில் இருந்து தண்ணீரை எடுத்து, ஊற்றி செருப்புக்குள் காலைவிட்டு வேகவேகமாகத் தேய்த்தார். நாறியது. அம்மா சாமானைக் கழுவி தண்ணீரை ஊற்றியது. பெரியம்மா ஒரு

நிமிடம் நின்று அப்பாவைப் பார்த்துவிட்டு தண்ணீரை வாசலில் விசிறி ஊற்றிவிட்டுச் சென்றது.

முதுகிலும் தொடையிலும் வீங்கிப் போயிருந்தது. தொட்டுப் பார்த்தேன். பாவாடையை லேசாகத் தூக்கிப் பார்த்தேன். வீங்கி இருந்தது. பென்சில் எங்கே? தேடினேன். தண்ணீர் போகும் சாக்கடை வாசலில் கிடந்தது. அப்பா செருப்பைக் கழுவிய தண்ணீர் தேங்கியிருந்தது.' ச்சீ ச்சீ... வேணாம்.... தொடையைத் தேய்த்தபடி ஓடினேன். ஒண்ணாம் பெல் அடிச்சது. பையைத் தேடினேன். சாப்பிடவில்லை.

'ஒண்ணுக்கு பெல் எப்ப அடிப்பாங் கன்னு தெரியலையே' வயிறு கலக்கியது. காலையில் ஒழுங்காகப் போகவில்லை. முள்ளு மரத்தின் மேல் கிடந்த துணியைப் பார்த்து, பயந்த பிறகு வெளிய வரவே இல்லை. இப்ப கலக்குது. பத்து நிமிஷம் இருக்கும். அதுக்குள்ள ஓடிப்போய் வந்துரலாம். லேட்டானாலும் டிரில் டீச்சர் மொத கேட்லதான் நிப்பாங்க. நாம பின்னாடி பக்கமா உள்ள வந்துடலாம்.

சங்கரியைப் பார்த்தேன். எழுதிக்கொண்டு இருந்தாள். கணக்கு வாத்தியார் போர்டில் எழுதிப்போட்டு இருந்ததை எழுதவில்லை. அவள் வாய்பாடு எழுதிக்கொண்டு இருந்தாள். தினம் வாய்ப்பாடு எழுதிவிட்டால் போதும். வாத்தியார் வேறொண்ணும் கேட்க மாட்டார். 'வாய்ப்பாடு படிங்கடா, தானா கணக்கு வரும். என்னையப் பாருங்க, காலரிக்கா என்ன, அரையரிக்கா என்ன, ரெண்டையும் கூட்டினா என்ன, கழிச்சா என்ன பெருக்குனா என்ன, எல்லாஞ் சொல்வேன். யோசிக்கிற வேலையே கிடையாது. தண்ணியா வரும். நா பன்னெண்டு என்னன்னா ஒருத்தஞ் சொல்லு பார்ப்போம். ஒருத்தனும் சொல்ல மாட்டீங்க. மனப்பாடம் பண்ணத்தான் வணங்க மாட்டேங்குதே. பின்ன எப்படி கணக்குவரும்?'னு தினம் சொல்வார்.

சங்கரியின் தொடையைச் சுரண்டினேன். 'என்ன?' கண்களால் கேட்டாள். ரெண்டு விரலைக் காட்டினேன். "அய்யோ, இப்ப எப்படிப் போறது? நான் வரலை."

"வயிறு வலிக்குதுப்பா, இப்ப வேணாம், பெல்லடிச்சப் பிறகு போகலாம். பத்து நிமிஷத்துக்குள்ள ஓடியாந்துடலாம், வாப்பா."

"எங்க அம்மா பார்த்தா தொடப்பக்கட்டதான். கண்ட நேரத்துல எல்லாம் தோட்டத்துக்குப் போகக் கூடாதுன்னு சொல்லிருக்காங்க."

"வயிறு வலிக்குதுப்பா."

"இப்ப முள்ளு மரத்துக்குக் கீழ நிறையப்பேர் குடிச்சிட்டுச் சீட்டாடுவாங்க. அப்புறம் நம்ம குப்பப் பள்ளத்துக்கிட்ட இந்நேரத்துக்கு நிறையப் பன்னிங்க இருக்கும்."

“எனக்கும் தெரியும். வெயில் வந்தா, முள்ளு மரத்துக்குக் கீழே கும்பல் வந்துவிடும். வாயில் பீடியைச் சொருகிக்கொண்டு, சீட்டு ஆட்டம் நடக்கும். மஞ்சள், சிவப்பு கலரில்தான் பனியன் போட்டு இருப்பார்கள். பனியன் கலரும் பீடி நாற்றமும் பயமாக இருக்கும். பகலில் யாருமே தோட்டத்துப் பக்கம் போக முடியாது. ‘ஏன்டா இங்க வந்து விளையாடுறீங்க?’ ன்னு யாராவது கேட்டால்.... அன்றைக்கு ராத்திரிக்குள் பொதை பொதையாய் இருக்கிற அவங்க முள்ளு மரத்தில் ஒரு சுள்ளி இருக்காது. அடி வேர் வரைக்கும் வெட்டி எடுத்துவிடுவார்கள். காலையில் பார்த்தால், மறைப்பே இல்லாமல் முழு வெளிச்சமாக இருக்கும் அவர்கள் தோட்டம்.

‘அந்தப் பொறம்போக்குக்கிட்டலாம் நம்மால பேச முடியாது. வேலையாப் போனமா, வந்தமான்னு நடந்துக்கங்க. அவன் சீட்டு வெளையாடுறான், சிகரெட் பிடிக்கிறான்னு சொல்லிக்கிட்டு இருக்காம, நம்ம வேலையைப் பாருங்க....’ சொல்லிவிட்டுப் போய்விடுவார் அப்பா.

பகலில் முள்ளுக் காய்களுக்காகப் பன்றிகள் வந்துவிடும். பெரிய பெரிய பன்றிகள், பார்க்கவே பயமாக இருக்கும். ஒரு பன்றியின் காலில் மற்றொன்று காலைவிட்டு, அவை உருமிக் கொண்டு ஓடும் நேரத்தில், பயம் உச்சி மயிரைப் பிளக்கும்.

பன்றிகளுக்குப் பயமே இருக்காது. உட்கார்ந்து வெளிய போய்க்கொண்டு இருக்கிற நேரத்தில் பக்கத்தில் வரும். அம்மா பெரியம்மால்லாம் கையில் குச்சியை வைத்துக் கொண்டு, விரட்டிவிடுவார்கள்.

பன்றிகள் வராத பகல் நேரங்களில் மட்டுமே நான் கூட்டாளிகளுடன் வெளிய போவேன். அவசரமா வந்தாலும் அம்மாவைக் கூப்பிட்டால் வராது. தறியைவிட்டு இறங்காது. கன்னிம்மா கிழவிதான் பகல் பூரா தோட்டத்துல நடமாடும். சீட்டாடுகிறவன், குட்டி போட்ட பன்றி.... எந்தப் பயமும் கிடையாது. கிழவி இருக்கிற தைரியத்தில் வெளியே போனால், அடுத்த நாள் குழாயடியில் என் பேச்சுதான் நாறும்.

வயிறு கீழே இறங்கி வருவதுபோல் கனத்தது, சங்கரியை மீண்டும் சுரண்டினேன்.

“போப்பா, அம்மா திட்டும்ப்பா, வயசுக்கு வந்துவிட்ட பிறகு காத்து கருப்பு அண்டும். வெயில் நேரத்துல எங்கும் போகக் கூடாதுன்னு அம்மா சொல்லியிருக்கு. இப்ப நான் வந்ததேன்னு தெரிஞ்சா, சாயந்திரம் துடைப்பம் பிச்சுக்கும்.”

நாமே போகலாம் என்று வெளியே வந்தேன். பீடி நாற்றமும், பன்றியின் உருமலும் கேட்டது. பயத்தில் நெஞ்சு அடைத்தது,

ஒண்ணுக்கு பெல் அடிக்க பியூன் அண்ணன், மணிக்கட்டையை எடுத்துக்கொண்டு போனார்.

பள்ளிக்கூடத்துக்குப் பின்னால் போனேன். மஞ்சள் கனகாம்பரம் செடி மண்டிக்கிடக்கும் முள்ளுத்தோப்பு. முள்ளு கனகாம்பரம் பூவே எனக்குப் பிடிக்காது. தொடும்போதே விரல் முழுதும் மஞ்சளாய் மகரந்தம் அப்பிக்கொள்ளும். தலையில் வைத்தவுடன், தலை முழுக்க மஞ்சள் தூள் தேய்த்தது மாதிரி இருக்கும். முள்ளு கனகாம்பரம் புதருக்குள் பன்றி நிறைய இருக்கும். ஒரு பன்றிதானே இருக்கிறது என்று பார்த்தால், பெரிய பன்றி எழுந்தவுடன், அடியில் இருந்து பத்துப் பன்னிரண்டு குட்டிகள் எழுந்து ஓடும். பன்றிக்காகவே முள்ளு கனகாம்பரம் புதர்ப்பக்கம் போக மாட்டேன்.

ஒண்ணுக்கு பெல் முடியறதுக்குள்ள போகணும், பயந்து கொண்டே புதர்களை விலக்கினேன். ‘முள்ளு கனகாம்பரப் புதருக்குள்ள கட்டாயம் பாம்பு இருக்கும்’ அம்மா சொன்னது ஞாபகம் வந்தது. உடல் வேர்த்தது. வயிற்று கனமும் அதிகமானது. கால் வழியே வந்துவிடும்போல் இருந்தது. மெள்ள நடந்தேன். வெளிச்சம் இல்லை. கண்கள் பழகி இருந்த குறைந்த வெளிச்சத்தில் இடம் தேடினேன். பயந்துகொண்டே சுற்றும் முற்றும் பார்த்தேன். நிறையப் பேர் போய் வைத்திருந்தார்கள். காலை கவனமாகப் பார்த்து வைத்தேன். மிதித்துவிடப் போகிறோம் என்ற அருவருப்பு. உள்பக்கமாக நகர்ந்தேன். நல்ல இடமாகத் தேடியதில் புதரின் உள்ளே வந்துவிட்டு இருந்தேன். பெருக்கிவைத்ததுபோல் ஓர் இடம் இருட்டிலும் வெள்ளையாகத் தெரிந்தது. அப்பாடா… சட்டென்று உட்கார்ந்தேன்.

கண்களில் இருந்து நீர் வழிந்தது. வயிற்றின் கனம் குறைந்தது. இடது கையால் கண்ணைத் துடைத்தேன். வலது கையால் குச்சி ஒன்றை எடுத்து மண்ணைக் கீறினேன். பாவாடையைச் சுருட்டி இடுப்புக்கு மேல் ஏற்றிக் கொண்டேன்.

மண்ணைக் கீறி நட்சத்திரம் வரைந்தேன். சிறிய நட்சத்திரம், பெரிய நட்சத்திரம் என்று முள் காட்டில் நட்சத்திரங்கள் வரைந்தேன். நட்சத்திரங்களைச் சுற்றி வட்டம் வட்டத்துக்குள் அடைபட்ட நட்சத்திரங்கள். சின்னச் சின்ன நட்சத்திரங்களை மண்ணில் உருவாக்கிக்கொண்டு, மெள்ள நகர்ந்தேன். எழுந்திருக்காமலேயே நகர்ந்து சென்றுகொண்டு இருந்தேன். காலடியில் துவங்கி, முட்டி போட்டு, கை எட்டும் தொலைவு வரை நட்சத்திரங்கள் முளைத்தன. நட்சத்திர மண்டலமாக முள் புதர் ஒளிர்ந்தது.

முன்னும் பின்னும், இடமும் வலமுமாக நகர்ந்து கொண்டு இருந்தேன். மேகங்களுக்கு இடையில் நட்சத்திரங்களைத் தேடிப்

பொறுக்கிக் குவித்து வைப்பதுபோல், உற்சாகத்துடன் தொடர்ந்தேன். கனமான மேகம் என்று நினைத்து கால்வைக்க, பஞ்சு பொதிபோல் உள் இழுத்தது ஒரு மேகம். கால் சறுக்கியது. லேசாக நினைவு இடற, பள்ளத்துக்குள் காலை விட்டிருந்தேன். பள்ளத்தில் கால்... மேட்டில் நான். நிதானித்தேன். சுற்றி அடர்ந்த இருள். நட்சத்திரம் வரைந்துகொண்டே முள்புதருக்குள் நிறைய தூரம் வந்துவிட்டு இருந்தேன். வயிறு கலங்கியது. அழுகை வந்தது.

இருட்டுக்குக் கண்ணைப் பழக்கினேன். குட்டையான அடர்ந்த முள்ளு கனகாம்பரம் செடியில், மஞ்சளாக அடர்ந்து பூக்கள் தெரிந்தன. வேறொன்றும் தெரியவில்லை. சுற்றிப் பார்த்தேன். எழுந்து போகலாம். அசைந்தேன். பக்கத்தில் 'உர்' என்று உருமல். தூக்கிவாரிப் போட்டது. திரும்பிப் பார்க்க முடியாமல் கழுத்தைப் பிடித்துக்கொண்டதுபோல் இழுத்தது. மறுபடியும் 'உர்'... கால்கள் நடுங்கின. கண்களை மட்டும் தோள்பட்டை வரை திருப்பி, பின்னால் பார்த்தேன்." அம்மா... சத்தமாகக் கத்தினேன். பெரிய பன்றி. மீண்டும் திரும்பினேன். பன்றி தலையை மட்டும் மெள்ளத் தூக்கி இருந்தது. பன்றி உடல் முழுவதும், மேலேறிக்கொண்டும் இறங்கிக்கொண்டும் பத்துப் பன்னிரண்டு குட்டிகள். இரண்டு நாள்தான் ஆகியிருக்கும் - குட்டி போட்டு.

'குட்டி போட்ட பன்றி, யாரையும் கிட்ட சேர்க்காது. விரட்டிக் கடிக்கும்' அம்மா சொன்னது எல்லாம் முதுகில் அடியாக விழுந்தது. என்னால் அசைய முடியவில்லை.

பன்றி அரை மயக்கத்தில் என் அசைவைக் கவனித்தபடி அசையாது இருந்தது. நான் காலை நகர்த்த மெதுவாக அசையும் போது, பன்றியின் உடம்பு மெள்ள உயர்ந்தது. காது மடல்கள் நேராகி விரைத்து நின்றன. வேர்த்தது. நெஞ்சடைத்தது. தொடைகள் கனத்தன. அழுகையாக வந்தது. சங்கரியைத் திட்டினேன். அம்மாவை வெறுத்தேன். கன்னியம்மா கிழவியின் கையைக் கடிக்க நினைத்தேன். இன்று பன்றியால் கடிபடப் போகிறோம் என்று தெரிந்துவிட்டது. ஒண்ணுக்கு பெல் அடிச்ச சத்தமே கேட்கவில்லை. கேட்டுத் தொலைச்சிருந்தா, அப்பவே போயிருக்கலாம் என்னைத் திட்டிக் கொண்டேன்.

பன்றி அசையாமல் இருந்தது. நான் அசைந்தால் அதுவும் அசைந்தது. யாராவது வருவார்களா இந்த முள் காட்டுக்குள், பார்வையால் துழாவினேன். பெரிய புதருக்குப் பின்னால் மஞ்சள் பூக்களுக்கு மத்தியில் சிவப்பாக ஒரு புள்ளி, இன்னும் பயம் கூடியது. அப்போது தான் பீடி நாற்றத்தை உணர்ந்தேன். 'அய்யய்யோ.... யாரோ

ஆள் மறைஞ்சு இருக்கான்... நம்மைப் பார்த்துட்டு இருக்கான்... உயிர் நரம்பை உருவி எடுத்ததைப்போல் வாய்விட்டு அலறினேன். அம்மா...' சிவப்புப் புள்ளி லேசாக அசைந்து இடம் மாறியது. "சங்கரி...." கத்தினேன். வார்த்தை என் தொண்டைக்கு உள்ளேயே முடிந்து போனது.

திரும்பிப் பார்த்தேன். பன்றி அமைதியாகத் தலையைக் கீழே சாய்த்து இருந்தது. தேம்பித் தேம்பி அழுதேன். அழுது அழுது இப்போது சத்தம் மட்டும் வந்தது. கண்ணீர் வரவில்லை. தலை சுற்றுவது போல் இருந்தது. சாப்பாட்டு மணி அடிக்கிற சத்தம் கேட்டது. மணிச்சத்தம் கேட்டவுடன் வீட்டுக்கு ஓடிப் போக வேகமாக எழுந்தேன்.

சட்டென்று நான் எழுந்தவுடன், பன்றி உர்ரென்று உருமி, குட்டிகளை உதறித் தள்ளி எழுந்து நின்றது. என்னைப் பார்த்து சீறியது. வேகமாக எழுந்ததில் தலைமுடி முள்ளுச் செடியில் கொத்தாக மாட்டிக்கொண்டது. "அம்மா..." என்று அலறியபடியே தலைமுடியைப் பிடித்துக்கொண்டேன்.

பயத்தில் எனக்கு சிறுநீர் வருவதுபோல இருந்தது. தலைமுடியை இழுத்துப் பார்த்தேன். முள்ளில் பின்னலோடு மாட்டி இருந்ததில் அசைக்க முடியவில்லை. பன்றி எதிரில் உருமியபடி நின்று இருந்தது. பாவாடை நனைந்தது.

'ஒண்ணுக்குப் போயிட்டமோ?' அம்மாவிடம் பாவாடையை நனைத்துக்கொண்டு போய் உதை வாங்கப்போகிறோம் என்ற பயம் வந்தது.

தொடை இடுக்கில் ரத்தம் கசிந்துகொண்டு இருந்தது!

காஞ்சனா தாமோதரன்

காஞ்சனா தாமோதரன் அமெரிக்காவில் புலம்பெயர்ந்து வாழும் எழுத்தாளராவார். இவர் திருநெல்வேலியில் பிறந்து வளர்ந்தவர்; சென்னை ஐஐடியில் இளங்கலை பொறியியல் பட்டம் பெற்றவர். 1980ஆம் ஆண்டு அமெரிக்கா சென்ற இவர், பொறியியலில் முதுகலைப் படிப்பும், வர்த்தக மேலாண்மையியலில் பிஎச்.டி பட்டமும் பெற்றார். பல்வேறு தொழில் நிர்வாக அனுபவம் உடைய இவர், வாஷிங்டன் அருகே குடும்பத்துடன் வசித்து வருகிறார். நாவல், சிறுகதை, கட்டுரை என்ற தளங்களில் இயங்கும் இவர், இணைய இதழ்களிலும், கல்கி, கணையாழி போன்ற இதழ்களிலும் எழுதி வருகிறார். இவர் இக்கரையில்... என்ற நாவலையும், மரகதத் தீவு என்ற குறுநாவல் தொகுதியிணையும். வரம் என்ற சிறுகதைத் தொகுதியையும் பூமித்தின்னிகள் என்ற கட்டுரை தொகுதியையும் வெளியிட்டுள்ளார். இவரது இரண்டு சிறுகதைகள் கல்கியிலும் கலைமகளியிலும் பரிசினைப் பெற்றுள்ளன. இன்டர்நேஷ்னல் லைப்ரரி ஆப் பொயட்ரி என்ற அமைப்பிலிருந்து ‘எடிட்டர் சாய்ஸ்’ அவார்ட் வாங்கியுள்ளார். இவரது “வரம்” என்ற சிறுகதை ‘நாரை சொன்ன கதை’ என்ற பெயரில் கூத்துப் பட்டறையினரால், 2007 இல், நாடகமாக உருவாக்கப்பட்டு நடிக்கப்பட்டது. இவர் எழுத்தில் பன்முக அனுபவமும், பெண்கள் மீதான அக்கறையும், நேர்மையும் வெளிப்பட்டு நிற்கின்றன.

கதைக்குள் புகுமுன்

'வடிவ அமைதி', ஒரு வித்தியாசமான கதை. இதில் பேசப்படும் சூழல் அல்லது கதைக்களம் தமிழகத்தில் இல்லை என்றாலும் பெண்ணிய நோக்கில் கவனிக்கப்பட வேண்டிய கதைக் களமாகும். ஒரு தாய்க்கும் 14 வயது மகளுக்குமான உரையாடலே இக்கதை. எப்பொழுதும் தோழிகளுடன் சிரிப்பும் பேச்சுமாகயிருக்கும் தன் மகள் தன்னிடத்தும் அவள் தந்தையிடத்தும் பேசா மடந்தையாக மௌனித்து இருப்பதை அந்தத் தாய் கண்டறிகிறாள். மகளிடம் அதைப் பற்றி வினவ, அவள் நீண்ட மௌனத்திற்குப் பின், அது பற்றிப் பேசுகிறாள். இந்த வயதில் தன்னுடைய தாயின் அழகு, தன் தோழியரையும் பிற ஆடவர்களையும் கவர்ந்து, அவளோடு வலிய பேச வைக்கின்றது. ஆனால் தானோ சதை போட்டு, கோரமாய், அழகில்லாமல், தனக்கே தன்னைப் பார்க்க சகிக்காமல் வருந்துவதாகக் கூறுகிறாள். அவள் பேச்சும் தொனியும் அத்தாய்க்கு மனதினை நெருடுகின்றது. 'சாபத்தால் கல்லாய் சமைவது போலவும், வானத்து நட்சத்திர பதவி பறி போனது போலவும், தீக்குள் புகுந்து நடப்பது போலவும் இப்படி பலவற்றையும் அந்த ஒரு கணத்தில் அத்தாய் உணர்கிறாள்'.

1991 இல், நோமி உல்ப் என்ற பெண்ணால் 'அழகு தொன்மம்' 'The Beauty Myth' என்ற பெயரில் எழுதப்பட்ட நூலை இங்கு நினைவு கூறுதல் அவசியம். அழகு என்ற மாயை வசப்பட்ட அமெரிக்கப் பெண்களின்/ குறிப்பாக 10 முதல் 15 வயதுடைய பெண்களின் மனநிலையும் அதற்காக அவர்கள் பணத்தையும் நேரத்தையும் செலவிடுகின்ற நிலையையும் எடுத்துக்காட்டும் நோமி, இது ஒரு ஆண் உலகால் உருவாக்கப்பட்ட மாயை என்று கருத்து தெரிவித்துள்ளார். அழகு என்ற கருத்தாக்கம் ஆணாதிக்கத்தின் வெற்றிகரமான—பெண்களுக்கான அளவுகோல் என்று அவர் கருத்துரைக்கிறார். இன்றைக்கும் உலக அளவில் மிக முக்கிய தொழில் களமாக அழகு சாதன உற்பத்தி விளங்குகின்றது. ஆண்களால் பெண்களை நோக்கி செலுத்தப்பட்ட கூர்மையான அம்பாக, அழகு என்ற கருத்தாக்கத்தைப் பார்க்கிறார் நோமி. இப்பொழுது இந்தக் கருத்தாக்கத்துடன் இக்கதையை மதிப்பிடும்போது, அழகு என்பது எப்படி இல்லம் வரை உட்புகுந்து பெண்களை, அதுவும் குறிப்பாக பதின்ம வயது பெண்களை ஆட்டிப் படைத்து, அவர்கள் மனதைத் திசைதிருப்புகிறது என்பதைப் புரிந்து கொள்ள இயலும்.

17

வடிவ அமைதி

காஞ்சனா தாமோதரன்

அந்தப் பெண் கண்ணாடி முன் நின்றாள். திறந்த 'ப' வடிவிலான கண்ணாடியில் வெவ்வேறு கோணங்களில் மூன்று பிம்பங்கள் நிறைந்தன. உடம்பைக் கவ்விப் பிடிக்கும் 'ஸ்பான்டெக்ஸ்' துணியினாலான மேல் சட்டையை இன்னும் கொஞ்சம் கீழே இழுத்து விட்டாள். முன்னும் பின்னுமாய்த் திரும்பித் திரும்பித் தன்னைப் பார்த்துக் கொண்டாள். தோளைக் குலுக்கி உதட்டைப் பிதுக்கினாள். முகத்தில் அதிருப்தி. மீண்டும் உடை மாற்றும் அறைகளுள் திரும்பிச்சென்றாள். அவள் அந்தச் சட்டையை வாங்கப் போவதில்லை என்று தோன்றியது.

மஞ்சு இன்னும் உள்ளேதான் இருக்கிறாள். அந்தத் துணிக்கடையையே வாங்கி விடுபவள் போல் இரண்டு கைகளாலும் துணிகளை அள்ளிக் கொண்டு, இந்த அறைகளில் நுழைந்தவள்தான். இன்னும் வெளியே வரக் காணோம்.

அறைக்குள்ளேயும் கண்ணாடிகள் உண்டு. ஒவ்வொன்றாய்ப் போட்டுப் பார்த்துப் பிடிக்கிறது என்று தீர்மானிக்க நேரமாகும்தான். அல்லது அதிருப்தியுடன் ஒதுக்கவும்.

என்னையும் அறியாமல் ஒரு பெருமூச்சு. இந்த இளம் பதின்ம வயதுப் பெண்களுக்கு எப்போதும் அதிருப்தி. எரிச்சல். கோபம். என்ன வயதோ. உடலில் 'ஹார்மோன் ' மாற்றங்கள்தான் காரணம் என்கிறார்கள். இயல்பு என்கிறார்கள். எனக்கும் இந்த வயது வந்து போனதாய் ஞாபகம் இருக்கிறது. இந்த அளவு கோப தாபங்கள் இருந்ததாய் நினைவில்லை. 'ஹார்மோன் ' இல்லாமலேயே நான் வளர்ந்து விட்டேனா. மஞ்சு இதற்கு வேறு காரணம் கொடுப்பாள். நான் வளர்ந்த காலமும் நாடும் வேறு என்பாள். நான் ஒடுக்கப்பட்டு வளர்ந்தவள் என்பாள். உணர்வுகளை அங்கீகரிக்காத கோழை

என்பாள். அல்லது உணர்வுகளே இல்லாத மரப்பாச்சியாய் இருந்திருக்கலாம் என்று சிரிப்பாள்.

அவள் சிரித்துப் பார்த்து நீண்ட காலமாயிற்று. அதாவது, என்னிடமும் அவரிடமும் அவள் சிரித்துப் பார்த்து நீண்ட காலமாயிற்று. சினேகிதிகளோடு இருக்கையில் நடப்பதே வேறு. நேற்று சாயந்தரம் மாதிரி. பள்ளிப் பிள்ளைகள் எல்லாம் வழக்கம் போல் தங்கள் கார்களுக்காகக் காத்து நிற்கிறார்கள். கார்களின் வரிசையில் நானும் மெல்ல ஊர்ந்து கொண்டிருக்கிறேன். மஞ்சுவும் அவள் இரண்டு சினேகிதிகளும் சற்றுத் தொலைவில் தெரிகிறார்கள். என் மஞ்சுவா அது. பெரிய வெள்ளிக் காது வளையங்களில் சூரியனின் தங்கம் பட்டுத் தெறிக்கும் படி தலைமுடியை அள்ளிப் பின்னால் வீசியவாறு சிரிக்கச் சிரிக்கப் பேசிக் கொண்டு. அவளும் அவள் சினேகிதிகளும் ஏதோ 'பாப் ' இசைக்குழுவினர் போல். உயரம், தலை அலங்காரம், கறுப்பு லெதர் கோட், காது வளையங்கள், அதிக சாயப்பூச்சு இல்லாத ரசனையுள்ள ஒப்பனை, இத்யாதி. காருக்குள் ஏறியதும் சட்டென்று மௌனமாய் உறைந்து போனாள் மஞ்சு.

என்னால் இந்த மௌனத்தைத்தான் தாங்க முடியவில்லை. இல்லை. மௌனத்தை மட்டும் இல்லை. சில சமயங்களில் அவள் சொல்லும் கடுமையான சொற்களும்தான். புண்படுத்துகிறாள். எவ்வளவு நுணுக்கத்துடன். என் மெல்லுணர்வுகளை முழுதுமாய் அறிந்ததால் வரும் நுணுக்கத்துடன். வலிக்கிறது. 'என்னுள்ளிருந்த போதும் உதைத்தவள் நீ' பழங்கால வசனம் என்று ஒதுக்கித் தள்ளுகிறேன்.

தாயிடமிருந்து மகள் விலகித் தன்னைத் தனிப்படுத்திக் கொள்ளுதல். என் சினேகிதி சொல்கிறாள். ஏன் விலக வேண்டும். சுய அடையாளம் தேடும் வயது என்கிறாள் சினேகிதி. சுய அடையாளம். தனித்துவம். விலை கொடுப்பது நான் மட்டும்தானே. இல்லை, நீ புண்படும்போது அவளும் வலியை உணர்கிறாள், ஆனால் காண்பிக்க மாட்டாள் என்கிறாள் சினேகிதி. மனோதத்துவத்தில் பிஎச்.டி வாங்கிய இவளுக்கு என் உணர்ச்சிகளை இனம் காட்டத் தெரிகிறது. உணரத் தெரியுமா. என் இயலாமை இவள் மேல் ஏன் எரிச்சலாக மாறுகிறது. தப்பு. அடக்கிக் கொள்கிறேன்.

மஞ்சு உடைமாற்றும் அறைகளிலிருந்து வெளியே வருகிறாள். வெறுங்கையுடன்.

-உள்ளே கொண்டு போனதில் ஒன்றுமே பிடிக்கவில்லையா, மஞ்சு?

-வீட்டுக்குப் போகலாம். கறுப்பும் வெள்ளையுமான பளிங்குத் தரையைப் பார்த்துப் பல்லைக் கடித்துக் கொண்டே, உதடுகள் கொஞ்சம் கூட அசையாமல், மஞ்சு சொல்கிறாள்.

காருக்குள் இறுக்கம். மஞ்சுவுக்குப் பிடித்த 'ன்ஸின்க் ஸி.டி.யைப் போடலாமா. வேண்டாம். என்ன நடந்தது இவளுக்கு. போக்குவரத்து விளக்கின் சிவப்பில், பின் ஸீட்டில் இருந்தவளைப் பார்க்கிறேன். 'திக் 'கென்கிறது. கண்ணில் நீர். மௌனமாய்.

-மஞ்சு....... குழந்தையென்ற தொனியில் பேசினால் அவளுக்குப் பிடிக்காது. என்னுள் உருகி வழிந்த உணர்வுகள் குரலில் தெரியாமல் பேசத் தொடங்குகிறேன்.

-மஞ்சு, என்ன ஆயிற்று ?

-என்னிடம் யாரும் பேச வேண்டாம். ரோட்டைப் பார்த்து ஒழுங்காய்க் காரை ஓட்டினால் போதும்.

இவளுடைய சுயமரியாதையைக் கெடுக்கவோ, விபத்துக்குள்ளாகவோ எனக்கும் விருப்பமில்லைதான். ஆனாலும், தாரை தாரையாய்க் கண்ணீர் வடிப்பவளிடம் ஏனென்று கேட்கக் கூட உரிமையில்லாமல் போயிற்றா. கொஞ்சம் தைரியத்தை வரவழைத்துக் கொள்கிறேன்.

-மஞ்சு, சொல்வதும் சொல்லாததும் உன் விருப்பம். சரி.......

சாலை மேல் கார்ச் சக்கரங்கள் தேயும் சப்தம் மட்டும் கேட்பது வித்தியாசமாய்த் தெரிகிறது, எப்போதுமிருக்கும் இசை இல்லாததால். என் பதற்றம் சிறிது அடங்கியிருக்கிறது. ஏதோ ஓர் அமைதி என்னுள் கவிய ஆரம்பிக்கிறது. மனம் வினோதமானது. வலியை முதலில் மரக்கச் செய்கிறது. பின் அதைக் குணப்படுத்துவது எப்படியென்று யோசிக்கிறது. 'அறுவைச் சிகிச்சை கூட இப்படித்தான் ' என்கிறது என்னுள் ஒரு சின்னக் குரல்.

-மாம்.......

மஞ்சு அழுததே மறந்ததாய்த் தெரியும் தருணத்தில் அவள் ஆரம்பிக்கிறாள். பிறகு நிறுத்துகிறாள்.

சரி, பேச்சு வார்த்தை தொடங்குகிறது. அளவுக்கதிகமான ஆர்வமோ, அவசரமோ, அரவணைப்போ காட்டினால் பேச்சு நின்று போகும் சாத்தியமிருக்கிறது. நிதானம் தேவை. மூச்சை ஆழ உள்ளிழுத்து நிதானமாய் வெளியே விடுகிறேன். என் தொழில் நிமித்தமாய் எத்தனையோ சங்கடங்களைச் சுளுவாகச் சமாளிக்கிறேன், ஒவ்வொரு நாளும்; இந்தப் பதினான்கு வயது நண்டைச் சமாளிக்க முடியவில்லை. அவளாகவே பேச்சைத் தொடரட்டும் என்று காத்திருக்கிறேன்.

-மாம், இன்றைக்கு ஒன்றுமே வாங்கவில்லை.

தெரியும், கண்மணி. ஏனென்றுதானே கேட்டேன். நீயாகவே சொல். நான் ஒன்றும் பேசப் போவதில்லை. நீதான் பேச வேண்டாமென்று ஆணை போட்டிருக்கிறாயே.

-ஏன் ஒன்றுமே வாங்கவில்லை என்று தெரியுமா, மாம்? குரல் விளிம்பில் அழுகை துளிர்க்கிறது.

தெரியாது. ஆனால் பொறுமையுடன் காத்திருக்கிறேன். சொல்.

-சரியான அளவு இல்லை. குரலில் துளிர்த்த அழுகை விரிந்து பரவ ஆரம்பிக்கிறது.

பூ, இவ்வளவுதானா. இதற்கா இந்தக் கோபம், இந்த அழுகை. பிரச்சினை சரியாகப் புரிந்தால் தீர்வு எவ்வளவு சுலபம்.

-மஞ்சு, இந்தக் கடையில் உன் அளவு உடைகள் விற்றுப் போயிருக்கலாம். இதே கடையின் கிளை வடக்குத் தெருவில் இருக்கிறதே, அங்கே போகலாமா ?

-என்றைக்குத்தான் நான் சொல்வது உனக்குப் புரிந்திருக்கிறது, மாம்?

அடக்கி வைத்திருந்த அழுகை பெருங்குரலில் பொங்கி வெடிக்கிறது. வார்த்தைகள் ஒன்றின் மேலொன்றாய்ப் புரளுகின்றன. எனக்கும் இவள் வயதாயிருந்தாலென்ன. என்னுள் பொங்கி வரும் துக்கத்தை நான் இப்படி அடக்க வேண்டியிருக்காது. தேவையில்லாமல் கார் வைப்பர்களை இயக்குகிறேன். என் கவனத்தைத் திருப்பத்தான்.

-மாம், என்ன செய்கிறாய் ? சும்மா வைப்பரைப் போட்டால் உன்னை எல்லாரும் பைத்தியம் என்று நினைத்துக் கொள்ளப் போகிறார்கள்.

காரணத்தைச் சொல்லாமல், அநேக நேரங்களில் காரணமே இல்லாமல், பல்லைக் கடித்துக் கொண்டு, அழுகையும் கோபமுமாய்த் தாயிடம் வார்த்தைகளை விசிறியடிக்கும் நீ. எல்லாவற்றையும் தாங்கிக் கொண்டிருக்கும் நான். நம் இருவரில் யார் பைத்தியம், கண்மணி.

மீண்டும் மௌனம்.

பேசத் தொடங்கியவளை நான்தான் மௌனியாக்கி விட்டேனோ. இன்னும் கொஞ்சம் பொறுமையாய் இருந்திருக்கலாம். இப்போது அந்த வைப்பரைப் போடுவதற்கு அவசியமென்ன. அவள் சொன்னது சரியாக இருக்கலாம். நான்தான் பைத்தியம்.

பின் சீட்டிலிருந்து விம்மல்கள். பாவமாயிருக்கிறது. மனம் இன்னும் கொஞ்சம் குழைகிறது.

-மஞ்சு, தயவு செய்து என்னிடம் பேசுகிறாயா?

-ஏன் ஒரு அளவும் சரியில்லை தெரியுமா, மாம்? என் உடம்பு அப்படி. உப்பிப் போய். கோரமாய். அழகில்லாமல். பார்க்கச் சகிக்காமல். எனக்கே சகிக்க முடியவில்லையே, மற்றவர்களுக்கு. உயிரை விடலாம் போலிருக்கிறது.

விம்மல்களும் வார்த்தைகளும் பெரிது பெரிதாய் வெடிக்கின்றன.

உன்னை நீயே ஏன் இப்படி வார்த்தைகளால் குத்திக், கிழித்து, வதைத்துக் கொள்கிறாய், கண்மணி. கூடவே என் இதயத்தையும்.

-மஞ்சு, உன் உடல் நீ நினைப்பது போல் இல்லை.

-மாம், என் உடல் நான் விரும்புவது மாதிரி இல்லை.

-என் கண்ணுக்கு நீ அழகாய்த் தெரிகிறாய். சொன்ன பிறகு நினைத்துக் கொள்கிறேன், அப்படிச் சொல்லியிருக்கக் கூடாது. வெற்று ஆறுதல் வார்த்தையாகத் தெரியும்.

-மாம், என் ஆறுதலுக்காகச் சும்மா பொய் சொல்லாதே. அலிஸ்ஸாவைப் பார்த்தாயா? எவ்வளவு ஒல்லியாய், அழகாய். என்னை மாதிரியா.. அழுகை வலுக்கிறது.

-அலிஸ்ஸாவை மாதிரிதான் நீயும் இருப்பதாய்த் தெரிகிறது எனக்கு.

-மாம், உனக்கு ஒன்றும் தெரியாது. அலிஸ்ஸாவும் நானும் ஒரே மாதிரியா? இடுப்பிலும், தொடையிலும், பின்புறத்திலும் பிதுங்கிப் பிதுங்கி வழியும் வளைவுகள் அவளுக்கு உண்டா ? நேர்கோடு மாதிரி எப்படி இருக்கிறாள் பார். உனக்கு என்னதான் தெரியும்?

அழுகை குறைந்திருக்கிறது. எனக்கு ஒன்றும் தெரியாததாய்ச் சொல்வதும், உன் துயரத்தை என் மீது கோபமாய் மாற்றுவதும் உனக்கு ஓரளவேனும் அமைதி தருகிறதா. சரி, கோபப்பட்டுக் கொள்.

உன் காயத்தின் ஆழம் புரிகிறது. என் வலி உனக்குப் புரியாது. ஏதோ ஓர் இலட்சிய உடலுடன் உன் உடலை ஒப்பிட்டு, உன் சுயபிம்பத்தைத் தப்பாகக் கணிக்கிறாய். சுயமரியாதையைக் குறைத்துக் கொள்கிறாய். இலட்சிய உடல் பிம்பத்தை உன் தலைக்குள் திணிப்பது யார், எப்படி, எதனால் என்பது உனக்கு முழுதாய்ப் புரிகிறதா. நான் சொன்னாலும் நீ காது கொடுத்துக் கேட்பாயா, கண்மணி.

-வனில்லா மில்க்ஷேக் இரண்டு. கார்ச் சன்னல் கண்ணாடியை இறக்கி விட்டு மேக்டானல்ட்ஸ்-காரியின் நட்பான புன்னகையுடன் வாங்கிக் கொள்கிறேன். உள்ளே ஏதோ குமுறுவதை அடுத்தவளிடம் காட்டி ஆகப் போவதென்ன.

-மாம், நான் சொன்னபடி நேராய் வீட்டுக்குப் போகாமல்

மில்க்ஷேக் வாங்கிக் கொண்டிருக்கிறாய். அந்த இரண்டாவது மில்க்ஷேக் யாருக்காம்?

-மாம், அந்த மில்க்ஷேக்கை நான் தொடப் போவதில்லை.

ஒன்றும் பேசாமல் காரை ஓட்டுகிறேன். இவளால் மட்டும்தான் மௌன விளையாட்டு ஆட முடியுமா என்ன. ஏரிக்கரையில் நிறுத்துகிறேன். ஏரியைப் பார்த்துக் கொண்டே நிதானமாய் என் மில்க்ஷேக்கை ருசி பார்க்கிறேன்.

இளவசந்தத்தின் இதமான வெயில் காருக்குள் கதகதக்கிறது. டாக்வுட் மரங்கள் பெரிய வெள்ளைப் பூங்கொத்துக்களாய்ச் சுற்றிலும் நிற்கின்றன. இடையே, செந்தாமரை போன்ற மக்னோலியா பூத்த மரங்கள். பூக்களின் அடியே தம் பிறப்பை எதிர்நோக்கிச் சுருண்டிருக்கும் இலை மொட்டுகள். ஏரிச் சருமத்தின் ஒளிச்சுருக்கங்கள் மினுங்கி நெளிகின்றன. தங்க நிற நாய்க்குட்டி ஒன்று நீருக்கருகே ஓடுகிறது. பின்னாலேயே அதன் சொந்தக்காரி மேல் மூச்சு கீழ் மூச்சு வாங்க ஓடுகிறாள்.

கார்க் கதவு அறைந்து சார்த்தும் சப்தம் இந்த உலகத்துக்கு என்னை மீட்கிறது. மஞ்சுதான். முன்சீட்டில் என்னருகே வந்து உட்கார்ந்து கொள்கிறாள். ஏரியையே பார்க்கிறாள். இருவருக்குமிடையே 'கப் ஹோல்டரில்' உருகிக் கொண்டிருக்கும் இரண்டாவது மில்க் ஷேக்கை எடுத்து ஸ்ட்ரா வழியே உறிஞ்ச ஆரம்பிக்கிறாள்.

-மாம், என்னைக் குழந்தை என்று நினைத்துக் கொள்ள வேண்டாம். மஞ்சுவின் தன்மானம் காக்கும் முயற்சி ஆரம்பமாகிறது.

-மஞ்சு, நீ குழந்தையாகவே இருந்தாலென்ன என்றுதான் நினைக்கிறேன்.

-இல்லை, அழுகிணிக் குழந்தையென்று நினைத்துக் கொள்ளாதே. உன்னிடம் ஒன்று கேட்கலாமா ?

-ம்ம்ம்.

-நீ மட்டும் எப்படி இவ்வளவு அழகாய் இருக்கிறாய், மாம்?

என் மகள் கண்ணுக்கு நான் அழகாய்த் தெரிகிறேனா. அல்ப சந்தோஷம். ஆனால், இவள் எந்த அர்த்தத்தில் இந்தக் கேள்வியைக் கேட்கிறாள். எனக்குப் புகழ்மாலை போடும் மனநிலையில் இவள் இல்லையே.

-மஞ்சு, ஏன் இப்படிக் கேட்கிறாய்?

-அன்றைக்குப் பள்ளிக்கூடத்தில் மேரியின் அம்மாவுடன் நீ பேசிக் கொண்டிருந்தாயே. தன் அம்மா உன்னை மாதிரி 'கூல் ' ஆக இல்லையென்று மேரி சொன்னாள்.

இந்தப் பெண்கள் தங்களை ஒப்பிடுவது போதாதென்று, தங்கள் அம்மாமாரையும் ஒப்பிடுகிறார்களா.

- 'கூல் ' என்றால் அழகும், நாகரீகத் தோற்றமும் மட்டுமில்லையே, மஞ்சு.

-நீ பார்க்க அழகாய் இருப்பதாகப் பல சினேகிதிகள் சொல்கிறார்கள், மாம்.

-உண்மையைச் சொல்லட்டுமா ? நான் அழகில்லை, மஞ்சு. பழகுவதற்கு நல்ல சுபாவமென்று உன் அப்பாவிலிருந்து பலரும் சொல்லியிருக்கிறார்கள். அதுதான் முக்கியம், இல்லையா?

நான் அழகில்லை. உனக்குப் போட்டியில்லை, கண்மணி. இந்தக் கோணத்தில் ஏன் என்னை நீ பார்க்கிறாய்?

-உனக்கு ஞாபமிருக்கிறதா, மாம் ? போன வருடம் நியூயார்க் போனோமே. டாடிக்கு வேலை நெருக்கடி. நீயும் நானும் மட்டும் ப்ராட்வேயில் 'ஃபான்டம் ஆஃப் தி ஆப்பரா' 'பார்க்கப் போனோம். நாடக இடைவேளை போது உன் பக்கத்தில் உட்கார்ந்திருந்தவன் உன்னிடம் எவ்வளவு நட்பாக நடந்து கொண்டான். கடைசியில் தன் 'பிஸினஸ் கார்ட்' எல்லாம் கூடக் கொடுத்தானே.

இவள் தொனி நெருடியது. சாபத்தால் கல்லாய்ச் சமைவது போலவும், வானத்து நட்சத்திரப் பதவி பறிபோனது போலவும், தீக்குள் புகுந்து நடப்பது போலவும், இன்னும் பலவற்றையும் அந்த ஒரு கணத்தில் உணர்ந்தேன். பின் உலுக்கி விழித்துக் கொண்டேன். சிறு வயதுத் திணிப்புகளும் பயமுறுத்தல்களும் ஆழ்மன மூலைகளில் பதுங்கிக் கிடக்கத்தான் செய்யும் போல. எவ்வளவுதான் அறிந்து தெளிந்து உடைத்து எறிந்தாலும். அது கிடக்கட்டும். இந்த நண்டு என்னைச் சீண்டிப் பார்க்கிறது. மகளைத் தோழி போல் நடத்தி, வெளிப்படையாய்ப் பேசச் சுதந்திரம் கொடுத்ததால் வந்த வினை. 'மனதுக்குள்ளேயே வெந்து வெறுப்பதற்குப் பதில் இப்படிப் பேசுவதே தேவலை. தோழியாகவே இருக்கட்டும்' உள்மனது. நிதானமாகவே தொடர்கிறேன்.

-மஞ்சு, பல இடங்களில், பல பேருடனும் நட்பாகப் பழகுகிறோம். அதற்கென்ன?

-ஒன்றுமில்லை, மாம். அவன் உன்னிடம் பேசிய போது அவன் கண்ணில் தேவைக்கு அதிகமான ஒளி. நீ இதையெல்லாம் கவனிப்பதே இல்லை. ஆனால், எனக்குத் தெரியும். எல்லாரையும் உன்னால் கவர்ந்து இழுக்க முடிகிறது. இயல்பாகவே. உனக்கு எப்படி என் உணர்வுகள் புரிய முடியும்?

எந்த உணர்வுகள். தன் உடலமைப்பை வெறுப்பதா. தாயை விட்டு விலகித் தனிக்கொடி நாட்டும் அதே சமயத்தில், அந்தத் தாயைப் போல் ஏன் தானில்லை என்று ஏங்குவதா.

-மஞ்சு, நானும் ஒரு காலத்தில் உன் வயதுக்காரியாய் இருந்தேன், உன் உணர்வுகள் ஓரளவாவது எனக்கும் புரியும் என்பதை நம்புவாயா?

-மாம், நீ வளர்ந்த விதம் வேறு. நாடு வேறு. காலம் வேறு.

வழக்கம் போல் மந்திரம் பாடுகிறாள். என் பொறுமைக்கும் எல்லை உண்டு.

-ஆமாம், மஞ்சு. நான் வளர்ந்த விதமும், நாடும், காலமும் வேறுதான். பன்னிரண்டு வயதில், இரத்தப் போக்கைப் பார்த்ததும் ஒன்றும் புரியாமல் நான் இறந்து கொண்டிருப்பதாய்ப் பயந்தவள் நான்; நீ இதைக் கேட்டு எப்படிச் சிரித்தாய்! உன் வயதில், என் உடலின் புது வளைவுகளைப் பற்றி நானும் கூசிக், கூனி, குறுகியிருக்கிறேன். ஆனால், வேறு காரணத்திற்காக. வக்கிரப் பார்வைகள் என் உடலை எனக்கே அந்நியமாக்கி, ஓர் அவமானச் சின்னமாய்க் காட்டின. என் அம்மா உன் அம்மாவைப் போல் இல்லை. என்னால் இந்த மாதிரி உணர்வுகளை அவளிடம் பகிர்ந்து கொள்ள முடியாது. இதைப் பற்றிப் பேசினால், என்னை விட அவள்தான் அதிகம் கூச்சப் பட்டிருப்பாள் என்பது என் உள்ளுணர்வுக்குத் தெரியும். இந்த மாதிரி எவ்வளவோ விஷயங்கள். நீ சொல்வது சரிதான். நான் வளர்க்கப்பட்ட விதமும் காலமும் இடமும் வேறுதான். உன் உடல் வளர்ச்சியை நீ ஆரோக்கியமாய் ஏற்றுக் கொள்கிறாய். சந்தோஷம். உன் உடல் ஒரு குறிப்பிட்ட விதத்தில் இல்லையே என்கிறது தொடங்கி, 'ன்ஸின்க் பாட்டுக்காரன் ஜஸ்டினைப் பிடிக்கும்' என்பது வரை, என்னிடம் உள்ள ஏதோவொன்று உன்னிடம் இல்லையே என்று நினைப்பது வரை, உன் அம்மாவிடம் உன்னால் மனம் திறந்து சொல்ல முடிகிறது. இன்னமும் சந்தோஷம். ஆனால், ஒரே ஒரு கேள்வி. என் இளமைக் காலத்தின் ஒடுக்கப்பட்ட சூழலை மீறிய பரந்த பார்வை எனக்கு இன்று இருக்கிறது, மஞ்சு. சுதந்திரமாய் வளரும் நீ உன் சுதந்திரத்தை எப்படிப் புரிந்து கொண்டிருக்கிறாய், எப்படிப் பயன்படுத்துகிறாய்?

மூச்சு வாங்குகிறது. மஞ்சுவின் முகத்தில் ஒரு விதமான திருப்தி. கண்களில் புன்னகையின் நிழல். தாயை நிதானமிழக்கச் செய்யும் முயற்சியில் வெற்றி பெற்றதினாலா. குரூரமான திருப்தியோ. அப்படி இருக்காது. மனதில் அடக்கி வைத்திருப்பதைத் தாயிடம் பகிர்ந்ததால் வரும் நிம்மதியாய் இருக்கலாமோ. நான் பேசுவதைக் கவனமாய்க் கேட்கிறாள். அதுதானே முக்கியம். என்னுள் புகைந்த எரிச்சல் அடங்குகிறது. குரல் தானாய்த் தணிந்து கனிகிறது.

-மஞ்சு, சத்தான உணவும் உடற்பயிற்சியும் தொடரட்டும். இந்த வயதில் கொஞ்சம் சதை போடுவது இயல்புதான். இந்தச் சதை போன பிறகு கூட, உன் இயற்கையான உடல்வாகு நேர்கோடாக இல்லாமல், வளைவுகள் கொண்டதாகவே இருக்கலாம். அப்படி இருப்பதில் என்ன குறை ? தனித்துவம் பேசுகிறாய். ஆனால், நடை, உடை, பாவனைகள் மட்டுமில்லை, உடலும் கூடப் பிறர் போலிருக்க வேண்டும் என்கிறாய்..

-மாம், நீ என் வருத்தத்தை வேறு மாதிரி அர்த்தப் படுத்துகிறாய்.

-மஞ்சு, பிரச்சினையை எல்லாக் கோணத்திலிருந்தும் உன்னைப் பார்க்க வைப்பது மட்டுமே என்னால் சாத்தியமானது. இறுதித் தீர்வுகள் உன்னுடையவை. ஒன்றை மட்டும் தெளிவாய்ப் புரிந்து கொள்-உன் இலட்சிய உடல் ஒரு மீடியா மாயை. தனித்துவத்தையும் சுதந்திரத்தையும் ஆதரிக்கிறோம் என்கிற விளம்பரத்துடன், உன் போன்றவர்களின் சுயபிம்பத்தைக் கலைத்து, அடிமைப்படுத்திச் சிறையிடும் மாயை. உன் சிநேகிதிகளில் சிலரை புலிமியா, அனோரெக்ஸியா நெர்வோஸா என்று சீக்காளிகளாக்கிக் கொல்லும் மாயை.. பல கல்லாப் பெட்டிகளை நிரம்பி வழியச் செய்கிற பெரும் மாயை.

நிறுத்தினேன். இதற்கு மேலும் பேசுவது மஞ்சுவின் அறிவை அவமதிப்பதாகும்.

கோடைவாசத்துக்கு வடக்கு திரும்பும் கனேடிய வாத்துக்கள் சப்தமிட்டுக் கொண்டே மேலே பறக்கின்றன. தாயும் மகளும் உருகிப் போன மில்க்ஷேக்குகளுடன் ஏரிக்கரையில் உட்கார்ந்திருக்கிறோம். மௌனமாய். அந்தக் கணத்தில் இருவருக்கும் இடையேயுள்ள கதவு திறந்து, ஒரு பசும் சமவெளி விரிவதாய்த் தோன்றுகிறது. இவள் தன்னை உணர்ந்து, அதன் வழியே என்னையும் அறிந்த பின் வரவிருக்கும் மனநெருக்கத்தின் மெல்லிய விளிம்புக்கோடு தொலைவில் மினுங்கித் தெரிகிறது.

இப்போதைக்கு அந்தக் கதவு மீண்டும் மூடிக் கொள்ளும். ஏதாவது ஓர் அடிப்படையில், இவள் தன்னை என்னிலிருந்து மாறுபட்டவளாகவும், என்னால் புரிந்து கொள்ளப்படாதவளாகவும் காண்பித்துக் கொள்வது தொடரும்.

கவின்மலர்

கவின்மலர் ஊடகவியலாளர், இடதுசாரி எழுத்தாளர், மேடைப் பேச்சாளர், சமூகப் போராளி, அரங்கவியலாளர் என்ற பரிமாணங்களைக் கொண்டவர். தஞ்சாவூர் மாவட்டம் ஒரத்தநாடு பிறந்த ஊர். நாகப்பட்டினத்தில் வளர்ந்த இவர் கணினித் துறையில் முதுகலைப் பட்டம் பெற்றவர். புதியதலைமுறை, ஆனந்த விகடன், இந்தியா டுடேயில் பணியாற்றியுள்ளார். பத்திரிகை துறைக்கு வருவதற்கு முன்பு சாப்ட்வேர் துறையில் web programmer ஆக பணியாற்றியவர். தொடர்ந்து சிறுகதைகள், கட்டுரைகள் எழுதி வருகிறார். இவரது கட்டுரை நூல்கள் ‘கலைஞர்கள் படைப்பாளிகள் சாட்சியங்கள்’, ‘அப்பொழுது நீங்கள் என்ன செய்து கொண்டிருந்தீர்கள்’ ‘சாம்பலாகவும் மிஞ்சாதவர்கள்’ என்பனவாகும். ‘நீளும் கனவு’ இவரது முதல் சிறுகதைத் தொகுப்பாகும். கவின்மலர் தொடர்ந்து ஒடுக்கப்பட்டவர்களுக்காகத் தன் எழுத்தின் மூலமும் பேச்சின் மூலமாகவும் குரல் கொடுத்து வருகிறார். இவர் சிறந்த பத்திரிகையாளருக்கான விருதினைப் பெற்றுள்ளார் இவரது வலைப்பூ kavinmalar.blogspot.com என்பதாகும்.

கதைக்குள் புகுமுன்

பெண்ணுலகம் ஆண் உலகம் போன்றது அன்று. பெண் உலகில், இளம் பருவத்து உறவை, நட்பை, ஆத்மார்த்த ரீதியில் தொடர்ந்து கொண்டு செல்ல இயலாது. மேற்படிப்பு, வேலை, திருமணம், குழந்தைப்பேறு இவை அனைத்தும் இளம்பருவ நட்பு தொடரத் தடை போடும் காரணிகள்.

சிறுமிகளாக இருக்கும் பொழுது உள்ளார்ந்த அன்பும் நட்பும் பாராட்டியவர்கள் கயல் சுடர் என்ற தோழிகள். நேரம், காலம் பார்க்காமல் சிரிப்பும் பேச்சும் உல்லாசமுமாகப் பள்ளியில் திரிந்தவர்கள். பள்ளிப் படிப்பை முடித்தபின் கால மாற்றத்தினால் அவர்கள் இருவரும் ஒருவரை விட்டு ஒருவர்விட்டு விலகி வாழ வேண்டிய சூழல் இருந்தும், இருவருக்குள்ளும் ஆத்மார்த்தமான நட்பு நீடிக்க தான் செய்தது.

கயல் திருமணமாகி கணவரோடு வேறு ஊருக்குச் சென்றாள். பின்பு கணவன் வெளிநாடு சென்றவுடன், தன் குழந்தை மாமியாருடன் சென்னையில் குடித்தனம் நடத்துகின்றாள். சென்னையில் கயலைச் சந்தித்த சுடர், அவள் வீட்டில் தங்குகின்றாள். சுடர் திருமணபந்தத்தில் அகப்பட்டுக் கொள்ள விரும்பவில்லை. அவள் நவீன உலகின் சுதந்திர பெண். மரபுப் பெண்ணுக்கான கட்டுப்பாடுகளை அவள் சுமக்க விரும்பவில்லை. ஒரு நாள் வேலை நிமித்தமாக அலுவலகத்திலிருந்து இரவு பதினோரு மணிக்கு வீடு திரும்புகிறாள்

சுடர். அவள் நடவடிக்கையை கயல் மாமியார் சிறிதும் விரும்பவில்லை. அவளை வீடு பார்க்கச் சொல்லி மறைமுகமாக வற்புறுத்துகின்றார். மறு நாளும் இரவு தாமதமாக வீடு திரும்பும் சூழல் சுடருக்கு ஏற்படுகின்றது. அதனால் தோழியின் வீட்டுக்கு வருவதைத் தவிர்த்து, தங்குமிடம் இன்றி, பேருந்தில் இரவு பயணம் செய்து தன்னை வருத்திக் கொள்கிறாள். மறுநாள் அலுவலகத்தில் இருந்த அவளை, கயல் தொலைபேசியில் அழைத்து, தன் நாத்தனார் ஒரு வாரம் தங்க வருவதாகக் கூறி, அவர்கள் திரும்பிச் செல்லும் வரை, அவளை விடுதியில் தங்கும்படிக் கூறுகிறாள். பின்பு, 'நான் ஒரு சூழ்நிலை கைதி' என்று வருத்தத்துடன் கூறுகின்றாள். தோழியின் நிலைமையைப் புரிந்து கொண்ட சுடர், திரும்பவும் அவள் வீட்டிற்குச் சென்று அவளை வருத்தத்தில் அழ்த்த விரும்பவில்லை. தோழியர் ஒருவரை ஒருவர் புரிந்து கொண்டாலும் இருவருமே சூழ்நிலை கைதிகளாக விளங்குகிறார்கள். பெண் உலகு கட்டுப்பாடுகள் நிறைந்த, வலிகள் மிகுந்த உலகு. எப்பேர்பட்டவர்களாக இருந்தாலும் அதனைக் கடந்து தான் பயணிக்க வேண்டும். இதுதான் இந்த ஆணாதிக்க உலகநியதி.

ஆணாதிக்க உலகில் ஒவ்வொரு பெண்ணும் சூழ்நிலைக் கைதி தான். அவர்களுக்கு என்று தனித்த எண்ணமும் செயல்பாடும் இல்லை. மற்றவர்களுக்காகவே வாழ வேண்டிய நிர்ப்பந்தம் அவர்களுக்கு உண்டு என்பதே இந்தக் கதை தரும் செய்தி.

18

இரவில் கரையும் நிழல்கள்

கவின்மலர்

'இப்போதெல்லாம் கயல்விழி நினைவு ஓயாமல் வருகிறது. பள்ளிக்கு ஒன்றாகப் போகும் சிறுமிகளைப் பார்க்கும் போதும் சைக்கிளில் செல்லும் மாணவிகளைப் பார்க்கும்போதும் அவள் நினைவு தவறாமல் வந்து போகிறது. அப்போதுகூட அவள் இப்போதிருக்கும் உருவத்தில் எனக்கு நினைவுக்கு வர மறுக்கிறாள். கருநீல பாவாடை தாவணியுடனும் வெள்ளை ஜாக்கெட்டுடனும் மட்டுமே நினைவுக்கு வருகிறாள். அந்தப் பள்ளிச் சீருடையில் நாங்கள் ஊரை சைக்கிளிலேயே வலம் வந்த நாட்கள் நெஞ்சில் இன்னும் பசுமையாய் நினைவிருக்கின்றன.

அவள் வீட்டிலிருந்து என் வீடுவரை வந்து என்னை அழைத்துக்கொண்டு இருவரும் ஒன்றாகத்தான் பள்ளிக்குப் புறப்படுவோம். அவள் கொஞ்சம் சிவப்பாகவும் நான் கருப்பாகவும் இருப்பதால் பையன்கள் எங்களுக்கு பிளாக் அண்ட் வொய்ட் என்று பெயர் வைத்து அழைத்தார்கள்.

ரெட்டைப்புறா, நீலக்குயில்கள், அதிசயப் பிறவிகள், ஏசியன் புரொடஷன்ஸ் - இப்படி எத்தனையோ பெயர்கள் எங்களுக்கு. இதில் இந்த 'ஏசியன் புரொடஷன்ஸ்' என்ற பட்டப்பெயருக்கு மட்டும் இந்த நொடிவரை எனக்கு காரணம் விளங்கவில்லை. நாங்கள் போகும்போது பின்னால் வரும் பையன்கள் இந்தப் பெயரிட்டுச் சத்தமாக அழைத்து கலாட்டா செய்வதும் நாங்கள் சாலையில் செல்லும்போதே சிரித்துக் கொண்டு சைக்கிளோட்டிச் செல்வதும் நேற்று நடந்தது போலிருக்கிறது.

கயல் எப்போதிருந்து எனக்குத் தோழியானாள் என்று யோசித்துப் பார்க்கிறேன். சரியாய் நினைவு வரவில்லை. ஆறாவது படிக்க பள்ளியில் சேர்ந்தபோது இரட்டை சடை மடித்துக்கட்டி ஸ்கர்ட் சட்டையில் கயலைப் பார்த்த நினைவு. ஒன்பதாம் வகுப்பில்தான் நெருங்கிப் பேசி தோழிகளானோம் என்று நினைக்கிறேன். அதன்

பின் வேறு யாரையும் நாங்கள் சட்டை செய்யவில்லை. வகுப்பில் நாங்கள் சிரித்துவிட்டுத் திட்டு வாங்காத நாளே இல்லை என்றானது. எழுந்ததிலிருந்து இரவு தூங்கச் செல்லும்வரை நடந்தது. அத்தனையும் என்னிடம் ஒப்பிப்பாள். நானோ தூங்கியபிறகானவற்றையும் அவளிடம் சொல்லுவேன்.

"3 மணிலேர்ந்து 4 மணி வரை படிச்சேண்டி, ஒரு உப்பு பெறாத விஷயத்துக்கு 4 மணிக்கு அம்மா வந்து என்னைத் திட்டினாங்க. 4 டு 5 அழுதேன். அப்புறம் 5 மணிக்கு அப்பா வந்திட்டாங்க. அவங்ககிட்ட பேசிட்டு திரும்பவும் படிக்க 6 மணிக்கு உட்கார்ந்தேன். 10 மணி வரை சயின்ஸ் படிச்சேன். தூக்கம் சொக்குச்சு. அப்படியே தூங்கிட்டேன்."

இப்படி அவள் எல்லாவற்றையும் என்னிடம் ஒப்பிப்பாள். பள்ளியிலும் வெளியிலும் எங்களைப் பற்றிப் பேசாதவர்களே கிடையாது.

ஒரு பையனால் எனக்கு ரொம்பத் தொல்லை. வகுப்பறையின் டெஸ்கில் வந்து என்னிடத்திற்கு நேரே "ஐ லவ் யூ" என்று எழுதி வைப்பான். யாராவது பார்த்துவிட்டால் என்னாவது என்று நான் பயந்து நடுங்குவேன். எரிச்சலாய் இருக்கும். என்னை எங்காவது சாலையில் பார்த்தால்கூட அவனுடைய நண்பர்கள் அவன் பெயரைச் சொல்லி அவனுடைய ஆள் என்பார்கள். ஒரு குரங்குக் கூட்டம் போல் பின்னாலேயே சைக்கிளில் வந்து தொல்லை கொடுப்பார்கள். அதேபோல அவளுக்கும் ஒருத்தன் வாய்த்தான். எங்கள் பின்னால் இரு கூட்டங்கள் வரத் தொடங்கின. முதலில் பயந்த நாங்கள் அதற்குப் பின் அவர்களைப் பற்றி எங்களுக்குள் கிண்டலடித்து சிரிக்கத் தொடங்கினோம். எங்கள் ஊரின் சாலைகளின் பள்ளங்களை எங்கள் சைக்கிள்கள் கடக்கும் போதெல்லாம் எங்கள் சிரிப்பால் அவற்றை நிரப்பினோம்.

எங்கள் சிரிப்பு மிகவும் பிரசித்தி பெற்றதாயிற்று. வீட்டில், வெளியில், சாலையில், டியூஷனில், வகுப்பில், கடைத்தெருவில், சைக்கிள் கடையில் என்று நாங்கள் சிரிக்காத இடமேயில்லை. "போங்கடி! சிரிப்பா சிரிக்கப் போறீங்க" என்று வேறு ஸ்கூல் பையன்கள் சாபம் விடுவார்கள். "அங்கே சிரிப்பவர்கள் சிரிக்கட்டும் அது ஆணவ சிரிப்பு" என்று எங்களைக் கைகாட்டி பையன்கள் பாடுவார்கள். எங்கள் சிரிப்பு எல்லோரையும் உறுத்தியது என்பது மிகத் தாமதமாகத்தான் உணர்ந்து கொண்டோம்.

நாங்கள் சாலையில் ஒருவர் பின் ஒருவராக ஒருபோதும் சென்றதில்லை. இருவரின் சைக்கிள் சக்கரங்களும் ஒரே நேர்க்கோட்டில்

இருக்கும்படி போவோம். போகிறவர்கள் வருகிறவர்களெல்லாம் பல நேரங்களில் திட்டிவிட்டுப் போவார்கள். ஆனாலும் அதிலொரு சந்தோஷம். அப்போதுதானே பேச முடியும். வகுப்பறையில் நடந்தது, முருகன் சார் சொன்ன ஜோக், வீட்டில் நடந்தது, வெளியில் நடந்தது என்று எதையாவது பேசி ஓயாமல் சிரித்துக்கொண்டேயிருந்தோம். நாங்கள் எங்களுக்குள் பேசி சிரித்துக்கொண்டாலும் சாலையைப் பார்த்து சைக்கிள் ஓட்ட வேண்டிய கட்டாயமிருந்ததால் நேரே பார்த்துக் கொண்டே வாய் மட்டும் பேசிக்கொண்டும் ஜோக் அடித்துக் கொண்டும் சிரித்துக்கொண்டுமிருக்கும். அப்போது எதிர்ப்படும் வேறு ஸ்கூல் பையன்களெல்லாம் நாங்கள் ஏதோ அவர்களைப் பார்த்து சிரிக்கிறோம் என்று தப்பாக நினைத்துக்கொண்டு பின்னால் வரத் தொடங்கினார்கள். எங்களுக்குக் குழப்பமாக இருக்கும். "இவன் யாருக்காக வர்றான்" என்று புரியாமல் விழிப்போம் முதலில். அப்புறம் அவன் பார்வை யார் மேல் இருக்கிறதென்பதை வைத்துக் கண்டுபிடிப்போம். எங்களுக்குள் ஒரு ஒப்பந்தம். அவளுக்காக எவனாவது வந்தால் அவனைத் திட்டும் வேலையை நானெடுத்துக் கொள்வேன். எனக்காக எவனாவது வந்தால் அவள் திட்டுவாள். ஆனால் மறந்தும் வாயெடுத்து மற்றவர் ஏதும் பேசிவிட மாட்டோம். இதை நாங்கள் சொல்லியெல்லாம் வைத்துக் கொள்ளவில்லை. ஆனாலும் எப்படியோ கடைபிடித்தோம். ஒருமுறை ஆளா பையனா என்று தெளிவாகச் சொல்ல முடியாத வயதுடைய ஒருவன் வந்தான். வழக்கமான முதல் குழப்பத்திற்குப் பின் அவன் கயலுக்காக வருகிறான் என்பதைக் கண்டுபிடித்தோம். வழக்கம்போல நான் திட்டத் தொடங்கினேன். "அறிவேயில்லையா? ஏனிப்படி தொல்லை செய்றீங்க" என்று "நான் உங்க பிரண்டை லவ் பண்றேன்" என்றான்.

ஒரு வாரம் இப்படியே போனபின் கயல் அவனைத் திட்டத் தொடங்கினாள். நான் மவுனமாகி விட்டேன். அவன் திடீரென்று என்னைப் பார்க்க ஆரம்பித்தான். எனக்காக வருவதுபோல் தெரிந்தது. எது அவனை அப்படி மாற்றியது என்று தெரியவில்லை. இரண்டாவது வாரமே எப்படி ஒருவன் இப்படி மாறுவான் என்று எனக்கு விளங்கவில்லை.

"இவன் என்ன லூஸாடி?" என்றேன்.

"நீ திட்டிய அழகு அவனுக்குப் பிடிச்சிருக்குபோல" என்றாள்.

மறுநாள் ஒரு கடிதத்தை எடுத்து வந்து என்னிடம் நீட்டினான். நான் அதைத் தொடக்கூட இல்லை. நாங்கள் இருவருமே சுயமரியாதை பாதிக்கப்பட்டதுபோல் உணர்ந்தோம். "திருட்டுப்பய! என்கிட்டயே வந்து உன்னை லவ் பண்றேன்னு சொல்லிட்டு இன்னைக்கு வந்து

என்னை லவ் பண்றேன்னு சொன்னா என்ன திமிர்; ஆணவம். ஆம்பிளைங்கிற கொழுப்பு" - நான் அவனைத் திட்டிக் கொண்டேயிருந்தேன் கயலிடம். இப்போதும் ஊருக்குப் போகும்போது அவனைப் பார்ப்பேன். தன் மனைவியோடு குழந்தையோடு கடைவீதிகளில் பார்ப்பதுண்டு. ஏனோ அவனைப் பார்த்தால் பாவமாயிருக்கிறது இப்போதெல்லாம்.

கயலுடைய அப்பாவும் என்னுடைய அப்பாவும் தமிழாசிரியர்கள் என்பதால் எங்களுக்குத் தமிழ்ப்பெயர் வாய்த்தது. "சுடர்மொழி - கயல்விழி" என்று நாங்கள் இரட்டைப் பிறவிகள் போலவேதான் அறியப்பட்டோம். நாங்கள் இருவருமே நன்றாகப் பாடுவோம். அதனால் பள்ளி அசெம்பிளியில் பாடுவோம். அந்த இரண்டொரு நிமிடங்களிலும் கூட்டத்தில் யாரோ ஒரு பையன் அல்லது பெண் முகத்தில் ஏதாவதொரு ஜோக்கைத் தேடி சிரித்து வைப்போம். ஒருமுறை இருவருமே சிரிப்பை அடக்க முடியாமல் பாடமுடியாமல் தவித்து நிறுத்திவிட, கூடப் பாடிய மாணவி ஒற்றை ஆளாய் பாடி முடித்தாள். அன்று ராபர்ட் சாரிடம் திட்டு வாங்கினோம். அப்போதும் சிரித்தோம். சிரிப்புத்தான். எப்போதும் சிரிப்புத்தான்.

எங்கள் படிப்பும், சிரிப்புமாக நாங்கள் விளையாட்டுத் தனமாக இருக்கையிலேயே பிளஸ் டூ பரிட்சை வந்தது. ரிசல்ட் வந்தபோது நான் மட்டும் பாஸாகியிருந்தேன். இடிந்து போனேன். அவளுக்குக் கணக்குப் பாடத்தில் போய்விட்டது. அழுதாள். அழுதாள். அழுதுகொண்டேயிருந்தாள். எனக்கு அவள் பெயிலான சோகத்தைவிட அவள் என்னுடன் இனி படிக்க முடியாது என்பதே உறுத்தியது. நான் கல்லூரியில் கணிதம் சேர்ந்தேன். அவள் அக்டோபர் தேர்விற்குப் படிக்கலானாள். தனியாக டியூசன் சென்று படித்தாள்.

அப்போதுதான் எங்கள் இருவர் வீடுகளிலும் தொலைபேசி வந்த புதிது. தினமும் பார்த்துக்கொள்ள இயலாத சூழலில் மணி கணக்கில் தொலைபேசியில் பேசுவோம். நான் பேசும் விதத்தை வைத்தே அப்பா "கயலா?" என்பார். போனைக் கையிலெடுத்ததும் ஆரம்பிக்கும் சிரிப்பு ஒரு மணிநேரத்திற்குக் குறையாது. "என்னதான் பேசுவீங்களோ? இப்படி சிரிக்க" என்று அம்மா அலுத்துக் கொள்வது பெரிதாக அவளுக்கு கேட்கும். "என்னடி சொல்றாங்க?" என்பாள். "நீ பேசு! கண்டுக்காதே!" என்று சொல்லி மீண்டும் தொடங்குவோம். எங்களுக்குச் சிரிக்க நிறைய விஷயங்கள் இருந்தன. நான் கல்லூரியில் நடப்பவற்றையெல்லாம் சொல்ல, அவள் டியூஷனில் நடப்பவற்றையெல்லாம் சொல்ல சிரிப்போம்.

அக்டோபர் தேர்வெழுதி பாஸ் செய்தாள் கயல். அடுத்த ஆண்டு எனக்கு ஜீனியராக வந்து எங்கள் கல்லூரியில் சேர்ந்தாள். எனக்குக்

காலை எட்டரையிலிருந்து ஒன்றரை வரை. அவளுக்கு ஒன்றரையிலிருந்து மாலை ஐந்தரை வரை. அதனால் பார்த்துக்கொள்ளும் நேரம் குறைந்தாலும் தினமும் மாலையில் வீட்டுக்கு வந்து என்னைப் பார்க்காமல் போக மாட்டாள். அப்போதும் நாங்கள் சிரித்தோம். சிரிப்பதற்கு எங்களுக்கு விஷயங்களிருந்தன.

எனக்குக் கல்லூரியில் புதிதாகச் சில தோழிகள் கிடைத்தார்கள். என் தோழிகளெல்லோரும் வெவ்வேறு வகுப்புகளில் இருந்தோம். பாட்டு, பேச்சு, கட்டுரை என்று போட்டிகளில் கலந்துகொண்டு பரிசுகள் நிறைய வாங்குவேன். என் பாட்டுக்குக் கல்லூரியில் மாணவர்கள் முதல் பிரின்சிபால் வரை ரசிகர்கள். கூட்டம் அடங்காமல் கத்திக்கொண்டிருந்தால் என்னைக் கொண்டுபோய் ஒலிவாங்கி முன்னால் நிறுத்திவிடுவார்கள். நான் பாட ஆரம்பித்தவுடன் அமைதியாகிவிடும் கூட்டம். கல்சுரல்ஸில் நான் பாட, என்னோடு வந்த மற்றவர்கள் நடனம் அது இது என்று பரிசுகளை அள்ளிக் கொண்டு வருவோம். இப்படி கல்சுரல்ஸுக்குப் போய்ப் போயே ஒரு தோழிகள் வட்டம் சேர்ந்தது எனக்கு. நாங்கள் 7 பேர் அதிலுண்டு. 7 ஸ்டார் குரூப் என்று கல்லூரியில் எங்களைச் செல்லமாய் அழைத்தார்கள். ஓரளவிற்கு எனக்கு அவர்களோடு பழக்கமாகி நட்பாகி விட்டேன். கயல் கொஞ்சம் என்னை அவர்களோடு பார்த்தால் எரிச்சலாவாள். அதுபோலவே அவளுடைய வகுப்பில் உள்ளவர்களோடு அவளைப் பார்த்தால் நான் எரிச்சலாவேன். சின்னச் சின்னதாய் சண்டைகள் எங்களுக்குள் வந்தன. ஆனாலும் நாங்கள் எங்கள் சிரிப்பைத் தொடர்ந்தபடி நட்பு மேலும் இறுகிப்போயிருந்தது.

இப்படியே இறுதியாண்டு வந்துவிட்டது எனக்கு. கல்லூரியில் இறுதியாண்டு மாணவர்களுக்கு விடை கொடுக்கும் ஃபேர்வெல்டே வந்தது. அதற்குப் பச்சை நிறத்தில் ஒரே போல 7 ஸ்டார் குரூப்பில் புடவை எடுத்துக் கட்டினோம். அதற்கு பிரண்ட்ஸ் ஸாரி என்று பெயர். எங்களைக் கும்பலாய் பச்சை நிறச் பிரண்ட்ஸ் ஸாரியில் பார்த்த கயல் பொங்கி வரும் கண்ணீரை அடக்கிக்கொண்டு மறைவிடம் நோக்கி ஓடினாள். நான் விக்கித்துப் போனேன். பின்னாலேயே ஓடி அவளைச் சமாதானப்படுத்தினேன்.

"இது ஒரு நாளைக்குத்தானே.... எல்லோரும் ஆசைப்பட்டாங்க. அதான்"

"எதுக்கு எல்லோரும் ஒரே கலர்ல ஸாரி எடுத்ருக்கீங்க?"

"இது பிரண்ட்ஸ் ஸாரி கயல்"

அவ்வளவுதான். பெருங்குரலெடுத்து அழ ஆரம்பித்தாள். நான் விழித்தேன். இந்த அன்பிற்கு நான் என்ன செய்யப் போகிறேன்?

கல்லூரியை விட்டு வெளியேறும் நாளில் எல்லோரிடத்திலும்

ஆட்டோகிராப் வாங்கினேன். அவளிடமும் போய் நீட்ட முறைத்தாள்.

"நானும் போடணுமா?"

"ஆமாம்! போடு" - எனக்குள் ஒரு ஆவல் இருந்தது என்னதான் எழுதுகிறது இந்தப் பிசாசு. பார்ப்போம் என்று.

நெடுநேரம் எழுதிக்கொடுத்து "வீட்டுக்குப் போய் வாசி" என்றாள்.

வரும் வழியிலேயே வாசித்துக்கொண்டே வந்தேன். "நாம் ஒருவருக்குள் ஒருவர் வாழ்கிறோம். இந்த ஆட்டோகிராப் கூடத் தேவையில்லை" என்று தொடங்கி பக்கம் பக்கமாய் எழுதியிருந்தாள். "பிரண்ட்ஸ் ஸாரி" என்கிற வார்த்தை அவளை எப்படி துடிதுடிக்க வைத்தது என்றெழுதியிருந்தாள். வாசிக்கையில் கண்ணில் எனக்கு நீர் முட்டியது. வீட்டுக்குள் நுழைந்தேன் தொலைபேசி மணி அடிக்க... மறுமுனையில் கயல். "என்ன? படிச்சிட்டியா? நீ எவ கூட வேணும்னாலும் பிரண்ட்ஸ் ஸாரி எடுத்துக்கோ. கட்டிக்கோ. நான்தான் உனக்கு பிரண்ட். தெரியுதா?" என்றாள். நான் சிரித்தேன். சிரித்தோம். சிரித்துக்கொண்டேயிருந்தோம். அப்பா வழக்கம்போல வந்து "கயலா?" என்று கேட்டுவிட்டுப் போனார்.

சுடரு! சாப்பிடவா! - அழைத்தாள் கயல்.

டைனிங் டேபிளில் அமர்ந்தேன். சூடான இட்லி வைத்தாள். காலடியில் அவள் மகன் வந்து என் காலை சுரண்டினான். "சாப்பிடும்போது இப்படியெல்லாம் டிஸ்டர்ப் பண்ணாதே! ஓடு! போய் டிவி பாரு போ!" - துரத்தினாள் மகனை.

இப்போது நான் அவள் வீட்டில்தானிருக்கிறேன்.

"டெல்லியில் இருந்தப்போ நீ நடிச்ச நாடகம் பத்தி உன் பேட்டி ஏதோ ஒரு சேனல்ல பார்த்தேன். பயங்கர மெச்சூரிட்டியா பேசுற. ரொம்ப பெருமையா இருந்துச்சு. அவர்கிட்ட சொல்லிக் கிட்டேயிருந்தேன்" என்றாள்.

வளசரவாக்கத்தில் சொந்த வீடு. கணவர் வெளிநாட்டில் இருந்தார். அவளுக்குத் துணைக்கு அவளுடைய மாமியார் இருந்தார். இடையில் மணமான புதிதில் டெல்லி சென்றுவிட, அவளோடு பேசாமலிருக்கப் பழகிக்கொண்டேன். அவள் வாரமொரு முறையாவது என்னை அழைத்துப் பேசுவாள். அதன்பின் அவள் கணவர் திடீரென்று வெளிநாட்டுக்குச் செல்ல நேர்ந்தபோது அவளையும் கூட்டிக்கொண்டு போய்விட, அதன்பின் என்றைக்காவது பேசுவது, ஈமெயில், சாட்டிங் என்றானது. நாடு திரும்பி அவளும் குழந்தையும் இங்கிருக்க, அவள் கணவர் மட்டும் வெளிநாட்டிலிருந்தார். நானோ பல வேலைகள் செய்து மாறி மாறி இறுதியில் எனக்குப் பிடித்த ஒரு வேலையில் சேர்ந்து விட்டேன்.

அவ்வப்போது கைபேசியில் அழைப்பாள். எனக்கும் வேலைப்பளு அதிகமாக இருந்ததால் அடிக்கடி பேசிக்கொள்ள இயலாமல் போனது. ஆனால் தினமும் அவளை நினைத்துக் கொள்வேன். வீட்டு உரிமையாளர் திடீரென்று இரண்டு மடங்காக வாடகை கேட்க உடனே காலி செய்ய வேண்டிய நிலையில் அவளிடம் பேச, "இங்கே வர வேண்டியதுதானே? என்ன யோசனை உனக்கு" என்று கடிந்துகொள்ள பெட்டி படுக்கையோடு அவள் வீட்டுக்குச் வந்துவிட்டேன்.. உடனே ஒரு வீடோ, ஹாஸ்டலோ பார்க்க வேண்டும். பார்க்கும்வரை இங்கிருக்கலாம்.

வீடு தேடும் படலாம் ஆரம்பமானது. என் ஏழாயிரம் ரூபாய் சம்பளத்தில் வீட்டுக்கு இரண்டாயிரத்து ஐநூறு ரூபாய்தான் ஒதுக்க முடியும். ஒரு லோன் வேறு கட்ட வேண்டி இருந்ததால் விழி பிதுங்கியது எனக்கு. தினமும் வீடு பார்க்கையில் அட்வான்ஸ் ஒத்துவராது அல்லது வாடகை இடிக்கும் அல்லது வீடு பிடிக்காமல் போகும். இப்படியே பதினைந்து நாட்கள் போனது.

அலுவலகத்தில் வேலை முடிய இரவு பத்துக்கு மேலானது அன்று. அவசரமாக ஒரு ஆட்டோ பிடித்து வீடு வந்து சேர்ந்தேன். மணி 11. அழைப்பு மணியை அழுத்தினேன். உள்ளே குழந்தை வீறிட்டுக் கத்தும் சப்தம் கேட்டது.

"இன்னைக்கு வேல முடிய நேரமாயிடுச்சு கயல்"

"சரி வா! சாப்பிடு!" - அவள் அன்பைக் கரைத்து தோசை வார்த்துத் தந்தாள். சாப்பிடும்போது தூக்கக் கலக்கத்துடன் கயலின் அத்தை படுக்கையறையின் வாசலில் நின்று கேட்டார்.

"வீடு பாத்தியாம்மா?"

"பார்த்துக்கிட்டுத்தானிருக்கேன். ஒண்ணும் செட்டாகலைம்மா"

"மெட்ராஸில் ரெண்டாயிரம் மூவாயிரத்துக்கு வீடு கிடைக்கிறது கஷ்டமாச்சே. கொஞ்சம் பட்ஜெட்டை கூட்டி வீடு தேடு. அப்பத்தான் சட்னு கிடைக்கும்."

"இல்லம்மா... இதுக்கு மேலே வச்சா லோன் கட்ட முடியாம போயிடும்."

"அப்படியா? சரி."

அன்றைக்கு எனக்கு உறக்கம் வரவில்லை. அத்தை ஏன் அப்படி கேட்கவேணும்? நினைவை உதறி மாடியறையில் புரண்டு படுத்தேன். கீழே குழந்தை அழும் சத்தம். சின்னச் சின்ன சத்தத்திற்குக்கூட விழித்துக்கொள்கிறது குழந்தை. இரவெல்லாம் தூங்காமல் கஷ்டப்படுகிறாள் கயல்.

மறுநாள் ஒரு கூட்டத்திற்காக மறைமலைநகர் வரை போக வேண்டி இருந்தது. போய்விட்டேன். கூட்டம் முடிய அங்கேயே ஒன்பதே முக்காலானது. அதற்கு மேல் கிளம்பி வளசரவாக்கம் வந்தால் கண்டிப்பாக 11 மணிக்கும் மேலாகிவிடும். குழந்தை அழும் சத்தம் எனக்கு இப்போதே கேட்பது போலிருந்தது. என்ன செய்யலாம்? மறைமலை நகரில் கூடப் படித்த விஜி இருப்பது நினைவுக்கு வர அவள் கைபேசியை எடுத்து எண்களை அழுத்த, அவள் "நான் ஊரில் இருக்கேன்" என்றாள். இப்போதென்ன செய்ய? கைகளைப் பிசைந்தேன். நடு ராத்திரியில் போய் தொந்தரவு செய்ய வேண்டுமா? பசி வேறு வயிற்றைக் கிள்ளியது. ஒரு சாலையோரக் கடையில் 4 இட்லிகளை தின்றவாறே யோசித்தேன். எப்.எம். ரேடியோவில் பாட்டு பாடிக் கொண்டிருந்தது. "உனக்கென இருப்பேன்... உயிரையும் கொடுப்பேன்..." காதல் படப்பாட்டு. பளீரென மின்னல் அடித்தது. திருவண்ணாமலை பேருந்தைக் கைகாட்டி ஏறினேன். குளிரான அந்த மழை இரவில் பயணம் ஒரு நிராதரவான மனநிலையை எனக்கு அடையாளம் காட்டியது. திருவண்ணாமலைக்கு ஒரு டிக்கெட் எடுத்துவிட்டு ஆயாசமாய் அமர்ந்தேன். பேருந்து முடிவற்றுப் போய்க்கொண்டே இருந்தது. கண்களை மூடி தூங்க முயற்சித்தேன். முடியவில்லை. பையில் இருந்த புத்தகத்தைப் படிப்பதற்காக எடுத்தேன். பிரித்த அடுத்த இரண்டாவது நிமிடம் விளக்குகள் அணைக்கப்பட்டன. விழித்தபடியே இருளுக்குள் வெறித்துப் பார்த்து அமர்ந்திருந்தேன். முடிவற்ற அந்தப் பயணம் என்னைப் பயமுறுத்தியது. எங்கு போகிறேன்? எதற்குப் போகிறேன்? இலக்கில்லாத பாதையில் அந்தப் பேருந்து என்னை இட்டுச் சென்றது.

சுற்றிலும் கவனித்தேன். ஒரு பெண் தன் கணவனின் தோளில் சாய்ந்து தூங்கிக்கொண்டு வந்தாள். அவள் கயல் சாயலில் இருப்பது போலிருந்தது. இடையில் கயல் குண்டாகி இருக்கிறாள். இரண்டு குழந்தைகளானவுடன் நன்றாய்த்தான் பெருத்திருக்கிறாள். எப்படி இவ்வளவு சதை வைத்தது அவளுக்கு? எத்தனை ஒல்லியாய் இருப்பாள் முன்பு! ஒட்டடைக்குச்சி என்று எங்கள் பள்ளித் தோழனொருவன் அவளுக்குப் பட்டப்பெயர் வைத்திருந்தது நினைவுக்கு வந்தது.

கயலுக்கு அழகான குரல். பாடினால் நன்றாக இருக்கும். பிள்ளைகளுக்குத் தாலாட்டு கூட சினிமா பாட்டுதான் பாடுகிறாள். தூங்க வைக்க பாடுவது எனக்கு மாடிக்குச் சன்னமாய் கேட்கும். ரசித்துக்கொண்டே நானும் தூங்கிப்போவதுண்டு. அப்படி ஒரு நாள் தூங்கிப்போய்விட, திடீரென வந்து எழுப்பினாள்.

உன்கிட்ட கொஞ்சம் பேசணும். நீ ஏன் இப்படி இருக்கே?

"எப்படி இருக்கேன்?"

"ஏன் இன்னும் கல்யாணம் பண்ணிக்கலை?"

"ஏன் பண்ணனும்?"

என்னை மவுனமாய்ப் பார்த்தாள். "சரிதான் நீ சொல்றது. நான்கூட ஏன் கல்யாணம் பண்ணிக்கிட்டோம்னு நினைச்சுருக்கேன்"

"நீ படிச்ச படிப்பென்ன? உன் திறமை என்ன. நீ ஏன் இப்படி வீட்டில் அடைஞ்சு கிடக்கணும்?"

"இருந்தாலும் அப்பா அம்மாவுக்குப் பிறகு யார் உன்னைப் பார்த்துப்பாங்க. அதுக்காவது புருஷன் புள்ளை வேணுமில்லையா?"

"இப்போதைக்கு எனக்கு அது தேவையில்லைன்னு தோணுது. விட்டுடு ப்ளீஸ்!"

அவள் என்னையே பார்த்தாள். கண்கள் கலங்கி கொட்டத் தயாராய் நின்றன.

"உன்னை நினைச்சா பயமா இருக்கு!" - பொல பொலவென உதிர்ந்தது கண்ணீர்.

"ஒண்ணும் ஆகாது. செத்தா போயிடுவேன்? தனியா வாழ்ந்துடுவேன். பின்னாடி கல்யாணம் பண்ணிக்கணும்னு தோணினா பண்ணிக்குவேன். சரியா? போய்த் தூங்கு கயல்."

எனக்காகக் கண்ணீர்விட்ட ஜீவன் அவள். கயல்! என் பிரியமான சிநேகிதியே! மனம் குழைந்து அவளுக்காய் பொங்கி விழிகளில் வழிந்தது.

"திருவண்ணாமலை இறங்கு" - நடத்துனரின் குரல் கலைத்தது என்னை. இறங்கிக்கொண்டேன். ஒரு தேநீர் குடித்தால் நன்றாயிருக்குமென்று தோன்றியது. தேநீர்க் கடையில் தேநீர் வாங்கிப் பருகினேன். "மெட்ராஸ்... மெட்ராஸ்..." கூவி அழைத்தார் நடத்துனர். ஓடிப்போய் ஏறிக்கொண்டேன். இந்தப் பேருந்தில் மூட்டைப் பூச்சி உயிரை எடுத்தது. உடலெல்லாம் அரிக்க எரிச்சல் மண்டியது. வண்டி என் மனத்தைப் போலவே எதையோ அசை போட்டுக்கொண்டு மெதுவாகப் பயணித்துக் கொண்டிருந்தது. மீளா இரவா இது? விடியாதா? இத்தனை நீண்ட நெடியதா இரவு? எத்தனையோ நாள் புத்தகம் வாசிக்க விடிய விடிய விழித்திருக்கிறேன். அப்போதெல்லாம் நீளாத இரவு மலைப்பாம்பைப் போல நீண்டு நெளிந்து என்னை விழுங்கி ஏப்பம் விட்டது. கிண்டி நெருங்கியபோது விடிந்திருந்தது. வீட்டு வாசலில் அழைப்பு மணியை அழுத்தினேன். கயல் வந்து கதவைத் திறந்தாள். "என்னாச்சு?" என்றாள்.

"ஆபீஸிலேயே தங்கிட்டேன்"

என்னைப் பார்த்தாள். "ஆபீசிலா? பயமாயில்லையா உனக்கு?"

"என்ன பயம்? எல்லாரும் மனுசங்கதானே?" - கூறியவாறு மாடிப்படியேறினேன்.

அன்று அலுவலகம் கிளம்புகையில் அத்தை என்னைப் பார்த்த பார்வை ஏனோ தொந்தரவு செய்தது.

அலுவலகத்தில் அமர்ந்திருந்தபோது திடீரென பொறி தட்டியது. நேற்றிரவு கயல் எனக்குப் போன் பண்ணவில்லை என்பது உறைத்தது. இரவு முழுதும் வரவில்லை. நான் என்ன ஆனேனென்று அவள் ஏன் என் என்னை அழைத்துக் கேட்கவில்லை? மனது தவித்தது. கேள்விக்கு விடை தெரியாத வரை வேலை செய்ய முடியாது போலிருந்தது. பர்மிஷன் போட்டுவிட்டு மெரினாவிற்குச் சென்றேன். கடல் அலைகள் படாத தூரத்தில் அமர்ந்துகொண்டு கடலை வெறித்துப் பார்த்தேன். திடீரென சுனாமி நினைவு வந்தது. விருட்டென எழுந்தேன். விடுவிடுமென சாலைக்கு வந்து கிடைத்த பேருந்தில் ஏறினேன். ராணிமேரி கல்லூரிக்கு அருகே பேருந்து வந்தபோது செல்வத்தின் அறைக்குச் சென்று அவரைப் பார்த்தாலென்ன என்று தோன்றியது. செல்வம் நல்ல நண்பர். அவருடைய அறைக்கு வந்தேன். தூங்க வேண்டும் போலிருந்தது. படுத்துவிட்டு எழுந்தவுடன் மணி பார்த்தேன். எட்டாகி இருந்தது. சீக்கிரம் போகவேண்டும். கிளம்பினேன். வீட்டிற்குப் போனபோது பத்து மணியாகியிருக்கவில்லை. அப்பாடா என்றிருந்தது. கயல் தூங்கிப் போயிருந்தாள். நானாகச் சென்று சாப்பாடு எடுத்துச் சாப்பிட ஏனோ தயக்கமாக இருந்தது. அத்தை டிவி பார்த்தவாறிருக்க, நான் படியேறி வந்து படுக்கையில் விழுந்தேன்.

எழுகையில் வெயில் சுள்ளென அடித்தது. இரண்டு மணிக்குப் போனால் போதும் அலுவலகத்திற்கு. ஆனாலும் சீக்கிரம் கிளம்பினேன். கயல் சமையலறையில் ஏதோ செய்து கொண்டிருந்தாள்.

"இன்னிக்குச் சீக்கிரம் போகணும் கயல். வர்றேன்."

"சாப்பாடு சுடர்!"

"பசியில்லை. வேணாம். மொத்தமா சேத்து மதியம் சாப்பிட்டுக்குறேன்"

காலையில இறங்கி நடந்தேன். கொலை பசி. ஆனால் எதுவும் சாப்பிடப்பிடிக்கவில்லை. அலுவலகத்தை அடைந்தேன். அலுவலகத்திலேயே தங்கியிருக்கும் மோகன் அப்போதுதான் விழித்து உட்கார்ந்திருக்க... "என்னங்க அதுக்குள்ள வந்துட்டீங்க. இத்தனை சீக்கிரமா?" - ஆச்சரியப்பட்டான்.

“சும்மாத்தான்...”

கைபேசியில் கயல் குரல் ஒலித்தது.

“சொல்லு.”

“அடுத்த வாரம் நாத்தனார் வீட்லேர்ந்து வர்றாங்க.”

“ஓ! எப்படி இருக்காங்க அவங்க எல்லாம்?”

“அவங்களுக்கென்ன? நல்லாத்தானிருக்காங்க. அவங்க கொஞ்சம் பழைய ஆளுங்க சுடரு. அதனால தேவையில்லாத கேள்வியெல்லாம் கேட்பாங்க. நீ ஏன் இங்கே இருக்கேன்னு கேட்பாங்க. ஹாஸ்டலோ வீடோ ஒரு வாரத்துக்குள்ள பாத்துற முடியுமா?”

கையில் காசில்லாமல் எங்கே போவதென்ற இயலாமை ஒரு புறமும் அவளிடமிருந்து நான் எதிர்பார்க்காத வார்த்தைகள் ஒருபுறமும் வந்து தாக்க நெஞ்சு படபடவென அடித்துக்கொண்டது. மயக்கம் வருவது போலிருந்தது.

“பார்த்துடலாம் கயல்”

கைபேசியை அணைத்துவிட்டு நாற்காலியில் அமர்ந்தேன். உடல் பலகீனமாய் உணர்ந்தேன்.

“மோகன் கொஞ்சம் தண்ணி...”

தண்ணீரைக் குடித்துவிட்டு கவிழ்ந்து மேஜையில் படுத்தேன். காகிதங்களைக் கண்ணீர் நனைக்க மோகன் என்னை விநோதமாய்ப் பார்த்தான்.

“என்னாச்சு? யார் போன்ல?”

“ஒண்ணுமில்லை”

“இல்லை. சொல்லுங்க.” அருகில் வந்து கைகளைப் பற்றிக் கொண்டு கேட்டான்.

பற்றிய அவன் கைகள் நனைந்தன. இன்றிரவிலிருந்து கயல் வீட்டுக்குப் போக முடியாது. என்ன செய்யலாம்? செல்வத்திடம் கேட்கலாமா?

“செல்வம்!”

இன்றிரவு உங்கள் அறைக்கு வருகிறேன். கயல் அவசரமாய் ஒரு சாவுக்காக ஊருக்குப்போயிருக்கிறாள். அவசரத்தில் சாவி வைக்க மறந்துவிட்டாள் என்று ஒரு குறுஞ்செய்தி அனுப்பி பதிலுக்காகக் காத்திருந்தேன்.

“தாராளமா வாருங்கள்” என்று பதில் வந்தது.

இரவு பத்தரை மணிக்குச் செல்வத்தின் அறையிலிருந்த போது கைபேசி ஒலித்தது.

"எங்கே இருக்கே? இன்னும் காணலை?" - கயலின் குரலில் மெலிதான தடுமாற்றமும் நடுக்கமும்.

"இங்கே ஆபீஸிலேயே தங்கிக்கிறேன். இன்னும் வேலை முடியலை. செல்வம் என்னை விநோதமாய்ப் பார்த்தார்."

"சுடர், காலையில நான் சொன்னதுக்கு வருத்தப்படுறியோன்னு எனக்குப் பயமாயிருக்கு. அதனால் நீ வரலையோன்னு கஷ்டமாயிடுச்சு எனக்கு"

"இல்லை கயல். நிஜமாவே எனக்கு வேலையிருக்கு. அதான்."

பேசி முடித்த அடுத்த நிமிடத்தில் கயலிடமிருந்து குறுஞ்செய்தி வந்தது.

"என் நிலைமை ரொம்ப மோசமா இருக்கு. நான் உன்னைக் கஷ்டப்படுத்திட்டேன். ஆனால், எனக்கு வேற வழியில்லாமல்தான் அப்படிச் சொல்ல நேர்ந்தது. எனக்கு ஏனோ மனசஞ்சலமாய் இருக்கிறது. என்னைப் புரிந்துகொள். ப்ளீஸ். நான் ஒரு சூழ்நிலைக் கைதி. நாத்தனார் வீட்டில் ஒரு வாரம் கழித்துதான் வருகிறார்கள். நீ நாளைக்கு வீட்டுக்கு வா. நான் காத்திருப்பேன்."

எனக்குத் தெரியும் நான் இனி அங்கு போகப் போவதில்லையென.

நான் அவளுக்குப் பதில் குறுஞ்செய்தி அனுப்பினேன்.

"எனக்கு என்னைத் தெரியும். உன்னைப் புரியும்."

திடீரென உறைத்தது... அவள் வீட்டில் இருந்த இத்தனை நாட்களிலும் ஒருமுறைகூட நாங்கள் இருவரும் சிரிக்கவேயில்லை என்பது.

பிரபஞ்ச வெளியில் பெண்கள் பறந்து சாதிக்கும் இந்த அறிவியல் யுகத்திலும், அவர்களுக்குச் சமூக விடுதலை என்பது சாத்தியப்படவில்லை. கட்டியவன் கொடுமைக்காரனாக, அடித்து உதைத்து வீட்டை விட்டு வெளியே துரத்துபவனாக இருக்கிறான். அவள், தான் பெற்ற குழந்தைக்காகக் கணவனிடம் போராடித் தோற்கிறாள். தன்னைச் சிறிதும் புரிந்து கொள்ளாத தாய் தகப்பனுடன் வாழவும் விரும்பவில்லை. தன் துன்பத்தைப் புரிந்து கொண்டு தன்னை மனிதாபிமானத்தோடு நேசிப்பனிடம் அடைக்கலம் புகத் துணிகிறாள். அவளுக்கு இனி சடங்குகளோடு கூடிய திருமணத்தில் ஈடுபாடு இல்லை. தன்னைச் சக மனுசியாக நேசிக்கும் பாதுகாப்பான மனிதாபிமான துணை தான் தேவை எனப் புரிந்து கொள்கிறாள். பெற்றோரும் உற்றாரும் ஊரும் உறவும் தன் கருத்தை ஏற்றுக் கொள்ளாது என்பதைப் புரிந்துகொண்டு, யாரிடமும் தன் கருத்தைப் பகிர்ந்து கொள்ளாது, மௌனித்து, காலம் கனிந்து வரும் போது,

தன்னை நேசித்தவனோடு வாழ வெளிநாடு செல்கிறாள். தன்மீது அன்பு பொழியும் தோழியிடம் கூட தன்னை வெளிக்காட்டிக் கொள்ள இயலாத நிலை அவளுக்கு. தன் உயிரணைய குழந்தையைத் துறக்க வேண்டிய நிலை அவளுக்கு. தனக்குத் தேவை சமூகக் கட்டுப்பாட்டில் இருந்து விடுதலை என்பதைப் புரிந்துகொண்டு, தன் வழியைத் தேர்ந்தெடுத்துச் செல்லும் அவள், தாய்மை, தோழமை, பெற்றோர் உரிமை என்ற போலியான புறத் தாக்குதலில் இருந்து விடுதலை பெறுகிறாள்.

கதைக்குள் புகுமுன்

பிரபஞ்ச வெளியில் பெண்கள் சாதிக்கும் இந்த அறிவியல் யுகத்திலும், அவர்களுக்குச் சமூக விடுதலை என்பது சாத்தியப்படவில்லை. கட்டியவன் கொடுமைக்காரனாக, அடித்து உதைத்து வீட்டை விட்டு வெளியே துரத்துபவனாக இருக்கிறான். அவள், தான் பெற்ற குழந்தைக்காகக் கணவனிடம் போராடித் தோற்கிறாள்; தன் போராட்டத்தைச் சிறிதும் புரிந்து கொள்ளாத தன் தாய் தகப்பனுடன் வாழவும் விரும்பவில்லை; தன் துன்பத்தைப் புரிந்து கொண்டு தன்னை மனிதாபிமானத்தோடு நேசிப்பனிடம் அடைக்கலம் புகத் துணிகிறாள். அவளுக்கு இனி சடங்குகளோடு கூடிய திருமணத்தில் ஈடுபாடு இல்லை; தன்னைச் சக மனுசியாக நேசிக்கும் பாதுகாப்பான மனிதாபிமான துணை தான் தேவை எனப் புரிந்து கொள்கிறாள். பெற்றோரும் உற்றாரும் ஊரும் உறவும் தன் கருத்தை ஏற்றுக் கொள்ளாது என்பதைப் புரிந்துகொண்டு, யாரிடமும் தன் கருத்தைப் பகிர்ந்து கொள்ளாது, மௌனித்து, காலம் கனிந்து வரும் போது, தன்னை நேசித்தவனோடு வாழ வெளிநாடு செல்கிறாள்; அவளுக்குத் தன்மீது அன்பு பொழியும் தோழியிடம் கூட தன்னை வெளிக்காட்டிக் கொள்ள இயலாத நிலை. தன் உயிரணைய குழந்தையைத் துறக்க வேண்டிய நிலை. தனக்குத் தேவை சமூகக் கட்டுப்பாட்டில் இருந்து விடுதலை என்பதைப் புரிந்துகொண்டு, தன் வழியைத் தேர்ந்தெடுத்துச் செல்லும் அவள், தாய்மை, தோழமை, பெற்றோரின் கண்டிப்பு, பாசம் என்ற மரபார்ந்த புறத் தாக்குதலில் இருந்து விடுதலை பெறுகிறாள்.

19

விட்டு விடுதலையாகி

கவின்மலர்

‘கடிகாரத்தைப் பார்த்தவாறே அமர்ந்திருந்தாள் கவிதா. நொடிமுள் நகர்வதையே பார்த்துக் கொண்டிருந்தவளுக்குத் தலை சுற்றுவது போலிருந்தது. சுதா இன்னும் வரவில்லை. பசி வேறு தாங்கவில்லை. வயிற்றை ஒரு கையால் தடவிக்கொண்டே “கொஞ்சம் பொறுத்துக்கோ! சுதா வந்துரட்டும்” என்று வயிறோடு பேசினாள். வயிறோ பலவித சப்தங்களை எழுப்பி தன் எதிர்ப்பைத் தெரிவித்தது.

ஏதாவது நொறுக்குத் தீனி அல்லது வாழைப்பழம் இருக்கிறதா என்று அறைக்குப்போய் பார்த்தாள். அறைக்குள்ளேயே காலையில் ஐம்பது பைசா சில்லறையில்லாமல் பக்கத்துக் கடைப்பையன் கொடுத்த ஒரே ஒரு ஹால்ஸ் மிட்டாய் மட்டுமே தேடியதில் தட்டுப்பட்டது.

மஞ்சு கட்டிலில் அமர்ந்து ஷிட்னி ஷெல்டன் நாவலை வாசித்துக்கொண்டிருந்தாள்.

“மஞ்சு! பழம் வச்சிருக்கியா?”

“ஒண்ணுதாண்டி வச்சிருந்தேன். இப்போதான் அதையும் சாப்பிட்டேன். முன்னமே கேட்டிருக்கலாமே. ஷேர் பண்ணியிருக்கலாமே”

“சரி விடு! இந்த சுதா பாரேன்... தினமும் நைட் லேட்டா வர்றா. எனக்குப் பசி தாங்க மாட்டேங்குது.”

“நீ எதுக்கு அவளுக்காக வெயிட் பண்றே? நீ பாட்டுக்குச் சாப்பிட வேண்டியதுதானே? 8 மணிக்கு வாங்கி வைக்கிற சாப்பாட்டைத் தினமும் பத்தரை பதினோரு மணிக்குச் சாப்பிட்டா ஆறி அவலா போயிடாதா? நீ வெயிட் பண்ணுவேன்னு அவளுக்குக் கொஞ்சமாவது பொறுப்பிருக்கா? தினமும் லேட்டத்தான் வர்றா. ஹாஸ்டல்ல பத்துமணிக்கு கேட் மூடுவாங்கன்னு தெரிஞ்சும் ஆடி அசைஞ்சு வர்றா. தினம் வார்டன் ஆண்ட்டி கிட்ட திட்டும் வாங்குறா. அப்படி எங்கத்தான் போயிட்டு வர்றா?”

மஞ்சுவுக்குச் சொல்லும்போதே கோபம் கொப்பளித்தது. சிவந்த அவளது கன்னங்கள் மேலும் சிவந்து போயின. “அவ சரியில்ல கவிதா. நீ கேட்க மாட்டேங்குற!” என்றாள்.

“அவ ராஜ் கூட ஆன்லைன்ல சாட் பண்ணிட்டு வர்றா. நம்ம என்ன சொல்ல? அவளும்தான் என்ன செய்வா? அவன் எங்கேயோ இருக்கான். இவ இங்கே இருக்கா? எப்படித்தான் பேசிப்பாங்க பின்னே. அதனால்தான் நான் ஒண்ணும் சொல்றதில்ல.” கவிதா பெருமூச்சு விட்டாள்.

“அப்போ காத்துக்கிட....! என்கிட்ட வந்து பசிக்குதுன்னு புலம்புனே... மகளே கொன்னுடுவேன்...”

கவிதா அறையை விட்டு வெளியே வந்து ரிமோட்டை எடுத்து தொலைக்காட்சி சேனலை மாற்றிக்கொண்டே வந்தவள் பிடித்த பாட்டு வர கொஞ்சம் ஒலியளவைக் கூட்டினாள்.

“கேன் யூ ப்ளீஸ் ரெட்யூஸ் த வால்யூம் ப்ளீஸ்?”

- ஏதோ ஒரு அலைக்குள்ளிருந்து ஒரு குரல் கேட்க, இவளுக்கு எரிச்சல் வந்தது. பட்டென்று டி.வி.யை அணைத்தாள்.

“இதே எழவு எப்பப் பார்த்தாலும் இவளுகளோட... இவளுகளுக்குத் தூக்கம் வந்துரும் 9 மணிக்கெல்லாம். இழுத்துப் போர்த்திட்டு படுத்துருவாளுக. அதுக்கு மத்தவங்களும் ஒண்ணும் பண்ணக்கூடாது.. சே...! என்ன சென்மங்களோ? ஒரு பிடிச்ச பாட்டை நிம்மதியா கேட்க முடியுமா? இந்த டிவில பத்து மணிக்கு மேலதான் பிடிச்ச பாட்டா வேற போட்டுத்தொலைப்பானுங்க.”-மனசுக்குள் திட்டியவாறே மணியையும் பார்த்தவாறே அமர்ந்திருந்தாள். பக்கத்து அறை நிர்மலா எட்டிப்பார்த்தாள்.

“நல்ல பாட்டு பாடுச்சே! ஏன் நிப்பாட்டுனே கவிதா?”

“நானெங்கே நிப்பாட்டுனேன். எவளோ நிப்பாட்டச் சொன்னா. நிப்பாட்டுனேன். நீ வேற கடுப்பைக் கிளப்பாதே! போய்த் தூங்கு போ” - எரிந்து விழுந்தாள் கவிதா...

“லூஸாடி நீ? எவ நிப்பாட்ட சொன்னது?”

“தேவி குரல் மாதிரி இருந்துச்சு”

“இங்க கொண்டாங்குறேன்.. ரிமோட்டைக் குடு...” பாய்ந்து வந்து கவிதாவின் கையிலிருந்த ரிமோட்டைப் பிடுங்கி டிவியை ஆன் செய்தாள் நிர்மலா. “என்ன சத்தம் இந்த நேரம்?” பாடிக் கொண்டிருந்தது.

“என்ன அருமையான பாட்டு! ரசனை கெட்ட முண்டங்க...”- நிர்மலா திட்டிக்கொண்டே ரிமோட்டை முடுக்க, எஸ்.பி.பி.யின் குரல் பெரிதாக ஒலிக்கத் தொடங்கியது.

மீண்டும் "கேன் யூ ப்ளீஸ் ரெட்யூஸ் தெ வால்யூம்?" என்று அசரீரி ஒலித்தது.

"முடியாது. ஐயம் ஸாரி. எனக்கு இந்தப் பாட்டுப் பிடிக்கும். பார்க்கணும்." நிர்மலா விடைத்துக்கொண்டு சொன்னாள். தேவி அறையிலிருந்து வெளியே வந்தாள். "ப்ளீஸ். திஸ் ஈஸ் டூ மச். வால்யூம் ரெட்யூஸ் பண்ணுங்க ரெண்டு பேரும்" என்றாள்.

"முடியாது! இந்தப் பாட்டு முடிஞ்சாத்தான்" என்றாள் நிர்மலா. மஞ்சு அமைதியாய் உள்ளிருந்து ஷிட்னி ஷெல்டனிலிருந்து தலையை எடுக்காமல் காதுகளை மட்டும் நீட்டி வைத்துக் கொண்டாள். கவிதா கலவரமாய் பார்த்தாள். "நிம்மி! சண்டை போடாதே! விட்டுரு. எத்தனை தடவை என்ன சத்தம் இந்த நேரம் கேட்டிருப்போம். இன்னிக்கு விட்டுக்குடு." என்றாள் கவிதா.

"போடீ இவளே!" என்று அழிச்சாட்டியமாய் நின்ற நிர்மலா பாட்டு முடிந்தவுடன் தான் ஒலியளவைக் குறைத்தாள். கவிதா மீண்டும் கடிகாரத்தைப் பார்த்தாள். மணி பத்தே முக்கால். சுதா வரவில்லை இன்னும். என்னதான் பேசுவாள் ராஜூவிடம்? இப்படி பேசுகிறாளே? பிரவுஸிங் செண்டரே கதியென்று கிடக்கிறாள். இப்படி நினைத்துக் கொண்டிருந்போதே அழைப்பு மணி ஒலிக்க சென்று கதவைத் திறந்தாள். சுதாதான். "சாப்டியாடி?" என்றாள் நுழைந்தவுடன்.

"இல்லை. உனக்காகத்தான் வெயிட்டிங்"

"அச்சச்சோ...! சரி வா! சாப்பிடுவோம்"

சாப்பாட்டை எடுத்து வந்து அமர்ந்தாள் கவிதா. மஞ்சு உள்ளிருந்து கேட்டாள். "என்ன பிரிட்ஜ்ல வச்சது மாதிரி ஜில்லுன்னு ஆயிடுச்சா?"

இருவரும் பதில் சொல்லாமல் சாப்பிட்டார்கள். மஞ்சு உள்ளிருந்து கேட்டாள். "சுதா! தினமும் உன்னால் இவ சாப்பிடாம பட்டினி கிடக்கிறா? கொஞ்சம் சீக்கிரம் வரக்கூடாதா?" சுதா பதிலேதும் சொல்லவில்லை. அறைக்குள் நுழைந்து மின்விளக்கை அணைத்து உடை மாற்றத் தொடங்கினாள்.

"படிக்கிறேன்ல... நீ பாட்டுக்கு லைட் ஆஃப் பண்ணினா என்ன அர்த்தம்"

"டிரஸ் மாத்துறது தெரியலையா?"

கவிதாவுக்கு இதற்கொரு சண்டை வந்துவிடுமோ என்று பயமாய் இருந்தது. அந்த ஹாஸ்டலில் எடுத்ததற்கெல்லாம் சண்டையாய்த்தான் கிடக்கிறது. காலையில் எழுந்து குளிக்கப் போகையில் "நான் தான் முன்னாடியே பக்கெட் வைத்தேன்" என்று சண்டை. டாய்லெட் போய்விட்டு சரியாய் பிளஷ் பண்ணவில்லை என்று ஒரு சண்டை.

தலையைச் சீவி முடியை அறைக்குள்ளேயே போட்டுவிடுவதற்கு, சாப்பாட்டுக்கு கியூவில் நிற்கையில், டிவி பார்க்கையில் சேனலுக்கு, தூக்கம் வந்தால் லைட்டை ஆஃப் பண்ணச்சொல்வதற்கு, கும்பலாக அமர்ந்து பேசினால் வரும் ஹோவென்ற சிரிப்புக்கூச்சலுக்கு என்று எல்லாவற்றுக்கும் சண்டைதான்.

தொலைபேசி மணி ஒலிக்க, எடுத்தாள் கவிதா. வார்டனின் குரல். "கவிதா! சுதாவுக்குக் கால். மணி பத்தே முக்கால். பத்து மணிக்கு மேல கால் வரக்கூடாதுன்னு எத்தனை தடவை சொல்லி இருக்கேன்? சுதா கிட்ட சொல்லு. சரியா?" என்றாள் வார்டன் அதட்டலாக.

சுதா வந்து ரிசீவரை வாங்கினாள். "ம்... சாப்பிட்டுட்டேன் ராஜீ. நீ...? ம்.... ம்.... சரி.... சரி.... டேக் கேர்..."

கவிதா அவளையே பார்த்துக்கொண்டிருந்தாள். "இப்பத்தானே சாட்ல பேசிட்டு வர்றே? அப்புறமென்ன திரும்ப கால்? ஆண்ட்டி வேற கன்னாப்பின்னான்னு திட்டுது. மொபைல்ல கூப்பிட்டாத்தான் என்ன?"

"இல்ல கவிதா! பிரான்ஸ்லேர்ந்து இங்கே லேண்ட்லைனுக்குப் பேசினா ஃப்ரீ. மொபைலுக்குப் பேசினால் பைசா அதிகம். அதான் ராஜூ லேண்ட்லைனுக்குப் பண்றான். சரி விடு! எல்லாம் இன்னும் நாலு நாள்தானே? நான் தான் பிரான்ஸ் போயிடுவேன்ல" என்றாள்.

கவிதாவுக்குச் சட்டென்று முகம் வாடியது. சுதா போகப் போகிறாள். ராஜூ இருக்கும் பிரான்ஸுக்கே போகப் போகிறாள். எல்லா ஏற்பாடுகளும் முடிந்தன. ராஜூ பிரான்ஸ் போவதற்கு முன் சுதாவைப் பதிவுத் திருமணம் செய்துவிட்டுத்தான் போனான். ஹாஸ்டலில் கவிதாவைத் தவிர யாருக்கும் தெரியாது. இவள் தான் சுதா தரப்பில் சாட்சிக் கையெழுத்து போட்டாள். பரம ரகசியமாய் இருவரும் இதை வைத்திருந்தனர். ஒருத்திக்குத் தெரிந்தாலும் அவ்வளவுதான். ஏனோ திடீரென மனம் கனத்துப்போனது கவிதாவுக்கு.

"நீ போயிட்டா நான் என்ன பண்ணுவேன் சுதா?"

சுதா சிரித்தாள். "கொஞ்ச நாள் கஷ்டப்படுவே... அப்புறம் போகப் போக வேற எவளாவது ஹாஸ்டலுக்குப் புதுசா வருவா. அவ பிரண்டானவுடன் என்னை மறந்துடுவே!" என்றாள். சுதா கவிதாவிடம் ஏன் அப்படி ஒட்டிக்கொண்டாள்? இருவருக்குமே தெரியாது. அவள் ஹாஸ்டலில் சேர்ந்து ஆறு மாதங்கள்தான் ஆகின்றன. ஆனால் நெடுநாள் பழகியவள் போல் கவிதாவிடம் எல்லா விஷயங்களையும் சொன்னாள். ராஜுவை காதலிக்கும் விவரம் தெரிந்து அப்பா அடித்தது முதல், அம்மா அவளை இரண்டு செட் துணிகளோடு எங்காவது

அவனோடு போய் பிழைத்துக்கொள் என்றதையும், அண்ணன் - அண்ணி அவளைக் கரித்துக் கொட்டியதையும், அண்ணனின் குழந்தையைப் பிரிய முடியாமல் பிரிந்து வந்ததையும் அழுதுகொண்டே கதைகதையாய் ஒருநாள் அவள் கூறியபோது கவிதா அவள் கைகளைப் பிடித்து ஆறுதல் சொன்னாள். அன்று பிடித்த கையை இன்று வரை விடவில்லை அவள்

ராஜூதான் அவளை இந்த ஹாஸ்டலில் வந்து சேர்த்து விட்டான். அவன் தான் அட்வான்ஸ் கொடுத்து, துணிமணிகள், வாளி, சோப்பு, சீப்பு, கண்ணாடி, எல்லாவற்றையும் வாங்கிக் கொடுத்தான். சுதா ஹாஸ்டலில் சேர்ந்து ஒரே மாதத்தில் ராஜூவை அவன் வேலை பார்த்த கம்பெனி பிரான்ஸ் தலைநகர் பாரீசுக்கு அனுப்பியது. அவனுக்கு அவளை விட்டுவிட்டுப் போக மனசில்லை. இருவருமே ரகசியமாய் மணமுடிக்க முடிவெடுத்தார்கள். திருமணத்தைப் பதிவு செய்யக் கிளம்புகையில் அறைக்குள் அமர்ந்து அழுதாள் சுதா. அவளைத் தேற்றி அழைத்துக்கொண்டு போனாள் கவிதா. பதிந்து முடிந்ததும் ஒரு ஹோட்டலுக்குச் சாப்பிடச் சென்றார்கள்.

"சுதாவைப் பார்த்துக்கோங்க... அவளுக்கு யாருமில்லை. என்னை மட்டும் நம்பி வந்தா இவ. நானும் அவளை விட்டுட்டு நாளைக்குக் கிளம்புறேன். எவ்வளவு சீக்கிரம் அவளை அங்கே அழைச்சுக்க முடியுமோ அவ்வளவு சீக்கிரம் அழைச்சுப்பேன். ஆனாலும் எனக்குக் கஷ்டமா இருக்கு. நீங்கதான் அவளைப் பார்த்துக்கணும்" - ராஜூ கவிதாவிடம் கெஞ்சுவது போல் தழுதழுத்த குரலில் சொன்னான்.

அவனை வழியனுப்ப விமானநிலையத்திற்கு கவிதாவும் போயிருந்தாள். அவன் மீண்டும் மீண்டும் சுதாவைக் கவனமாக பார்த்துக்கொள்ளுமாறு கேட்டுக் கொண்டான். அன்றிலிருந்து சுதாவுக்கு கவிதாதான் எல்லாம். ஒரு நாள் இரவு கவிதா யதேச்சையாய் கண்விழித்தபோது தன் கட்டிலில் அமர்ந்து அழுதுகொண்டிருந்தாள் சுதா. அருகில் சென்று அவள் தலையைக் கோதிவிட்டாள். வெடித்து அழுதாள் சுதா. "என் அண்ணன் குழந்தை மகி... என் மேல் எத்தனை பாசமா இருப்பான் தெரியுமா? அவளைக்கூட விட்டுவிட்டு வந்துட்டேன் கவிதா! அவன் பிறந்தநாள் இன்னிக்கு. எனக்கு மகி ஞாபகமாகவே இருக்கு" என்று அக்குழந்தையின் படத்தை வைத்துக்கொண்டு கண்ணீர்விட்டாள். இப்படி அடிக்கடி மகியின் படத்தை எடுத்துப்பார்த்து கண்ணீர் விடுவது சுதாவின் வழக்கமாகி இருந்தது.

குடும்பத்தைப் பிரிந்தது அவளை ரொம்பவே வாட்டியதாக கவிதாவுக்குப்பட்டது. எவ்வளவு பாசமிருக்கிறதோ அதேபோல குடும்பத்தினர் மீது பயமும் அவளுக்கிருப்பதாக கவிதா நம்பினாள்.

அதற்கேற்றவாறு ஒரு நாள் சுதாவும் கவிதாவும் தி.நகருக்கு சுடிதார் வாங்கச் சென்றபோது நன்றாகப் பேசிக்கொண்டே வந்த சுதா திடீரென முகம் இருண்டாள். கவிதாவின் கைகளை அவசரமாகப் பற்றினாள். அருகிலிருந்த கடை ஒன்றினுள் நுழைந்தாள். அது பெர்ஃப்யூம்கள் விற்கும் கடை. கவிதா விழித்தாள். “அண்ணன்... அண்ணன்...” ரகசியமாய் கிசுகிசுத்தாள் சுதா. “எங்கடி...? எங்கே?” பரபரத்தாள் கவிதா. வெளியே ரோட்டில் பார்த்தேன். அதான் இங்க இந்தக் கடைக்குள்ள நுழைஞ்சிட்டேன்...” - சுதாவின் குரல் நடுங்கியது. பயத்தில் நா குழறியது. வியர்வை ஆறாய் ஓடியது. நாக்கு மேலண்ணத்தில் ஒட்டிக்கொண்டது. “என்னை மறைச்ச மாதிரி நின்னுக்கோ ப்ளீஸ்...! பயமா இருக்கு...!” - இந்த வார்த்தைகளைத்தான் அவள் சொல்லியிருப்பாள் என்று கவிதா யூகித்தாள். அந்தளவிற்கு நாக்கு குழறியது அவளுக்கு. அவளை மறைத்தமாதிரி நின்றுகொண்டு பெர்ஃப்யூம் பயன்படுத்தும் பழக்கமேயில்லாத கவிதா அடைக்கலம் தந்த கடைக்கு நன்றிக்கடனாக ஒரு பெர்ஃப்யூம் வாங்கினாள். சுதாவின் கைகள் கவிதாவின் தோள்களை இறுகப் பற்றியிருந்தது. மிகவும் அசாதாரணமாக அச்சம் அந்த ஸ்பரிசத்தில் இருந்ததை உணர்ந்தாள் கவிதா.

அவள் கண்கள் அலைபாய்ந்துகொண்டிருந்தன. கால்கள் தள்ளாடின. “அதோ போறார்...!” பதறினாள் சுதா. அவள் காட்டிய திசையில் நீலநிற சட்டை அணிந்த இளைஞனொருவன் போய்க்கொண்டிருந்தான்.

“ஒண்ணுமில்ல... பதட்டப்படாதே! அவர் உன்னைப் பார்க்கலை...” என்று அவளை நீலநிற சட்டை மறையும் வரை காத்திருந்துவிட்டு இருவரும் வெளியே வந்தனர். வந்த வேகத்தில் ஒரு ஆட்டோவைப் பிடித்து ஆட்டேவுக்குள் பாய்ந்தாள் சுதா. ஆட்டோ ஹாஸ்டலுக்குப் பறந்தது. அன்று முழுவதும் படபடப்பு அடங்கவில்லை சுதாவிற்கு. அப்போதிலிருந்து வெளியே வருவதை அறவே தவிர்த்தாள். அருகில் உள்ள கடைக்கு வரவேகூட பயந்தாள். அவள் இப்படிப் பயப்படுவது தேவையற்றது என்றே தோன்றியது. ஏதோ ஒரு நாள் அவளுடைய அண்ணனைச் சாலையில் பார்க்க நேர்ந்ததால் தினமுமா அப்படியாகுமென்று சில சமயம் சுதா மீது கவிதாவுக்குக் கோபம் கூட வந்தது. எத்தனை சொன்னாலும் கேட்காமல் சுதா ஹாஸ்டலுக்குள் ஹவுஸ் அரெஸ்ட் ஆனவள் போல் கிடந்தாள். வெளியே வர மறுத்தாள். பிரான்ஸ் போவதற்குள் தன் வீட்டார் கண்ணில் பட்டுவிட்டால் தன் கதி என்னாவது என்று அரற்றிக் கொண்டே இருந்தாள். ஆனால் மாலையானதும் பக்கத்திலுள்ள பிரவுஸிங்

செண்டருக்குப் போவதற்கு மட்டும் தவறுவதேயில்லை அவள்.

ஒருநாள் கோடம்பாக்கம் பகுதி முழுவதும் மின்சாரமில்லை. அன்றைக்கு அவள் தவித்த தவிப்பைக் கண்டு கவிதாவுக்கு ஒருபுறம் சிரிப்பு வந்தாலும் மறுபுறம் பாவமாய் இருந்தது.

"ஒருநாள் தானே சுதா? ராஜூவோடு ஒரு நாள் பேசாம இருக்க முடியாதா?"

"உனக்குப் புரியாது கவிதா. ஒரு நாள் பேசலைன்னாலும் ரொம்ப கஷ்டம். ஹூம். என்னைக் காப்பாத்தி கொண்டு வந்து வச்சிருக்கான். அவன் இல்லேன்னா நான் என்னிக்கோ தற்கொலை பண்ணிக்கொண்டு செத்துருப்பேன் தெரியுமா?" - சொல்லும்போதே கண்களின் பயமும் மிரட்சியும் தெரிந்தன அவளுக்குள்.

ஏன் இவள் இப்படி சொல்கிறாள். அவள் வீட்டில் அப்படியென்ன கொடுமை அவளுக்கு? அன்றைக்கு அண்ணனைக் கண்டு அப்படி பயந்து நடுங்கினாள். இன்றைக்கு இப்படிச் சொல்கிறாள். பெற்ற பெண்ணை அப்படி யாராவது கொடுமைப்படுத்துவார்களா? கவிதா அவள் முகத்தையே பார்த்தாள். பால்வடியும் இந்த முகத்தைப் பார்த்தால் எப்படி கொடுமைப்படுத்தத் தோன்றும்? என்ன மனிதர்கள்?

"என்னதான் ஆச்சு உன் வீட்டுல? சொல்லேன்!"

"இப்போ வேணாம். அப்புறமா சொல்றேன்"

அந்த "அப்புறமா" அவள் பிரான்ஸ் புறப்படும்வரை வரவேயில்லை. ஆனால் தினமும் ஏதோ சொல்ல எத்தனிப்பதுமாய் சொல்ல இயலாமல் உள்ளுக்குள் விழுங்குவதுமாய் அவள் தவிப்பதாய்ப் பட்டது கவிதாவுக்கு. ஆனாலும் புறப்படும் நாள் வரை அவள் எதுவும் சொல்லவேயில்லை. விமான நிலையத்தில் நிற்கையில் அடக்கவியலாமல் கண்ணீர் விட்டனர் இருவரும். சுதாவை வழியனுப்பி வைத்துவிட்டு வந்த பின்னர் கவிதாவிற்கு அறை வெறுமையாய்த் தெரிந்தது. சாப்பிடப் பிடிக்கவில்லை.

மறுநாள் அருகிலிருந்த எஸ்.டி.டி. பூத்திற்குச் சில்லறை மாற்றச் சென்றபோது அங்கிருந்த பையன் கேட்டான் "உங்களத் தேடி ரெண்டுபேர் ஹாஸ்டலுக்கு வந்திருப்பாங்களே? அவங்களைப் பார்க்காம நீங்க இங்கே வந்துட்டீங்களேக்கா?"

"யாரு? என்னை யாரு பாக்க வந்தாங்க?"

"சுதாக்கா போட்டோவைக் காமிச்சு கடையாண்ட வந்து ஒரு அம்மாவும் இன்னொருத்தரும் கேட்டங்கக்கா. அவங்க எங்கேயோ வெளிநாடு போயிட்டாங்க. கூட ஒரு அக்கா எப்பவுமிருக்கும். அத்தப்

போயிப் பாருன்னு உங்க பேரு சொல்லி அனுப்பிச்சேன். இந்த ஹாஸ்டல்தான்னு சொல்லியினுப்பினேன். வரலயா?"

கவிதாவிற்கு ஒரு நொடி உலகமே ஸ்தம்பித்தது. ஹாஸ்டல் நோக்கி ஏறத்தாழ ஓடினாள். அவள் உள்ளே நுழைந்தபோது விசிட்டர்ஸ் ரூமில் ஓர் அம்மாளும், இன்னுமொரு பெரியவரும் நின்றிருந்தனர். சுதாவின் அதே சாயல். பார்த்தவுடன் சொல்லிவிடலாம் அது சுதாவின் தாயென்று.

"இதோ... இவதான் கவிதா" - மஞ்சு அடையாளம் காண்பித்துவிட்டு அலுவலகம் கிளம்பினாள்.

அந்த அம்மாள் மெல்ல இவளை நெருங்கினாள். "அம்மாடி! நீதான் சுதாவோட ஃபிரண்டாம்மா?"

"ஆமாம்... நீங்க...?"

"நான் சுதாவோட அம்மா. அவ இப்போ எங்கேம்மா? சொல்லு!" அதட்டலாய் கேட்டாள் அந்த அம்மாள்.

கவிதாவுக்கு எரிச்சல் வந்தது. அமைதியாய் தெரியாது என்றாள்.

"இங்கே யார்கிட்ட கேட்டாலும் எனக்குத் தெரியாதுங்குறாங்க... பேசி வச்சிருக்கீங்களா சொல்லக்கூடாதுன்னு" - அந்தம்மாள் கத்தினாள்.

"இங்க பாருங்கம்மா! இது ஹாஸ்டல். இங்க கத்தி கூப்பாடு போடாதீங்க."

"நான் திருநெல்வேலிலேர்ந்து கெளம்பி வந்துருக்கேன்மா. அவ எங்கே? எங்கேயோ வெளிநாடு போயிட்டதா அந்த எஸ்.டி.டி. பூத் பையன் சொன்னான். கட்டையில போறவ. நாறச்சிறுக்கி. இப்படிப் பண்ணிட்டுப் போயிட்டாளே... எங்க போனா அவ? சொல்லும்மா சொல்லு! எங்க குடும்ப மானத்தையே வாங்கிட்டு அவ எங்க போனா? அவ பண்ணின காரியத்துக்கு அவ கையில் கிடைச்சா கண்டந்துண்டமா வெட்டிப்போட்ருப்பான் அவ அண்ணங்காரன்"- சொல்லும்போதே அழுதுகொண்டே சொன்னாலும் குரலில் வன்மம் தெரித்தது.

"அந்த ஓடுகாலி சிறுக்கி ஓடுனாளே... பெத்த புள்ளையை விட்டுட்டுல்ல ஓடிட்டா. அதெப்படி ஒரு தாய்க்கு இப்புடி செய்ய மனசு வரும்?"

அதிர்ந்து நின்றாள் கவிதா. அவளுக்கு அந்த வாக்கியத்தின் அர்த்தத்தைத் தான் சரியாகப் புரிந்து கொண்டோமா அல்லது அந்த அம்மாள் வேறு ஏதாவது சொல்லி தன் காதில் வேறுமாதிரி

விழுந்துவிட்டதோ என்று குழப்பமாய் இருந்தது. என்ன சொல்கிறாள் இந்த அம்மாள்?

"அம்மா! என்ன சொல்றீங்கம்மா? யாரு குழந்தை? குழந்தை இருக்கா? சுதாவுக்கா?"

அந்தம்மாள் ஒரு புகைப்படத்தை எடுத்து வீசினாள். கழுத்தில் தாலி. கையில் குழந்தை. சுதாவேதான். குழந்தை... இது... இது... அவள் அண்ணன் குழந்தை மகி என்றல்லவா சொன்னாள்? இந்தக் குழந்தையின் படத்தைத்தானே அவள் எடுத்து வைத்துக்கொண்டு அழுதுகொண்டிருப்பாள். அருகில் யார்? இந்த முகம் கவிதாவுக்குத் தெரிந்த முகமாகத் தோன்றியது... யாரிது?

"அம்மா! இது யாரு?" என்றாள் சன்னமான குரலில்.

"அவ புருஷன்" என்றாள் அம்மாள். சட்டென்று நினைவுக்கு வந்தது. இந்த முகத்தைத்தான் தி.நகரில் பார்த்து அன்றைக்கு மிரண்டாள் சுதா. அவளால் நம்ப முடியவில்லை. ஆனால் அவர்கள் நிச்சயமாக கணவன் - மனைவிதான் என்பதை படத்தில் தெரிந்த அவர்களின் நெருக்கம் சொல்லியது. அதிர்ச்சியில் உறைந்து நின்றாள். சில நொடி மௌனத்திற்குப் பிறகு அந்தம்மாள் கேட்டாள். "அவ எங்கேம்மா போயிருக்கா? அட்ரஸ் தர்றியா? போன் நம்பர்" ஏதாச்சும் இருக்கா?"

"அம்மா! அவ ஏன் வீட்டை விட்டு வந்தா?"

அந்தம்மாள் அழ ஆரம்பித்தாள். "கிளி மாதிரி வளர்த்தேன் எம்பொண்ணை. ஒரு குரங்கு கையில புடிச்சுக் குடுத்தேன். அவ அப்பவே இந்த மாப்பிள்ளை வேணாம்னா. ஆனால் நல்ல வசதியான எடம்னு சொல்லி கட்டி வச்சோம். அந்தப் படுபாவி அவளைப் படாதபாடு படுத்தினான். சிகரெட்டால் மார்ல சுட்டுருக்கான். அவ மேல எப்பவும் சந்தேகம்தான். யார்கிட்ட பேசினாலும் சந்தேகந்தான். தினமும் குடிதான். கண்ணுமண்ணு தெரியாம அடிப்பான். எல்லாத்தையும் பொறுத்துக்கிட்டா குழந்தைக்காக. ஒரு தடவ அவளை அடிச்சதுல கை ஒடஞ்சு பிராக்சர் ஆயிடுச்சும்மா.. நான் எதச் சொல்வேன். எத விடுவேன்... என்புள்ளய சின்னாபின்னாப் படுத்திட்டான்மா. அடிச்சு அவள வீட்டை விட்டுத்தள்ளி கதவ சாத்திட்டான். அப்போ அந்த வழியா போன ஒருத்தன்தான் அவளைக் கூட்டிட்டுப் போயி ஆஸ்பத்திரில சேத்தான்." அப்படித்தான் அந்தப் பையனோட பழக்கம் அவளுக்கு. ஒரு நா திடீர்னு மாப்பிள்ளை குடிச்சிட்டு வந்து அவளை அடிச்சப்போ அடிவயித்துல பட்டு மயங்கிட்டா. அன்னைக்கு அவளுக்கு உயிர்ப்பயம் வந்துடுச்சு. செத்துப்போயிட்டா என்ன செய்றதுன்னு நெனச்சு கௌம்பிட்டா.

குழந்தை அவ மாமியார் ரூம்ல இருந்துச்சு போலருக்கு அன்னைக்கு. போய் எடுத்துட்டு போறதுக்கு அவளுக்கு பயம் மாட்டிப்போமோன்னு. அப்படியே கிளம்பிட்டா.. கிளம்பினவ இங்கே எங்க வீட்டுக்கு வரவேண்டியதுதானே?... நேரா அவனைப் பார்க்கப் போயிட்டா.

கண்ணீர் வழிய பேசிக்கொண்டிருந்த அந்தம்மாள் திடீரென ஆவேசமானாள். "ஆனா இந்த முண்டை நாயி... அதுக்காக அவன் பின்னாடி போயிரலாமா?... அந்த நாறநாயை இந்த மூதேவிக்குப் பிடிச்சிருச்சி. கல்யாணம் ஆயிடுச்சே; புள்ளை வேற இருக்கேன்னு யோசிக்க வேணாமா? அந்தப் பயதான் ஆம்பள பல்ல இளிச்சுக்கிட்டு வருவான். இவளுக்கு எங்க போச்சு புத்தி? களவாணி சிறுக்கி!..." வாயில் வரக்கூடாத கெட்டவார்த்தை சொல்லி திட்டினாள் அந்தம்மாள்.

அதுவரை அமைதியாய் இருந்த கூட வந்திருந்த அந்த மனிதர் கோபம் கொப்பளிக்கப் பேசினார். "சாதிசனம் முன்னாடி தல குனிய வச்சுட்டாம்மா! அவளை ஒனக்கு இப்பத்தானே தெரியும். இந்தக் கதையெல்லாம் சொன்னாளா உங்கிட்ட?"

"இல்லை...! கல்யாணம் ஆனதெல்லாம் எனக்குத் தெரியாது. சொல்லலை. ரொம்ப ஷாக்கா இருக்கு."

"எப்புடி சொல்வா? இதெல்லாம் தெரிஞ்சா மூஞ்சி குடுத்து பேசுவீங்களா யாராச்சும். அதான் களவாணி முண்டை... சொல்லியிருக்கமாட்டா."

"அவள எந்த ஊர்ல கட்டிக்குடுத்தீங்க? குழந்தை எங்க இருக்கு?"

"இந்த மெட்ராஸ்லதான். ஆவடியில தான் வீடு. ஓடுகாலி பெத்ததா இருந்தாலும் நம்ம குடும்ப வாரிசாச்சேன்னு... இவ போனபிறகு நான் போய்க் கேட்டேன். குடுக்கலை. இவளும் போன் பண்ணி புள்ளயைக் கேட்டிருக்கா... குடுக்க மாட்டேன்னுட்டாங்க. அந்தாள் மறுகல்யாணம் ஒடனே பண்ணிக்கிட்டான். இவள தேடாத எடமில்ல. அவ அண்ணங்காரன் ஆத்திரத்துல குதிக்கிறான். எங்க இருக்கான்னே தெரியல. எங்க சொந்தக்காரரு ஒருத்தர் இந்த ரோட்டுல அவள ஆட்டோவுலப் பாத்ததா நேத்து சொல்லி அட்ரஸ் சொன்னாரு. சனியன அடிச்சு இழுத்துக்கிட்டுப் போயிருவோம்னு நெனச்சு வந்தோம். ஆனா நாட்டை விட்டே அவன்கூட ஓடிட்டா!..... ...." மறுபடி கெட்ட வார்த்தை.

"அம்மா! நீங்க பாத்து கல்யாணம் பண்ணிவச்ச ஆளுதான் அத்தனை கொடுமக்காரனாயிருக்கானே... அதான் இப்ப அவளா பாத்துக்கிட்டா... நீங்க அதுக்கு ஏன் அவளத் திட்டுறீங்க?"

"அவனோட வாழப்புடிக்கலைன்னு ரத்து பண்ணிட்டு வந்தா எங்க

சாதியில நாங்க கல்யாணம் பண்ணி வச்சிருப்போம்ல.”

கவிதா அவர்கள் இருவரையும் எதுவும் பேசாமல் பார்த்துக்கொண்டேயிருந்தாள்.

“எங்கத்தான் போயிருக்கா அவ! சொல்லும்மா!”

“தெரியாது! எனக்குத் தெரியாது” - அழுத்தமாகச் சொன்னாள்.

அந்த அம்மாள் பட்டென்று அவள் காலில் விழுந்தாள். பதறி பின்வாங்கினாள் கவிதா.

“என்னதிது! இவ்வளவு பெரியவங்க. என் காலில் விழுந்துகிட்டு... எழுந்திருங்கம்மா!”

“அட்ரஸ் போன் நம்பர் ஏதாச்சும் குடும்மா.... இந்தக் காரியம் பண்ணிட்டுப் போயிருக்காளே... அவள....” “கவிதாவின் காலைப் பிடித்துக் கண்ணீர் விட்டுக் கெஞ்சினாள் அந்தம்மாள். கண்களிலிருந்து மாலை மாலையாய் நீர் வழிந்தோட கெஞ்சிக்கொண்டே இருந்தாள் அவள். அந்த அம்மாள் பேசியது எதுவுமே அவள் காதில் விழவில்லை. அழுத முகம் மட்டுமே தெரிந்தது.”

ஒரு கட்டத்தில் தாங்க முடியாமல் “அம்மா! ப்ளீஸ்” என்றாள் சத்தமாக. “இவ்வளவு பெரியவங்க நீங்க. உங்கள யாருன்னே தெரியத என் கால்ல விழ வச்சுட்டாளே அவ. நீங்க உங்க நம்பர் குடுங்க. ஊருக்குப் போங்க இப்போ. அவ எனக்கு நிச்சயமா போன் பண்ணுவா. பண்ணினா அவளோட நம்பர் வாங்கி உங்களுக்குத்தர்றேன். சரியா?”

அந்த அம்மாளின் முகம் பிரகாசமாகியது. கவிதா தன் கைப்பையைத் திறந்து ஒரு சின்ன டைரியை எடுத்துக் கொடுக்க அந்த அம்மாள் தன் கைபேசி எண்ணை எழுதிக் கொடுத்தாள்.

“உன் நம்பர் சொல்லும்மா!” - அந்த மனிதர் கேட்டார். அவள் சொல்ல தன்னுடைய கைபேசியை எடுத்து அதிலிருந்து இவள் எண்ணுக்கு ஒரு மிஸ்டு கால் செய்தார்.

“என்னை நம்புங்கம்மா! அவ கண்டிப்பா கூப்பிடுவா. கூப்பிட்டா நான் பேசி அவள் அட்ரஸும் போன் நம்பரும் வாங்கித்தரேன்.”

“அவ எந்த ஊருக்குப் போயிருக்கா?”

“சிங்கப்பூர்...”

“சிங்கப்பூரா! சொந்தக்காரங்கள்ளாம் இருக்காங்க. பாத்துருவோம். கண்டுபிடிச்சுருவோம். போன் நம்பர் இருந்தாக்கூட போதும். ஒன்ன நம்பிப் போறேம்மா அவன் போன் பண்ணினா நாங்க வந்துட்டுப்போனதைச் சொல்லாதே. உஷாராயிடுவா...”

அந்தம்மாள் கையெடுத்துக்கும்பிட்டாள்.

“சரிம்மா! நீங்க போயிட்டு வாங்க.......!”

அந்தம்மாளும், அவரும் புறப்பட்டனர். அறைக்குள்ளிருந்து நிர்மலா வந்து கேட்டாள். "யார் கவிதா அவங்க?" ஏதோ சத்தமா பேசினமாதிரி இருந்தது. காதுல சரியா விழாலை. என்ன விஷயம்?

"எனக்குத் தூரத்து சொந்தம். சும்மா என்னைப் பார்க்க வந்தாங்க." சொந்தக்காரங்க சண்டைதான். வேறென்ன. இவங்களுக்கு வேற வேலையில்ல. நகர்ந்தவள் நின்றாள். "அப்புறம் நிம்மி! என் ஆபீஸ்மேட்ஸ் 3 பேரு வீடு எடுத்து தங்கியிருக்காங்க. ஹாஸ்டலைக் காலி பண்ணிட்டு அங்க வரச்சொல்லிக்கிட்டு இருந்தாங்க ரொம்பா நாளா. சுதாவும் போயிட்டா இல்லையா? அதனால நான் நாளைக்குக் காலைல ஹாஸ்டலை வெகேட் பண்றேன். சொல்லிக் கொண்டே வெளியேறிய கவிதா தன் செல்போனிலிருந்த சிம்கார்டைக் கழற்றி குப்பைத் தொட்டியில் எறிந்தாள். செல்போனைக் கைப்பைக்குள் வைக்கையில் கண்ணில் தட்டுப்பட்டது அந்தப் புகைப்படம்.

கவிதாவும் சுதாவும் ஒரு மாலைப் பொழுதில் ஹாஸ்டல் மொட்டை மாடியில் எடுத்துக்கொண்டது. கலைந்த தலையுடனும், வியர்வை வழிந்த முகத்துடனும் இருக்கும் அந்தப் படத்தைப் பார்க்கும் போதெல்லாம் "இந்தப் படத்தில் நான் நல்லாவே இல்ல. வேற போட்டோ ஒண்ணு எடுப்போம் கவிதா" என்று சொல்லிக்கொண்டேயிருப்பாள் சுதா. ஆனால் அது நடக்காமலேயே போய்விட்டது.

அப்படத்தை இப்போது உற்றுப்பார்த்தாள் கவிதா. சுதா இப்பொழுது எப்போதையும் விட அழகாக இருப்பதுபோல் தோன்றியது.

அன்று இரவு. கவிதாவுக்கு லேண்ட்லைனில் அழைப்பு வந்தது. மறுமுனையில் சுதா.

"சுதா! நல்லபடியா போய்ச் சேர்ந்தியா? ஒண்ணும் பிரச்சனையில்லையே?"

"இல்ல கவி! இந்த ஊர் பிடிச்சிருக்கு. ராஜூ மட்டும்தான் இங்க எனக்குத் தெரியும். ஆனாலும் பிடிச்சிருக்கு. இவன் கூட இருக்குறதே எனக்கு சந்தோஷமா இருக்கு. நீ எப்புடி இருக்கே?"

"இருக்கேன். உன்கிட்ட ஒரு விஷயம் சொல்லணும்"

"என்ன?"

"உங்கம்மாவும் அப்பாவும் ஹாஸ்டலுக்கு வந்தாங்க"

இரண்டு வினாடிகள் மௌனத்திற்குப் பிறகு துண்டிக்கப்பட்டது இணைப்பு.

அதன்பின் சுதாவிடமிருந்து ஒருபோதும் கவிதாவுக்குத் தொலைபேசி அழைப்பு வரவேயில்லை.

உமா மகேஸ்வரி

எழுத்தாளர் / கவிஞர் உமா மகேஸ்வரி மதுரையில் பிறந்து, போடிநாயக்கனூரில் வளர்ந்தவர். இவர் முதுகலை ஆங்கில இலக்கியம் படித்தவர். 1985 இல் இருந்து எழுதி வருகிறார் உமா மகேஸ்வரி. இவர், நட்சத்திரங்களின் நடுவே, வெறும் பொழுது, கற்பாவை, இறுதிப்பூ என்ற கவிதை நூல்களை வெளியிட்டுள்ளார். மரப்பாச்சி, தொலைகடல், அரளி வனம் என்பன இவரது சிறுகதைத் தொகுதிகளாகும். யாரும் யாருடனும் இல்லை என்பது இவரது நாவலாகும். ஒரு மகளாக, சகோதரியாக மனைவியாக, மருமகளாக, தாயாக அனுபவப்பட்ட வாழ்வை செறிவான மொழிநடையில் இவர் வெளிப்படுத்தும் விதம் காத்திரமானதாக அமைந்துள்ளது; அத்துடன், காலங்காலமாக ஆணாதிக்க அடக்கு முறையில் அடிமைப்பட்டிருக்கும் பெண்ணுலகை அடையாளம் காட்டுவதாகவும் அமைந்துள்ளது. கதா விருது, திருப்பூர் தமிழ்ச்சங்க விருது, இலக்கியச் சிந்தனை பரிசு, இந்தியா டுடேயின் சிகரம் விருது, ஏலாதி விருது, ஸாஸ்வதி நஞ்சன்கூடு திருமலாம்பாள் விருது என்பன போன்ற பல விருதுகளுக்கும் பரிசுகளுக்கும் சொந்தக்காரர் இவர்.

கதைக்குள் புகுமுன்

பெண்களுக்குத் துன்பங்களும் துரோகங்களும் தான் வாழ்க்கை. நான்கு குழந்தைகளுக்குத் தகப்பன், தன் மனைவி கோயிலுக்குச் சென்ற நேரம் வேலைக்காரியுடன் உறவு கொண்டிருக்கிறான். தனக்குத் துரோகம் நடந்து கொண்டிருப்பதை அறியாமல், கோயிலில் விளக்கு பூஜையில் மனைவி. என்ன ஒரு வாழ்வியல் முரண். இந்தத் துரோகமும் ஒதுக்கலும் தான் சமூகத்தில் பெண்களின் நிலைப்பாடு. அக்கம் பக்கத்து வீட்டுக்காரர்களுக்குத் தெரிந்தபோதும் கூட, எதுவும் நடக்காதது போல் இருக்கும் திமிர் ஓர் ஆண்மகனுக்கு. தப்பு செய்த கணவனைத் தட்டிக் கேட்க இயலாமல், தப்புக்கு உடன் போனவளை அடித்து வெளியேற்றும் கையாலாகத்தனம் மனைவிக்கு. குடும்பம் என்ற அமைப்பு பெண்ணுக்குத் தரும் இடம் இதுதான். அப்பாவின் துரோகத்தைப் புரிந்தும் புரியாமலும் விளங்கிக் கொண்டிருக்கும் பெண் குழந்தைகளின் நாளைய வாழ்க்கையும் துரோகத்தின் தொடர்ச்சியாகவும் நீட்சியாகவும் தான் இருக்க இயலும் என்று சொல்லாமல் சொல்லி மௌனிக்கின்றார் உமா மகேஸ்வரி.

20

மூடாத ஜன்னல்

உமாமகேஸ்வரி

'அம்மாவோடு கோவிலுக்குப் போகும் தருணங்கள் அபூர்வமானவை. அதனாலேயே அவை அற்புதத்தன்மையை அடைந்துவிடும். அம்மா அழகான, வழுவழுப்பான மைசூர் சில்க் சேலைகளை அப்போது உடுத்திக் கொள்வாள். அரக்கில் ரோஜாக்கரை, மஞ்சளில் பச்சை, இளநீலத்தில் ஆரஞ்சு என்று அவை கண்ணைப் பறிக்கும் வண்ணச் சேர்க்கைகளோடிருக்கும். அம்மாவின் மெல்லிய உடலில் உடுத்தப்படும் போது அந்தப் புடவைகள் மேலும் அழகு பெற்றுவிடும்.

இன்று நாவல் பழக் கலரில் பச்சைக் கரை போட்ட புடவை. நெற்றியிலும், வகிட்டிலும் குங்குமம். குண்டு ஜிமிக்கிகள் காதிலாட, மல்லிகைச் சரங்கள் தோளில் சரிய... அம்மாவைப் பார்த்துக் கொண்டே இருக்கலாமென்றிருந்தது.

அம்மா அனுவிடம் நெய் ஜாடியைக் காரில் கொண்டு வைக்கச் சொன்னாள். பூக்கூடையை வசந்தியிடம் ஒப்படைத்தாள்.

செல்லையா தாத்தா காரில் இல்லாத தூசியை அழுத்தி அழுத்தித் தேய்த்துத் துடைத்துக் கொண்டிருந்தார். தந்த நிறக் காரின் மேற்பரப்பில் இளவெயிலின் அலைகள் நெளிந்தாடின.

அம்மா "நேரமாச்சு, நேரமாச்சு" என்று பரபரத்துக் கொண்டே நீண்ட மல்லிகைச் சரத்தை இரண்டாகக் கத்தரித்தாள். பானுவிற்கும், வசந்திக்கும் ரெட்டை ஜடைகளில் வைத்து விட்டாள். அவள் பார்வை அனுவின் மீது சங்கடமாகத் தேங்கியது. அனுவிற்குப் பூ வாசனை ஒத்துக்கொள்ளாது என்று டாக்டர் சொல்லியிருக்கிறார். அம்மா முகம் கொஞ்சம் வாடியது. அனுவிற்கு அருகில் குனிந்து மண்டியிட்டு "எல்லோரும் பூ வச்சுக்காம போகலாமா அனு" என்றாள்.

அனு "இல்லைம்மா; வேண்டாம்மா; வா போகலாம்" எனவும் அம்மா வாடிய முகத்தோடு என்னவோ வருத்தமாக முனகினாள்.

எண்ணெய் ஜாடியை அனுவும், பூக்கூடையை வசந்தியும், ஊதுபத்தி கற்பூர டப்பாவை பானுவும், குட்டித் தம்பியை அம்மாவும் தூக்கிக்கொண்டு காரிலேறினார்கள். "இந்த ஜன்னல் எனக்கு; அந்த ஜன்னல் உனக்கு" என்ற தள்ளுமுள்ளு வழக்கம்போல் நடந்தது. இருட்டத் தொடங்கிவிட்டது.

கார் கோவிலை அடைந்தபோது ஒலிபெருக்கியிலிருந்து மந்திரங்கள் கசியத் தொடங்கியிருந்தன. அம்மன் சந்நிதிக்கு முன் கூட்டமாகப் பெண்கள். கோவிலுக்குள் நெரிசலும் கசகசப்பும்.

விளக்கு பூஜை தொடங்கிவிட்டது. விளக்குகள் ஏற்றப்பட்டன ஒவ்வொன்றாக. பனித்துளிகள் போல் தெரியும் சுடர்கள். தொட்டால் கூட குளிருமோ என்று தோன்றியது.

அம்மா வரிசையில் சேர்ந்து அமர்ந்துகொண்டாள். காமாட்சி அம்மன் விளக்கை வெள்ளித்தட்டின் நடுவே வைத்து, நெய்விட்டு, திரியிட்டு ஏற்றினாள். சுடர் துளிர் விட்டெழுந்து அசைந்தது. அம்மாவின் முகம் பொன்னொளியில் அலையாடியது. அம்மா கூப்பிய கைகளும் மூடிய கண்களுமாகத் தன்னைச் சுடருக்குள் குவித்துக்கொண்டாள். அடுத்த நொடியே கண்ணைத் திறந்து அனுவிடம், "தம்பி காரில் அழுகிற மாதிரி சத்தம் கேட்குதா?" என்றாள்.

"இல்லம்மா; அவன் தூங்கியிருப்பான்" என்றார்கள் அனுவும், பானுவும் ஒரே குரலில். மறுபடி நிம்மதியாக மூடிக் கொண்டன அம்மாவின் கண்கள். எண்ணெய், விபூதி, கற்பூரம், மல்லிகை எல்லாம் கலந்து மணந்தது. பட்டுப் புடவைகளின் கரைகள் மினுங்கின. வெளிச்ச முத்துக்கள் அசங்காமல் விளக்குகள் நின்றெரிந்தன. ஒரு கையும் சுடரைக் காக்கக் குவியவில்லை. எந்தப் பார்வையும் தீபங்களிலில்லை. ஆனாலும் அந்தச் சுடர்கள் துளி நடுக்கமுமின்றி அமைதியாக ஒளிர்வது அற்புதமாகயிருந்தது. பல்வேறு குரல்கள் "போற்றி, போற்றி" என்று பாடத் தொடங்கின.

"நந்தா விளக்கே நாயகியே போற்றி

செந்தாமரைத் தாள் தந்தாள் போற்றி

தீப மங்கள ஜோதி போற்றி"

"இன்னும் எத்தனை?" அனு கேட்டாள்.

"இப்பதான் முப்பத்தி... அய்யோ ஜிலீவீகூஷீtஹ் ஸீவீஸீமீ. இன்னும் ஹண்ட்ரட் அன்ட் எய்ட் வரைக்கும் இருக்கே" என்றாள் பானு ஜாக்கிரதையாக. நேற்று பள்ளிக்கூடத்தில் ஷிவீஜ்tஹ்யைத் 'தப்பாக' அறுபது என்று தமிழில் சொல்லியதற்காக ஒரு மணிநேரம் ரெஜினா மேரி மிஸ் மண்டிக்கால் போடவைத்து தண்டித்ததை அவள் மறக்கவில்லை.

புதிய மலரொன்றை முகர்ந்து கிறங்குவது போன்ற பரவசம் அம்மாவின் முகத்தில். 'போற்றி'கள் நீண்டு கொண்டே போயின. ஒலி பெருக்கிப் பிரவாகமாகக் கோலங்கள் வரைந்த கோவில் விதானத்தைத் தழுவியோடியது. சுடர்கள் எதற்கும் சலனமுறாமல் சாந்தமாயிருந்தன. இன்னும் எவ்வளவு நேரமோ தெரியவில்லை. வசந்திக்குக் கொட்டாவியாக வந்தது. பானு குழல் நுனியிலிருந்த பலூனை மெதுவாக ஊதிப் பெருக்கி விளையாடத் தொடங்கிவிட்டாள். ஒரு நெல்லிக்காயளவு துவங்கி, எலுமிச்சம் பழமாகி, ஆரஞ்சு உருண்டையாகி, அம்மாவின் மார்பு போலாகி... அது இன்னும் பெரியதாகிக் கொண்டே போக அனு பயந்தாள்.

"பானு வேணாம் பானு, வெடிக்கப் போகுது. போதும் நிறுத்து."

"போ. அப்படித்தான் ஊதுவேன்" பானு பிடிவாதமாக ஊதிக் கொண்டே இருந்தாள். மந்திரங்களின் முணுமுணுப்பு; சுடர்களின் மௌனம்; மூடிய விழிகள்; அமைதி. இந்தக் கோவில் மண்டபத்தில் 'படாரெ'ன்று ஒரு பலூன் வெடிக்கும் சத்தமாவது! 'அய்யோ, அதைத் தாங்கவே முடியாதென்றிருந்தது' அனுவிற்கு.

பானு சொன்னால் கேட்கவே மாட்டாள். இன்னும் ஊதுகிறாள். பலூன் ஒரு பெரிய இளநீர் போல் பெருத்து விட்டது. காதை மூடிக் கொண்டாள். இதோ வெடித்துவிடும், ஒரேயொரு கணம்தான். அனு பதறினாள். எதுவோ முதுகில் சுருக்கென்று குத்தினாற்போல் திரும்பினாள் அம்மா. குற்றம் சாட்டும் தோரணையில் முதலில் அனுவைத் தான் முறைத்தாள்.

"இல்லம்மா, நான் சொன்னேன்மா" முனகினாள் அனு.

அம்மா பானுவிடமிருந்து பலூனைப் பிடுங்கி மடியில் போட்டுக் கொண்டாள். அது அவள் புடவை மடிப்பிற்குள் போய் ஒளிந்துகொண்டது.

போற்றிகள் முடியப் போகிறதுபோல. பூசாரி தீபாராதனைத் தட்டையும் மணியையும் தயாராகத் தூக்கிக் கொண்டு நின்றார். பெண்களின் குரல் நின்றதும் மணியொலித்தது. மெல்லிருளில் தெரிந்த அம்மனின் புன்னகை வெளிச்சத்தில் துலக்கமுற்றது.

"ஓம் மஹா கௌர்யை நம

ஓம் மஷா தேவ்யை நம

ஓம் ஜகன் மாத்ரே நம...."

என்று மந்திர உச்சாடனம் முழங்கும்போது, விஜி சித்தி வேகமாக வந்தாள். அவளுக்கு மூச்சிரைத்தது. அவள் இப்படி தலையை வாராமல், புடவை மாற்றாமல் வீட்டை விட்டு வெளியேறி வரவே மாட்டாள்.

“பூரணி, புராதனி, சுமங்கலை, சுதந்தரி, புராந்தகி, த்ரயம்பகி, எழில் புங்கவி, நாரணி, மனாதீத நாயகி” என்று கும்பிட்ட கைகளோடு அம்மா ஒப்பித்துக் கொண்டிருக்க சித்தி அவளைத் தோளில் தொட்டு, “அக்கா... அக்கா...” என்றாள் பதற்றமாக.

திரும்பிய அம்மாவிடம் என்னவோ சொன்னாள் கிசுகிசுப்பான குரலில்.

“ஏன் விஜி, தீபாராதனை முடியட்டுமே...” அம்மா குழம்பிப் போயிருந்தாள்.

“வீடே தீப்பிடிச்சு எரியுது; நீ வேற, தீபமாவது ஆரோதனையாவது” என்று சித்தி சொல்லவும், “என்னது? தீயா?” என்று பதறி எழுந்தாள் அம்மா.

சித்தி மிகவும் மிருதுவாக்கிக் கொண்ட குரலில் சொன்னாள், “இல்லைக்கா; நீ வாக்கா, சொல்றேன்.”

அம்மா ஒன்றுமே புரியாமல், “எந்திரிங்க போகலாம்” எனவும் அனுவும், பானுவும் மௌனமாகப் பின்தொடர வசந்தி மட்டும், “அம்மா, இன்னும் சுண்டலே தரலையே” என்று அனத்திக் கொண்டே வந்தாள்.

பெண்கள் திரியை உள்ளிழுத்து தீபத்தைக் குளிர வைத்துக் கொண்டிருந்தார்கள். பூஜை விளக்கை ‘அணைக்க’ என்று சொல்லவே கூடாது என்பாள் அம்மா.

கோவில் மண்டபத்திற்கு வெளியே கிண்ணங்களோடு சிறுவர், சிறுமியர் உட்கார்ந்திருந்தார்கள். கோவில் வாசலைத் தாண்டும் போது சித்தி அம்மாவின் காதருகில் குனிந்து ஏதோ சொன்னாள். உடனடியாக அம்மாவின் முகம் கலங்கி இருண்டது.

காருக்குள்ளேயே தூங்கிய செல்லையா தாத்தாவை உசுப்பி “வண்டிய எடுங்கய்யா” என்றாள் சித்தி. “வேகமா போங்க.”

“அம்மா ஏன் அழுறா?” பானு கேட்டாள்.

“தெரியல” அனு கை விரித்தாள்.

வீடு வந்ததும் அம்மா அவசரமாக இறங்கி ஓடினாள். தம்பி நன்றாகத் தூங்கிக் கொண்டிருந்தான்.

“நீங்க காருக்குள்ளேயே இருங்க. ஐயா, பிள்ளைகளைப் பார்த்துக்கங்க.” படியேறிக் கொண்டே கத்தினாள் அம்மா.

“ஏம்மா?” என்று ஜன்னலுக்கு வெளியே தலையை நீட்டிக் கேட்ட அனுவை, “சொன்னதைச் செய். காருக்குள்ளேயே இருன்னா இரு” என்று சத்தம் போட்டாள்.

பானு மறுபடியும் தன் பலூனை எடுத்து ஊதத் துவங்கினாள்; சிறிய மணியளவு துவங்கி பெருங்கோளமாக.

"போதும், போதும் வேணாம். தம்பி முழிச்சிடுவான்."

அனுவும் வசந்தியும் சொல்வதை அவள் பொருட்படுத்தவேயில்லை. அம்மா வீட்டிற்குள் போனதும் கேட்ட வினோதமான அலறலில் உலுக்கி விழுந்து, பானுவின் தலையோடு மோதிக் கொண்டாள் அனு.

பலூன்தான் வெடித்ததோயென்று குனிந்து சோதித்தாள் பானு. வீடு உண்மையிலேயே தீப்பற்றி எரிகிறதோயென எட்டிப் பார்த்தாள் அனு. பிறகு முகத்தை முழங்கால்களுக்குள் புதைத்து, நடுங்கியபடியே உட்கார்ந்திருந்தாள்.

வீட்டிற்குள் எதுவோ உடைந்து நொறுங்குவது போன்றும், அம்மா கிரீச்சிடுவது மாதிரியும் விசித்திரமான சப்தங்கள் கேட்டன.

"எனக்குப் பயமாயிருக்கு" என்றாள் வசந்தி.

என்ன உடைந்திருக்கும்? பெரிய படுக்கையறை யிலிருக்கும் நிலைக் கண்ணாடியா, அம்மா குலோப் ஜாமூன் போட்டுத் தரும் பூ வரைந்த பீங்கான் கிண்ணமா? பட்டாசாலைச் சுவரில் மாட்டியிருக்கும் காந்தித் தாத்தாவின் படமா? பூஜை அறைப் பிள்ளையார் சிலையா? எதுவென்று தெரியவில்லை. ஆனால் எதுவோ உடைந்து போய்விட்டது நிச்சயமாக. சந்தேகமே இல்லை. அனுவால் பொறுக்கவே முடியவில்லை. தங்கைகளைத் தாண்டி கார்க் கதவை எட்டித் திறந்தாள்.

வெளியே நின்றிருந்த செல்லையா தாத்தா, "வேணாம் பாப்பா. உள்ளேயே உட்கார்ந்திரு" என்றார். அவர் முகம் குழம்பியிருந்தது.

"அம்மா திட்டுவாக்கா. இங்கேயே இருப்போம்" பானு பயந்தாள்.

அனு தீர்மானமாக "இல்லை, நான் என்ன அச்சுன்னு பார்க்கப் போறேன். நீ வரியா வரலையா?" எனவும் ஒரேயொரு நொடி மட்டும் யோசித்த பானு, தன் பலூனைக் கார் சீட்டிலேயே விட்டு விட்டு வேகமாக எழுந்தாள்.

வசந்தி "நானும் வரேன்" என்னு பானுவின் கையைப் பிடித்துக் கொண்டாள்.

"ஓடாதே அனு, இரு இரு; நாங்களும் வரோம்" பானு கத்தக் கத்த ஓடிய அனு வாசற்படியில் நின்றாள். பனிப் பாளத்தை மிதித்தாற் போல் அவள் பாதத்தைச் சட்டென்று பின்னிழுக்கவும், பானுவும் வசந்தியும் அவள் முகத்தையே பார்த்துக் கொண்டிருக்க, திடீரென்று ஏதோ நினைத்தாற் போல் வீட்டின் இடதுபக்கச் சந்திற்குள் திரும்பி வேகமாக ஓடினாள். அங்கே தான் கொல்லைப்புறக் கதவு இருந்தது.

வீட்டுச்சுவரை விட்டு நாலடி இடைவெளியில் பெருமாள் கோவிலின் சுவர். பட்டை பட்டையாக வெள்ளையும், சிவப்பும் வர்ணமடித்தது. வீட்டிற்கும் கோவிலுக்கும் இடைப்பட்ட சந்து இருண்டு குளிர்ந்திருந்தது. கொல்லைப்புற வாசல் விளக்கு மங்கலாக ஒளிர்ந்தது. கதவு அடைத்துக் கிடந்தது. அதையொட்டிக் குழந்தைகள் படிக்கும் அறையில் ஜன்னல். அது வழியே வீட்டிற்குள் நடப்பதையெல்லாம் பார்க்க முடியும். அனு அந்த ஜன்னலின் கீழ் விளிம்பு உயரமே இருந்த குழந்தைகளுக்கு எட்டி எட்டிப் பார்த்தாலும் எதிர்ச் சுவரையும், கட்டிலையும் தவிர எதுவுமே தெரியவில்லை.

"காருக்குப் போயிடலாமா?" தயங்கிக் கொண்டே இழுத்தாள் பானு.

"இரு" என்று சுற்றுமுற்றும் தேடிய அனு அம்மா புதிதாக நட்டிருந்த இட்லிப் பூச்செடியை ஒட்டிக்கிடந்த சதுரக் கல்லை மிகவும் சிரமப்பட்டு நகர்த்தினாள்.

"நானும் வரேன், நானும் வரேன்" என்று வசந்தியும், பானுவும் ஆளுக்கொரு பக்கமாக கல்லை இழுத்து ஜன்னலை ஒட்டிப் போட்டார்கள். மூவருமாக இடித்து நெருக்கிக் கொண்டு அதில் ஏறி நின்றி எம்பிப் பார்த்தபோது, திறந்த ஜன்னலின் கீழ்ப்பகுதி வழியாகக் கூடம் தெரிந்தது. ஸோபா உறைகளில் அம்மாவுடைய சித்திரத் தையல் பூக்கள். வெளிர் நீலச் சுவரில் காந்தித் தாத்தா பொக்கைவாய் காட்டிச் சிரித்துக் கொண்டிருந்தார். நல்லவேளை, அவர் உடையாமல் தானிருந்தார். பளபளவென மழை கழுவிய பாறைபோல் ஒரு கரிய முதுகு தெரிந்தது. அதன் நடுக்கோடு ஈரக் களிமண்ணில் இழுத்து வரைந்தாற் போல் அவ்வளவு மிருதுவாகத் தோன்றியது.

"யாருப்பா இது?" குழப்பமாகக் கேட்டாள் அனு.

"யே, பாரு... ஆரஞ்சு கலர் பாசி மணி, மஞ்சள் கயிறு, சுருள் முடி, அது நம்ப செவனம்மா" என்றாள் பானு. கண்டுபிடிப்பின் உற்சாகம் குரலில் துள்ள.

ஆமாம், சிவனம்மாதான். அதே குறுங்கழுத்து; சுருண்ட தலைமுடி அவிழ்ந்து முதுகின் ஒரு பக்கமாகத் தொங்கியது. அவள் உடம்பில் நீலக் கட்டம் போட்ட ஒரு போர்வை மட்டும் சுற்றியிருந்தது. பக்கவாட்டில் அவள் மார்பு பாதி தெரிந்தது கருப்பாக, கோவில் விளக்குப் பாவையினுடையது போல.

மூன்றாம் வீட்டுப் பவளமணிப் பாட்டி, பக்கத்து வீட்டுச் செண்பக அத்தை, எதிர்வீட்டு சரஸ்வதி, ராஜேஸ்வரிப் பெரியம்மா இத்தனை பேரும் எப்படி வீட்டிற்குள் வந்தார்கள் என்று திகைப்பாக இருந்தது.

அம்மா சிவனம்மாவை வைது கொட்டிக் கொண்டிருந்தாள்.

கோபத்தில் சொற்கள் ஒன்றுமே புரியாமல் உருச் சிதைந்திருந்தன.

அப்பா அவருடைய நாற்காலியில் சாய்ந்து, பின்னந்தலையில் இரண்டு கைகளையும் கோர்த்துக் கொண்டு டி.வி.யை அலற விட்டுக் கொண்டிருந்தார்.

"என்னாச்சு?" பானுவின் தோளில் தொற்றித் தொங்கிக் கொண்டிருந்த வசந்தியைத் தொடர்ந்து, பானுவும் "என்னாச்சு" என்றாள்.

"தெரியல" என்று உதட்டைப் பிதுக்கினாள் அனு.

வீடு நெருப்புப் பிடித்தாற்போலத்தானிருந்தது உண்மையாகவே. பொசுங்கிக் கருகித் தன் மேல் எதுவோ உதிர்வது மாதிரி, அம்மாவின் உடல் உதறிக் கொண்டிருந்தது. வெளிர் நீல நிறம் இருண்டு, கருத்துத் தீய்ந்து கொண்டிருக்கும் சுவர்களுக்கு அப்பால் அவள் முகம் தெரியவேயில்லை. அலறிக் கொண்டே சிவனம்மாவின் முதுகில் அறைந்து தள்ளினாள். குழந்தைகளைக் கண்டிக்கவென்று கூட ஒரு போதும் கை ஓங்கியதே இல்லை அவள். சரமாரியாக அடிகள் விழ விழ அசையாமல் நின்றிருந்தாள் சிவனம்மா. அடிகளின் வேகத்தில் சுற்றியிருந்த ஒற்றைத் துணியும் நழுவ அவள் அவசரமாக அதை இறுகப் பிடித்தாள். அம்மா அதை ஆக்ரோஷமாகப் பற்றிப் பறித்து, "குடுடி அதை, அவுத்துப் போட்டுட்டு ஆடு சும்மா" என்று கத்திவிட்டு, தன் தலையில் அடித்துக் கொண்டு விம்மினாள். ஆனால் ஒரு பொட்டுக் கண்ணீரும் வரவேயில்லை அம்மாவின் வறண்ட கண்களிலிருந்து.

இத்தனைக்கும் அப்பா அசையாமல் ஒரு வார்த்தையும் சொல்லாமல் கல்லுப்பிள்ளையார் மாதிரி உட்கார்ந்திருந்தார்.

பவளப் பாட்டிதான், "விடு கழுதைய, காசு தாரவன் கையப் பிடிச்சிழுத்தா அவதான் என்ன செய்வா பாவம். பிள்ள குட்டிக்காரி. முதல்லியே சொன்னேன். கொஞ்ச வயசுப் பொம்பளைய வீட்டு வேலைக்கு வைக்காதேனு. நீதான் கேட்கல. நாலு பெத்தும், பொட்டுப் போல நீயிருக்க, இந்தக் கருவாச்சிகிட்ட என்னத்தக்கண்டானோ" அங்கலாய்த்துக் கொண்டே கண்ணைத் துடைத்தாள் பாட்டி.

அம்மா பட்டாசாலை மூலையில் சரிந்து விழுந்தாள். வெறுமையாய் வெறித்தாள். அவளைப் பார்க்க பயமாய் இருந்தது அனுவிற்கு. தங்கைகள் அவள் நினைப்பின் எதிரொலியாக, "பயமாயிருக்கு", "பயமாயிருக்கு" என்று நெருக்கியடித்துக் கொண்டு புலம்ப ஆரம்பிக்கவும், அனுவின் நெஞ்சில் அந்தப் புகை புகுந்து நிறைந்து

மண்டியது. அவள் குரல் வளையை யாரோ நெரிப்பது போலிருந்தது. உயிரேயற்ற வெளி அவளுக்குக் காற்றைத் தர மறுத்துச் சுருங்கியது. புகைச்சுருள்கள் தடித்துக் கனத்துக் கருங்கோளங்களாக அவளுக்குள் திரண்டன. நெஞ்சில் பாரமாக ஏறின. மூச்சுத் திணறத் திணற, சருமத்திலும் நீலம் ஏறிப் பாய்ந்தது.

"அனு, என்ன அனு, வீட்டுக்குப் போகலாமா, காருக்குப் போயிடலாமா, எனக்கு பயமாயிருக்கு" பதறி அவளை பானு உலுக்கினாள்.

"நீ வீட்டுக்குப் போய் மாத்திரை போடு."

அனு வேண்டாமென்று தலையசைத்து, துவண்டு போய் மண்ணில் உட்கார்ந்தாள். பானுவும், வசந்தியும் அவள் முகத்தையே பார்த்துக் கொண்டிருந்தார்கள்.

சிறிது நேரத்தில் வசந்தி சந்து மூலையில் கொட்டி வைத்திருந்த ஆற்று மணலைக் குவித்து மொத்திக் கோபுரமாக்கத் தொடங்கினாள்.

"டக்குக்டக்குக் கடிகாரம்;
தட்டு நெறயாப் பணியாரம்;
குட்டிக் குட்டிச் சுண்டெலிகள்;
எட்டி எட்டிப் பார்த்தனவே!
டண்டண் என்றது கடிகாரம்
தாவி வந்தது கரும்பூனை..."

என்று பாடிக்கொண்டே மணலைச் சீராகத் தட்டினாள்.

கோபுரம் உயர்ந்ததும் வாசலுக்காக ஒரு பொந்தைத் தோண்டினாள்.

"நம்ப வீட்டில என்ன சண்டை?" என்று கேட்டுவிட்டு, பதிலையே எதிர்பார்க்காமல் பரபரவென்று இருபுறமும் மண்ணைத் தள்ளிக் கொண்டிருந்தாள் அவள்.

தெரு விளக்குகளின் மங்கலான ஒளிக்கு மேல், வானம் இருண்டு கிடந்ததைப் பார்த்துவிட்டு பானு மெல்லிய குரலில் சொன்னாள். "ச்சே, எனக்கு இந்த அப்பாவைக் கொஞ்சம் கூடப் பிடிக்கவே பிடிக்கலை உனக்கு?"

அனு ஆமோதிப்பதாகத் தலையை அசைத்தாள்.

"உனக்கு?" கேட்கப்பட்டதும் வசந்தி கோபுரத்தின் உச்சியை நுனி விரலால் கூராக்கிக் கொண்டே யோசித்தாள் ஒரு கணம். ஆள்காட்டி விரல் நுனியில் பெருவிரலை வைத்து அளவு காட்டி, "எனக்கு.... அப்பாவை... இத்தனூண்டு... மட்டும்... பிடிக்குது" என்றாள் நீட்டி முழக்கி. "அவர் ஒண்ணுமே செய்யலயே" என்று கத்தினாள்.

"ஸ்ஸ், சத்தம் போடாதே" என்று சுட்டுவிரலை உதட்டுக்கு மேல் வைத்து எச்சரித்த பானு, "அப்ப போ, நீ எங்களோட சேராதே" என்றாள் காட்டமாக.

உடனடியாக வசந்தி "சரி, சரி, சரி, எனக்கும் அப்பாவ பிடிக்கல; பிடிக்கல; பிடிக்கல" என்றாள்.

சந்து இன்னும் இருட்டாகி விட்டது. வீட்டிற்குள் என்ன நடக்கிறதென்று பார்க்க விருப்பமேயில்லை இப்போது குழந்தைகளுக்கு.

"வீட்டுக்குப் போலாமா?" பானுவின் குரல் ஏங்கியது.

மூச்சுத் திணறிக் கொண்டிருந்த அனு பேச முடியாமல் வேண்டாமென்று தலையை ஆட்டினாள்.

எதிர்பாராமல் கொல்லை வாசற் கதவு படீரென்று திறந்தது. வாசற்படிகளில் எதுவோ உருண்ட சத்தத்தில் பயந்து காதைப் பொத்திக் கொண்டார்கள் பிள்ளைகள். சிவனம்மா சோறு வாங்கிப் போகும் தூக்குவாளியும், அவளுக்குக் காபி தரும் டம்ளரும், கொஞ்சம் ரூபாய் நோட்டுக்களும் படியில் வந்து விழுந்தன.

இப்போது சிவனம்மா தன் பழுப்பு மஞ்சள் புடவையை உடுத்தியிருந்தாள். அவள் கண்கள் சிவந்திருந்தன. பணத்தையும், பாத்திரங்களையும் குனிந்து பொறுக்கிக் கொண்டாள். ஜன்னலை ஒட்டி நின்ற பிள்ளைகளைப் பார்த்ததும் அவள் தலை தாழ்ந்தது. சந்து முனைக்கு நடப்பவளை நோக்கி வசந்தி "செவனம்மா நாளைக்கு வரும்போது புளியமுத்து கொண்டுவா" என்று கத்தினாள்.

"பாவம்" என்றாள் பானு.

"பாவம்" என்றாள் அனு.

வசந்தியும் "பாவம்" என்று இழுத்துவிட்டு உடனே "ஏன் பாவம்? அதான் அம்மா நிறைய ரூபாய குடுத்திருக்காளே" என்று கேட்டாள்.

மறுபடி வீட்டுக்குள்ளிருந்து சப்தங்கள் வலுத்தன. பானு எம்பி பார்த்தாள். அம்மா தலைமுடியை அள்ளி முடிந்துகொண்டு, தொலைபேசியைக் கையில் எடுத்திருந்தாள். அவள் கையை இறுகப் பற்றிக் கொண்டு பவளப் பாட்டி, "யாருக்குச் சொல்லப் போற? உங்கம்மாவுக்கா? சொல்லி என்ன ஆகப் போகுது? என்ன இருந்தாலும் உன் குடும்ப கௌரவம். மூணு பொட்டப் பிள்ளைங்க வேற" என்று உரக்கச் சொல்லிக் கொண்டிருந்தாள். "சங்கராபுரத்துப் பெரியப்பா, பூதிப்புர மாமானு நாலு பெரியாளுக்கிட்ட சொல்லி அவனுக்கு புத்தி சொல்லச் சொல்வோம். பொறுமையா இரு" என்றாள் தொடர்ந்து.

“ஆமா, புத்தி சொல்லிட்டா மட்டும்....” என்று சந்தர்ப்பம் பார்த்து செருகினாள் சித்தி.

அம்மா, “யார் கௌரவம் பாழாப் போனா எனக்கென்ன?” என்று விம்மிக்கொண்டே, ரீசிவரை வைத்துவிட்டு குழந்தைகளின் துணிமணிகள் எடுத்து வைத்த பையைத் தள்ளிவிட்டாள்.

“நம்ப ஆச்சி வீட்டுக்குப் போறோமா?” அனுவின் முகத்தை ஒட்டிக் கன்னத்தை வைத்துக்கொண்டாள் பானு... வசந்தியின் தலை அவள் தோளிலிருந்தது.

அப்பா முன் வாசல் வழியாக வெளியேறி சந்தைக் கடந்து, நடந்த போது மூன்று பேரும் சுவரோடு ஒண்டிக் கொண்டார்கள்.

பிறகு “அம்மா கிட்ட போலாமா?” கேட்டபடியே வீட்டை நோக்கி நடந்தாள் பானு. தயக்கமும், பயமுமாகப் பிள்ளைகள் வீட்டை நெருங்கின.

அப்பா அதன் பிறகு சில மாதங்களில், மனையடி சாஸ்திரப்படி அங்கே ஜன்னலிருக்கக் கூடாது என்று சொல்லி, சந்துப் பக்கச் ஜன்னலை அடைத்துச் சுவராக்கிவிட்டார். ஆனால் குழந்தைகள் மனதில் அந்த ஜன்னல் இருந்தது நிரந்தரமாக; மூடப்படாமலேயே.

ஜி.மீனாட்சி

ஜி.மீனாட்சி எழுத்தாளர், பத்திரிக்கையாளர் என்ற இரண்டு தளங்களில் இயங்கிக் கொண்டிருப்பவர். இவரது சொந்த ஊர் பொள்ளாச்சி. இவரது முதல் சிறுகதை 'அன்புள்ள மலரே' என்பதாகும். இக்கதை கோவை வானொலியில் முதன் முதலாக ஒலிபரப்பானது. அப்போது இவருக்கு வயது 12; தொடர்ந்து சிறுகதைகள் எழுதுவதிலும் சிறுவர்களுக்காக எழுதுவதிலும் ஆர்வம் காட்டினார்; 2009இல் 'பொங்கல் போனஸ்' என்ற கதை தினமணி நாளிதழில் வெளியானது. கிராமத்து ராட்டினம், பூ மலரும் காலம், நினைவுகள் நிறைந்த வெற்றிடம் என்ற சிறுகதைத் தொகுதிகளையும், பரிசலில் ஒரு பயணம், பேசும் ஓவியம் என்ற குழந்தைகளுக்கான கதைகளையும், பிரபலமானவர்களின் வெற்றி ரகசியங்கள் என்ற நேர்காணல் தொகுதியினையும், மனமே மலர்ச்சி கொள் என்ற தன்னம்பிக்கை நூலினையும் நீ உன்னை அறிந்தால் என்ற வாழ்க்கை வரலாற்று நூலையும் எழுதியுள்ளார். பஞ்சாயத்து அமைப்புகளில் பெண் தலைவர்களின் பங்கு பற்றி இவர் எழுதிய கட்டுரை அகில இந்திய அளவில் மிகச்சிறந்த கட்டுரையாகத் தேர்ந்தெடுக்கப்பட்டது. இவர் புதிய தலைமுறை கல்வி இதழிலும் ,தினமணி நாளிதழிலும் உதவி ஆசிரியராகப் பணியாற்றி விட்டு, தற்போது மங்கையர் மலர் என்ற மாதம் இருமுறை வெளிவரும் பெண்கள் இதழ்களில் ஆசிரியராகப் பணியாற்றி வருகிறார்; எழுத்துக்களின் மூலம் நம்பிக்கை விதைகளைத் தூவி வரும் மிகச் சிறந்த இன்றைய இளைய தலைமுறை எழுத்தாளர் ஆவார்.

கதைக்குள் புகுமுன்

பெண்கள் அணியும் பூ,பொட்டு, வளையல், கொலுசு என்ற அனைத்துப் பொருள்களும் மங்களகரமாக நம் சமூகத்தில் கருதப்படுகின்றன. பெண் கணவனோடு வாழும் போது அவள் 'சுமங்கலி' என்று போற்றப்படுகிறாள். அவனை இழந்து வாழும் போது அவள் 'அமங்கலி' என்று தூற்றப்படுகிறாள். அன்றாட வாழ்க்கையினை நடத்துவதற்காகப் பொருள் விற்று வாழ்கின்ற பூக்காரி, வளையல்காரி போன்றவர்கள் மங்கலப் பெண்டுகளாக இருக்க வேண்டும் என்று இந்தச் சமூகம் எதிர்பார்க்கின்றது. சின்ன வயதில் இருந்து தனக்கு வாரம் தோறும் வந்து வளையல் போடும் அம்மாவின் தோற்றம் கதையின் நாயகியைக் கவர்ந்து இழுக்கிறது. 'சிவந்த நிறம். தங்கத்தில் சிவப்பு கல் பதித்த மூக்குத்தி. முகத்தில் மஞ்சள் பூச்சு. நெற்றியிலும் வகிட்டிலும் மின்னும் குங்குமம். வெற்றிலை போட்டுச் சிவந்த உதடுகள். கூந்தலை மடக்கி தலைக்கு மத்தியில் போடப்பட்டிருக்கும் கொண்டையிலிருந்து கொஞ்சமாக மல்லிகைச்சரங்கள் தொங்கிக் கொண்டிருக்கும் லட்சுமிகரமான முகம்' என வர்ணிக்கப்படும் அந்த வளையல்காரம்மா, தன் திருமணத்தின் போது வளையல் கொண்டு வந்து, தன் கைகளில், தங்க நிற வளையல்களை அடுக்கி விட்டு, இரு கைகளையும் குவித்து 'மகராசியா இரு' என்று ஆசிர்வாதம் செய்தது அவள் நினைவுக்கு வருகிறது. வளையல்காரம்மா தன் கணவனின் இறப்புக்குப் பின், வியாபாரத்தை நிறுத்தி விட்டதாகக் கேள்விப்பட்டு அவள் வருந்துகிறாள். சிறுமியாக இருந்ததில் இருந்து தன் திருமணம் வரை வளையல் போட்டு தன்னோடு பயணித்த வளையல்காரம்மா தன் தொழிலை நிறுத்தி விட்டார் என்பது அவளுக்கு வருத்தம் அளிக்கிறது. வளையல் வியாபாரத்திற்கு ஆக்கம் சேர்த்த மஞ்சள் பூசிய முகம் இன்று பூச்சற்று வெறுமையாகிவிட்டது. அதனால் அவரின் வியாபாரமும் வெறுமையாகிவிட்டது என்று கேள்விப்பட்டு வருந்துகிறாள். பெண்களின் ஒவ்வொரு வாழ்வியல் நிகழ்வுகளிலும் அவர்களது கணவன்மார்கள் பின்னிப்பிணைந்து இருக்கிறார்கள் என்ற ஆணாதிக்கச் சமூக நிதர்சனத்தை இக்கதை எடுத்துக்காட்டுகின்றது.

21

வளையல்காரம்மா

ஜி. மீனாட்சி

ரங்கநாதன் தெருவில் கூட்டம் அலைமோதியது. ஆண், பெண் வேறுபாடின்றி உரசிக் கொண்டுதான் நகர முடிந்தது. எனக்கு இப்படிப்பட்ட கூட்ட நெரிசலே ஆகாது. கசகசப்பும், வியர்வையும், இடியும், நெருக்கமும் மிகப்பெரிய அசௌகரியமாக இருந்தது. பவித்ராவின் தொல்லை தாங்க முடியாமல் இன்று ஷாப்பிங் செய்யப் புறப்பட்டிருக்கிறேன்.

தீபாவளிக்கு ஒரு வாரம்கூட இல்லை. அதனால்தான் இந்த நெரிசல். எங்கு போனாலும் கூட்டம்தான். தங்கம் விலை உச்சாணிக் கொம்பில் ஏறி உட்கார்ந்து கொண்டிருக்கிறது. இருந்தாலும், நகைக் கடைகளில் கூட்டம் குறைந்தபாடில்லை. போனஸ் பணத்தை ஆபரணங்களாக மாற்றி, பீரோவுக்குள் வைத்துப் பூட்டினால்தான் பல பெண்களுக்குத் திருப்தி.

நல்லவேளை, பவித்ரா, தங்க நகை கேட்கவில்லை. அவளது ஆசையெல்லாம் ஃபேஷன் நகைகளே! தலைக்கு கிளிப், கைகளுக்கு டிசைனர் வளையல்கள், அணியும் ஆடைக்குப் பொருத்தமாய் காது தொங்கட்டான்கள் என்று இருநூறு ரூபாய்க்குள் அடங்கிவிடும் சின்னச் சின்ன ஆசைகள்தான்.

இவளது வயதில் நானும்தான் இதற்கெல்லாம் ஆசைப்பட்டிருக்கிறேன். பொள்ளாச்சி கடை வீதிகளில் சுத்திச் சுத்தி வந்து, கிளிப், ஹேர் பேண்ட், அச்சுப் பொட்டு, ஐ டெக்ஸ் கண் மை என்று வாங்கிக் குவித்திருக்கிறேன். வளையல் மட்டும் கடையில் வாங்கியதில்லை. வெள்ளிக்கிழமை தோறும் எங்கள் வீடு தேடி வரும் வளையல்காரம்மாவிடம்தான் வளையல்கள் வாங்குவது வழக்கம். நானும் என் அக்காக்களும் வளையல்கார அம்மாவுக்காகவே வெள்ளிக்கிழமை வரக் காத்திருப்போம்.

அந்த அம்மாளுக்கு அப்போது நாற்பத்தைந்து அல்லது ஐம்பது வயதிருக்கலாம். சிவந்த நிறம், தங்கத்தில் சிவப்புக் கல் பதித்த

மூக்குத்தி. முகத்தில் மஞ்சள் பூச்சு. நெற்றியிலும், வகிட்டிலும் மின்னும் குங்குமம். வெற்றிலை போட்டுச் சிவந்த உதடுகள். கூந்தலை மடக்கி, தலைக்கு மத்தியில் போடப்பட்டிருக்கும் கொண்டையிலிருந்து, கொஞ்சமாக மல்லிகைச் சரமோ, கதம்பமோ தொங்கிக் கொண்டிருக்கும். லட்சுமிகரமான முகத்தில் நிலைத்திருக்கும் அமைதி. அந்த அம்மாளின் பெயர் என்ன என்று இன்றுவரை எனக்குத் தெரியாது. என் அம்மாவுக்கும் தெரிந்திருக்க வாய்ப்பில்லை. எல்லோருக்கும் அவர் 'வளையல்காரம்மா'தான்.

என் குழந்தைப் பருவத்தின் நினைவு அடுக்குகளில் நிரந்தரமாகத் தங்கியிருப்பவர்களில் வளையல்காரம்மா முக்கியமானவர். மூங்கில் தண்டுகளில் பச்சை, சிவப்பு, நீலம், மஞ்சள் என பல வண்ண கண்ணாடி வளையல்களை அடுக்கி, அவற்றின் மீது தூய வெள்ளை நிறத் துணியைச் சுற்றி, கூடையில் வைத்து அவர் எடுத்துவரும் அழகே அழகு! மாரியம்மன் கோயில் வெள்ளித் தேர் நகர்ந்து வருவது போல், அடிமேல் அடியெடுத்து வைத்து வருவார். வளையல்கள் ஒன்றுடன் ஒன்று உரசிவிடக் கூடாது என்கிற கவனம் அவரது ஒவ்வொரு அசைவிலும் பளிச்சிடும்.

வெள்ளிக்கிழமை காலை 10-இல் இருந்து 11-க்குள் வளையல்காரம்மா எங்கள் வீட்டுக் கதவைத் தட்டுவது வழக்கம். அதற்காகவே காத்திருக்கும் நான், வீட்டிலிருக்கும் மற்றவர்களை முந்திக் கொண்டு ஓடிப்போய் கதவைத் திறப்பேன். "குட்டிப் பாப்பா எனக்காகக் காத்திருக்குதாக்கும்." என்றபடியே வீட்டுத் திண்ணையில் வளையல் கூடையை மெல்ல இறக்கி வைப்பார். கூடையிலிருந்து வளையல்களை எப்போது எடுப்பார் என்ற ஆர்வத்துடன், நான் அவரையே வைத்தகண் வாங்காமல் பார்ப்பேன். அம்மாவுடன் பொதுவான ஊர்க்கதைகளைப் பேசிவிட்டு, நிதானமாக வளையல் கட்டுகளை கூடையிலிருந்து எடுப்பார். பச்சைக் குழந்தையை மடியில் கிடத்துவதுபோல, பக்குவமாக வளையல் கட்டை மடியில் வைத்து, அதைச் சுற்றியிருக்கும் வெள்ளைத் துணியை மெல்ல நீக்குவார். மூங்கில் தண்டுக்குள் மாட்டப்பட்டிருக்கும் பல வண்ண வளையல்களைப் பார்க்கையில் எனக்குள் உற்சாகம் பொங்கும். முகூர்த்த வளையல்கள் என்று மணப்பெண்களுக்கான தங்க நிற வளையல்கள் அடங்கிய அட்டைப் பெட்டிகள் தனியே இருக்கும். சிலர் பச்சை, சிவப்பில் தங்க நிறம் கலந்த வளையல்களை திருமணத்தின்போது அணிவார்கள் என்பதால், அதற்கென தனி அட்டைப்பெட்டி.

"அந்த பச்சைக் கலர் வளையல எடுங்க வளையல்காரம்மா... அதோ, தங்கக் கலர் போட்ட நீல வளையல் வேணும்..."

என் அவசரத்தைப் பார்த்து காவிப் பல் தெரியச் சிரிப்பாள். “அவசரப்படாதே... பொறுமையா இரு... எல்லாம் உனக்குத்தான்...” என்றபடியே என் கை அளவுக்குத் தோதான வளையல்களை எடுப்பாள். இன்ச் டேப் வைத்து அளவெடுத்ததுபோல் அவ்வளவு கச்சிதமாக இருக்கும். அளவில் துளியும் கூடவோ, குறையவோ இல்லாமல் நூல் பிடித்தது போல், கண் பார்வையாலேயே என் கை மணிக்கட்டு அளவை அளந்துவிடுவாள். ஒவ்வொரு வளையலையும் தனித்தனியாக எடுத்து, கட்டை விரலுக்கும் நடு விரலுக்கும் நடுவில் வைத்து நிமிண்டி உடைந்திருக்கிறதா என்று ஆராய்வாள். “இது புதுசா வந்திருக்கு... உனக்கு நல்லா இருக்கும்” என்றபடியே நீல நிறத்தில் தங்க நிற புட்டாக்களுள்ள வளையல்களை எடுப்பாள். நானும் மகிழ்ச்சியாகத் தலையாட்டுவேன். அவளது வார்த்தைக்கு எந்த அப்பீலும் இல்லை. எனக்கென விருப்பங்கள், தெரிவுகள் இல்லாத காலம் அது. வளையல்காரம்மா சொன்னால் அழகாகத்தான் இருக்கும்!

ஒரு கையில் ஆறு, மறு கையில் ஆறு என பன்னிரெண்டு வளையல்களைத் தனியாக எடுத்து வைத்துவிட்டு, வாயில் ஊறிப்போன வெற்றிலைச் சாறை திண்ணைக்கருகில் இருக்கும் ஜலதாரையில் குனிந்து துப்புவாள். என்னைச் சுற்றி அக்காக்கள் இருவரும் தங்கள் முறையை எதிர்பார்த்துக் காத்திருப்பார்கள். கடைக்குட்டி என்பதால், வளையல் போடுவதில் எனக்கு முதலிடம். ஆறு வளையல்களில் மூன்றை மட்டும் எடுத்து, மடியில் வைத்துக் கொண்டு, “வா, பக்கத்துல” என்று என்னைத் தன் அருகில் நெருக்கமாக அமர்த்திக் கொண்டு, என் வலது கையை தன் இரண்டு கைகளாலும் பிடித்து கை ‘முழி’யை வாகாகப் பிசைந்து விடுவாள். விரல்களை ஒன்றாகச் சேர்த்துப் பிடித்து, வளையல்களை மெல்லத் தள்ளிவிடுவாள். அவளது கைகளின் மென்மையான அழுத்தத்தில் வெண்ணெயில் நுழையும் ஊசியைப் போல வலிக்காமல், அலுங்காமல் மணிக்கட்டைத் தாண்டி வளையல்கள் உள்ளே போகும்.

“நல்லா சாப்பிடணும். கை பாரு, எப்படி ஒல்லியாக இருக்குதுனு.” வளையல்காரம்மாளின் வாஞ்சையும், கைகளின் ஸ்பரிசமும் எனக்குள் கதகதப்பாக இறங்கியதை இப்போது நினைத்தாலும், நெஞ்சை வருடுகிறது. இரண்டு கைகளிலும் வளையல்களை அடுக்கி முடித்தவுடன், சம்பிரதாயமாக இரு கை விரல்களையும் சேர்த்துக் குவித்து, தன் கைகளுக்குள் வைத்துக் கொண்டு, ஆசீர்வதிப்பதுபோல், “மகராசியா இரு” என்பாள் வளையல்காரம்மா. ஒன்றுடன் ஒன்று உரசியபடியே சிணுங்கும் வளையோசையின் அழகை ரசித்தபடியே நான் எழுந்து கொள்வேன். அடுத்து அக்காக்கள் முறை.

எத்தனையோ இளம் பெண்களின் கைகளைப் பிடித்து, அழுத்தி

ஆத்மார்த்த அன்புடன் வளையல்போட்டுவிட்ட அவளது விரல்களின் நீண்ட அனுபவத்தின் சிறு துளியை அடிக்கடிப் பருகும் வாய்ப்பு எனக்குப் பலமுறை வாய்த்தது. வளைகள் உடையும் போதெல்லாம், புதுப் புது வளையல்கள் கிடைத்தன.

என் திருமணத்தின்போது, எனக்கு மட்டுமல்லாமல், உறவுக்காரப் பெண்கள் அனைவருக்கும் வளையல்காரம்மாதான் வளைய்ல கொண்டு வந்து தந்தார்.

மருதாணியிட்டுச் சிவந்திருந்த இரு கைகளிலும் தங்க நிற வளையல்களைப் பாங்காக. அடுக்கிவிட்டு, இரு கைகளையும் குவித்து 'மகராசியா இரு' என்று முதல் ஆசீர்வாதம் செய்தவள் அவள்தான். திருமணமாகி, பெங்களூரில் புதுக்குடித்தனம் தொடங்கிய பிறகு, ஆண்டிற்கு இருமுறைதான் பொள்ளாச்சிக்குப் போக முடிந்தது. பவித்ரா வயிற்றில் இருந்தபோது, வளைகாப்பு நிகழ்ச்சியில் வளையல்காரம்மாவைப் பார்த்ததுதான் கடைசி முறை.

"நீ குழந்தையா இருக்கும் போதிலிருந்து வளையல் போட்டுவிடறேன். இப்ப உனக்கே குழந்தை பிறக்கப் போகுது..." என்று பரிவுடன் என் கை பிடித்து வளையல் போட்டுவிட்டாள். காலச்சக்கர சுழற்சியில் அவள் கைகளில் மெல்லியதொரு நடுக்கம் ஏற்பட்டிருந்ததை நான் அப்போது உணர முடிந்தது. எங்கள் வீட்டில் எல்லோரும் பெண் பிள்ளைகள் என்பதால், திருமணமாகி ஒவ்வொருவரும் வேறு, வேறு, ஊர்களுக்குச் சென்றுவிட்டபிறகு, வளையல்காரம்மாவுக்கு எங்கள் வீட்டில் வேலை இல்லாமல் போனது. ஆனாலும், வழியில், கடை வீதியில் அவ்வப்போது என் அம்மாவைப் பார்க்க நேரும்போதெல்லாம், என்னைப் பற்றி தவறாமல் விசாரிப்பார்களாம். தொலைபேசியில் பேசும்போது அம்மா என்னிடம் சொல்வார்.

வளையல்காரம்மாவின் கணவர் இறந்த பிறகு, அவர் வளையல் வியாபாரத்தை நிறுத்திவிட்டதாகவும் அம்மா என்னிடம் தெரிவித்தார். மஞ்சள் குங்குமம் இல்லாத வளையல்காரம்மாவின் முகத்தை கற்பனை பண்ணிப் பார்க்க என் மனம் இடம் கொடுக்கவில்லை.

குழந்தைகள், அவர்களின் படிப்பு, அடிக்கடி நிகழும் பணியிட மாற்றம் என்று என் வாழ்க்கையின் கிராப் வேறு திசை நோக்கிப் பயணிக்க, வளையல்காரம்மாவின் நினைவும், அவளைப் பற்றிய பேச்சும் மெல்லத் தேய்ந்து மறைந்துதான் போனது.

இரண்டு ஆண்டுகளுக்கு முன், ஒரு கோடை விடுமுறையில் அம்மா வீட்டுக்குச் சென்றிருந்தபோது, பலரைப் பற்றியும் பேசிக் கொண்டிருந்த ஒரு மாலைப் பொழுதில், வளையல்காரம்மாவின் பேச்சும் வந்தது. ஒரு மார்கழி மாத முன் பனி நேரத்தில்,

படுக்கையிலேயே அவள் உயிர் பிரிந்த செய்தியை, அம்மா என்னிடம் தெரிவித்தாள். கனிவும், வாஞ்சையும் மிக்க அந்தக் கைகளின் இதத்தை நினைத்து என் கண்களில் இரு சொட்டு கண்ணீர்த் துளிகள் எட்டிப் பார்த்தன.

இப்போது நான் அதிகம் கண்ணாடி வளையல்கள் அணிவதில்லை. தங்க வளையல்கள் என் கரங்களில் நிரந்தர இடத்தைப் பிடித்துவிட்டன. விழாக்கள், திருமணம் போன்ற குதூகல நிகழ்ச்சிகளிலும் கண்ணாடி வளையல்களைவிட, பொன் நகைகளுக்கே அதிக முக்கியத்துவம் கொடுத்து அணிய வேண்டியிருக்கிறது.

"அம்மா, இந்த வளையல் நல்லா இருக்கா...?"

பவித்ரா என் முன் நீட்டிய டிசைனர் வளையல்களின் மெல்லிய ஓசையில், நான் நிகழ்காலத்துக்கு வந்தேன். நுணுக்கமான கல் வேலைப்பாடுகளுடன் ரோஜா நிற வளையல்கள் அவள் கைகளில் சிணுங்கின.

"இது என் டிரஸ்ஸுக்கு மேட்சா இருக்கும். எடுத்துக்கட்டுமா அம்மா...?"

"வாங்கிக்கோ" என்றபடியே, ஹேண்ட் பேக்கிலிருந்து நூறு ரூபாயை எடுத்து நீட்டினேன்.

அழகிய அட்டைப் பெட்டியில் வளையல்களை அடுக்கி, ஒரு கவரில் போட்டு கடைக்காரர் கொடுக்க, அதை வாங்கிக் கொண்டு திரும்பிய பவித்ராவைப் பார்த்தபோது, அவளுக்கு எதுவோ கிடைக்காத மாதிரி தோன்றியது. வளையல்காரம்மாவின் மஞ்சள் பூச்சு முகம், ஒரு கணம் நினைவில் மின்னி மறைந்தது.

கலைச்செல்வி

இளைய தலைமுறையைச் சேர்ந்த நவீன இலக்கியப் படைப்பாளிகளுள் கலைச்செல்வியும் ஒருவர். திருச்சியில் பொதுப்பணித்துறையில் பணியாற்றும் இவர், 2012 முதல் எழுதி வருகிறார். இவரது முதல் சிறுகதை 'வைதேகி காத்திருந்தாள்' என்பதாகும். தொடர்ந்து எழுதிவரும் இவர், வலி, இரவு, சித்ராவுக்கு ஆங்கிலம் தெரியாது, மாய நதி என்ற நான்கு சிறுகதைத் தொகுதிகளையும், சக்கை, புனிதம், அற்றைத் திங்கள், புயலுக்குப் பின்னே என்ற நாவல்களையும், குறுநாவல்கள் மற்றும் பல கட்டுரைகளையும் எழுதியுள்ளார். இவரது சிறுகதைகள் வானொலி மற்றும் தொலைக்காட்சிகளில் ஒலி / ஒளிபரப்பாகின்றன. படைப்புக்காக வானதி விருது, போடி மாலன் விருது, இலக்கியச் சிந்தனை பரிசு என்பனவற்றைப் பெற்றுள்ளார்

கதைக்குள் புகுமுன்

ஆணுக்கான வெளி (space) இந்த உலகம் முழுமையும் ஆகும். ஆனால் பெண்ணுக்கான வெளி, சென்ற தலைமுறை வரை இல்லம் மட்டுமே . இல்லத்திலும் பின் கட்டு மட்டுமே பெண்ணுக்கான வெளியாக இருந்துள்ளது. முன் கட்டு ஆணுக்கானது. பெரும்பான்மையான வீடுகளில் முன் கட்டுக்கு வர பெண்ணுக்கு அனுமதியில்லை. ஆனால், பிரசவ வெளி என்பது பெண்ணுக்கே உரியது என்று நம்புகின்றோம். அந்த வெளியில் கூட, பெண் எப்படி ஒடுக்கப்படுகிறாள் என்பதை எழுத்தாளர் கலைச்செல்வி மிக அருமையாகப் பதிவு செய்துள்ளார். குழந்தை உண்டானது தொடங்கி அது பிறந்து கொண்டாடப்படும் வரை பெண்ணுக்கான வெளியாக அது இல்லை. கணவன், கணவன் வீட்டார், தாய், மருத்துவர், செவிலியர், உறவுகள், சுற்றியுள்ளோர் என அனைவரும் அந்த அந்தரங்க வெளியைப் பிடித்து ஆட்டுவது மிக எதார்த்தமாக இக்கதையில் பதிவு செய்யப்பட்டுள்ளது. பிரசவ வலி மட்டும் தான் பெண்ணுக்கானது. பிரசவவெளி அனைவருக்கும் ஆனது என்பதுதான் இக்கதையின் மையம்.

22

பிரசவ வெளி

கலைச்செல்வி

'அடிமுதுகு வலியில் துவண்டிருந்தது. வயிற்றின் அசைவுகள் குழந்தை வெளி வருவதற்கான இறுதி முயற்சியில் உயிரை கரைத்துக்கொண்டிருந்தன. வலியை நீட்டியோ நிமிர்ந்தோ அனுபவிக்க இயலாதவண்ணம் இடது கை சிறைப்படுத்தப்பட்டு குளுக்கோஸ் ஏறிக்கொண்டிருந்தது. டெட்டனஸ் ஊசி செலுத்தப்பட்ட இடம் வலியால் கடுத்தது. வாழ்வு நித்தியமானது என்ற மாயைக்குள் முழுதாக தன்னை ஒளித்துக் கொண்ட பரபரப்பில் இயங்கியது அந்த பிரசவ வார்ட். ஆர்வமும் எதிர்பார்ப்பும் குரல்களாகக் கசிய சொந்தங்கள் கதவுக்கு வெளியே காத்திருப்பது நர்ஸ் கதவை திறந்து மூடுவதில் தெரிந்தது. குடும்ப எண்ணிக்கையொன்று கூடுகையில் ஏற்படும் இயல்பான சந்தோஷம்.

என்னையும் சேர்த்து நான்கு பெண்கள் அந்த லேபர் வார்டில் இருந்தோம். சற்றே பெரிய சதுரமான அறை. என்னை தவிர்த்த இரு பெண்களும் உச்சகட்ட வலிக்கான காத்திருப்பில் இருப்பது போலிருந்தனர். பக்கத்திலிருந்த பெண் பிரசவத்தின் வெகு நெருக்கமான இடைவெளியில் இருப்பதை அவளின் அங்க அசைவுகள் உணர்த்திக் கொண்டிருந்தன. அந்தப் பெண்ணைச் சுற்றிலும் வைக்கப்பட்டிருந்த பச்சைத் திரைத் தடுப்புகளினால் உள்ளே நடப்பவை துல்லியமான பார்வைக்கு மறைக்கப் பட்டிருந்தாலும் காட்சிகள் தெளிவற்று தெரிந்துகொண்டு தானிருந்தன. மருத்துவரும் செவிலியரும் தாதியுமான சிறு கூட்டம் அவளைச் சூழ்ந்திருந்தனர். தாளாத வலியில் அவள் முனகியது என் உயிர் வரை ஓடி பய நரம்பைச் சுண்டியது. எண்ணிப் பார்த்தேன். இந்தப் பயம் இன்றில்லை... நாள் தள்ளிப் போன பிறகு செய்த சிறுநீர்ப் பரிசோதனையில் பாசிட்டிவ் ரிசல்ட் காட்டிய அன்று வந்த பயம்.

அன்று குடும்பமே ஆரவாரத்தில் மூழ்கிவிட எனக்குள் சந்தோஷத்தைவிட பயமே அதிகமாக வந்து உட்கார்ந்தது. இத்தனைக்கும் சினிமா.. சீரியல்களில் வருவதுபோல் எனக்கு மயக்கம் வரவில்லை. வாந்தி போன்ற தொந்தரவுகளும் இல்லை.

மயக்கம் தெளிந்த கதாநாயகிகள் கட்டிலில் போர்வைக்குள் படுத்தபடி வருங்கால குழந்தையை பற்றி வெட்கமும் ஆசையுமாக கணவருடன் பகிர்ந்துகொள்வதைப் பார்த்திருக்கிறேன். எனக்கு அப்படியேதும் தோன்றாமல் பயம் வந்தது குறித்து பயமாகதான் இருந்தது. ஒருவேளை அடிக்கள்ளி... என்ற தேய்ந்த வசனத்தை என் கணவர் பேசாததுதான் காரணமோ என்ற எண்ணவோட்டம் உதட்டில் புன்சிரிப்பை வரவழைத்தது.

கர்ப்பவதி... புள்ளத்தாச்சி என்ற வார்த்தைகளின் புனிதம் ஜீன்களின் வழியாகவும் சமுதாய கற்பிதங்களாலும் என்னுள் கடத்தப்பட்டிருந்தாலும் எதிர்ப்படும் கர்ப்பவதிகளின் மனநிலை குறித்த ஆராய்ச்சி என் மனதில் அனிச்சையாக ஓடிக் கொண்டேயிருந்தது. என் நாத்தனாரின் பிரசவம் குறித்து பேசும்போதெல்லாம் என் மாமியார் “எம்பொண்ணு செத்துதான் பொழச்சா...” என்றது வேறு பயத்தை அதிகப்படுத்தியது. “பொண்ணுக்குப் பிரசவங்கறது மறு ஜனனம்தான் என்றாலும் இந்த நவீன மருத்துவ யுகத்தில்...” என்று டி.வி.யில் பேசிக்கொண்டே போகும் மகப்பேறு மருத்துவரின் முதல் வரிகளோடு மனம் நின்று போனது. பெரிய வயிறுடைய பெண்கள் அடுத்து வரும் மாதங்களில் பூந்துவாலைக்குள் குழந்தையை இறுக்கியபடி நடப்பதுதான் சற்று ஆறுதலாக இருந்தது. இப்போது எனது பழக்க வழக்கங்கள் கூட மாறியிருந்தது. முன்பெல்லாம் கோபம் வரும்போது சாப்பாட்டில்தான் அது வெளிப்படும். ஆனால் இப்போது கோபம் கிளம்பும்போதே சமாதானப் படுத்தப்பட்டதில் சலிப்புதான் வந்தது. ‘சாப்பாட்டுல கோவத்த காட்டாதே... இப்ப நீ ரெண்டு உயிர்...’ எல்லோரும் சொல்லும்போது பயம் இன்னும் கூடிப் போனது.

வாரிசு ஏக்கத்தை கண்களில் சுமந்திருந்த கணவரிடம் வயிற்றுச் சுமையை தள்ளிப்போட என்னும் என் எண்ணம் அரங்கேறாமலேயே அஸ்தமித்துப் போனதில் வயிறு மேடிட துவங்கியிருந்தது. வெளிப்படுத்தியிருந்தால் மட்டும் என்ன நடந்திருக்கும்...? சமாதானத்தின் இறுதியிலோ அல்லது சண்டையின் இறுதியிலோ வயிற்றுச் சுமைக் கட்டாயமாக்கப் பட்டிருக்கும். என் சம வயது பெண்களில் குழந்தைப்பேற்றை தள்ளிப் போட்டவர்கள்... குழந்தை தரிப்பதற்காக மருத்துவ ஆலோசனையிலிருப்பவர்கள்... இன்னும் திருமணமாகாதவர்கள்... இவர்களோடு என்னை ஒப்பிடுவதில் என்னுடைய தாய்மைப் பேறுக் குறித்து என் அம்மாவுக்கும் பெருமைதான். தனது மகள் பெண்ணாகப் பிறப்பெடுத்ததைப் பூர்த்தி செய்து விட்டாள் என்ற நிறைவுடனேயே இந்தப் பத்து மாதங்களும் வளைய வந்திருந்தாள் அவள். என் மனதை வெளிப்படுத்தியிருந்தால்

முதலில் ஆச்சர்யம்தான் வந்திருக்கும் அம்மாவுக்கு. 'இப்படி கூட யாராவது நினைப்பாங்களா...?' என்பாள். பிறகு நிச்சயமாக மருமகனின் கட்சிக்குத் தாவி விடுவாள்.

மூன்றாம் மாதம் வீட்டுக்கு அழைத்து வருவது... ஐந்தாம் மாதம் மருந்து கொடுப்பது... என நேரங்கள் நெரிசலாகக் கடந்துகொண்டிருந்தது. துறுத்தலான வயிற்றை ஆசையாக வருடி புளகாங்கிதம் அடையும் கணவருக்கு இப்போதெல்லாம் வயிற்றுக் குழந்தையைத் தவிர்த்து என்னிடம் பேச விஷயங்களற்றுப் போனது. தடுப்பூசிகள் ஸ்கேன் ரிப்போர்ட் இவற்றோடு மாதாந்திர செக்கப் முடிந்து மருத்துவர் அறையிலிருந்து வெளியே வரும்போது எனது திகில் நிறைந்த கண்களைப் பார்த்து பதறும் கணவரிடம் 'பேபி நல்லாயிருக்காம்...' என்ற வார்த்தைகள் அவரைத் திருப்திபடுத்த போதுமானதாக இருந்தது. ஆனால் மருத்துவ செக்கப் செய்யும் முறை என்னை விரக்தியடைய வைத்திருந்தது.

இரவுகள் கூட கலக்கத்திலேயே கழிந்துகொண்டிருந்தது. புதிதாகக் குழந்தைப் பெற்ற உறவுக்காரப் பெண்கள் குழந்தையே உலகமாக மாறிப் போவதை மனக்கண்ணுக்குள் இருத்தி பார்க்கும் போது வரும் இன்பம், பிரசவம் குறித்த பயத்தில் கரைந்து போகும். வரப்போகும் குழந்தையைப் பற்றிய கனவுகளில் மூழ்கியபடியே மெல்லிய குறட்டையில் தன்னை ஆசுவாசப்படுத்திக் கொண்டு படுத்திருப்பார் கணவர். பத்து பனிரெண்டு குழந்தைகளை உடல் உழைப்பு மிகுந்த அந்தக் காலகட்டத்தில் சர்வ சாதாரணமாக பெற்றெடுத்த பாட்டிமார்கள் எனக்கு சாதனையாளர்களாகத் தெரிந்தனர். மருத்துவச்சி பார்க்கும் பிரசவம்... வளராத விஞ்ஞானம்... சமுதாய அழுத்தம்... புனித வேள்விக்குள் அடைபடும் தாய்மை இவைகளுக்கு மத்தியில் கயிற்றில் நடக்கும் சாகஸகாரர்களாகவே ஒவ்வொரு பெண்ணும் வாழ்ந்திருப்பதாக எனக்கு தோன்றியது. விஞ்ஞானம் போர்த்திய இன்றைய சமுதாயத்தில் கூட மலடி... போன்ற ஆண்பாலற்ற சொற்கள் வெகு விமரிசையாகவே வலம் வந்து கொண்டுதானிருக்கிறது. தாங்கள் பெறும் குழந்தைகள் குறித்த உரிமையைப் பெண்கள் இன்னும் பெறவில்லை என்று ஏதேதோ எண்ணங்கள் மூழ்கடிக்க மீதி இரவும் தூக்கம் தொலைந்தே கடக்கிறது. தூக்கமின்மை பகல்களை அரைமயக்க நிலையிலேயே வைத்திருப்பது போலிருக்கும். "நாள் நெருங்க நெருங்க தூக்கம் வராதுடீ... இதெல்லாம் வயித்துப்புள்ளக்காக நாம செய்ற தவம்டீ... குடுத்து வச்சிருக்கணும்..." என்பாள் அம்மா உருக்கமாக.

வயிறு பெரிதானதில் கைகளின் துணையின்றி உட்காரவோ எழுந்து கொள்ளவோ... புரண்டு படுக்கவோ முடியாத களைப்பு நிரந்தரமாக

முகத்தில் படர்ந்து போனது. "உள்ள இருக்கறது பொம்பளப்புள்ளதான்... பொண்ணுங்கதான் தாயோட அழகை களவாடிக்கும்பாங்க..." என்ற ஜோதிடம் சொல்லும் அம்மாவுக்கு "இல்லீங்க... ஆம்பளப்புள்ளதான் அசதிய கொடுக்கும்..." என்பார் மாமியார் விட்டுக் கொடுக்காதவராக. டபக்... டபக்... என உள்ளிருந்து வரும் அசைவுகள் சற்று நேரம் வராது போனாலும் பயமேற்பட்டது. 'குழந்தை மூவ்மெண்ட்டே இல்லையாம்...' வீடே அல்லோகல்லோலப்பட்டது. ஸ்கேன் எடுத்ததில் குழந்தை 'நார்மல்' என்றது ரிப்போர்ட். நான்தான் நார்மலாக இல்லாமல் நடுக்கத்துடன் பிரசவ தேதியை எதிர்பார்த்திருந்தேன். வளைகாப்பு வளையல்கள் உடைந்து விடாமல் எப்போதும் ஜாக்கிரதையாக இருக்க வேண்டியிருந்ததில் யாருடைய உடலுக்குளோ புகுந்து கொண்டது போலிருந்தது. என் அலைபேசியிலிருந்து போகும் அழைப்புகளோ அலைபேசிக்கு வரும் அழைப்புகளோ பிரசவத்தைப் பற்றிய பேச்சிலேயே சுற்றி வந்து முடங்கிப் போவது ஒரு வித சலிப்பை தந்தது.

ஒன்பதாவது மாதம் தொடக்கத்திலேயே மருத்துவமனைக்கென பெரிய பேக் ஒன்று எப்போதும் தயார் நிலையிலேயே வைக்கப்பட்டிருந்தது. அம்மாவும் தான். ஃபிளாஸ்க் டம்ளர்கள்... பெரிய பெரிய டவல்கள் சலவை செய்து புதிதாக்கப்பட்ட வெள்ளை வேட்டிகள் ஸ்பூன் சாத்துக்குடி பிழியும் கருவி குளுக்கோஸ் பாக்கெட்டுகள் நைட்டி நாப்கின் பாக்கெட் என நிரம்பியிருந்த அந்த பேக் கண்ணில் படும் போதெல்லாம் பீதியைக் கிளப்பிக் கொண்டேயிருக்கும். "மாப்ளை நம்ம பொண்ண நல்லா கவனிச்சுக்குறாரு... குழந்தை மூவ்மெண்ட்ட வாட்ச் பண்ணிக்கிட்டே இரு... வலி வர்றாப்பல இருந்தா ஒடனே ஆஸ்பிடலுக்குக் கெளம்பிடு... நேரத்துக்குச் சாப்புடுன்னு ஒரே அட்வைஸ்தான் பொண்டாட்டிக்கு..." அம்மாவுக்குப் பெருமைப்பட விஷயமிருந்தது. எனக்கோ என் கணவர் என்னிடமிருந்து விலகிவிட்டது போலிருந்தது.

தயாராக இருந்த அந்த பெரிய பேக்கிற்கு நேற்று மாலை உபயோகம் ஏற்பட்டதில் மருத்துவமனையில் அனுமதிக்கப்பட்டேன். முதலில் கர்ப்பபையில் தண்ணீரின் அளவு குறைவாக இருப்பதால் சிசேரியன் செய்ய வேண்டும் என்றார்கள். எனக்கு அனஸ்தீஷியா அலர்ஜி என்பதால் நார்மல் டெலிவரிக்கு காத்திருப்பதில் பிரச்சனையில்லை என்றார்கள். பெல்விஸ் எலும்பு விரிவடைந்திருப்பது நல்ல அறிகுறி என்றார்கள். இரு வீட்டார் குலதெய்வங்கள் சிறு தெய்வங்கள் என பிரசாதங்களால் எனது நெற்றி நிறைந்திருந்தது. 'எம்பொண்ணு நல்லபடியா பெத்து பொழைக்கணும்...' அம்மாவின் சத்தமான வேண்டுதல் வலியை அதிகரித்தது. பயத்தில் கண்களை

இறுக மூடியிருந்த என்னை இனிமா கொடுக்க அழைத்துச் சென்றனர்.

பொங்கி வழிந்த வயிற்றோடு ஒருக்களித்து கால்களை முன்னும் பின்னுமாக்கி படுக்க சூடான சோப்புத் திரவம் எனக்குள் இறங்கியது. பிறகு கழிவறைக்கும் படுக்கைக்குமாக அலைந்தேன். 'தண்ணி வழுக்கும்டீ... பாத்து நட...' முதுகில் ஒலித்த அம்மாவின் குரல் பலித்தால் தேவலாம் என்றிருந்தது. வலியோடு அவஸ்தைப்படுவதை விட குழந்தையோடு இறந்து போகலாம். கழிவறை கதவை மூடுவதற்குள் கால்களின் வழியே சிறுநீர் வழிந்தோடியது. வழக்கமாக இருப்பது போலின்றி சற்று பிசுபிசுப்பாக இருந்தது அது. நான் அம்மாவிடம் சொல்ல... அம்மா நர்ஸிடம் அலற.. உடனே பச்சை அங்கிக்குள் நுழைக்கப்பட்டு ஸ்டெச்சரில் கிடத்தப்பட்டேன். ஸ்டெச்சரோடு பயணித்த என் கணவரின் பதற்றம் நிறைந்த விழிகள் என்னைக் கோபப்படுத்தியது. 'இந்த பதற்றமெல்லாம் வயித்துக் கொழந்த நல்லபடியா வெளிய வருணும்னுதான்...' பொருமலோடு கண்களை மூடிக் கொண்டேன். ஸ்டெச்சர் நகர்ந்தது. மனம் வெறிச்சோடியிருந்தது.

இதுதான் உள்நோயாளியாக எனது முதல் மருத்துவமனை அனுபவம். அறையின் தோற்றம் பயமுறுத்தலாக இருந்தது. பலியாடுகளாகக் கிடந்த மூவரோடு நானும் சேர்ந்ததில் நால்வராகிப் போனோம். அங்கிருந்த பெண் மருத்துவர் என்னை சோதித்துவிட்டு 'லேபர் பெயின் வரட்டும்... வெயிட் பண்ணலாம்...' என்றபடியே எனது பச்சை உடுப்பை கீழே இழுத்து விடாமலேயே நகர்ந்தார். படுத்தவாறே குனிய முயன்றேன். எழுந்திரிக்காதம்மா... டிரிப்ஸ் போய்ட்டுருக்கல்ல..." என்றார் ஒரு நர்ஸ். பிறகு நான் கேட்டுக்கொண்டதன் பேரில் பட்டும்படாமலும் என் உடையைச் சரிப்படுத்தி விட்டு நகர்ந்தார். உடை பற்றிய பதற்றம் நீங்கியதில் மெல்ல கண்களைச் சுழற்றினேன். பக்கத்துப் படுக்கையிலிருந்த பெண் ஹீனஸ்வரத்தில் முனகிக் கொண்டிருந்தாள்.

நேரம் செல்ல செல்ல அந்தப் பெண்ணின் சத்தம் கூடிக்கொண்டேயிருந்தது. மரணத்தின் உச்சமே ஜனனம். மரணம் என்றால் அது மனதின் அந்தரங்க வலியாக இருக்கலாம். அல்லது உடல் வலியின் உச்சமாக இருக்கலாம். அல்லது நேரடி மரணமாகக் கூட இருக்கலாம். தத்துவார்த்தமான சிந்தனைகள் எனக்குள் ஓடிக்கொண்டிருந்தது அந்நேரத்திலும். இம்மாதிரியான சிந்தனைகள் எனக்குப் புதிதல்ல. எனது பள்ளிநாட்களில் அவ்வப்போது நான் அள்ளி விடும் வசனங்கள் நீதிபோதனை வகுப்பில் என்னை முன்னிலைப்படுத்தும். பதினோராம் வகுப்பு படிக்கும்போது ஒருமுறை நீதிபோதனை டீச்சர் 'உன் வயசு ஸிக்ஸ்டீனா... ஸ்க்ஸ்டீயா...' என்று கிண்டலடித்தார்.

பக்கத்து படுக்கைப் பெண் வலியில் எனக்கு சீனியர். அவள் அனுபவிப்பதையெல்லாம் இன்னும் சற்று நேரத்தில் நானும் அனுபவிக்க வேண்டும். வாழ்க்கையின் உச்சகட்டம். வலியின் உச்சகட்டம். பொறுக்கவியலாத வலியைப் பொறுக்க வேண்டிய கட்டாயம். பிளாஸ்டிக் பக்கெட்டும் கையுமாக அவசரமாக உள்ளே நுழைந்த இரு தாதிகள் பச்சைத் திரைக்குள் ஐக்கியமானார்கள். அந்தப் பெண்ணின் கால்களை இருவர் மடக்கி பிடித்திருப்பது தெரிந்தது. அவள் ஏதோ செய்ய பிரயத்தனப்பட்டுக் கொண்டிருந்தாள்.

அதற்குள் பொல்லாத வலி என்னைத் திசைத் திருப்பியது. வாய்விட்டு முனகினேன். நர்ஸ் என்னருகே வந்தார். “அடிவயித்துல வலி இறுக்கி புடிக்குதா...” என்றார். அப்படிதான் இருந்தது எனக்கும். “வலி வுட்டு வுட்டு வரணும்... ரெண்டு நிமிஷத்துக்கொரு தடவை வந்து வந்து நின்னுச்சுன்னா பேபி வெளிய வர போவுதுன்னு அர்த்தம்...” வலியின் இரைச்சலுக்குள் மழலையின் குரல் மெலிந்து கேட்டது. அவளுக்குக் குழந்தை பிறந்து விட்டது. ஆவலில் தலையைத் திருப்பிப் பார்த்தேன். அவளைச் சுற்றியிருந்த கூட்டம் குறையவில்லை. இடுப்புக்கு மேல்தான் தெரிந்தாள். பச்சைத் திரையைச் சற்றே நகர்த்தியிருந்தார்கள். நல்ல உணர்வுடன்தான் இருந்தாள். உடல் தொய்ந்து கிழிந்த நாராகி போனதை முகம் உள்வாங்கி களைப்பை வெளித்தள்ளியிருந்தது. குழந்தை இடைவிடாது அழுதது. அந்த ஒலி அவளைச் சலனப்படுத்தியிருக்குமோ... தாங்க முடியாமல் அழுவாளோ... முகத்தை உற்றுப் பார்த்தேன். சலனங்களற்றிருந்தது அந்த முகம்.

இரண்டு நிமிடத்திற்கு முன் விட்டு போயிருந்த அடி வயிற்று வலி இப்போது மீண்டும் கவ்வி இழுத்தது. ‘அதேதான்... அதேதான்...’ மனசு பயத்தில் சில்லிட்டது. “சிஸ்டர்... சிஸ்டர்...” என்று கத்தினேன். நர்ஸ் வேகமாக வந்தார் என்னிடம். பழக்கப்பட்டுப் போன நிகழ்வாக நான் கால்களை விரித்துக் கொடுக்க “நாலு ஃபிங்கர் கேப் விட்டுருக்கு டாக்டர்...” என்றார் அவசரமாக.

இப்போது அவளிடமிருந்த பச்சைத் திரையை முழுவதும் நீக்கி என்னை நோக்கி நகர்த்தினர். நான் மற்றவர்களின் பார்வையிலிருந்து மறைக்கப்ட்டேன். என்ன நடக்கிறது எனக்கு...? மறத்து போயிருந்தது மனம். உடை மாற்றும் அறையிலோ குளிக்கும் அறையிலோ கூட இதுவரை யாரையும் அனுமதித்ததில்லை நான். கையறு நிலை என்பது இதுதானோ...? “முக்கு... நல்லா ஸ்டெரயின் பண்ணி முக்கு... ம் அப்டிதான்... ம்ஹூம்.. பத்தாது... இன்னும்... இன்னும்... இன்னும் பெட்டரா டிரை பண்ணு... ம்ம்... அப்டிதான்... இன்னும் கொஞ்சம்... இங்க பாரும்மா... நீ கோவப்ரேட் பண்ணலேன்னா

நாங்க ஒண்ணும் பண்ண முடியாது... கால நல்லா விரிச்சு வக்கலேன்னா பேபி வெளிய வர முடியாது... முக்கும்மா... ஏற்கனவே பனிக்கொடம் ஒடஞ்சுடுச்சு... லேட் பண்ணுனீன்னா பேபிக்கு ஸஃபகேட் ஆயிடும்..” மிதமாகவும் கோபமாகவும் கிரிக்கெட் கமெண்ட்ரி போல தொடர்ச்சியாக வந்த பெண் மருத்துவரின் குரல்கள் என்னைத் திக்குமுக்காட வைத்தன. சொன்னவைகளை யெல்லாம் செய்தாலும் குழந்தை ஏன் வெளியே வரவில்லை...? விரித்து பிடிக்கப்பட்ட என் கால்கள் வலியில் சோர்ந்திருந்தன. உடலின் கீழ்பாகம் முழுவதும் வலியால் சூழ்ந்திருந்தது. இந்த பிரசவத் தினத்தைக் குறித்து நான் கொண்டிருந்த பயங்கள் ஒன்றுகூட மிகையானதல்ல. ‘பிரசவம் ரொம்ப கஷ்டமானதுன்னா இத்தனைக் கோடி ஜனக்கூட்டம் எப்படி பெருகியிருக்கும்’ என்று எனக்கு நானே தேற்றி வைத்தவைகளெல்லாம் பொலபொலத்து உதிர்ந்து கொண்டிருந்தன.

சினிமாவில் கதாநாயகி கால்களை வலியில் அடித்துக் கொள்வாள். வேதனையில் துடிக்கும் அவள் முகத்தில் காமிரா படரும் நேரம் வீறிட்ட மழலை ஒலி எல்லாப் பின்னணி இசைகளையும் நிறுத்திவிட்டு தியேட்டர் முழுதும் எதிரொலிக்கும். வலிகளை மறந்து கதாநாயகி குழந்தையை வாரி அணைத்துக்கொள்வது என் மனக் கண்ணில் ஓடியது. என் பெரியப்பாவின் மகள் குழந்தையைப் பிரசவித்திருந்த போது அவளைப் பார்க்க போயிருந்தேன். அப்போது எனக்கு திருமணமாகியிருக்கவில்லை. அவளது ஒருநாள் வயதுடைய குழந்தையை என் பெரியம்மா கைகளில் ஏந்தியிருக்க அக்கா அவஸ்தையாக என்னை பார்த்து சிரித்தாள். இப்போதுதான் அந்த சிரிப்பின் அர்த்தம் எனக்கு புரிந்தது. வலிகளின் உச்சத்தை வென்று வந்த வேதனை சிரிப்பு அது. ‘நான் உங்கம்மாவ பெத்தெடுத்தது உங்க தாத்தனுக்கு கூட ரெண்டு நாளைக்குப் பொறவுதான் தெரியும்...’ கூட்டுக் குடும்பத்திலிருந்த என் அம்மாச்சி எட்டாவதாகப் பெற்றிருந்த என் அம்மாவைப் பற்றி பேசியது இந்த நேரத்திலும் நினைவிற்கு வந்து ஆச்சர்யப்படுத்தியது.

“அப்டிதான். இன்னும் ஒரு தடவ... அவ்ளோதான்... குட்...” பேசிக்கொண்டே இருந்த மருத்துவர் திடீரென வெகு உன்னிப்பானார். உடல் முழுவதும் வலி ஆக்கிரமித்த நேரம். என்னுள்ளிருந்து ஏதோ உருவப்பட்டது போன்ற உணர்வு. உடலை அசைக்கவியலாத நிலையில் பார்வையை மட்டும் திருப்பினேன். மருத்துவரின் கைகளுக்குள் உடலெங்கும்; வெள்ளையும் சிவப்புமாகப் படிந்திருந்த அந்தச் சின்னஞ்சிறு உருவம் குறித்து மூளையில் உறைக்க எனக்கு சில நொடிகள் பிடித்தது. ‘விடுதலை... விடுதலை... விடுதலை...’

மௌனமாக பாடியது மனம். வீறிட்டு அழுத குழந்தையை ஏந்திக் கொண்டு நகர்ந்தார் ஒரு நர்ஸ். குளிப்பாட்ட சென்றிருப்பாராக இருக்கும். எனது பெட்டில் தொங்கிக்கொண்டிருந்த எனது கேஸ் ஷீட்டில் குழந்தை பிறந்த நேரத்தைப் பதிவு செய்தார் ஒரு நர்ஸ். எனக்கு என்ன நடக்கிறது என்பது எனக்கே தெரியாத நிலை. நேரடி வலியின் வீச்சு நின்றிருந்தாலும் உடல் முழுக்க வலியும் உதிரமுமாக அவஸ்தை கூடியிருந்தது. தாதி ஒருத்தி அடிவயிற்றை மசாஜ் செய்வது போல அமுக்கியதில் அடிவயிறு வலித்தது. என் வலியையோ அவஸ்தையையோ சட்டைச் செய்யாதவளாக கடமையே கண்ணாக இருந்தார் அந்த தாதி. இறுதியாக கட்டி கட்டியாக உதிரம் நிறைந்த வாளி என் படுக்கைக்குக் கீழிருந்து அகற்றப்பட்டது. உதிரப் போக்குக்கு நாப்கின் வைக்கப்பட்டது. இரத்தக்கறை படிந்த எனது நீள அங்கிப் போன்ற உடை நீக்கப்பட்டு தயாராக வைக்கப்பட்டிருந்த எனது நைட்டி அணிவிக்கப்பட்டது. என்னிடமிருந்த சகலமும் என்னிலிருந்து பிடுங்கப்பட்டு முற்றிலும் மற்றவர்களுடைய கட்டுப்பாட்டில் இருந்த எனக்கு கையில் என்னவோ கட்டப்பட்டது. திருப்பிப் பார்த்தேன். சின்ன டோக்கன். எனக்கும் பேபிக்கும் மூன்றாம் எண் டோக்கன். குழந்தை மாறிவிடாதிருக்க. பூஞ்சையாய் கிடந்த தேகத்தை இரண்டு பேராக சேர்ந்து மெதுமெதுவாக ஸ்டெரச்சருக்கு மாற்றினார்கள். ஊண் சத்தற்ற உடல் போல சக்கையாக உணர்ந்தேன்.

ஸ்டெச்சர் லேபர் வார்டை விட்டு வெளியே நகர்ந்தது. யாரையும் பார்க்க ஆவலின்றி கண்களை மூடிக்கொண்டேன். ஆதரவாக அம்மா தலையைக் கோதுவது தெரிந்தது. சின்ன விசும்பல் சத்தம். அம்மா அழுகிறாள் போல. ‘ரொம்ப கஷ்டப்பட்டுட்டா எம்பொண்ணு...’ அவளின் வாய் முணுமுணுத்தது. கணவனின் விழிகள் குழந்தையைத் தேடியிருக்கும். ஸ்டெச்சரின் வீல்கள் வளைந்தன. அறைக்குள் நுழைகிறேன் போலும்.

சுடுநீரில் துடைக்கப்பட்ட உடலும் இதுவரை அனுபவித்த வலியும் தூங்க வேண்டும் என்ற உணர்வை உண்டாக்கியது எனக்கு. அம்மா அழைத்துக் கொண்டேயிருந்தாள். பிரயத்தனப்பட்டு லேசாக விழித்துப் பார்த்ததில் சூழ்ந்திருந்த அனைவரும் வேற்றுக்கிரக வாசிகளாய் தெரிந்தனர். அல்லது நான்தான் இறந்து வேற்றுக்கிரகத்திற்கு வந்துவிட்டேனா...? எதுவும் விளங்கவில்லை. ‘சமுதாயமானது தாய்மையைப் புனிதப்படுத்தி பெண்களை வாய் மூடி மௌனிகளாக்கி மிக சரியாக காய்களை நகர்த்தி மாறாத வெற்றியைத் தக்க வைத்துக்கொண்டே வந்துகொண்டிருக்கிறது. அதன் மிகச் சமீபமான பலி நான்...’ என்று கறுப்பு அங்கியோடு கோர்ட்டில் வாதிடும்போது

நான் எழுப்பப்பட்டேன். சிறு அசைவு கூட எனக்கு சாத்தியப்படவில்லை என்பதை அப்போதுதான் உணர்ந்தேன்.

"ஏன் இவ்ளோ கும்பல்... எல்லாரும் கௌம்புங்க..." அதட்டிய படியே உள்ளே நுழைந்த நர்ஸ் அதே அதட்டலோடு "எழுந்திரிம்மா... பேபிக்குப் பால் குடுக்கணும்." என்றார். தலையணையில் சாய்ந்து அமர வைக்கப்பட்டேன். குழந்தையை மார்போடு ஏந்துகையில் வலுவின்றி கை நடுங்கியது. அம்மா உதவினாள். "நீங்க நவுருங்கம்மா... அவளுக்குப் பழக்கப்படுத்தணும்..." நர்ஸ் வெகு இயல்பாக குழந்தையைத் தூக்கி என் கைகளில் வைத்தாள். அவள் சர்விஸில் என்னைப் போல ஆயிரம் பேரைப் பார்த்திருந்த அனுபவம் அதில் தெரிந்தது.

"இங்க பாரும்மா... இத்தன மாசம் சுமந்தது பெருசில்ல... பெத்ததும் பெருசில்ல... வளக்கறதுதான் பெரும்பாடு... குழந்தைக்குச் சரியான நேரத்துக்குப் பால் குடுக்குணும்... பசின்னாலும் அதுங்க அழுவும்... எறும்பு கடிச்சாலும் அழுவும்... வயித்த வலிச்சாலும் அழுகைதான்... பேபி எதுக்காக அழுவுதுன்னு நமக்குதான் தெரியணும்... அழுவாம தூங்கிட்டே இருந்தாலும் அப்டியே விட்டுடக் கூடாது... எழுப்பி விட்டு பால் கொடுக்கணும்... பால் குடிக்கும்போதே கூட அதுங்களுக்குத் தூக்கம் வந்துடும்.. வாய் வைக்க தெரியாம அல்லாடுங்க... பால் மூக்குல ஏறிக்காம கவனமாக இருக்கணும்..." ஒப்பிப்பது போல சொல்லியபடியே நைட்டியை விலக்கினாள். இப்போது உடலின் மேல்பகுதி என் கட்டுப்பாட்டிலிருந்து விலகியிருந்தது. சிறிய சதைக்குவியலில் ஒரு கோடு போலிருந்தது அதன் வாய். குழந்தைக்கும் என்ன செய்ய வேண்டும் என புரியவில்லை. எனக்கும் என்ன செய்ய வேண்டும் என விளங்கவில்லை. நர்ஸின் அனுபவம் வென்றதில் குழந்தை வீறிட்டு பின் எதையோ சப்பிவிட்டு தூங்கிப்போனது. நர்ஸ் கிளம்பிய பிறகு "அப்டியே மருமகன் மாதிரியே இருக்குதுடீ புள்ள..." என்றாள் அம்மா. அதுவரைதான் நினைவிருந்தது. பிறகு நானும் தூங்கிப் போனேன்.

யாரோ எழுப்பியது யுகங்களை கடந்து மீண்டது போலிருந்தது. "புள்ளக்குப் பசி வருந்துருக்கும்... பால் குடும்மா..." என்றாள் அம்மா. கண்களைத் திறக்க முடியாத அசதி. குழந்தையை என்னருகே படுக்க வைத்தாள். "கண்ண தொறந்து பாத்து பால் குடுடீ... மூக்குல ஏறிக்கும்..." திறக்க முடியாதிருந்த கண்களை யாருடைய வருகையோ திறக்க கட்டாயப்படுத்தியது.

இரு வீட்டு ஆட்கள்... தோழர்கள்... அக்கம்பக்கத்தோர் என யாராரோ வந்தபடியே இருந்தனர். 'பால் குடுக்குறா... குடுத்தவொடன கூப்டுறன்...' "அம்மா சமாதானப்படுத்தும் போது 'அவங்கள

அப்டியே போக சொல்லும்மா... நான் தூங்கணும்...” என்று சொல்லத் தோன்றியதை அடக்கிக்கொண்டேன்.

ஆண் உறவினர் மருத்துவமனை செலவுக் கணக்கு கேட்பதும் பெண்கள் அறையை நோட்டமிடுவதும் பிறகு குரலைத் தழைத்துக்கொண்டு ‘பால் இருக்குல்ல...’ என்று கேட்பதும் எரிச்சலாக இருந்தது. ‘எல்லாரும் வெளிய போய் தொலைங்க.’ என்று கத்த வேண்டும் போலிருந்தது. அம்மா கைத்தாங்கலாகப் பிடிக்க செருப்பணிந்த கால்களுடன் ரெஸ்ட் ரூமிலிருந்து வெளியே வந்தேன். அதற்குள் யாரோ வந்திருந்தார்கள். அப்படியே செருப்பைக் கழற்றி அடித்து விடலாமா என்று தோன்றிய எண்ணத்தைக் கஷ்டப்பட்டு உள்வாங்கிக்கொண்டேன். அத்துமீறிய அலுப்பில் சற்று கண்ணயரும் அம்மாவை அங்கிருந்த டி.வி. ரிமோட்டால் தூக்கி அடிக்க வேண்டும் போலிருந்தது. எங்கு பார்த்தாலும் வெறுமை. யாருமற்ற தனிமை என மனசு ரணக்களமாகியிருந்தது. “ஏன்டீ.. பசிக்குதாடீன்னுதான கேட்டேன்... அதுக்கு ஏன் இப்டி சள்ளுபுள்ளு வுளுவுற...?” அம்மாவுக்குச் சமயங்களில் கோபம் வந்துவிடும். தூங்கும் தனது வாரிசைப் பார்த்துக்கொண்டேயிருப்பதும் பார்க்க வருபவர்களைக் கவனித்துக் கொள்வதுமாக என் கணவரின் நேரங்கள் பிஸியாகவே கழிந்ததில் மூன்று நாட்கள் கடந்தது.

வீடு ஆரத்தி எடுத்து வரவேற்றது. தொட்டில், புதிதாக வாங்கிய டேபிள்ஃபேன், மாற்றம் செய்யப்பட்ட கட்டில், என் படுக்கைக்கு அருகே உருவாக்கப்பட்ட புதிய சிறிய படுக்கை என வீடே மாறியிருந்தது. விதவிதமான ருசியற்ற உணவுகள் அதிகமான கட்டுப்பாடுகள் புதிதாகப் பிறந்திருக்கும் பொறுப்பு இவை எனது தனிமையின் அளவை கூட்டிக்கொண்டே போயின. படுத்தே கிடந்ததில் சற்றே ஊதிப் போயிருந்த என் முகம் மற்றவர்களின் பார்வையில் தாய்மையின் பூரிப்பாகத் தெரிந்தது. ஆஸ்பத்திரிக்கும் வீட்டுக்கும் அலைந்த கணவர் பொறுப்பை மாற்றி விட்ட திருப்தியில் குழந்தைக்கான விளையாட்டுச் சாமான்களைச் சேகரிக்கும் பணியில் தன்னை ஈடுபடுத்திக்கொள்ள அம்மா குழந்தைக்கான சவரட்டணையில் மூழ்கிப் போனாள். குழந்தையை எடுத்துக் கொடுக்க... பால் குடித்த பிறகு தூளியில் போட... பத்திய சாப்பாடு சமைக்க... குழந்தையைக் குளிப்பாட்ட... உறை மருந்து ஊற்ற... என அம்மா பிஸியாகி விட சூழ்ந்து நின்ற தனிமை எரிச்சலைக் கூட்டியதில் தொட்டதற்கெல்லாம் எரிந்து விழ ஆரம்பித்தேன்.

ஒரு வாரம் ஓடி விட்டிருந்தது. குழந்தையை குளிக்க வைத்து என்னருகே படுக்க வைத்தாள் அம்மா. “நைட்டி ஸிப்ப இழுத்து வுடுடீ... புள்ளப் பெத்த மாரு... ஒருத்தரு கண்ணுப் போல இருக்காது... திருஷ்டிப் பட்டுப் போச்சுன்னா பால் கட்டிக்கும்...”

இயல்பாகச் சொல்லிவிட்டு அம்மா சமையலறைக்குச் சென்றுவிட்டாள். கூச்ச சுவாபியான எனக்குதான் அதிர்ச்சியாக இருந்தது.

'புள்ள தூங்குதுன்னு பேசாம இருந்துடாதடீ... கால சுண்டி விட்டுப் பால் குடு... புள்ளக்குப் பசி வந்துடும்...' கிச்சனிலிருந்து குரல் கொடுத்தாள் அம்மா. குழந்தையைப் பார்த்தேன். உடல் முழுவதும் பவுடர் வாசத்துடன் நெற்றியிலும் கன்னத்திலும் வைக்கப்பட்ட திருஷ்டிப் பொட்டுமாகத் தூங்கிக் கொண்டிருந்தது. திடீரென்று ஏதோ நினைத்துக் கொண்டாற் போல் தூக்கத்திலேயே சிரித்தது. அம்மா சொன்னது நினைவுக்கு வந்தது. குழந்தையின் வலது உள்ளங்காலை மெதுவாக நிமிண்டினேன். எழுந்து கொள்ளவில்லை. திரும்பத் திரும்ப சீண்டியதில் நான் படுத்திருந்த பக்கம் திரும்பியது. அதன் பிஞ்சுக் கை எதையோ தேடி அலைந்து பிறகு எனது நைட்டியைப் பற்றிக்கொண்டது. குழந்தையை வாரி நெஞ்சோடு அணைத்துக் கொண்டேன்.

"தல நிக்காத புள்ளடீ... பாத்து..." என்றாள் அறைக்குள் நுழைந்த அம்மா.

-தாமரை, டிசம்பர் 2014

நாச்சியாள் சுகந்தி

நாச்சியாள் சுகந்தி ஊடகவியலாளர், கவிஞர், எழுத்தாளர், பேச்சாளர், விமர்சகர் என்ற பன்முகப் பரிமாணங்களைக் கொண்டவர். வால்பாறையில் பிறந்த இவர், திருச்சியில் பள்ளிப்படிப்பை முடித்துவிட்டு, அண்ணாமலை பல்கலைக்கழகத்தில் விவசாய படிப்பில் பட்டம் பெற்றவர். தற்போது புதிய தலைமுறை தொலைக்காட்சியில் பணியாற்றி வருகிறார். இவருக்கு 13 வருட கால பத்திரிக்கை அனுபவம் உண்டு; முள்ளிவாய்க்கால் இனப்படுகொலை குறித்து எழுதி தன்னை எழுத்துலகில் தனித்துவ அடையாளம் காட்டிக் கொண்டவர். 2010இல், இவர் ஆனந்தவிகடனில் எழுதிய 'மாலை நேரத்து மயக்கம்' என்ற சிறுகதை இவரை அப்படியே புரட்டிப் போட்டது என்று இவர் ஒரு பேட்டியில் குறிப்பிட்டுள்ளார். குடும்பத்துக்கு வெளியேயான தாம்பத்திய உறவு குறித்த கதை இது. 'ஒரு காரணமாவது சொல்லுங்கள்' என்பது இவரது கவிதை நூலாகும். 'கற்பனை கடவுள்' என்ற இவரது சிறுகதைத் தொகுதி, தேயிலைத் தோட்டத்தில் வாழும் ஒடுக்கப்பட்ட மக்களின் வாழ்வியலைப் பேசுகின்றன. இவரது பெரும்பான்மையான சிறுகதைகள் பெண்ணிய நோக்கோடு எழுதப்பட்டுள்ளன. எழுத்து, அது சார்ந்த செயல்பாடுகள், அம்பேத்கரியம், திராவிடம், தலித் இலக்கியம் என வலம் வருகிறார் நாச்சியாள் சுகந்தி.

கதைக்குள் புகுமுன்

ஒரு மகளின் பார்வையில் இக்கதை சொல்லப்படுகின்றது. அவளின் அப்பா, அம்மா, பெரியம்மா என்ற மூவரின் நிலைப்பாட்டினைப் பற்றியது இக்கதை. ஒரு பெண் தன் கணவனின் காதலியைக் கோபதாபம் இல்லாமல் மனமார ஏற்றுக் கொள்கிறாள். அதுபோல அவளும் தன் காதலனின் மனைவியை நேசிக்கின்றாள். அவருடைய நான்கு குழந்தைகளையும் தன் குழந்தைகளாக நினைத்து வாழ்கிறாள். அவர், வாரம் ஒரு நாள் ஞாயிற்றுக்கிழமை அன்று, தன் காதலியின் வீட்டிற்குத் தன் கடைசி மகளுடன் சென்று, அன்றைய நாள் முழுவதும் அவளோடு கழித்து விட்டு நிதானமாக வீடு திரும்பும் பழக்கத்தைக் கொண்டிருக்கின்றார். அம்மாவைத் திருமணம் செய்வற்கு முன்பே அப்பாவுக்குக் காதலி உண்டு என்பதை அவர் மகள் பின்நாட்களில் புரிந்து கொள்கிறாள். கண்ணகி மாதவி போல இரு பெண்களும் ஒருவரை ஒருவர் பார்க்காமலேயே அன்பு பூண்டு வாழ்கின்றனர். மாதவி மகளை கண்ணகி தன் மகளாக ஏற்றுக்கொண்டது காப்பியத்தில். அதனைப் போன்று பெரியம்மா தன் காதலனின் நான்கு குழந்தைகளையும் தன் குழந்தைகளாக ஏற்றுக் கொள்கின்றார்.. அவள் தன் காதலன் இறந்த பொழுது அவர் மனைவிக்கு ஆதரவாக அவர்கள் வீட்டிலேயே தங்கி, தொடர்ந்து கணவன் ஆற்ற வேண்டிய கடமைகளை எல்லாம், அவள் தன் காதலனின் குடும்பத்திற்கு ஆற்றி வருகிறார். பெண்கள் தங்களுக்குள் பகை உணர்ச்சி இல்லாமல் ஒற்றுமையாக வாழும் போது, சண்டை சச்சரவு இல்லாத புதிய உலகை அவர்கள் உருவாக்க இயலும். இங்கு போட்டியும் பொறாமையும் புறந்தள்ளப்பட்டு, அன்பும் நேசமும் அமைதியும் முன்னெடுத்துச் செல்லப்படுகிறது. பெண்கள் இருவர் தங்களுக்குள் பகைமை பேணாமல் சகோதரித்துவம் பேணுவதினால் அக்குடும்பம் அடையக்கூடிய நன்மையை முன்வைப்பதாக இக்கதை அமைந்துள்ளது. இக்கதையின் மையம் ‘சகோதரித்துவம் மகத்தானது’ என்பதுதான்.

23

அப்பாவின் காதலி

நாச்சியாள் சுகந்தி

'காலை பரபரப்பு வீட்டின் சுற்றுக்குக் கூட தொற்றிக் கொண்டது போல் இருந்தது. பள்ளிக்குச் செல்லும் குழந்தைகளும் கணவன் மனைவி இருவரும் வேலைக்குப் போகும் வீட்டில் உள்ள பாத்திரங்கள் கூட பாவம் செய்தவையாக இருக்கும். பாத்திரங்களே சமைத்து விடுவது மாதிரியான 'ரோபோ பாத்திரங்கள்' கண்டுபிடிக்கப்பட்டால் எத்தனை ஈஸியாக இருக்கும்? என் இரண்டாவது மகன் நிலவு 'ஸ்கூல் வேன் வந்துவிடுமே' என்கிற அவசரம் கொஞ்சம்கூட இல்லாமல் 'ஹாயாக' உட்கார்ந்து இட்லியைக் கொஞ்சம் கொஞ்சமாக மூன்று விரல்களினால் மட்டும் பிட்டு சட்னியில் மெதுவாகத் தோய்த்து அழகாக வாயில் வைத்து சாப்பிட்டுக் கொண்டு இருந்தான்.

அவனுக்கு இட்லி பரிமாறிக் கொண்டிருந்த பெரியம்மா, 'மலர் நம்ம நிலவு உங்கப்பா மாதிரியே சாப்பிடுறான் இல்ல... அழகா, பொறுமையா இப்படித்தான் சாப்பிடுவார் உங்கப்பா?' பெரியம்மா என்னிடம் சொல்லிவிட்டு என் ரியாக்ஷன் எதையும் எதிர்பார்க்காதவளாக நிலவையே ரசித்துக் கொண்டிருந்தாள். அந்த ரசிப்பில் அவள் முகம் புதிதாகப் பூத்த ரோசாவை போல் பிரகாசமாக இருந்தது. அந்த பிரகாசத்தில் அவள் முகம் மின்னுவது போல் தோன்றியது. அந்த மின்னலைப் பார்த்ததும் முதன் முதலில் நான் பெரியம்மாவைப் பார்த்த ஞாபகம் வந்தது. ஒரு ஞாயிற்றுக்கிழமை மாலையில் அப்பாவுடன் பெரியம்மாவின் வீட்டுக்குப் போயிருந்தேன். கத்திரி பூ கலர் சேலைகட்டி இருந்தார். அதில் சிவப்புக் கலரில் பெரிய பெரிய பூவாக இருந்தது. என்னைப் பார்த்ததும் தூக்க முயன்றார். என் உடல் கனம் அவரது முயற்சியைத் தோல்வி அடையச் செய்தது. தரையில் சம்மணம் போட்டு அமர்ந்து என்னைத் தன் மடியில் உட்கார வைத்து நெற்றியில் முத்தம் இட்டார். எனக்கு ஏனோ அந்த முத்தம் ரொம்பப் பிடித்திருந்தது. அப்பா எனக்கு எப்போதும் இப்படித்தான் முத்தம் கொடுப்பார். அதனாலும் இந்த முத்தம் பிடித்திருக்கலாம். அப்போது நான் திருவெறும்பூரில் ஐந்தாம் வகுப்பு படித்துக்கொண்டிருந்தேன். பெரியம்மா வீடு பிஹெச்இஎல்

குவார்ட்டர்ஸ்ஸில் இருந்தது. அந்த வீட்டில் அவரைத் தவிர யாருமே இல்லை. ஆனால் வீடு எங்க வீட்டை விட ரொம்ப அழகாகவும் சுத்தமாகவும் இருந்தது போல் எனக்குத் தோன்றியது.

"என்ன மலர் சாப்பிடுற?" என்று பெரியம்மா கேட்ட போது, 'என் பேரு உங்களுக்கு எப்படித் தெரியும்?' என்ற என் கேள்வியில் திகைத்துப் போகாமல் சிரித்துக் கொண்டே இருந்தார். "இந்த முறை அரையாண்டு பரீட்சையில தமிழ்ல எண்பது மார்க், சயின்ஸ்ல 59 மார்க், கணக்குப் பேப்பர் இன்னும் தரல, உங்க மேத்ஸ் மிஸ் கல்யாணத்துக்கு லீவு போட்டு இருக்காங்க..." என்று அவர் ஒவ்வொன்றாகச் சொன்னதும் நான் என் முட்டைக் கண்ணை உருட்டி அப்பாவைப் பார்த்தேன். அப்பா சிரித்தார். "உனக்குக் காரப் பணியாரம் ரொம்பப் பிடிக்கும்தானே... இந்தா சாப்பிடு" என்று சொன்னதும் நான் காரப் பணியாரத்தில் மேல் இருந்த ஆசையில் அப்பா என் மார்க்கை அடுத்தவரிடம் சொன்னதால் வந்தக் கோபத்தை மறந்து போனேன். பிறகு ஒவ்வொரு ஞாயிற்றுக் கிழமை மாலையும் பெரியம்மா வீட்டில்தான் என் மாலைப் பொழுது கழிந்தது.

ஆனால் ஒரு நாள்கூட அம்மா என்னிடம் பெரியம்மாவைப் பற்றிக் கேட்டதே இல்லை. நானும் ஏனோ ஒரு குழந்தைக்குரிய ஆர்வத்துடன் அங்கு என்ன நடந்தது என்பது பற்றி அம்மாவிடம் சொன்னது இல்லை. ஆனால் அங்கு போய் வந்தால்... ஒரு இரண்டு நாள் சின்ன அண்ணன் என்னிடம் பேசமாட்டான் என்பதே நான் ஏழாம் கிளாஸ் வந்த போதுதான் புரிந்தது. ஆனால், அவனிடம் 'ஏண்டா பேச மாட்டென்ற' என்று கேட்கிற தைரியம் வரவில்லை.

ஆனால், எனக்கு அப்போது எல்லாம் பெரியம்மாவைப் பிடிக்குமா என்பதை இப்போது நினைத்துப் பார்த்தால்... தெளிவில்லை. ஆனால், அப்பாவை எனக்கு ரொம்பப் பிடிக்கும். அம்மாவை விட அப்பாவை ரொம்ப ரொம்பப் பிடிக்கும். காரணம், என் அழுகை, கோபம், செல்லம், போராட்டம், அடம் எல்லாம் அப்பாவிடம் மட்டும்தான் செல்லுபடியாகும்.

அம்மா பள்ளியில் மட்டுமல்ல வீட்டிலும் டீச்சர் மாதிரியே இருப்பார். கண்டிப்புடன்! ஒரு வேளை அந்தக் கண்டிப்பும் தோரணையும் அப்பாவிடம் இல்லாததால அப்பாவை ரொம்பப் பிடித்ததோ என்னவோ? அன்புக்கு எதற்குக் காரணங்கள்!

நானும் அப்பாவும் பெரியம்மா வீட்டுக்குப் போகும் போதெல்லாம் பெரியம்மா என்னிடம்தான் பேசிக்கொண்டே இருப்பார். அப்பா பிளாக் அண்ட் ஒயிட் டீவியில் புரியாத ஹிந்திப் படங்களைப் பார்த்துக்கொண்டிருப்பார். பெரியம்மா திருச்சி வானொலி நிலையத்தில் போடுகிற நாடகங்களைக் கேட்பார். பிலிப்ஸ்

டேப்ரிகார்டரில் ஒரே பி.சுசீலா பாடல்களை வைத்து தலையாட்டி தலையாட்டிக் கேட்டுக்கொண்டிருப்பார்.

அப்பா அந்த டி.வியை விட்டு நகரவே மாட்டார். 'இங்க வந்து இந்த டிவிய பாக்குறதுக்கு நம்ம வீட்டிலையே பார்த்துட்டு இருக்கலாம்ல இந்த அப்பா' என்று மனதுக்குள் நினைத்துக் கொள்வேன். ஆனால், ஒருநாளும் அதை அப்பாவிடம் கேட்டதில்லை. நமக்குப் பிடித்தவர்கள் எதைச் செய்தாலும் அது சரிதான் என்று நினைப்பதுதானே அன்பின் பலவீனம்!

நான் ஒன்பதாம் வகுப்பு படிக்கும் போது சின்ன அண்ணன் திருச்சி ஆர்.ஈ.சி.யில் என்ஜினியரிங் இரண்டாம் ஆண்டு படித்துக் கொண்டு இருந்தான். ஒரு நாள் அவன்தான் அம்மாவிடம் சண்டை ஆரம்பித்தான். 'இவரு அங்க அடிக்கடி போயிட்டு வர்றது எனக்கு அசிங்கமா இருக்கு. நீ அவரை எதையும் கேக்கவே மாட்டியா? நீ கேக்குறியா இல்ல நான் மாமாவையெல்லாம் வரவழைச்சு கேட்கச் சொல்லட்டா...? என்று எகிறிக் குதித்தான். பெரிய அண்ணனும், அக்காவும் அதை ஆமோதிப்பது போல் மௌனமாக நின்று கொண்டிருந்தார்கள். 'இதுக்கு இந்த மூதேவி வேற சாட்சி' என்றவன் என் தலையில் ஓங்கிக் கொட்டினான். எனக்கு அழுகை வந்தாலும்... அழுதால் இன்னமும் அடிப்பான் என்ற பயத்தில் அடக்கிக் கொண்டேன். அவன் சண்டைப்போட்ட போது அப்பா வீட்டில் இல்லை. என்னை அடித்தற்காக அம்மா சின்ன அண்ணன் கன்னத்தில் அறைந்தாள். அம்மாவுக்குச் சின்ன அண்ணனையும் அக்காவையும் தான் ரொம்பப் பிடிக்கும். அவர்கள் இருவரும் எது செய்தாலும் அம்மா அடிக்கவே மாட்டாள். அதுதான் முதல்முறை சின்ன அண்ணனை அம்மா அடித்தது. அவன் அதிர்ச்சியாகி அம்மாவையே பார்த்தான். அம்மா முகத்தை இறுக்கமாக வைத்துக்கொண்டு, "எனக்கும் உங்கப்பாவுக்கும் கல்யாணம் ஆகி இருபத்தி ஒரு வருஷம் ஆகப்போகுது. எனக்கு அவர்கிட்ட எதைக் கேட்கவும் கேட்க கூடாதுன்னு எனக்குத் தெரியும். நீ சொல்லித் தர வேண்டாம். இது உங்கப்பாவும் நானும் மட்டும் சம்பந்தப்பட்ட விஷயம். நீங்க யாரும் கேள்வி கேட்க வேண்டிய அவசியம் இல்லை. அவரு உங்க நாலு பேருக்கும் என்ன செய்யனுமோ அதை ஒழுங்கா செஞ்சுட்டு இருக்கார். எனக்கு என்ன வேண்டுமோ அதை நான் வாய் விட்டுக் கேக்குற மாதிரி அவர் வச்சுக்கிட்டது இல்லை" என்று அம்மா சொன்னதும் சின்ன அண்ணன் விடுவதாய் இல்லை. அவர் எல்லாம் கரெக்டா செஞ்சுட்டா... அவர் செய்யிற கெட்டதும் சரினு ஆயிடுமா?" என்று அவன் கத்தியதும், அம்மா அலட்டிக் கொள்ளாமல் "அவர் செய்யிறது சரினு நானே சும்மா இருக்கேன். நீ என்னடா கேள்வி கேக்குற? உன்னைய இன்ஜினியரிங் படிக்க வைக்கிறது தான்

தப்புன்னு நினைக்கிறேன். காலேஜ் போனதுல இருந்து உனக்கு பெரிய இவன்னு நினைப்பு” என்று அம்மா அவன் மாதிரியே கத்த ஆரம்பித்ததும்...

அவன் கோபமாக வீட்டை விட்டுப் போய்விட்டான்.

இரவு அப்பா வந்ததும் மொட்டை மாடியில் அம்மா, அப்பா, சின்ன அண்ணன், அக்கா, பெரிய அண்ணன் எல்லாரும் உட்கார்ந்து ரொம்ப நேரம் பேசினார்கள். என்ன பேசினார்கள் என்பது இன்று வரை எனக்குத் தெரியாது. ஆனால் அன்றிலிருந்து சின்ன அண்ணன் அப்பாவிடம் பேசுவதை முற்றிலும் நிறுத்திவிட்டான். இந்த விஷயத்தை பெரியம்மாவிடம் அப்பா சொன்ன அன்று.... பெரியம்மா, ‘மலர் உனக்கு என்னை எவ்வளவு பிடிக்கும்?’ என்று கேட்டபோது எனக்கு என்ன சொல்வதென்று தெரியாமல் கண்ணில் நீர் முட்டிக்கொண்டு நின்றது. நான் அழுதேன். பெரியம்மா என்னைக் கட்டிகொண்டு முத்தம் கொடுத்தார்.

அப்பாவின் கண்களிலும் நீர் கோர்த்திருந்ததைப் பார்த்தேன். எனக்கு அந்தக் கணம் பெரியம்மாவின் மேல் ஏதோ ஒருவிதமான நேசம் தோன்றுவதை உணர்ந்து கொள்ள முடிந்தது. அந்தக் கணத்திலிருந்துதான் அவரை காரணம் இல்லாமல் நான் நேசிக்கத் தொடங்கி இருந்தேன்.

எனக்கு நினைவு தெரிந்ததில் இருந்து பெரியம்மா அப்பா பக்கத்தில் நெருக்கமாய் உட்கார்ந்தது இல்லை. இன்று நானும் என் கணவரும் என் குழந்தைகள் முன்பு சின்னதாய் ஒரு தொடுதல், முத்தம் என்று பகிர்ந்து கொள்வதுபோல் பகிர்ந்துகொண்டதே இல்லை. ஆனால் அப்பாவின் அருகில் இருக்கும் போதேல்லாம் பெரியம்மாவின் முகம் சந்தோஷமாகவே இருக்கும். சிரித்துக் கொண்டே இருப்பார். ‘அந்த சிவகாமி மகனிடம் சேதி சொல்லடி’ பாட்டு பெரியம்மாவுக்குப் பிடிக்கும் என்பதை அப்பா அடிக்கடி சொல்லுவார். ஒருமுறை திருவெறும்பூர் எஸ்.எஸ்.ரிகார்டிங் கடையில் நானும் அப்பாவும் தான் நிறைய பி.சுசீலா பாடல்களை எழுதிக்கொடுத்து ரிகார்ட் செய்து, அந்தக் கேசட்டைப் பெரியம்மாவிடம் கொடுத்தோம். அன்று பெரியம்மா பிறந்தநாள் என்று இரவு வீட்டுக்கு வரும்போது அப்பா சொன்னார். அப்பா ஒரு சாப்பாட்டுப் பிரியர் என்பதைப் பெரியம்மா வீட்டில் சாப்பிடும்போதுதான் நான் முழுமையாக உணர்ந்து இருக்கிறேன். அசைவம் சமைப்பதில் பெரியம்மா கில்லாடி.

ஞாயிற்றுக்கிழமையானால் அசைவம் சாப்பிட வேண்டும் என்ற பழக்கத்தை ஏற்படுத்திக் கொடுத்ததே அவர்தான். அப்பா அளவாய்த்தான் சாப்பிடுவார். அளவாகச் சாப்பிட்டாலும் ருசியாகச் சாப்பிட வேண்டும் என்பது அவரது கொள்கை.

நான் அண்ணாமலை யுனிவர்சிட்டியில் படிக்கும்போது என்னைப் பார்ப்பதற்காக அப்பாவும் பெரியம்மாவும் வந்திருந்தார்கள். பதினைந்து நாட்களுக்கு ஒருமுறை அப்பா என்னைப் பார்க்க வந்துடுவார். ஒரு முறை என் அம்மாவுடன் வந்தால் அடுத்த முறை பெரியம்மாவுடன் வருவார்.

அப்போது ஒருமுறை நான், அப்பா, பெரியம்மா எல்லாரும் திருக்கடையூர் அபிராமி கோயிலுக்குப் போயிருந்தோம். கோயிலை விட்டு வெளியே வரும்போது திடீரென அப்பாவிடம் கேட்டேன், "அப்பா நீங்க பெரியம்மாவுக்குப் பண்ணிட்டு இருக்கறது ஒருவிதமான சுரண்டல் இல்லியா?" என்றேன் ரொம்ப தைரியமாக. அப்பா சலனமே இல்லாமல் சொன்னார்... "அவங்க ஒருநாளும் என்கிட்ட அப்படி சொன்னதே இல்லையே" என்றார். எனக்கு அந்தப் பதில் பூசிமெழுகும் பதிலாய்த் தோன்றியது. "நீங்க அழகா இருக்கீங்க, கை நிறைய சம்பாதிக்கிறீங்க... அப்புறம் ஏன் இப்படி ஒரு வாழ்க்கைக்குச் சம்மதிச்சீங்க?" என்றேன். நான் என்றாவது இந்தக் கேள்வியைக் கேட்பேன் என்று இருவருமே எதிர்பார்த்தார்கள் போல...

அலட்டிக் கொள்ளவே இல்லை இருவருமே! நான் தான் பதற்றமாய் இருந்தேன். "எல்லா உணர்வுக்கும் உலகம் எதிர்பாக்குற லேபிளைக் குத்த முடியாது மலர்" என்ற பெரியம்மாவின் பதிலில் ஒரு சொல்ல முடியாத கணம் இருந்ததாய் தோன்றியது. மூவருக்கும் இடையில் ஒரு கனத்த மௌனம் நிலைத்தது.

சிறிது நேரம். பிறகு மீண்டும் பெரியம்மாவே பேச்சை ஆரம்பித்தார். "மலர் நீ ஏழு வயசிலிருந்து என்னைப் பார்த்துட்டு இருக்க. இப்ப உனக்குப் பத்தொன்பது வயசு. நான் சொல்றது உனக்குப் புரியும். சரியான அர்த்தத்துல எடுத்துக்குவேன்னு நம்புறேன். நீ இந்தக் கேள்வியைக் கேட்டதும் தான் எனக்கு நிம்மதியா இருக்கு" என்றார். அவர் முகத்தைப் பார்த்தேன். அது எப்பவும் போல் பிரகாசமாகவே இருந்தது. அருகில் அப்பா!

"எனக்கு உங்கப்பாவைப் பிடிச்சிருந்தபோது உங்கப்பாவும் பேச்சிலர்தான். கல்யாணம் ஆகல. உங்கப்பா பிஹெச்ஈஎல் குவாலிட்டி கண்ட்ரோல் என்ஜினியரா வேலை பார்க்கும்போது அவர் கிட்ட அப்ரன்டீஸ் ட்ரெயினியா இருந்தேன். அங்க உங்கப்பா என்கிட்ட நடந்துகிட்ட விதம் ரொம்பப் பிடிச்சிருந்தது. அது வரைக்கும் நான் ஆண்களை ரெண்டுவிதமா பிரிச்சு வச்சிருந்தேன். ஒண்ணு வாய்ப்பு கிடைச்சவன்... இன்னொன்னு வாய்ப்புக் கிடைக்காததால் நல்லவனா இருக்கவன்னு ரெண்டு ரகம்.

ஆனா எல்லா விஷயங்களிலும் விதிவிலக்கா மனிதர்கள் இருக்க முடியும்னு உங்கப்பாவிடம் பழகியதும் புரிஞ்சுகிட்டேன். அந்த

நிமிஷத்துல இருந்து அவர் மேல எனக்கு அளவுக்கு அதிகமான மரியாதை. மரியாதை அன்பா மாறுச்சு. ஏதோ ஒரு நிமிஷத்துல சட்டுனு முடிவெடுத்தேன்....

என் வாழ்க்கை நிம்மதியா, சந்தோஷமா இருக்கனும்னா இவர் கூட இருந்தா மட்டும்தான் அந்த சந்தோஷம் கிடைக்கும்னு தோனுச்சு. அதை நான் ஸ்ட்ராங்க. எந்த குழப்பமும் இல்லாமல் நம்பினேன். நம்புறேன்.

நம்புவேன். அதனால தான் அவரே சகலமும்னு வாழ்ந்திட்டு இருக்கேன். என் உணர்வை உங்கப்பா புரிஞ்சுகிட்டார்; உங்கம்மா அதை ரொம்ப மதிக்கிறாங்க. அதனாலதான் இன்னவரைக்கும் அவங்க என்ன ஒரு கேள்வி கேட்டது கிடையாது" என்றவரிடம்,

எங்கம்மாவோட லைப்பை நீங்க பங்கு போட்டதா தோணலையா... அது உறுத்தவே இல்லையா? என்று கேட்டதும் அப்பா பதில் சொன்னார்... எல்லா விஷயங்களுக்கும், உணர்வுகளுக்கும் காரணம் தேடிட்டே இருந்தா அது முடிவே இல்லாம போயிடும். நாங்க மூனு பேரும் இந்த வாழ்க்கைக்குப் பழகிட்டோம்.. அது யாரையும் எந்த விதத்திலயும் பாதிக்கல... காயப்படுத்தல மலர். இதுக்கு மேல என்ன வேணும்? நான் என்ன செய்யிரேன்னு உங்கம்மாவுக்கும் உங்களுக்கும் தெரிஞ்சுதான் செய்யிறேன். ஐ நெவர் ஃபீல் கில்டி" என்று சொன்ன அப்பாவின் முகத்தின் சலனமே இல்லை. மிகத் தெளிவாய் இருந்தது.

"மலர் இத்தனை வருஷம் நீ என்ன பாக்குற, பேசுற ஆனா இன்னவரைக்கும் என்னை நீ அம்மான்னு கூப்பிட்டது இல்ல தெரியுமா? உனக்கு மலர்விழின்னு இந்த அழகான பேரை வச்சது யார் தெரியுமா? நான் தான். உங்கம்மாதான் என்ன பேர் வைக்கலாம்னு கேட்டப்போ நான் சொன்னேன்.... மலர்விழின்னு வைங்கன்னு. உன்ன என்ன கோர்ஸ் சேர்க்கலாம்னு உங்கம்மா என்கிட்ட கேட்டப்போ நான் தான் சொன்னேன் மலருக்கு சயின்ஸ் படிக்கிறது கஷ்டமா இருக்கு. அதனால ஆர்ட்ஸ் க்ரூப் சேர்த்துவிடுங்கன்னு. நான் உங்க அப்பாவை மட்டும் நேசிக்கல... உன்னை உங்கம்மாவை, உங்க அண்ணன்களை, அக்காவைன்னு எல்லாரையும் நேசிக்கிறேன். உங்கப்பாவைவிட அதிகமா நேசிக்கிறேன். எனக்கு ஒரு குழந்தை பிறந்தால் நல்லா இருக்குமேன்னு நான் யோசிச்சதே இல்ல... யோசிக்கவும் தெரியல. ஆனா, நான் நாலு குழந்தைகளைப் பெற்ற அம்மாவாத்தான் ஃபீல் பண்றேன். உனக்குத் தெரியுமா உன் சின்ன அண்ணன் வேலைக்கு போய் முதல் சம்பளம் வாங்கினதும் எனக்கு பச்சைகலர்ல பட்டுப்புடவை வாங்கி அனுப்பினான்"? என்று சொன்னபோது அவர் முகத்தில் பெருமிதம் கொட்டிக்கிடந்தது.

“மலர் நீ இன்னும் என்ன அம்மான்னு கூப்பிட்டடிதே இல்ல...” என்று இரண்டாம் முறையும் சொன்னார். நான் உதடு பிரியாமல் சிரித்தேன்.

அப்பா என்னை ஏக்கமாய்ப் பார்த்தார்.

நான் காலேஜ் முடித்து வந்த நான்காவது மாதம் அப்பா ஹார்ட் அட்டாக்கில் இறந்து போனார். என் அம்மா நிலை குலைந்து போனார்கள். கூட்டத்தில் “இவ மேலதானே அவருக்கு உசிரு. இதுக்கொரு கல்யாணத்தை பண்ணி பார்க்காமப் போயிட்டாரே” என்று யாரோ குரலெடுத்து அழுதபோது பெரியம்மா உடைந்து நொறுங்கி அழுதாள். ஆனால் அம்மாவை அவள்தான் கொஞ்சம் கொஞ்சமாய்த் தேற்றினார்கள்.

பதினாறாவது நாள் அப்பாவுக்குக் காரியம். சொந்தபந்தங்கள் கருமாதி மொய் எழுதியதும் இறுதியாக அம்மாவின் பொட்டையும் பூவையும் எடுக்க வேண்டும் என்று கூட்டத்தில் குசுகுசுவென பேசிக் கொண்டார்கள். நடுவீட்டில் அம்மாவை உட்கார வைத்து சில பெண்கள் ஒப்பாரி வைத்து அழுது....

அம்மா கைநிறைய அணிந்திருந்த கண்ணாடி வளையல்களை உடைக்க அம்மாவைச் சூழ்ந்தார்கள். கூட்டத்தில் அதுவரை ஒதுங்கி இருந்த பெரியம்மா... கூட்டத்தில் இருந்த என் அத்தையிடம் நெருங்கி வந்து ‘வேண்டாம்’ என்று மெதுவாகச் சொன்னாள். அத்தை அதையெல்லாம் காதில் வாங்கியதாகத் தெரியவில்லை. அவர் அம்மாவின் இரண்டு கைகளையும் ஒன்றுடன் ஒன்று மோதி.... வளையல்களை உடைக்க முற்பட்டபோது ‘கூடவே கூடாது’ என்று பெரியம்மா அத்தையிடம் பெருங்குரல் எடுத்துக் கத்தினாள். வீட்டில் கூடியிருந்த ஊர்ப் பெரியவர்களைப் பார்த்து “அவங்களுக்கு எந்தச் சடங்கும் செய்ய வேண்டாம்... அதெல்லாம் அவருக்குச் சுத்தமாப் பிடிக்காது... பிடிக்கவே பிடிக்காது” என்று உக்கிரமாய் சண்டை போட்டாள். சண்டை வலுத்தது.

என் தாய் மாமா பெரியம்மாவைத் திட்டினார். கோபம் மனிதனின் கண்ணையும் புத்தியையும் ஒரு சேர மழுங்கடிக்குமா? மாமா பெரியம்மாவைச் சொல்லக் கூடாத வார்த்தைகளில் திட்டினார். அதுவரை அழுதுகொண்டிருந்த அம்மா மெதுவாக எழுந்து மாமாவின் அருகில் வந்து

“நீ அவங்கள இப்படி மரியாதை குறைவா பேசுறதுன்னா என் வீட்டு வாசப்படிய மிதிக்க வேண்டாம்” என்று அமைதியான ஆனால் மிக தீர்க்கமான வார்த்தைகளில் மாமாவின் அன்பை, ஆதரவை, உறவைத் துண்டித்தார்கள். அம்மாவின் அருகில் நாங்கள் நான்கு பேரும் நெருங்கி நின்றோம். கூடவே பெரியம்மா இன்னும் நெருக்கமாக!

கே.பாரதி

முனைவர் கே.பாரதி சென்னை பச்சையப்பன் கல்லூரியில் வரலாற்றுத் துறைப் பேராசிரியராகப் பணியாற்றி ஓய்வு பெற்றவர்; சிறுகதைகள், கட்டுரைகள், குறுநாவல்கள் போன்ற படைப்பு முயற்சிகளை மேற்கொண்டு வருகிறார்; 'தமிழ் சினிமாவில் பெண்கள்' என்ற கட்டுரைத் தொகுப்பை எழுதியுள்ளார்; எழுத்தாளர் ஆர்.சூடாமணியின் படைப்புகளை ஆய்வு செய்து இவர் எழுதிய நூல், சாகித்திய அகாதமியின் 'இந்திய இலக்கியச் சிற்பிகள்'வரிசையில் இடம் பெற்றுள்ளது. இவர் 'சொந்த சகோதரிகள்' என்ற சிறுகதைத் தொகுப்பையும் எழுதியுள்ளார்; மேலும், எழுத்தாளர் ஆர்.சூடாமணி நினைவு அறக்கட்டளையின் நிர்வாகியாகவும் செயல்பட்டு வருகின்றார்.

கதைக்குள் புகுமுன்

பாகீரதி ஒரு கற்பனைப் பாத்திரம் அல்ல. ஆனால், அவர் நமது வரலாற்றில் அதிகம் பேசப்படாத பெண் ஆளுமைகளில் ஒருவர்; சுமார் ஒரு நூற்றாண்டுக்கு முன்பு வாழ்ந்த நிஜ மனுஷி. இப்படி தான் பாகீரதி பற்றிய அறிமுகத்தைத் தருகிறார் கதாசிரியர். 'ஸ்தீரி தர்மம்' என்ற இதழில் நான்கு பக்கக் கட்டுரையில் தன் வாழ்க்கையை விவரித்திருக்கிறார், பாகீரதி. பெண்கள் பொதுவாழ்க்கைக்கு வர வேண்டும் என்ற அவரின் கட்டுரை வழியான அழைப்பை, அதன் தொனியை மையமாக வைத்து இக்கதை எழுதப்பட்டுள்ளது. எட்டு வயதில் திருமணமாகி, 12 வயதில் கணவனை இழந்து, கொல்லைப்புறத்தையே வாழ்விடம் ஆக்கி, வாழ்க்கையில் வண்ணங்களின்றி, ருசிகளின்றி, சோபனங்களின்றி வாழும் அவல நிலைக்கு ஆளானவள் பாகீரதி. கொல்லை பக்கம் இருக்கும் மாடுகள், கிணறு, வெந்நீர் அடுப்பு, அண்டாக்கள் இவற்றுடன் பாகீரதியும் ஒருத்தி... வீட்டில் அவளுக்குக் கிடைத்த ஒரே சினேகிதி காய் விற்கும் காளியம்மா. அவள் மூலம் ஊர் நடப்புகளையும், மாவு சலிக்கப்பயன்படும் சுதேசமித்திரனைப் படித்து நாட்டு நடப்புகளையும், சுதந்திரப் போராட்டச் செய்திகளையும் அறிந்து கொள்கிறாள். அதில் வந்த ஒரு கட்டுரையில், 'எழுதப் படிக்க தெரிந்த அத்தனை பேரும் சமூகக் காரியத்தில் ஈடுபட வேண்டும்' என்ற செய்தியைத் தாரக மந்திரமாக ஏற்கிறாள். ஆற்று நீரில் அடித்துச் செல்லப்பட்டதாக வீட்டுக்கும் நாட்டுக்கும் போக்குகாட்டி வீட்டை விட்டு வெளியேறி, ஒரு ஊரில் தஞ்சம் புகுந்து, அங்குள்ள சேரி வாழ் மக்களுக்கு எழுதப் படிக்கக் கற்றுத் தந்து, இறுதியில் சுதேசி இயக்கத்தில் சேர்கிறார். அன்னிபெசன்ட் போன்ற பெரிய தலைவியாக இல்லாவிட்டாலும், பாகீரதியின் வாழ்வும் போராட்டமும் குறிக்கோளும் ஒவ்வொரு இளம்பெண்ணுக்கும் வழிகாட்டியாக அமைய இயலும். செத்து மடிவதல்ல வாழ்க்கை. சமூகத்திற்காகவும் நாட்டுக்காகவும் வாழ்ந்து மடிவதே வாழ்க்கை என்ற கருத்தை முன் வைக்கிறது இக்கதை.

24

பாகீரதி

கே.பாரதி

பாகீரதி வீட்டைவிட்டு வெளியேறினாள். அப்போது காந்தி ஒத்துழையாமை இயக்கத்தைத் துவங்கியிருந்தார். அன்னிபெசன்ட் என்ற ஐரிஷ் பெண்மணி சென்னை ராஜதானியில் மிகவும் பிரபலமாக இருந்தார்.

பாகீரதிக்கு காந்தியையும், அன்னிபெசன்டையும் பற்றிச் சுமாராகத் தெரியும். சுதேசமித்திரனில் வாசித்திருக்கிறாள். ஆனால் அவள் வீட்டைவிட்டு வெளியேறியதற்கு நிச்சயமாக அரசியல் நெருக்கடிகள் காரணமல்ல.

பாகீரதியின் சொந்த ஊர் ஆத்தூர். ஆறு உள்ள எத்தனையோ ஊர்களுக்கு ஆத்தூர் என்றுதான் பெயர் இருக்கும். அவற்றில் இதுவும் ஒன்று. ஊருக்குள் ஒரு பெருமாள் கோயிலும், சிவன் கோயிலும் இருந்தது. அதனால் அக்ரஹாரத்தில் சைவர்களும் வைஷ்ணவர்களும் கலந்தே வசித்தார்கள்.

இருள் பிரிவதற்கு முன் ஆத்தங்கரைக்கு முதலில் போய் குளித்து, துவைத்து, உலர்த்தி தண்ணீர் மொண்டு வரும் கூட்டம் அந்த நார்மடிப் பெண்களின் கூட்டம்தான். அவர்களில் பாகீரதியும் ஒருத்தி.

சூரியன் எதிர் திசையில் தோன்றி ஆற்று மணலில் வெளிச்சமாக பரவும் வேளையில் இவர்கள் அத்தனை பேரும் தண்ணீர் குடங்களுடன் நடந்து வருவார்கள். ஆற்று மணலில் வடித்த உருவங்கள் நகர்ந்து வருவது போல் இருக்கும் அந்தக் காட்சி. அவர்கள் உடுத்தியிருக்கும் ஒன்பது கஜ நார்மடிப் புடவையின் நிறம் மணலின் நிறத்தோடு ஐக்கியமாகி விட்டிருக்கும்.

பாகீரதி எப்போதும்போல் தவலையைச் சுமந்து கொண்டு மற்றப் பெண்களுடன் அன்றைக்கும் ஆத்தங்கரைக்குப் போனாள். நான்கு நாட்களாக அடர் மழையால் தரையில் ஈரத்தின் சொதசொதப்பு. அமாவாசை இருட்டும் அப்பிக் கிடந்தது.

மரங்கள் அடர்ந்த பாதையின் முடிவில் மணல் பரப்பு ஆரம்பமாகும். மெல்லப் பின்தங்கி நடந்தார்கள் பாகீரதியும் ராஜியும். இருவர் முகத்திலும் பதற்றம். ராஜி மெல்ல பாகீரதியின் கையைப் பிடித்தாள். பிடியின் அழுத்தம் பாகீரதியை உணர்ச்சிவயப்படச் செய்தது.

தவலையில் பதுக்கி வைத்திருந்த ஒரு சிறிய மூட்டையை வெளியே எடுத்தாள் பாகீரதி. காலித் தவலையை ராஜியிடம் கொடுத்தாள் அந்த மூட்டையில் இரண்டு புடவைகள், ஒரு நோட்டுப்புத்தகம், கொஞ்சம் சில்லறைக் காசுகள் தவிர முடிந்து வைத்த கால் படி அவல் அவ்வளவுதான் இருந்தது. தலையசைத்து ராஜியிடம் விடை பெற்றுக்கொண்டு மரங்களினூடே எதிர்திசையில் நடந்தாள் பாகீரதி.

சளசளவென்று பேசியபடிப் பெண்கள் ஆற்றில் இறங்கினார்கள். இருட்டில் ஒருவர் முகம் மற்றவருக்குத் தெரிய வாய்ப்பில்ல. நாலு நாள் மழையில் தண்ணீரின் ஓட்டம் அதிகமாகவே இருந்தது. சற்று விலகி நீராடிக் கொண்டிருந்த ராஜி "ஐயோ பாகி! பாகீ!" என்று கூச்சலிட்டாள். மற்ற பெண்களுக்கு இவள் குரல் தாமதமாகத்தான் கேட்டது.

"என்னாச்சு? சுழியில மாட்டிண்டாளா? தலையைப் பிடிச்சு இழு."

ஆளாளுக்குப் பதட்டத்துடன் ராஜியைச் சூழ்ந்து கொண்டார்கள். எவராவது ஆண்பிள்ளைகள் அருகில் இருப்பார்களா என்று தேடி ஓடினார்கள் ஓரிருவர்.

கடைசியில் பாகீரதி ஆற்றில் அடித்துச் செல்லப்பட்ட செய்தியையும், காலிக்குடத்தையும் தூக்கிக்கொண்டு வீடு வந்து சேர்ந்தார்கள்.

"ஐயோ அத்தை!" என்ற குழந்தைகளின் அழுகுரல் தெருவின் உறக்கத்தைக் கலைத்தது. விடிந்து மூன்று, நான்கு மணிநேரம் உடலைத் தேடிக் களைத்துப் போனார்கள் குடியானவ இளைஞர்கள்.

பாகீரதியின் இரண்டாவது அண்ணா விஸ்வநாதனுக்கு மோப்ப குணம் உண்டு. வீட்டுக்குள் சூழ்ந்துவிட்ட தெருப் பெண்களின் புலம்பல்களைச் சட்டை செய்யாமல் பின்கட்டுக்குப் போனார்.

கொல்லைப் புறத்தை ஒட்டிய பாகீரதியின் அறை எப்போதும்போல் சீராக இருந்தது. ஒரு சிறிய அலமாரிக்குள் அடங்கி விட்டிருந்தன அவளது உடைமைகள். அங்கே புடவை ஒன்றும், தலை துவட்டும் சவுக்கம் ஒன்று மட்டுமே இருந்தது. அண்ணாந்து பார்த்தபோது மூங்கில் கொடியில் உலர்த்தியிருந்த நார்மடிப் புடவை கண்ணில்பட்டது. அதன் பக்கத்தில் உலர்த்தும் வசதிக்காக நீண்ட கழி ஒன்று இருந்தது.

இரண்டு புடவைகள் தானா? நாலைந்து வைத்திருப்பாளே? நோட்டுப் புத்தகம் ஒன்றை வைத்துக் கொண்டு எதையாவது எழுதிக் கொண்டிருப்பாளே? அதையும் காணோம். யோசனையுடன் கண்களைச் சுழற்றியபோது அறையின் மூலையில் அடுக்கி வைக்கப்பட்ட சில சுதேசமித்திரன் பிரதிகள் தென்பட்டது. இதெல்லாம் இந்த அறைக்கு எப்படி வந்தது?

விஸ்வநாதனுக்கு மூக்கும், காது மடல்களும் சிவந்து போயிற்று. அந்த வைத்தி பெண்டாட்டியையும், ராஜியையும் உலுக்கினால் எல்லாம் தெரிந்துவிடும். இதில் ஏதோ கபடம் இருக்கிறது.

பெரிய அண்ணா ராமபத்ரனின் காதில் தன் சந்தேகத்தைத் தெரிவித்தார் விஸ்வநாதன். நெற்றி சுருங்க கேட்டுக் கொண்டார் ராமபத்ரன். "என்ன ஆச்சு?" என்று கேட்டபடி மூத்த சகோதரர்களைத் தேடி வந்தார் அப்போதுதான் தூக்கம் கலைந்த நீலகண்டன்.

"ஆற்று வெள்ளத்துல போனவ போனவளாவே இருக்கட்டும். நீ யாரையும் விசாரிக்க வேண்டாம்." கட்டளைபோல் உதிர்ந்தன ராமபத்ரனின் வார்த்தைகள்.

"என்ன வயசாறது அவளுக்கு?"

தன்னைவிட பத்து வயது சிறியவள் என்பதாக விஸ்வநாதனுக்கு ஞாபகம். "நாற்பத்தி ஐந்து முடிஞ்சாச்சு. ஆவணி வந்தா நாற்பத்தி ஆறு"

அந்தப் பதில் பெரியவருக்குத் திருப்தி தந்தது.

கணவன்மார்கள் மூவரும் கிணற்றடியில் நின்று கொண்டு ஏதோ பேசுவதை உள்ளே இருந்த பாகீரதியின் மன்னிகள் கலவரத்துடன் பார்த்துக் கொண்டிருந்தார்கள். என்னவாம்? என்று ஒருவரையொருவர் கேட்டுக் கொண்டார்கள். மரியாதை காரணமாக எவரும் இவர்கள் அருகில் வரவில்லை.

உள்ளே போன விஸ்வநாதன் பெரிய மன்னி கௌரியம்மாளிடம், "அது ஒண்ணுமில்லை மன்னி. மணல்ல சிக்கிண்டா சில சமயம் கிடைக்கறது கஷ்டமாம். கடைசி கைங்கர்யம் பண்ணிக்க அவளுக்குக் கொடுத்து வைக்கல."

கூடத்தில் துக்கம் விசாரிக்கக் குழுமியிருந்த பெண்கள் கூட்டத்தில் ராஜியும் இருந்தாள். இந்நேரம் பாகீரதி தப்பித்து ஊர் எல்லையைத் தாண்டியிருப்பாள் என்பது அவளுக்கு மட்டுமே தெரியும்.

பாகீரதிக்கு எட்டு வயதில் கல்யாணமாயிற்று. ஜடைபில்லையும், தாழம்பூவும் வைத்து தைத்த பின்னல் அலங்காரமும், ஹோமப் புகையும் நன்றாகவே நினைவிருக்கிறது. ஆனால் பக்கத்தில்

உட்கார்ந்து மாங்கல்ய தாரணம் செய்த சுந்தர்ராஜன் முகம்தான் தெளிவாக நினைவில்லை. நிமிர்ந்து பார்க்க அவளுக்கு வெட்கமாக இருந்தது. தவிரவும் அம்மா வேறு, மணையில் தலைகுனிந்தபடி உட்கார்ந்திருக்க வேண்டுமென்று சொல்லியிருந்தாள். பாவாடைச் சட்டை போட்டுக்கொண்டு பாண்டி விளையாடிக் கொண்டிருந்த சிறுமிக்கு தஸ்ஸு புஸ்ஸென்று புடவையைச் சுற்றி விட்டிருந்தார்கள். எங்கே தடுக்கி விழுந்து விடுவோமோ என்ற பயம். மாப்பிள்ளை இவளை விட ஆறு வயது பெரியவன் என்று அப்பா யாரிடமோ சொல்லிக் கொண்டிருந்தார்.

சிறுமியாய் இருக்கும்போதே கல்யாணம் செய்தாலும் ருதுவான பிறகுதான் கணவன் வீட்டுக்கு கொண்டுபோய் விடுவார்கள். பாகீரதி சுமார் நான்கு வருஷங்கள் தன் பிறந்த வீட்டில் உரிமையுடனும், சலுகையுடனும் வளைய வந்தாள். “புடவையெல்லாம் கட்ட வேண்டாம், குழந்தை பாவாடை சட்டையோட இருக்கட்டும்” என்று சலுகை தந்தார் அப்பா. மகள் சிற்பம் போல இருப்பதாகப் பெருமைப்பட்டுக் கொள்வாள் அம்மா. நீண்ட கண்களும் புருவமும் அடர்த்தியான கேசமுமாக இருந்த மகளுக்கு அடிக்கடி திருஷ்டி சுற்றிப் போடுவாள்.

பெரிய அண்ணாவுக்கு ஏற்கனவே கல்யாண மாகியிருந்தது. இவளுக்குப் பிறகு வரிசையாக இரண்டு அண்ணாக்களுக்கும் அந்த வீட்டில் கல்யாணமாயிற்று. நாத்தனார் முடிச்சு போட்டு சீர்வாங்கிக் கொண்டாள் பாகீரதி. மன்னிமார்கள் பிரியம் காட்டினார்கள். தான் நினைத்ததை யெல்லாம் பாகீரதி சாதித்துக் கொண்ட காலம் அது.

“எனக்குப் படிக்க கற்றுக் கொள்ளணும்” என்று அப்பாவிடம் கெஞ்சும் குரலில் கேட்டாள் பாகீரதி.

“நன்னா இருக்குடி.... இந்த வேண்டாத ஆசையெல்லாம் படாதே.” என்று கண்டித்தாள் அம்மா. பாகீரதியின் மூன்றாவது அண்ணா நீலகண்டனுக்கு உடம்பு சரியில்லாமல் போய் ஒரு வருஷம் பள்ளிக்கூடம் போக முடியாமல் ஆயிற்று. வீட்டிலேயே வாத்தியார்களை வரவழைத்து தமிழ், இங்கிலீஷ், கணக்கு எல்லாம் சொல்லிக் கொடுக்க ஏற்பாடு செய்தார் அப்பா. சற்றே தள்ளி உட்கார்ந்துகொண்டு பாகீரதியும் கற்றுக்கொண்டாள். கூட்டிக் கூட்டிப் படித்து எழுதிப் பார்த்து தன் சுய முயற்சியில் மிச்சத்தையும் தெரிந்துகொண்டாள்.

“நாளைக்கே மாமியார் வீடு போறவள், ஏதோ ஆசைப்பட்டதை நிறைவேத்திக்கட்டுமே” என்று அம்மாவும் கண்டுகொள்ளாமல் விட்டுவிட்டாள்.

பாகீரதிக்குக் கல்யாணமான அடுத்த மாதமே குருக்களோட பேத்தி சாவித்திரிக்குக் கல்யாணமாயிற்று. கண் முழி பிதுங்கிக் கொண்டு முதுகு வளைந்த கிழவர் ஒருவர் மாப்பிள்ளை கோலத்தில் இருந்தார்.

"ஏம்மா! மாப்பிள்ளைக்கு ஏன் வயசாயிடுத்து." என்று பாகீரதி அப்பாவியாய் அம்மாவிடம் கேட்டாள். அம்மா பதில் சொல்லவில்லை. வீட்டுக்கு வந்தப்புறம் சின்னம்மா சித்தியிடம் கேட்டாள்.

"என்ன பண்றது பெண்கள் ருதுவாவதற்கு முன்னால் ஒருத்தன் கையில பிடிச்சுக் கொடுத்தாகணுமே பாகி? வசதியில்லாதவாளுக்கு இரண்டாந்தாரமோ, மூன்றாம் தாரமோதானே வாய்க்கிறது? நான் கூட மூணாம் தாரமா வாக்கப்பட்டவள்தான். ஆறே மாசத்துல அவர் போயிட்டார்." சிரித்துக்கொண்டதான் சொன்னாள் சின்னம்மா சித்தி. பாகீரதிக்கு மிகவும் அதிர்ச்சியாக இருந்தது. சாவித்திரியை நினைத்து துக்கம் ஏற்பட்டது.

"ஆச்சு. உனக்குப் பன்னிரெண்டு வயசாறது. பெரியவளானதும் உன் ஆத்துக்காரரைப் பார்க்க கிளம்ப வேண்டியதுதான்." என்ற தெருப் பெண்களின் பேச்சு பாகீரதிக்குள் வெட்கம் கலந்த எதிர்பார்ப்பை ஏற்படுத்தியது.

ஆனால் அதற்குள் எதிர்பாராத இடியாக சுந்தர்ராஜனின் சாவுச் செய்தி வந்து சேர்ந்தது. விஷக் காய்ச்சலில் இறந்து போனானாம். வீடே அதிர்ந்தது. தெருவே சோகத்தில் மூழ்கியது. ஊரே துக்கம் கொண்டாடியது. அதன்பிறகு சரியாக ஒரு வருடம் கழித்து ருதுவானாள் பாகீரதி. தன் தலையில் அடித்துக்கொண்டு பெரிதாக அழுதாள் அம்மா.

அந்தத் தெருவில் நார்மடி உடுத்திய நிறைய பெண்கள் அத்தை, பாட்டி, சித்தி, பெரியம்மா என்று பல பெயர்களைத் தாங்கி வீட்டுக்கு வீடு ஒருவரோ இருவரோ நிச்சயமாக இருந்தார்கள். இவர்களைப் பற்றி பாகீரதி அதிகம் யோசித்ததில்லை. இவர்கள் வரிசையில் தானும் தள்ளப்பட்ட அதிர்ச்சி அவளைப் பலமாகத் தாக்கியது. தலையை மழுங்க மொட்டை அடித்து உடுத்திக்கொள்ள முரட்டுத்தனமான நார்மடிப் புடவையைக் கொடுத்தார்கள். இனி தன் வாழ்க்கையில் வர்ணங்கள் கிடையாது, ருசிகள் கிடையாது, சோபனங்கள் கிடையாது என்று புரிந்து கொள்ளத் திணறினாள் அந்தச் சிறுமி.

பாவாடைச் சட்டை போட்டு பழகியிருந்தவள் பாகீரதி. அவளுக்கு நார்மடிப் புடவையால் மேல் உடம்பு தெரியாமல் முந்தானையால் போர்த்திக்கொண்டு முக்காடும் போட்டுக் கொள்ள வேண்டும் என்பது மிகப் பெரிய சவாலாக இருந்தது. சங்கட உணர்விலும் எங்காவது நழுவிவிடுமோ என்ற அச்சத்திலும் சுறுசுறுப்பாக

இயங்கவும் பயந்தாள். புடவைத் தலைப்பை மார்பின் குறுக்காக இறுகக் கட்டிக்கொள்வது எப்படி என்று சின்னம்மா சித்திதான் கற்றுக்கொடுத்தாள்.

அம்மா இவளிடம் பாராமுகம் காட்டியதும் அதிர்ச்சியாக இருந்தது. நேற்றுவரை அம்மாவின் காலை சுற்றிச்சுற்றி வந்த சிறுமிதான் பாகீரதி. மூன்றாம் கட்டுக்கே வராமல் இவளைத் தவிர்த்துவிட்டு முகத்தையும் திருப்பிக் கொண்டாள் அம்மா. சின்னம்மா சித்திதான் ஆறுதல் சொன்னாள். “பெத்த வயறு பத்திண்டு எரியறதுடீ பாகீ. நீதான் புரிஞ்சுக்கணும். அது உன் மேல கோபம்னு அர்த்தமில்லை. உன்னை இந்தக் கோலத்துல பார்க்கறதே அவளுக்குக் கஷ்டமாயிருக்கு.”

அம்மா மட்டுமில்லை. ஒரே தங்கையான இவளைச் சீண்டி விளையாடிக் கொண்டிருந்த மூன்று அண்ணன்மார்களும்கூட பாராமுகம் காட்டினார்கள். அவளால் சின்னம்மா சித்தியின் விளக்கத்தை ஏற்க முடியவில்லை. பார்ப்பதற்கே கஷ்டமாயிருந்தால் அனுபவிக்கும் தனக்கு? இந்தக் கேள்வி பாகீரதியை வாட்டியது. அடுத்த மூன்று வருஷங்களில் அப்பாவும், பிறகு அம்மாவும் காலமானர்கள். வீடு மன்னிகளின் சாம்ராஜ்ஜியமாயிற்று.

எந்த நேரத்தில் ஆதரவும் ஆறுதலும் தேவைப்படுமோ அப்போதுதான் அது நிர்தாட்சண்யமாக மறுக்கப்படும் போலும். வாழ்க்கையின் இந்த அடிப்படை குரூரம் பாகீரதிக்குப் புரிந்தது.

இவளை மெல்ல மெல்ல இந்தப் புதிய வாழ்க்கைக்குத் தேற்றியது சின்னம்மா சித்திதான்.

“நம்ம நினைக்கறதெல்லாம் எப்பவும் நடந்துடாது. அப்படி நடக்காதப்ப நாம எப்படி அதை எடுத்துக் கறோங்கறதுதான் முக்கியம். ராமாயணத்துல பாரு, ராமருக்குப் பட்டாபிஷேகம்னு எத்தனை ஏற்பாடுகள்? திடீர்னு கைகேயி கூப்பிட்டு நீ காட்டுக்குப் போ, உனக்கு ராஜ்ஜியம் கிடையாதுங்கறா. எப்படியிருக்கும் ராமனுக்கு? ஆனா புன்சிரிப்பு மாறாம கிளம்பிப் போனராம். நாமளும் முயற்சி பண்ணனும் பாகீ. நம்ம கஷ்டங்களையெல்லாம் ஏத்துக்க பழகிக்கணும். இதுவும் ஒரு வாழ்க்கைன்னு நீ ஏத்துண்டாதான் மனசுக்குச் சமாதானம் கிடைக்கும்.”

அந்தப் பெரிய வீட்டில் பாகீரதியின் மூன்று சகோதரர்கள் கூட்டுக் குடும்பமாய் வசித்தார்கள். வாசலில் திண்ணையுடன் கூடிய மூன்று கட்டு மச்சு வீடு அது. முன்கட்டில் ஆண்களும் பின்கட்டில் பெண்களுமாக புழங்கினார்கள். மூன்றாம் கட்டில் இரண்டு சிறிய அறைகள், குளியலறை, கிணறு, அதைத்தவிர கொல்லையில் மாட்டுத் தொழுவமும், தோட்டமும் இருந்தது. சமையலறையை ஒட்டிய ஒரு

சிறிய அறையில் சின்னம்மா சித்தியும் பாகீரதியும் முடங்கி இருந்தார்கள்.

பெரியண்ணா ராமபத்திரன் பிரபல வக்கீல். கடைசி அண்ணா நீலகண்டனும் வக்கீல்தான். தம்பு என்று அவனைச் செல்லாமாகக் கூப்பிடுவார்கள். இரண்டாவது அண்ணா விஸ்வநாதனுக்குப் படிப்பில் ஆர்வமில்லை. நிலபுலன்களைப் பார்த்துக் கொள்கிறார்.

அதே தெருவில் இன்னொரு வீடும் இவர்களுக்கு இருந்தது. அதை அலுவலகமாக இரண்டு வக்கீல் அண்ணாக்களும் உபயோகித்துக் கொண்டார்கள். அந்த வீட்டின் பின்கட்டில் குமாஸ்தா வைத்தியும், அவர் மனைவி காமாட்சியும் தங்கியிருந்தார்கள். அதனால் இந்த வீட்டுப் பெண்கள் யாரும் அந்த வீட்டைப் பற்றிக் கவலைப்பட வேண்டிய அவசியம் இருக்கவில்லை.

வியாஜ்ஜியம் கொடுக்க வக்கீலைத் தேடிக்கொண்டு வரும் கட்சிக்காரர்கள் வெளியூரிலிருந்து ரயில் பிடித்தோ, வண்டிக்கட்டிக் கொண்டோ வருவார்கள். ஓரிரு நாட்கள் தங்க வேண்டியிருக்கும். தங்குவதற்கான விடுதி எதுவும் இந்த வட்டாரத்தில் கிடையாது. ரஸ்தாவில் ஒன்றிரண்டு திண்ணைக் கடைகள் மட்டுமே இருக்கும். அங்கே சுக்கு காபி, முறுக்கு, அதிரசம் என்று ஏதாவது கிடைக்கும்.

அலுவலக வீட்டில் கட்சிக்காரர்கள் தங்குவதற்கென்றே அறைகள் ஒதுக்கப்பட்டிருந்தது. வாடிக்கையான கட்சிக்காரர்கள் தாமோதரன் செட்டியார், சின்னச்சாமிப் பிள்ளை, வெங்கடேச சர்மா போன்றவர்கள் வந்தால் தங்கிக் கொள்வார்கள். மடி, ஆசாரக்காரர்களுக்குத் தனியாக ஓர் அறை இருந்தது. கிராமத்து சம்சாரிகள் வந்தால் "இந்தத் திண்ணையே போதும் சாமி" என்று தங்கிக் கொள்வார்கள். யார் எங்கே தங்குவது என்பது வைத்தியின் முடிவுதான். அவர் மனைவி காமாட்சிக்கும் யாருக்கு எப்படிச் சமைப்பது என்பதில் தேர்ச்சியாகிவிட்டது.

தாங்கள் புழங்கிக் கொண்டிருக்கும் பின்கட்டில் களத்திலிருந்து நெல் மூட்டைகளைக் கொண்டுவந்து அடுக்குவது காமாட்சிக்கு எரிச்சலாக இருக்கும். "இன்னும் நாலு மூட்டை இருக்கணுமே." பழசு இருந்ததே அது என்னாச்சு?" என்று விஸ்வநாதனின் குறுக்குக் கேள்விகளுக்கெல்லாம் வேறு பதில் சொல்ல வேண்டியிருந்தது.

மூத்தவர் ராமபத்திரனுக்குக் கட்சிக்காரர்களும், கோர்ட்டும் தவிர வேறு உலகமே தெரியாது. தெருவாசிகளுடன்கூட அதிகம் பேசமாட்டார். கோயில் உற்சவங்களில் கூட அதிகம் கலந்து கொள்ள மாட்டார். சகோதரர்கள் இருவரும் ஜட்கா வண்டியில் ஏறிக்கொண்டு கோர்ட்டுக்குப் போவார்கள். மற்ற நேரமெல்லாம் அலுவலக

வீட்டில்தான் இருப்பார்கள். அவர்களுக்கு ஒரு கூஜாவில் தண்ணீரும், இன்னொர கூஜாவில் காபியும் பெரிய வீட்டிலிருந்து போகும். வைத்தியின் மனைவியிடமிருந்து அவர்கள் எந்த உபசாரமும் பெற்றுக்கொள்ளக் கூடாது என்பதில் கௌரியம்மாள் தெளிவாக இருந்தாள்.

அண்ணனும் தம்பியும் வக்கீல் தொழிலில் வெற்றிகரமாக இருக்கும்போது, தான்மட்டும் வீடு விவசாயம் என்று இருக்க வேண்டியிருக்கிறதே என்ற தாழ்வு மனப்பான்மை விஸ்வநாதனுக்கு உண்டு. அதை மிடுக்காகவும், தோரணையாகவும் வீட்டுப் பெண்களின் மீது அவ்வப்போது காட்டுவார். மற்ற இரு சகோதரர்களும் முக்கிய விஷயங்களில் அவரைக் கலந்துகொண்டுதான் முடிவு எடுப்பார்கள். மன்னி கௌரியம்மாளும்கூட இன்றைக்கு என்ன சமையல் என்று அவரைக் கேட்டுதான் செய்வாள்.

வீட்டுப் பெண்களுக்குள் ஏதாவது மனஸ்தாபம் ஏற்பட்டால் விஸ்வநாதன்தான் தலையிட்டு சரி செய்வார். வீட்டில் மூன்றாம் கட்டு என்ற ஒன்று இருப்பதையோ அதில் முக்காடு போட்டுக் கொண்ட தங்கை ஒருத்தி உழன்று கொண்டிருப்பதைப் பற்றியோ சகோதரர்கள் பொருட்படுத்தியதாகத் தெரியவில்லை. அதே சமயம் அவள் கண்காணிக்கப்பட வேண்டியவள் என்பதாக விஸ்வநாதன் புரிந்து கொண்டிருந்தார். அவளைச் சுற்றி எப்போதும் கண்களைச் சுழல விடுவார். ஒரு மணிக்கு ஒருமுறை மூன்று மன்னிகளில் யாராவது ஒருவர் ஏதாவது ஒரு சாக்கில் மூன்றாம் கட்டுக்கு வந்து எட்டிப் பார்த்துவிட்டுப் போவது தற்செயலான விஷயமில்லை என்பதை பாகீரதி புரிந்து கொண்டிருந்தாள். அண்ணன் விஸ்வநாதனின் உத்திரவின் பேரில்தான் இதெல்லாம் நடக்கிறது என்பதை அவளால் அனுமானிக்க முடிந்தது.

மூன்றாம் கட்டிலிருந்து பக்கவாட்டில் செல்லும் வழியொன்று தெருவரை நீண்டது. மாடுகளை மேய்க்கும் கோனார், நாவிதன், கூடையில் காய் விற்கும் காளியம்மா ஆகியோர் இந்த வழியாகத்தான் கொல்லைப்புறத்திற்கு வரவேண்டும். எப்போதாவது கொல்லைப்புறம் பேச்சுக்குரல் கேட்டால் இவர்களில் யாராவது வந்திருக்கிறார்கள் என்று அர்த்தம். யார் என்பதை உறுதிப்படுத்திக் கொள்ள உள்ளிருந்து எவர் தலையாவது எட்டிப் பார்க்கும்.

தான் கண்காணிக்கப்படுவது பாகீரதிக்கு அவமானமாக இருந்தது. “தங்கமா இருந்தாலும் உரசிப் பார்க்கத்தான் செய்வார்கள். இதுக்கெல்லாம் வருத்தப்படக்கூடாது பாகீ” என்று சமாதானம் செய்வாள் சின்னம்மா சித்தி.

"தங்கத்தைக் கூட ஒரு தடவைதான் சித்தி உரசிப் பார்க்கணும். திரும்பத் திரும்பப் பார்த்தா நம்பிக்கை இல்லைன்னுதானே அர்த்தம்?"

"பொம்மனாட்டிகளை மட்டுமில்ல, புருஷர்களையும் உரசித்தான் பார்க்கும் இந்தச் சமூகம். அப்பேற்பட்ட தாயுமனவசுவாமியே எத்தனை கஷ்டப்பட்டார், நோக்கு அவர் கதையெல்லாம் சொல்லியிருக்கேன் இல்லையா?"

"நீங்க என்ன சொன்னாலும் என் மனசு சமாதானம் ஆகலையே சித்தி."

"நம்மகிட்ட மிச்சப்பட்டு இருக்கறது இந்த மனசுமட்டும்தான் பாகீ. அதை தளரவிட்டுடக்கூடாது. எத்தனையோ பேருக்கு இந்த வாழ்க்கையின் பாரத்தைத் தாங்கமுடியாமல் சித்தம் கலங்கிப் போயிருக்கு. அப்படியெல்லாம் ஆகாம இருக்கணும்னா மனச திடமா வெச்சுக்கணும். மனசு நன்னா இருந்தா ஒடம்பும் சண்டித்தனம் பண்ணாம ஒத்துழைக்கும்."

இரண்டாவது மன்னிக்குப் பிரசவம் நெருங்கிக் கொண்டிருந்தது. மருந்து சாமான்களைப் பரப்பி வைத்துக் கொண்டு உட்கார்ந்திருந்தாள் பாகீரதி. சுவரில் சாய்ந்து கொண்டு அளவு சொல்லிக் கொண்டிருந்தாள் சின்னம்மா சித்தி. திடீரென்று அவள் குரல் குழறியது. அடுத்த கணம் தலை சாய்ந்தது. தன் அம்மா அப்பாவின் இழப்பை விட சின்னம்மா சித்தியின் இழப்பு பாகீரதியைக் குலுங்க வைத்தது.

பாகீரதி போன்ற இளம் விதவைகள் தெருவில் அதிகம் நடமாடுவதையே தவிர்த்தார்கள். அக்ரஹாரத்தில் நிறைய புருஷர்களுக்கு வெட்டிப்பொழுது மிச்சமிருந்தது. திண்ணையில் உட்கார்ந்துகொண்டு போகிறவர்களையும், வருகிறவர்களையும் எகத்தாளமாகப் பேசி நையாண்டி செய்து கொண்டிருப்பார்கள். அவர்கள் வாயில் விழுந்து எழுந்திராத பெண்களே இருக்க முடியாது. அதுவும் இளம் விதவைகளென்றால் அதிகமாக வறுத்து வாயில் போட்டுக் கொள்வார்கள். அவர்களின் வார்த்தை வன்முறைகளைப் பற்றி நொந்துகொள்ளத பெண்களே இல்லை.

பாகீரதியால் தன்னை ஒத்த நார்மடிப் பெண்களிடமும் அதிகமாக நெருங்கிப் பழக முடியவில்லை. சிந்தாமணிப் பாட்டி, கோமு பாட்டி போன்றவர்கள் இவளைப் போன்ற இளம் பெண்கள் மீது எரிந்து விழுவார்கள். எதைச் சொன்னாலும் தப்பு கண்டுபிடிப்பார்கள். "அனாச்சாரம் அனாச்சாரம்" என்று தூற்றிக் கொண்டிருப்பார்கள்.

சில நடுத்தர வயது பெண்கள் எப்போதும் எவரைப் பற்றியாவது வம்பு பேசி பரிகாசம் செய்து கொண்டிருப்பார்கள்.

இவளைப் போன்ற இளம் பெண்கள் தங்களின் அந்தரங்க கஷ்டங்களைத் தாழ்ந்த குரலில் பகிர்ந்து கொள்வார்கள். அவர்கள் பேசிக் கொள்வதைப் பார்த்துவிட்டு "என்ன பெரிய சிதம்பர ரகசியமோ? எவன் முறைச்சான், எவன் கையைப் பிடிச்சு இழுத்தான் என்ற கதையாகத்தான் இருக்கும். தெரியாதாக்கும் எங்களுக்கு" என்று தோள்பட்டையில் இடித்துக்கொண்டு போவார்கள் சில மூத்த நார்மடிகள்.

இந்தக் கூட்டத்தில் பாகீரதியின் எதிர்பார்ப்புக்குத் தகுந்தபடி இருந்தது அம்முபாட்டி ஒருவர்தான். சேஷு ஐயர் வீட்டுக்கு பக்கத்து வீட்டில் குடியிருந்தாள் பாட்டி. வயது தந்த சலுகையின் காரணமாக சேஷு ஐயரிடம் சகஜமாகப் பேசுவாள். சேஷு ஐயர் பள்ளிக்கூட தலைமை ஆசிரியராக இருந்த காரணத்தால் ஊரில் மிகுந்த கௌரவத்துடன் இருந்தார். ஆனாலும் அக்ராஹாரத்து ஆசாரக்காரர்களுக்குச் சாதத்தோடு பல் இடுக்கில் மாட்டும் கல் போல அவர் நெருடினார். ஊருக்கெல்லாம் ஒரு நியாயமென்றால் இவருக்கு ஒரு நியாயமோ என்று அவர் காதுபாட பேசுவார்கள்.

பெருமாள் கோயில் பட்டரின் மகள் மைதிலிக்குக் கல்யாணம் தள்ளிக்கொண்டே போயிற்று. "பன்னண்டு ஆயிடுத்து போலிருக்கே மாமி?" என்று யாராவது கேட்டால் "இல்லை இல்லை பத்துதான் முடிஞ்சிருக்கு, புரட்டாசி வந்தாதான் பதினொண்ணு வரும், நாங்களும் வரன் பாத்துண்டுதான் இருக்கோம்" என்று சமாளிப்பாள் பட்டரின் மனைவி.

இரண்டு வருஷம் கழித்துதான் மைதிலிக்குக் கல்யாணம் ஆயிற்று. அவள் ஏற்கனவே ருதுவாகிவிட்டதாகவும், அதை மூடி மறைத்துக் கல்யாணம் பண்ணிவிட்டதாகவும் எல்லோரும் கிசுகிசுத்தார்கள்.

சேஷு ஐயர் தன் பேத்திக்கு ருதுவாவதற்கு முன்னால் கல்யாணம் செய்யப்போவதில்லை என்று பகிரங்கமாக அறிவித்தார். அவர் மனைவியோ "மனுஷருக்கு ஏன்தான் இப்படி ஒரு கோண புத்தியோ" என்று புலம்பிக் கொண்டிருந்தாள்.

பதினாலு வயசில் அவர் பேத்தி கோமளா ருதுவானாள். அந்தச் செய்தியை சேஷு ஐயர் எல்லோரிடமும் பகிர்ந்து கொண்டதில்தான் மனைவிக்கு மிகுந்த வருத்தம். "இனிமே எப்படி வரன் கிடைக்கும்? யார் பண்ணிப்பா?" என்று பார்க்கிறவர்களிடமெல்லாம் அழுது தீர்த்தாள். ஆனால் அடுத்த வருஷமே கோமளாவுக்கு வரன் கிடைத்துவிட்டது. சேஷு ஐயரிடம் படித்த மாணவன் ஒருவன் பட்டணத்தில் நல்ல வேலையில் இருந்தான். அவன் தன் பெற்றோரைச் சம்மதிக்க வைத்து கோமளாவைக் கல்யாணம் செய்து கொண்டான்.

கல்யாணத்தின்போது எல்லோரும் முதுகுக்குப் பின்னால் இழித்தும் பழித்தும் பேசினார்கள். அதே சமயம் சேஷு ஐயர் முன்னால் போய் குழைந்தார்கள். இதையெல்லாம் பார்த்துக் கொண்டிருந்த பாகீரதிக்கு நிறைய கேள்விகள்.

பக்கத்து வீட்டு ராஜிக்கு ருக்கு என்று ஒரு சித்தி இருந்தாள். முப்பது வயசில் அவளுக்கு ஏற்கனவே இரண்டு குழந்தைகள். மூன்றாவது பிரசவத்தில் சீனு பிறந்தான். அவன் பிறந்த நட்சத்திரமே சரியில்லை, நம் குடும்பத்திலேயே இப்படி ஒரு கருப்புக் குழந்தை யாருமே இல்லை என்றெல்லாம் முணுமுணுப்பு எழுந்தது.

அன்றைக்கு சிவன் கோயிலில் விடையாற்றி உற்சவம். இலைபோட்டு வை, கோயில் வரை போய்விட்டு வருகிறேன் என்று சொல்லியவாறு கிளம்பி வீதிக்கு வந்தான் ருக்குவின் கணவன். வாசற்படி தாண்டியதுமே மார்பைப் பிடித்துக் கொண்டு சரிந்தான். அடுத்த கணமே பிராணன் போனது.

"துக்கிரிப் பிள்ளை பிறந்த நாட்சத்திரமே சரியில்லை. அதனால் அப்பனை முழுங்கிட்டு நிக்கறது" என்று எல்லோரும் சொல்லச் சொல்ல ருக்குவுக்குள் இருந்த அம்மா ஒருத்தி செத்துப்போனாள். ஓர் உச்சசட்ட இழப்பில் மனசின் ஆங்காரம் வெளிப்பட்டது.

"இந்தச் சனியனை என் கண்ணுலேயே காட்டாதீங்கோ" என்று அலறினாள். தங்கையின் கஷ்டம் பொறுக்க முடியாத ராஜியின் அம்மா தைலா சீனுவைத் தன் வீட்டுக்குத் தூக்கிக் கொண்டு வந்தாள். தைலாவின் புருஷன் கடுகடுவென்று முகத்தைத் தூக்கி வைத்துக் கொண்டான். "இருக்கிற கஷ்டம் போதாதுன்னு இவனை வேற தூக்கிண்டு வந்தியா?" என்று எரிச்சல்பட்டான்.

ராஜி தன் அப்பா கண்ணில் படாமல் சீனுவைக் கொல்லைப் பக்கம் வைத்துப் பார்த்துக்கொண்டாள். அவனைத் தூக்கிக்கொண்டு பாகீரதியைப் பார்க்க வருவாள். அந்த சின்னக்குழந்தையின் முகத்தில் துயரத்தின் ரேகை அப்பியிருந்தது. அது அடிக்கடி அம்மாவுக்காக ஏங்கி அழும்போது பாகீரதிக்கு வயிற்றைப் புரட்டியது.

"ஏன் பாட்டி? ஏன் இப்படியெல்லாம் நடக்கறது?" என்று அம்மு பாட்டியைக் கேட்டாள் பாகீரதி. பாட்டியிடமிருந்து ஒரு பெருமூச்சுதான் பதிலாக வெளிப்பட்டது.

அன்று இரவு பாகீரதிக்கு ஒரு கனவு வந்தது. தெருவில் அழுதுகொண்டே குழந்தை சீனு ஓடுகிறான்.ஆதரவற்ற அந்தக் கருப்புக் குழந்தையை எவருமே கண்டு கொள்ளவில்லை. எதிரில் வந்த சேஷு ஐயர் அவனை வாரி அணைத்துக் கொள்கிறார். "இந்த நட்சத்திரம் தகப்பனுக்கு ஆகாது, அந்த நட்சத்திரம் மாங்கல்யம்

நிலைக்காதுனெல்லாம் யார் சொன்னது? இதெல்லாம் மூடநம்பிக்கை." என்று கணீர் குரலில் முழங்கினார்.

பாகீரதிக்கு இருபது வயது பூர்த்தியாகி இருந்தது. அன்று தனக்குப் பிறந்தநாள் என்று அவளுக்கே ஞாபகமில்லை. இரவு படுக்கப்போகும் முன்புதான் திடீரென்று ஞாபகம் வந்தது. சின்ன வயதில் பட்டுப்பாவாடைச் சட்டை போட்டுக்கொண்டு அம்மா அப்பாவின் கையைப் பிடித்துக் கொண்டு கோயிலுக்குப் போய் அர்ச்சனை செய்த நாட்கள் நினைவுக்கு வந்தது. ஒரு காலத்தில் வீட்டின் ராஜகுமாரியாக வளைய வந்த தன்னுடைய வாழ்க்கையை நினைத்து தனக்குள் சிரித்துக்கொண்டாள் பாகீரதி.

வீட்டு மனிதர்களைப் பொறுத்தவரையில் கொல்லைப்பக்கம் வந்தால் கண்ணில் படக்கூடிய மாடுகள், கிணறு, வெந்நீர் அடுப்பு, அண்டாக்கள்,கங்காளம், இயந்திரம், உரல், மாமரம், மல்லிகைக்கொடி இவற்றுடன் பாகீரதியும்கூட.

லட்சுமி பசு கன்று போடும் நிலையில் இருந்தது. கோனார் காலையிலும் மாலையிலும் வந்து பார்த்துக் கொண்டிருந்தார். நிறைசூலியான லட்சுமி கழநி தொட்டிப் பக்கம் திரும்பிக்கூட பார்க்கவில்லை. தீனமாகக் குரல் கொடுத்துக்கொண்டிருந்தது. அவ்வப்போது அதன் முதுகைத் தடவி ஆறுதல் படுத்திக் கொண்டிருந்தாள் பாகீரதி.

இரண்டு நாள் அவஸ்தைக்குப் பிறகு கன்றை ஈன்று விட்டுக் கண்களில் நீர் வழிய நின்று கொண்டிருந்தது லட்சுமி. மனசில் ஒரு பெரிய பாரம் இறங்கியதுபோல் உணர்ந்தாள் பாகீரதி. மாலையில் ராஜியுடன் கோயிலுக்குப் போனாள். போகிற வழியில் ராஜி சாவித்திரியைப்பற்றி சொல்லிக்கொண்டு வந்தாள்.

சாவித்திரியின் கணவர் ஒரு வருஷமாகவே படுத்த படுக்கையாகிவிட்டார். அவள்தான் சிசுருஷையெல்லாம் செய்கிறாளாம். ஆனாலும் மனுஷர் அவளை ரொம்ப கஷ்டப்படுத்துகிறாராம்.

"அப்படி என்னதான் செய்கிறார் ஒரு நோயாளி மனுஷர்?"

"அவள் தன் அறையை விட்டு இந்தண்டை அந்தண்டை போகக்கூடாது என்கிறாராம். கஷாயம் கொடுத்தால் அவள் முகத்தில் விட்டெறிகிறாராம். உடம்புல திராணியில்லாத மனுஷருக்குக் குரல் மட்டும் கணீர்னு இருக்கு. சாவித்திரியைக் கெட்ட வார்த்தைகளால் வைகிறாராம். நான் எப்ப போய்ச் சேருவேன்று பார்க்கறியாடீ. நீ மட்டும் கல்லுக்கணக்கா இருக்கற திமிறா உனக்கு?" என்றெல்லாம் திட்டுகிறாராம்.

ஒரு வாரத்திற்கெல்லாம் சாவித்திரியின் கணவர் இறந்து போன செய்தி வந்தது. "அவர் உயிரோடு இருந்து என்னைப் படுத்தின பாட்டுக்கு இந்த நார்மடி உடுத்தறதும், தலையைச் சிரைச்சுக்கறதும் அவ்வளவு ஒண்ணும் கஷ்டமாயில்லை" என்றாளாம் சாவித்திரி. பிறந்தகம் வந்திருந்த ராஜி சாவித்திரியைப் பார்த்துவிட்டு மிகுந்த மனப்பாரத்துடன் புக்ககம் போய்ச் சேர்ந்தாள்.

பாகீரதிக்கும் ராஜி புறப்பட்டுப் போனதிலிருந்து மனசு ஒரு நிலையில்லை. ராஜிக்கும் இவளுக்கும் சின்ன வயதிலிருந்தே சிநேகம். அடுத்தடுத்த வீட்டில் குடியிருந்தாலும் அந்தஸ்து பேதம் இரண்டு குடும்பத்துக்கும் நடுவில் ஒரு பெரிய சுவராக எழும்பியிருந்தது. ஆனால் பாண்டியும் பல்லாங்குழியும் ஆடிக்கொண்டிருந்த பாகீரதிக்கும் ராஜிக்கும் இந்தப் பேதம் ஒரு பொருட்டாகவே இல்லை. பாகீரதிக்குக் கல்யாணமான மறு வருஷமே ராஜியும் இரண்டாந்தாரமாக வாக்கப்பட்டாள். மூன்றே ஆண்டில் கணவனை இழந்தாள். ஆனால் பிறந்தகம் வரவில்லை.

"எங்களுக்கு ஒண்ணும் வசதிக்குக் குறைவில்லை. நாங்களே பார்த்துக்கொள்கிறோம்" என்று மாமியார் சொல்லிவிட்டதில் ராஜியின் அம்மா அப்பாவிற்குப் பரம திருப்தி. வீட்டின் நிலைமை அப்படி நிலத்திலிருந்து வரும் சொற்ப வருமானத்தில் ஏதோ அரை வயிறு சாப்பிட்டுக் கொண்டிருந்தார்கள். ராஜி பிறந்தகம் வரும்போதெல்லாம் ஆற்றங்கரைக்கும், கோயிலுக்கும் அவளுடன் சேர்ந்து போவாள் பாகீரதி.

அன்று பௌர்ணமி. நிலா வெளிச்சத்தில் கொல்லைப்புறம் ரம்மியமாக இருந்தது. மல்லிகைக் கொடி பூக்கத் தொடங்கிவிட்டது. குளிர்ந்த காற்று வேறு. போன வருஷம் இதேபோன்ற ஒரு நாளில் சின்னம்மா சித்தியுடன் கோபித்துக் கொண்டது நினைவுக்கு வந்தது.

இரவில் கிணற்றுச் சுவரில் சாய்ந்துகொண்டு இவள் விசும்புவதை ஊடுருவிப் பார்த்தாள் சின்னம்மா சித்தி.

"என்ன ஆச்சு பாகீ?"

"என்னம்மோ பண்றது சித்தி, சொல்லத் தெரியல."

"அப்படித்தான் இருக்கும் பாகீ. நம்ம உடம்பை இரும்பால அடிச்சிருக்கா என்ன? சரீரம்னு ஒண்ண ஏமாத்திண்டு வாழணும்னு விதிச்சிருக்கு."

சடாரென்று நிமிர்ந்தாள் பாகீரதி. "நீங்க என்னைத் தப்பா புரிஞ்சுண்டிருக்கீங்க சித்தி. என் மனசுல எந்த ஏக்கமும் இல்லை. என் கஷ்டம் சரீரம் சம்பந்தப்பட்டதும் இல்லை. மனசு சம்பந்தப்பட்டது சாவித்திரி, ராஜி இவாளையெல்லாம் நினைச்சா பகவான்னு ஒருத்தர்

இருக்காறாரான்னு தோணறது." என்று திருத்தமாகப் பதில் சொல்லிவிட்டு கோபத்துடன் நகர்ந்து போனாள் பாகீரதி.

இரவு தூங்கப்போகும் வரை ஒரு வார்த்தைகூட அவள் பேசவில்லை. ஆனால் அவள் மனசு தொடர்ந்து சித்தியுடன் தர்க்கம் செய்துகொண்டிருந்தது. "ஒரு நிமிஷம் என்னைப் பத்தி என்னவெல்லாம் நினைச்சுட்டீங்க. நான் என்ன மீதிப் பெண்கள் மாதிரி எதற்காவது ஏங்கறேனா? எந்த சாஸ்திரத்துக்கும் கட்டுப்பட்டு நான் இப்படி இல்லை. எனக்காக, என் சுயகௌரவத்துக்காக இந்த வாழ்க்கையை பூரணமா ஏத்துண்டு வாழறேன். இதை யாரும் புரிஞ்சுக்காம பேசறதுதான் என்னைக் காயப்படுத்தறது."

காலையில் எழுந்திருக்க முடியாமல் படுக்கையில் கிடந்த இவளைத் தேடிக்கொண்டு வந்தாள் சின்னம்மா சித்தி. "பாகீ. கொஞ்சம் இந்தக் கஞ்சியை சாப்பிட்டுப் படுத்துக்கோ." என்று தாயினும் சாலப்பரிந்த சித்தியிடம் அதற்கு மேல் முகம் காட்டுவது சாத்தியமாக இல்லை.

இப்போதும்கூட பாகீரதி சின்னம்மா சித்தி சொல்லிக் கொடுத்த பல விஷயங்களைக் கடைப்பிடிக்கிறாள். திருச்சிராப்பள்ளிதான் அவருக்குச் சொந்த ஊர் என்பதால் தாயுமானவரின் பாடல்களை நிறைய தெரிந்து வைத்திருந்தாள். அதையெல்லாம் பாகீரதிக்கும் கற்றுக் கொடுத்திருந்தாள்.

காலையில் குளித்து முடித்து ஜபம் செய்வது, ஸ்லோகம் சொல்வது, ஏகாதசி விரதம், ஷஷ்டி விரதம், அமாவாசை என்று அத்தனைக்கும் இவளைப் பழக்கியவள் சின்னம்மா சித்திதான். சின்னம்மா சித்தியின் நினைவில் மூழ்கியபடியே தூங்கிப் போனாள் பாகீரதி.

வீடு நிறைய குழந்தைகள். விடுமுறை நாட்களில் மன்னிகளின் உறவினர் கூட்டம் வேறு. வேலை முதுகெலும்பை நெட்டி முறித்தது பாகீரதிக்கு.

மன்னிகள் மூவருமே முதல் பிரசவத்துக்குத்தான் பிறந்தகம் போனார்கள். மற்றப் பிரசவங்கள் எல்லாமே இங்குதான். பெரிய மன்னிக்கு நாலு, மற்ற இரண்டு மன்னிகளுக்கும் தலா மூன்று குழந்தைகளுமாக பத்து குழந்தைகள் வீட்டில் புழங்கினார்கள். வீட்டிலிருந்த பிரசவ அறைக்கு ஒரு வருஷம்கூட ஓய்வு கிடைத்ததில்லை. பிரசவம் பார்ப்பதில் சின்னம்மா சித்தி நல்ல அனுபவசாலி. வயிற்றைத் தளரப் பண்ணி விளக்கெண்ணெயால் நீவிவிட்டு முக்கித் தள்ள வைப்பதில் கெட்டிக்காரி. கிட்ட இருந்து ஒத்தாசை செய்வாள் பாகீரதி.

முதல் முதலில் ஒரு ஜீவனின் ஜனனத்தைப் பார்த்தபோது அதிர்ச்சியாகத்தான் இருந்தது. கொல்லைப் புறம் போய் ரகசியமாக வாயிலெடுத்து விட்டு வந்தாள். பிறகு மெல்ல மெல்ல உடம்பின் நுணுக்கங்கள் பிடிபட்டது. பதட்டப்படாமல் கையாள ஆரம்பித்தாள். ரேவதி மன்னியின் இரண்டாவது பிரசவத்தின்போது சின்னம்மா சித்தி உயிருடன் இல்லை. முழுக்க முழுக்க பாகீரதிதான். அவள் கையைப் பிடித்துக்கொண்டு நெகிழ்ந்தாள் மன்னி.

மூன்றாவது மன்னியான பிரகதாவுக்கு எவ்வளவு செய்தாலுமே திருப்தி இருக்காது. ஏதாவது குறை சொல்லிக் கொண்டேயிருப்பாள். வீட்டுக் குழந்தைகள் அத்தனைக்கும் பீத்துணி, மூத்திரத்துணி அலசிப்போட்டு, குளிப்பாட்டி, சாதம் பிசைந்து ஊட்டி வளர்ப்பதை ஆசை ஆசையாகச் செய்தாள் பாகீரதி. ஆனாலும் குழந்தைகள் கொஞ்சம் வளர்ந்த பிறகு ஒட்டாமல் விலகிப் போனார்கள்.

வீட்டுப் பெரியவர்களே இவளை விலக்கி வைத்தது தான் காரணமா? இல்லை இவளுடைய மடி ஆசாரமும், இந்தக் கோலமும் அவர்களை நகர்ந்து போக வைத்துவிட்டதா? யோசிக்க யோசிக்க குழப்பம்தான் மிஞ்சியது.

வீட்டின் மூத்த குழந்தையான பாலமுரளி மீது அவளுக்கு அதிகமான பிரியம். அவன்தான் அவள் தொட்டுத் தூக்கிய முதல் குழந்தை. அவனோடு சேர்ந்து சிரித்ததுதான் எத்தனையோ வருஷங்களுக்குப் பிறகு அவள் சிரித்த சிரிப்பு. அவனைத் துரத்திப் பிடிக்க ஓடியபோது தன் சிறுமி பருவத்தை மீட்டது போலச் சிலிர்ப்பாக இருந்தது பாகீரதிக்கு.

மற்றக் குழந்தைகள் வளர வளர விலகியதுபோல் பாலமுரளியும், ரேவதி மன்னியின் மகள் ரமாவும் முழுக்க விலகவில்லை. அவ்வப்போது கொல்லைப்பக்கமாக எட்டிப்பார்ப்பதும், சின்னதாக இவளுடன் குலாவி விட்டுப் போவதுமாகத்தான் இருந்தார்கள். அத்தை என்ற அவர்களின் அழைப்பில் மனசு பாகாக உருகியது.

வீட்டில் ஏதாவது பலகாரம் செய்தால் மடியில் கட்டிக்கொண்டு இவளிடம் கொண்டுவந்து கொடுப்பாள் ரமா. நீயும் சாப்பிடு அத்தை என்று வாயில் திணிப்பாள்.

ஒரு நாள் நார்ப்பட்டு புடவைக்காரர் ஒருத்தர் வீட்டுக் கூடத்தில் கடைவிரித்தார். அக்கம்பக்கத்து பெண்கள் சூழ மன்னிகள் மூன்று பேரும் புடவைகளைத் தேர்வு செய்து கொண்டிருந்தார்கள். புடவைக்காரருக்கு சொம்பு நிறைய மோரைக் கரைத்துக் கொண்டு போனாள் பாகீரதி. மாந்துளிர் கலரில் சிவப்பு கரையும், பச்சை நிறத்தில் அரக்குக் கரையுமாக எத்தனை அழகான வர்ண சேர்க்கை

என்று பார்த்துக் கொண்டிருந்தாள். தற்செயலாக இவளைக் கவனித்த ரேவதி மன்னி ஒரு முறை முறைத்தாள். உடனே அங்கிருந்து நகர வேண்டும் என்பதன் சமிக்ஞை அது.

இன்னொரு நாள் பிரகதா மன்னி புதுப்புடவை சரசரக்க சமையல்கட்டுக்கு வந்தாள். ஏதோ உபநயனத்துக்குக் கிளம்பிக் கொண்டிருந்தாள். “இந்தப் புடவை மொடமொடன்னு தூக்கிக்கறது, கொஞ்சம் இழுத்து விடேன் பாகீ” என்றாள். தேங்காய் துருவிக் கொண்டிருந்த பாகீரதி அதை அப்படியே போட்டுவிட்டு புடவையை இழுத்து சரிசெய்தாள்.

நிமிர்ந்து ஒரு கணம் மன்னியைப் பார்த்தாள். சிம்மக்கலர் புடவைக்குக் கழுத்தில் போட்டிருந்த முத்தும் பவளமும் கோர்த்த அட்டிகையும், தலையில் கதம்பப் பூவுமாக மன்னிதான் எத்தனை அழகு! ரசனை ஒரு மெல்லிய புன்னகையாய் வெளிப்பட்டது. கூடத்தில் பிரகதா மன்னி பெரிய மன்னியிடம் சொல்லிக் கொண்டிருந்தது காதில் விழுந்தது. “என்னை அப்படி உத்துப் பாக்கறா மன்னி. திக்குன்னு ஆயிடுத்து. கொஞ்சம் உப்பு மிளகாய சுத்திப் போடுங்கோ.” இதையெல்லாம் கேட்டுக்கொண்டு ரங்குவும் கமலியும் வேறு நின்று கொண்டிருந்தது பாகீரதிக்கு அவமானமாக இருந்தது.

வீட்டுக் குழந்தைகள் தன்னிடமிருந்து விலகிப் போவதன் காரணம் புரிந்தது.

விடுவிடுவென்று மன்னி முன்னால் போய் நின்று தன் மனதில் பட்டதைப் பேச நினைத்தாள் பாகீரதி. “நான் பார்த்தது இதையெல்லாம் அனுபவிக்கணும்ங்கிற ஆசையால இல்ல. இதையெல்லாம் உடுத்தி அனுபவிக்கற எல்லாருக்குமே ரசனை இருக்கும்னு சொல்ல முடியாது. அது இல்லாதவாளுக்கு என்னைப் புரிஞ்சுக்கிறது கஷ்டம்.” மனசுக்குள் ஒத்திகை பார்ப்பதற்கு மேல் அவளால் ஒன்றும் செய்ய முடியவில்லை.

தன் ஆற்றாமையை அம்மு பாட்டியிடம் கொட்டித் தீர்த்தாள். “நான் இன்னும் எப்படித்தான் இருக்கறது பாட்டி? அழகான வஸ்துக்களையும், இயற்கையையும் ரசிக்கறது கூடவா தப்பு? கோலம் போட்டா அதை ரசிப்பேன். நேத்திக்குக் கூட கோயில்ல பிரதோஷம். ரிஷப வாகனத்துல கம்பீரமா சுவாமி வலம் வந்ததை ரசிச்சேன். அந்தக் குடை அசையறதும், வஸ்திரமும், நகையுமா அலங்காரம் பண்ணியிருக்கறதும் எத்தனை அழகு! இதையெல்லாம் ரசிக்கக்கூடாதுன்னா அது ஆத்மஹத்தி இல்லையா?”

பவளமல்லி பூக்களை நூலில் கோத்துக் கொண்டிருந்த பாட்டி இவளை ஆழ்ந்து பார்த்தார். “ரசனைங்கறது நல்ல விஷயம்தான் பாகீ, ஆனா இதெல்லாம் எதிலே கொண்டு விடுமோன்னுதான் மனுஷாளைப் பயம் பிடிச்சிண்டு ஆட்டறது.”

பாட்டியின் விளக்கம் பாகீரதிக்கு எரிச்சலைத் தந்தது. "எதையோ எதுக்கோ முடிச்சு போட்டு மனுஷா பயந்தா நான் என்ன பண்ணட்டும்? என்வரையில் நான் சரியாதான் இருக்கேன். நான் சரியா இருக்கேனான்னு யாராவது கண்காணிக்கும் போதுதான் எனக்கு அவமானமா இருக்கு. விஸ்வநாதன் அண்ணா அடிக்கடி இப்படி அவமானப்படுத்தறான்."

"நீ நினைக்கறது மாதிரி உலகம் அவ்வளவு லேசானதா இல்லை பாகீ. என்னென்னவோ கேள்விப்படறோம். புன்னை மரத்து வீட்டு வேதாவைத் தெரியுமா உனக்கு? கதவைத் தாள் போட்டுக்க சொல்லிட்டு அவமாமியாரும் மாமனாரும் கோயிலுக்குப் போனாளாம். திரும்பி வரச்சே புறக்கடை வழியா மூணாவது வீட்டு சீமாச்சு ஓடிப் போறதைப் பார்த்தாளாம். நேத்து தெரு முழுக்க இதுதான் பேச்சு."

"சிவ சிவா, உங்க வாயால இதெல்லாம் பேசாதீங்க பாட்டி. சரசுவும் ருக்குவும் இதைத்தான் எப்பவும் புளிக்க புளிக்கப் பேசிண்டு இருப்பா." காதைப் பொத்திக் கொண்டாள் பாகீரதி.

பாகீரதியின் முகத்தில் தெரிந்த குழந்தைத்தனம் பாட்டியை நெகிழ்த்தியது. ஈஸ்வரா, இந்த அப்பாவிப் பெண்ணை நீதான் காப்பாத்தணும் என்று அவள் மனம் பிரார்த்தனை செய்தது.

வீட்டில் பாகீரதிக்குக் கிடைத்த ஒரே சிநேகம் காய்விற்கும் காளியம்மா. கீரை, தக்காளி, கத்திரி, வெண்டை வகையைக் கூடையில் சுமந்துண்டு வருவாள். கைப்பிடி நெல் கொடுத்தாலும் முகம் மலர வாங்கிக் கொண்டு காய்கறிகளைத் தருவாள்.

கருத்த முகத்தில் பூசியிருக்கும் மஞ்சளும், செக்கச் சிவந்த குங்குமப் பொட்டும் வெற்றிலைச் சாறு மின்னும் உதடுகளுமாகப் பளிச்சென்று இருப்பாள். கட்டியிருக்கும் கொட்டடிப் புடவை கூடப் பாந்தமாய் இருக்கும்.

"உன் கையால முதல் முதல்ல வியாபாரம் ஆனாதான் எனக்குத் திருப்தி." என்று பாகீரதியையும் பார்த்து வாய் நிறைய ஒருத்தி சொல்கிறாள் என்றால் அது காளியம்மாதான். சம வயதுக்காரி என்பதால் அவளுடன் சகஜமாகப் பேச முடிந்தது.

பனையூரிலிருந்து காய்கறிகளைச் சேகரித்துக்கொண்டு புறப்பட்டால் உச்சிப் பொழுதுக்குதான் இந்த ஊருக்கு வரமுடியும் அவளால். வாரம் மூன்று நாள் வருவாள். "எங்க தோட்டத்திலேர்ந்து பக்கத்திலேயிருக்கிற பெரிய ஊரு இதுதான். அய்யம்மாருங்க நிறைய இருக்கறதால காய்கறி விற்க முடியுது." என்பாள்.

ஒரு நாள் காளியம்மாவின் கண்களில் பசியின் களைப்பு தெரிந்தது. வயிற்றில் பிள்ளையை வேறு சுமந்து கொண்டிருந்தாள். அப்போது

வீட்டில் யாரும் இல்லாதது நல்லதாகப் போயிற்று. மந்தாரை இலையில் சாதத்தை வைத்து கொஞ்சம் குழம்பு ஊற்றி சாப்பிடக் கொடுத்தாள் பாகீரதி.

சாப்பிட்டு முடித்த காளியம்மாவுக்குக் கண்கள் பனித்தது. “அதெப்படியம்மா இவ்வளவு ருசியா செய்யறீங்க. நாங்களுந்தான் குழம்பு வைக்கிறோம். ஆனா அது இப்படி இருக்காது. அரிசிச்சோறு கூட எங்களுக்குப் பண்டிகை சமயத்துல கண்ணுல காட்டுவாங்க. மத்தபடிக்கு கம்புச் சோறு, சோள சோறுதான்.”

“அதெல்லாம் எப்படி இருக்கும்?”

“ருசியாதான் இருக்கும். ஆனாலும் வெள்ளைச்சோறு போல வராது.”

அடுத்த நாள் வந்தபோது மறக்காமல் கொஞ்சம் கம்பு, சோள தானியங்களைக் கொண்டுவந்து காண்பித்தாள்.

“நீ ஏன் வயல் வேலைக்குப் போகாம காய்கறி வியாபாரம் பண்றே?”

“எங்க வீட்டுக்காரர் ஒரு பண்ணையிலதான் வேலை செய்யறார். ஆனா அந்தப் பண்ணையார் பொம்பளைங்க விஷயத்துல தப்பானவரு. அவர் கண்ணுல படாம இருக்கத்தான் இந்தப் பக்கமா ஓடிவந்துடுறேன்” சொல்லிவிட்டு வாய்விட்டுச் சிரித்தாள் காளியம்மா.

தன் அண்ணா விஸ்வநாதன்கூட இப்படித்தான் குடியானவ பெண்களுக்குத் தொந்திரவு கொடுப்பாரோ. சட்டென்று முளைத்த சந்தேகத்தை வலிய உதறினாள் பாகீரதி.

“உன் ஊருக்கு ஒரு நாள் வரட்டுமா காளி?”

“அதெல்லாம் உங்களுக்குச் சரிப்பட்டு வருமாம்மா? எங்கள் வீடுங்கள்ள ஒரு பக்கம் ஆடு கட்டி வெச்சிருக்கோம். கோழிங்க ஒரு பக்கம் மேஞ்சுகிட்டு இருக்கும்.”

காளியம்மாவிடம் பேச்சுக் கொடுப்பதும், அவள் கிராமத்து விவகாரங்களைத் தெரிந்துகொள்வதும், சுவாரசியமாக இருந்தது.

பாகீரதிக்குக் புதிதாகச் சோதனை ஒன்று வந்து சேர்ந்தது. பெரிய மன்னியின் தமையனார் தன் மனைவியுடன் ஷேத்ராடனம் கிளம்பிவிட்டார். தன் அம்மாவை ஓர் ஆறு மாதத்துக்குப் பார்த்துக் கொள்ளும்படி இந்த வீட்டில்தான் கொண்டுவந்து விட்டார். பாகீரதியின் அறைக்குள் ஒரு வேண்டாத விருந்தாளி.

கிழவி சரியான சிடுமூஞ்சி. எல்லாவற்றிகும் குற்றம் காணுகிற குணம். சந்தேகப்பிராணி வேறு. இவள்தான் எல்லா சிஷூருசையும் செய்ய வேண்டியிருந்தது.

"இது என் புடவையா என்ன? இப்படி இருக்காதே. உன்னுடையதை மாத்தி வெச்சிட்டியா?" எந்த விளக்கத்துக்கும் திருப்திபடாத தொடர் கேள்விகள்.

"இன்னிக்குக் கீரை கூட்டுன்னுதானே சொன்னே? பின்னே ஏன் கத்திரிக்காய் கூட்டு பண்ணி வெச்சிருக்கே?" இது ஒரு நான்கு முறை.

பதில் சொல்லியே களைத்துப் போனாள் பாகீரதி. அம்மாவைப் பார்க்க வருகிறேன் என்று மன்னியின் தம்பி சேது அடிக்கடி பின்கட்டுக்கு வந்தான். பிறவியிலேயே தோள்பட்டை இடதுபக்கமாக முகத்தோடு சேர்த்து இறுக்கி வைத்ததுபோல் உடற்குறையுடன் பிறந்தவன். கல்யாணமும் ஆகவில்லை. அவன் பேச்சும் பார்வையும் பாகீரதிக்கு எரிச்சலூட்டியது.

"சௌக்யமா பாகீ. ஹி. ஹி. ஹி. அம்மாவைப் பார்த்துட்டுப் போகலாம்னு வந்தேன். ஹி. ஹி. ஹி."

தனக்கு உடலில் குறை. பாகீரதிக்கு வாழ்வே குறை. ஆகவே இரண்டும் ஒன்றுக்கொன்று சரியாகிவிட்டது என்ற எண்ணம் கொடுத்த தையரித்தில் அவன் பேச்சும் பார்வையும் அத்துமீறியது.

ஒருநாள் இவள் சமையலறையில் தனியாக இருந்த சமயம் ஓசைப்படாமல் பின்னே வந்து நின்று கொண்டிருந்தான். திரும்பினால் அவன் மீது இடித்துக் கொள்ள வேண்டியதுதான். சட்டென்று பக்கவாட்டில் கீழே குனிந்து மேடையின் கீழாக ஊர்ந்து வெளியேறி தப்பினாள்.

அவள் வியர்த்து விறுவிறுத்து வெளியேறுவதை விஸ்வநாதன் பார்த்துவிட்டார். அவ்வளவுதான் இன்றைக்கு சேது தொலைந்தான் என்று நினைத்தாள் பாகீரதி. ஆனால் கொல்லைப் பக்கம் நழுவிய சேதுவைப் பார்த்துவிட்டு ஒன்றுமே சொல்லவில்லை விஸ்வநாதன். "ஒரு வாய் சுக்கு கஷாயம் கிடைக்குமா பாகீ?" என்றுதான் கேட்டார்.

இரண்டு நாளைக்கு எந்த வேலையும் செய்ய முடியாமல் மனசு ஓலமிட்டது. ஏன் இப்படி என்ற கேள்விக்குப் பதிலைத் தேடியது. அம்மு பாட்டிதான் சொன்னாள் "அவரவருக்குத் தங்கள் காரியம்தான் முக்கியம். அவன் பெண்ணுக்கு அடுத்த மாசம் கல்யாணம் பண்ணப்போறான். இந்தச் சயமத்துல இதையெல்லாம் பிரச்சினை பண்ணி பெரிய மன்னியைக் கசந்துக்க அவன் இஷ்டப்பட மாட்டான்" பாகீரதியைச் சுற்றிலும் பல யதார்த்தங்கள் முகத்திலடிக்கும் அனுபவமாய் இருந்தது.

பாகீரதி முப்பதை எட்டியபோது அவள் மீதான ஆரம்பகால கண்காணிப்புகளும் கெடுபிடிகளும் குறைந்து போயிருந்தது. வீட்டில்

எல்லோர் கவனமும் வளர்ந்து கொண்டிருக்கும் அடுத்த தலைமுறையை மையம் கொண்டது.

வீட்டின் செல்வச் செழிப்பு கூடியிருந்தது. பெரியண்ணா பிளஷர் வாங்கப் போவதாகப் பேசிக்கொண்டார்கள். பாலமுரளி பட்டணத்து சர்வகலா சாலையில் படிக்கச் சென்றுவிட்டான். இரண்டு அண்ணாக்களும் தொழில் நிமித்தம் அடிக்கடி பட்டணத்துக்குப் போனார்கள். பெரியண்ணா ஒவ்வொரு முறையும் அங்கிருந்து எதையாவது புதிதாக வாங்கிக் கொண்டு வருவார். ஒரு முறை பௌண்டன் பேனா வாங்கி வந்தார். சென்னை வக்கீல் சுப்பிரமணிய ஐயர் வீட்டில் காபி என்று ஒரு திரவ பதார்த்தத்தைச் சாப்பிட்டுப் பார்த்துவிட்டு அதைப்பற்றியே பேசிக்கொண்டிருந்தார் அண்ணா.

இரண்டு மாதம் கழித்து இவர்கள் வீட்டுக்கும் காபி அறிமுகமாயிற்று. காப்பிக் கொட்டையை வறுத்து அதை கைமிஷினில் அரைக்கும்போதே வாசனை வீடு முழுக்க பரவும். கொதிக்கிற தண்ணீரில் காபிப் பொடிய¬ப் போட்டு காடா துணி ஒன்றில் வடிகட்டி பாலும் சர்க்கரையும் கலந்து குடிப்பதை வீடே கொண்டாடியது.

பாகீரதி காபி போடுவாளே தவிர அது எப்படி இருக்கும் என்றே தெரியாது. ஒருநாள் எல்லோருக்கும் கொடுத்தது போக மிச்சமிருந்த ஒரு வாய் காபியை "குடிச்சுத்தான் பாரேன் பாகீ" என்று பெரிய மன்னி சொன்னதால் வாயில் விட்டுக்கொண்டாள். அப்போது உள்ளே வந்த பிரகதா மன்னி இவளைப் பார்த்த பார்வையில் காபி தொண்டையிலேயே சிக்கிக்கொண்டது.

ஒரு வாரமா காளியம்மா வரவில்லை. விடாமல் பெய்து கொண்டிருந்த மழைகூட காரணமாக இருக்கலாம். பாகீரதிக்கு அவளை எதிர்பார்த்து கண்கள் பூத்தது. மறுநாள் வெறும் கையை வீசிக்கொண்டு வந்தாள் காளியம்மா.

"பண்ணையார் போய் சேர்ந்துட்டாரும்மா. அம்மா ரொம்ப நல்லவங்க. அவங்க வீட்டுக்குப் பின்னால இருக்கிற குடிசைல எங்களைத் தங்கிக்க சொல்லிட்டாங்க. இனிமே நான் காய்கறி விக்க வரமாட்டேன். உன்னை பார்த்து சொல்லிட்டுப் போலாம்னுதான் இப்ப வந்தேன்."

அவள் கையில் எதையாவது கொடுத்து அனுப்ப வேண்டும் என்று பரபரத்தாள் பாகீரதி. வீடு முழுக்க உறவினர் கூட்டம் வெறுங்கையோடுதான் வழியனுப்ப முடிந்தது. காளியம்மா நடந்து நடந்து ஒரு புள்ளியாய் தேயும்வரை பார்த்துக் கொண்டிருந்தாள். மனம் சோர்ந்து போனது.

"ராஜி ஒரேடியா திரும்பி வந்துட்டாளாமே? மாமியார் அவளை அடிச்சு விரட்டிட்டாளாமே?" என்று அக்ரஹாரம் முழுக்க வம்புப் பேச்சு வளர்ந்தது.

பாகீரதி ராஜியை ஒன்றும் கேட்கவில்லை. அவளாகச் சொல்லட்டும் என்று காத்திருந்தாள்.

நான்கு நாள் கழித்து ராஜி இவளைத் தேடி வந்தாள்.

"ரொம்ப கஷ்டப்பட்டுட்டேன் பாகீ. மாதாந்திரப் போக்கு அதிகமா இருந்தது. மழைக்காலம் வேற. அலசிப் போட்ட தீட்டுத் துணி எதுவும் காயல. மாமியார்கிட்ட தயங்கித் தயங்கி துணி வேணும்னு கேட்டேன். எப்பவும் நான் மூலையில உட்கார்ந்தாலே மூஞ்சிய தூக்கி பரணை மேல வெச்சிப்பா. எல்லா வேலையும் தானே செய்ய வேண்டியிருக்கேன்னு எரிச்சல் படுவா. எனக்குப் பசிச்சா கூட வேளைக்குச் சாப்பாடு கிடைக்காது. பசியைப் பொறுத்துக்கலாம். ஆனா....." குரல் உடைந்தது ராஜிக்கு.

"என்னதான் ஆச்சு ராஜி?"

"சாயங்காலம் வரை எனக்கு பழந்துணி கிடைக்கல. எத்தனை தடவைதான் கேட்கிறது? ஈரம் காயாத துணியையே உபயோகிக்கும்படி ஆச்சு. அன்னிக்கு ராத்திரி ஜுரம் வந்து அனத்தினேன்."

"இப்படியா செய்வா ஒருத்தி?"

"வேற என்ன பண்றது? மூணு நாளும் அவஸ்தைதான். ஈரத்துணி மகிமையால தொடை வரைக்கும் புண்ணாகிப்போய் ரொம்ப அவஸ்தைப்பட்டேன். நான் காலை அகட்டி அகட்டி நடக்கிறதை என் சின்ன நாத்தனார் பரிகாசம் பண்ணினா."

பாகீரதிக்குக் கண்களில் நீர் முட்டியது.

"வலி பொறுக்க முடியல பாகீ. ஒரு பழந்துணிக்குக்கூட நாதியில்லாம நான் இந்த வீட்டுல எதுக்கு மாடா உழைக்கணும்னு கேட்டுட்டேன். அவ்வளவுதான் கிளம்புடி இப்பவேன்னு விரட்டி விட்டுட்டா." உணர்ச்சிக் கொந்தளிப்பில் ராஜியின் முகம் சிவந்து போனது. அவளின் கரம் பற்றி ஆறுதல் சொன்னாள் பாகீரதி.

"இங்கே வந்தா அப்பா அம்மாவுக்குப் பாரமாச்சேன்னு எவ்வளவுதான் பொறுத்துக்கறது பாகீ?"

இயந்திரத்திலும், உரலிலும் மாவு அரைப்பது, அப்பளம் இடுவது, வடாம் போடுவது போன்ற வீட்டு வேலைகளுக்கு நடுவில் எப்போதாவது கிணற்றடியில் உட்கார்ந்து ராஜியும், பாகீரதியுமாகத் தாயம் விளையாடுவார்கள். சில சமயம் குமாஸ்தா வைத்தியின் மனைவி காமாட்சியும் இவர்களுடன் சேர்ந்து கொள்வாள்.

மாவு சலிப்பதற்காக அவள் வக்கீல் ஆபீஸிலிருந்து கொண்டு வந்து தரும் சுதேசமித்திரனை ஒரு வரி விடாமல் வாசிப்பாள் பாகீரதி. நாட்டு நடப்பும், சுதந்திரப் போராட்ட செய்திகளும் அவளுக்குப் பரிச்சயமாயிற்று. படித்த விஷயத்தை யாருடனும் பகிர்ந்து கொள்ளத்தான் முடியவில்லை. அவளுக்கு ஏற்படும் சந்தேகங்களையும் தீர்த்துக் கொள்ள வழியில்லை. அம்மு பாட்டிக்குக்கூட இதுபோன்ற விஷயங்கள் அதிகம் தெரிந்திருக்கவில்லை.

காமாட்சி மூலமாக ஊர் விஷயம் மட்டுமில்லாமல் இவர்கள் வீட்டு விஷயமும் பாகீரதிக்குத் தெரியவந்தது. "போன வாரம் பட்டணம் போனபோது உங்க பெரியண்ணா மன்னிக்கு பாப்பாலால்ல வைர அட்டிகை வாங்கினார்னு தெரியுமா?" என்று கேட்டு இவளை ஆழம் பார்ப்பாள்.

"உன் அண்ணாக்கள் இரண்டு பேரும் அடிக்கடி பட்டணம் போறது எதுக்குன்னு தெரியுமா?" காமாட்சியின் கண்களில் பரிகாசம் மின்னியது.

ஒரு நாள் பெரியண்ணாவின் சட்டையைத் துவைக்கும் போது உள் பையிலிருந்த ஒரு கடுதாசி தட்டுப்பட்டது. எழுத்துக்களைக் கண்டாலே கூட்டிப் படிக்கும் ஆர்வத்தால் அதைப் படித்தாள் பாகீரதி.

"நமஸ்காரம். சௌக்யம் சௌக்யத்துக்கு எழுதவும். நாடகக் கம்பெனி மதுரையில் முகாம் போடுவதால் நான் பட்டணத்தில் ஒரு மாசம் இருக்க மாட்டேன். திரும்பி வந்த பிறகு கடுதாசி எழுதறேன். இப்படிக்கு பிரபாவதி." இவள் விழித்துக்கொண்டு நிற்கும்போது பெரியண்ணா கொல்லைப் பக்கம் வந்தார். இவள் கையில் கடிதத்தைப் பார்த்துவிட்டு முகம் பரங்கிப்பழமாகச் சிவந்தது. நீட்டிய கையில் கடிதத்தைக் கொடுத்த பாகீரதி கூர்ந்து அவர் முகத்தைப் பார்த்தாள். சட்டென்று முகம் திருப்பிக் கொண்டு நகர்ந்தார் பெரியண்ணா.

"உன் சின்னண்ணாவும் யோக்கியம்னு நினைக்காதே, இப்பெல்லாம் சீமை சரக்குதான் தேவைப்படறதாம் அவருக்கு" என்று மற்றொருநாள் கிசுகிசுத்தாள் காமாட்சி.

பெண்கள் மீது கடுமையான ஒழுக்க விதிகளை திணித்திருக்கும் சமூகம் புருஷர்களுக்கு மட்டும் அவர்கள் இஷ்டப்படி இருக்க அனுமதித்திருப்பது என்ன நியாயம்? கொந்தளிப்பு அடங்க வெகுநேரமாயிற்று.

அம்மு பாட்டியுடன் பெருமாள் கோயிலில் நடக்கும் உபன்யாசங்களுக்குப் போவாள் பாகீரதி. வெண் தாடியும், நெற்றியில்

பெரிய நாமமுமாகப் பெரியவர் ஒருவர் உபன்யாசம் செய்வார். அவர் தினமும் ஆற்றங்கரைக்கும் வருவார். கருத்த இளைஞன் ஒருவன் அவருக்குக் குடை பிடித்துக் கொண்டு கூடவருவான்.

"இவாளைப் பார்த்தால் ராமானுஜரும், உறங்கா வில்லியும் வருவதுபோல் இருக்கிறது" என்று இவள் சொன்னபோது ரசித்து சிரித்தாள் அம்மு பாட்டி... "அவரிடம் எனக்கு ஒரு சந்தேகம் கேட்க வேண்டும் பாட்டி" என்றாள். "கேட்டால் போச்சு" என்று அழைத்துக் கொண்டு போனாள் பாட்டி.

பெரியவருக்கு நமஸ்காரம் செய்துவிட்டு "இவள் பாகிரதி, உங்கள் உபன்யாசமெல்லாம் கேட்டிருக்கா. ஏதோ சந்தேகம் கேட்கணுமாம்" என்று அறிமுகம் செய்தாள் அம்மு பாட்டி.

"எங்களை மாதிரி வைதவ்யத்துல இருக்கிற பெண்களுக்கு சாஸ்திரத்துல என்ன சொல்லியிருக்கு? நாங்க எப்படி வாழணும்?"

"ஜபம் பண்ணி மனசைப் பகவானுக்கு அர்ப்பணம் பண்ணனும். அதைத்தவிர சரீரத்தால் சமூகக் காரியங்கள் பண்ணனும்."

"சமூகக் காரியங்கள்னா?"

"அதுதான் நீங்க எல்லோருமே பண்ணிண்டு இருக்கேளே. சமைக்கிறது, பத்து பாத்திரங்களைச் சுத்தம் பண்றது, வஸ்திரங்களைத் துவைக்கறது, வீட்டுக் குழந்தைகளைப் போஷிப்பது. இதெல்லாம்கூட சமூகக் காரியம்தான்."

"அப்படி ஒசத்தியான காரியம்தான் நாங்க செய்யறோம் என்றால் அதுக்கான மரியாதை இருக்கணுமே சுவாமி. எங்களுக்குக் கிடைக்கறதெல்லாம் அவமரியாதை தானே."

அவர் ஒரு கணம் திகைத்தவராக பாகிரதியைப் பார்த்தார்.

"அது மனுஷாளோட தப்பு. சாஸ்திரம் என்ன பண்ணும்?"

"நாங்க உத்திரவு வாங்கிக்கிறோம் சுவாமி" கிட்டத்தட்ட பாகிரதியின் கையைப் பிடித்து இழுத்துக் கொண்டு போனாள் பாட்டி.

"நீ வாதம்பண்றது சரின்னு எனக்குத் தோணலை பாகி. நம்ம சிந்தாமணியை எடுத்துக்கோ. அந்த வீட்டுல அவவெச்சதுதான் சட்டம். மூணாவது தலைமுறைகூட மரியாதை கொடுக்கறது."

"சிந்தாமணி மாமி இரண்டு மகன்களுக்குத் தாயான பிறகு ஆம்படையானை இழந்தாள். அவன்களை வளர்த்து ஆளாக்கி இப்ப ஆட்சி பண்றா. இது எல்லோருக்கும் நடக்குமா?"

பாட்டிக்கு அவள் பேச்சின் உண்மை சாட்டையின் விளாறலாக இருந்தது. பாட்டிக்குக்கூட ஒரு தம்பி உண்டு. அக்காவைக் கலந்து

பேசாமல் எந்த முடிவையும் அவர் எடுப்பதில்லை. தம்பி அப்படி இருந்ததாலேயே தம்பி பெண்டாட்டியும் மதிப்பு கொடுத்து வைத்திருக்கிறாள்.

பாகீரதிக்கோ மூன்றும் அண்ணாக்கள். வயது வித்தியாசமும் அதிகம். பெற்றவர்களாகவது ஆயுசை போட்டுக்கொண்டு ஆதரவாக இருந்திருக்கக்கூடாதா. ஹூம்... பாகீரதியின் வலி பாட்டிக்குப் புரிந்தது.

ஒரு வாரத்திற்கெல்லாம் பாட்டி கீழே விழுந்து முழங்காலை முறித்துக் கொண்டாள். ஆற்றங்கரைக்கு வருவது நின்று போயிற்று. சுவாதீனமாக அவர்கள் வீட்டுக்குள் நுழைந்து பாட்டியைச் சந்திக்க பாகீரதியாலும் முடியவில்லை. அடுத்த ஆறு மாசத்திற்கெல்லாம் அம்மு பாட்டி ஆசாரியன் திருவடியை அடைந்துவிட்டாள்.

பாகீரதிக்கு வயது நாற்பதைக் கடந்தது. அரிசியில் கல்லைத் தேடுவது சிரமமாயிற்று. நாவிதன் தலையை மழிக்கும்போது ஒன்றிரண்டு வெள்ளை முடிகள் விழுவதைக் கவனித்தாள். பெரியண்ணாவின் பேரன் பேத்திகள் இவளை அத்தைப் பாட்டி என்று அழைக்கத் தொடங்கியிருந்தார்கள்.

வீட்டிலும், வெளியிலும் நிறைய மாற்றங்கள். கொல்லைப் புறத்தின் மூலையில் கழிவறை ஒன்று கட்டப்பட்டது. அதைச் சுத்தம் செய்ய தோட்டி ஒருவனை நியமித்திருந்தார்கள்.

பட்டணத்தில் சில பெண்கள் கலாசாலைக்குப் போகிறார்களாம். கணவனை இழந்த பெண்கள்கூட தலைமுடியை வளர்த்துக்கொண்டு ஜம்பர் அணிந்து கொண்டு சாதாரணமாகப் புழங்குகிறார்களாம். மொட்டை அடிக்கும் பழக்கம் தவறு என்று சீர்திருத்தக்காரர் களெல்லாம் உரக்கப் பேசுகிறார்களாம். சுதேசமித்திரனில் வந்த கட்டுரைகளில் இப்படிப் பல செய்திகளைத் தெரிந்து கொண்டாள் பாகீரதி.

அன்றைக்கு சுதேசமித்திரனில் வந்திருந்த கட்டுரை ஒன்றைப் படித்த பாகீரதிக்கு மனசு துள்ளியது. எத்தனையோ வருஷங்களாக அவள் கேட்டுக்கொண்டிருந்த கேள்விக்குப் பதில் கிடைத்து விட்டதாகத் தோன்றியது.

“இப்போது நம் தேசம் அடிமைப்பட்டுக் கிடக்கிறது. இதை விடுவிக்க வேண்டுமானால் எழுதப் படிக்கத் தெரிந்த அத்தனை பேரும் சமூகக் காரியத்தில் ஈடுபட வேண்டும். சுற்றியிருக்கும் ஜனங்களுக்குப் படிப்பு சொல்லித் தர வேண்டும். அறியாமை இருள் அகன்றால் மட்டுமே நம் தேசத்துக்கு விடிவு கிடைக்கும்” என்பதே அக்கட்டுரையின் சாராம்சம்.

இதைப் படித்ததிலிருந்தே மனசு ஒரு நிலையில் இல்லை. இந்த வீட்டைவிட்டு வெளியேற வேண்டும். காளியம்மாவின் கிராமத்திற்குப் போய் அந்த ஜனங்களுக்கு எழுதப் படிக்க சொல்லித்தர வேண்டுடம் என்ற எண்ணம் சின்னப்பொறியாகக் கிளம்பி நெருப்பு போல் அவளைப் பற்றிக் கொண்டது.

எப்படி நேர்ந்ததென்றே தெரியாமல்தான் அவளுக்கு அது நேர்ந்தது. வீட்டு மனிதர்களுடனான உறவு கொஞ்சம் கொஞ்சமாக இற்றுப் போய்க் கொண்டிருந்தது.

பாலமுரளிக்குக் கல்யாணம் நிச்சயமான செய்தியை காமாட்சி சொல்லிதான் பாகீரதி தெரிந்துகொண்டாள். வீட்டில் நடக்கும் சுப காரியங்களைக் கூட நேரடியாக யாரும் அவளுக்குச் சொல்ல மாட்டார்கள்.

பாலமுரளிக்கு சென்னையில் ஜாகை வைத்துக் கொடுத்தார்கள். அவன் தன் புது மனைவியுடன் அவ்வப்போது கிராமத்துக்கு வந்தான். ஆனாலும் முன்பு போல இவளைத் தேடிக் கொண்டு கொல்லைப்பக்கம் வரவில்லை. தன் மனைவியை அறிமுகம் செய்யவும் இல்லை. சர்வகலாசாலை படிப்பெல்லாம் படித்து என்ன பிரயோஜனம்? என்ற கேள்வி எழுந்தது. ரேவதி மன்னியின் பிள்ளை ஜனார்த்தனனுக்குக் கல்யாணம் ஆனபோது அவன் தன் மனைவியுடன் இவளைத் தேடி வந்து காலில் விழுந்து ஆசி பெற்றான்.

"என்ன அத்தை திகைச்சு போயி நிக்கற? நீதானே எங்களையெல்லாம் வளர்த்தினாய். உன் ஆசீர்வாதம் எனக்கு முக்கியம் அத்தை."

எப்போதோ காமாட்சி சொன்னது நினைவுக்கு வந்தது. "சேஷு ஐயர் வெறும் பாடம் மட்டும் நடத்தாமல் சமூக விஷங்களைப் பற்றியெல்லாம் வகுப்பில் பேசுவாராம். நம்ம ஜனார்த்தனன் எப்பவும் அவர் பின்னாலேயே சுத்திண்டு இருப்பானாம்" பாகீரதிக்கு அன்று முழுக்க மனசு பால்குடம் போல் பொங்கியது.

ரமாவும் புகுந்த வீட்டுக்குப் போவதற்கு முந்தின நாள் இரவு பாகீரதியை அணைத்துக்கொண்டு விசும்பியவாறு விடைபெற்றுக் கொண்டாள்.

பெண் குழந்தைகளின் திருமண வயது வரம்பு குறித்து புது சட்டம் ஒன்று வந்தது. அதனால் அவர்கள் ருதுவான பிறகு பதினான்கு பதினைந்து வயதில் கல்யாணம் செய்வது வழக்கமாயிற்று. அடுத்த தலைமுறைப் பெண்களுக்குக் கிடைத்த இந்தச் சலுகை பாகீரதி தன் வாழ்நாளில் பார்த்த மிகப்பெரிய மாற்றம்.

"சர்க்கார் ஒரு பக்கம். சீர்திருத்தம்னு பேசற கூட்டம் ஒரு பக்கம். ஊரே சீரழிஞ்சிடும்போல இருக்கு." என்று அக்ரஹாரத்துப் புருஷர்கள்

சிலர் குமுறுவதாக காமாட்சி சொன்னாள். புருஷர்களுக்கிடையிலான சம்பாஷணைகளை வைத்தியின் மூலமாக நிறைய தெரிந்து வைத்திருந்தாள் காமாட்சி. நன்றாகக் குமுறட்டும் என்று எக்களித்தது பாகீரதியின் மனசு.

இதுதான் சமயம். வீட்டில் சமீபத்தில் கல்யாண ஏற்பாடுகள் எதுவும் இல்லை. இவளுக்கும் வயதாகிவிட்டது. மாதவிலக்குத் தொல்லைகூட நின்றுவிட்டது. ராஜியிடம் தன் லட்சியத்தைப் பற்றிச் சொன்னாள் பாகீரதி. அதிர்ந்து போனாள் ராஜி.

"உனக்கென்ன பைத்தியமா பாகீ? நீ கிழவியாகி விட்டதாக நினைப்பா? உன் முகத்தில் இன்னும் இளமை மாறலைன்னு தெரியுமா? உடம்பின் வாளிப்பு கொஞ்சம்கூட குறையவில்லை. உழைச்சு உழைச்சு செதுக்கினாப்போலதான் இருக்கே. உனக் எவ்வளவு தைரியம், தனியா கிளம்பிப் போய் உனக்குச் சம்பந்தமே இல்லாத ஜனங்க நடுவுல உட்கார முடியும்னு" என்று படபடத்தாள் ராஜி.

"இன்னும்கூட காத்திருந்தா என் உடம்பிலேயும் மனசுலேயும் பலம் போயிடும் ராஜி. இதுதான் சரியான சமயம். நீ கொஞ்சம் ஒத்தாசை செஞ்சா எந்தக் கெட்ட பெயரும் இல்லாம நான் இங்கிருந்து போகமுடியும்."

மெல்ல மெல்ல ராஜியின் மனதைக் கரைத்தாள் பாகீரதி. நிறைய யோசித்தாள். திட்டங்களைப் போட்டுப் போட்டு அழித்தாள். பிறகு தெளிவாக ஒரு முடிவுக்கு வந்தாள். மழை பெய்து ஆற்றில் நீர்வரத்து அதிகமாக இருக்கும் நாளை எதிர்நோக்கினாள். ஓர் அமாவாசை தினத்தைத் தேர்ந்தெடுத்தாள்.

மரங்களினூடே நடந்து நடந்து ரோட்டை அடைவதற்கு இரண்டு நாழிகையாயிற்று. பொழுது விடிந்து கொண்டிருந்தது, இந்நேரம் இவள் கதை ஊரில் முடிந்து போன கதையாயிருக்கும். அவளுக்காகத் கண்ணீர் சிந்த அங்கே ஒருவருமில்லை என்பதும நிம்மதியாகத்தான் இருந்தது.

ஆத்தங்கரைக்கு மேற்கால் நடந்தால் தங்கள் ஊருக்குப் போய் சேரலாமென்று எப்போதோ காளியம்மா சொல்லியிருந்தாள். வண்டி ஏதாவது வருகிறதா என்று பார்த்துக் கொண்டிருந்தாள் பாகீரதி. நெல் மூட்டைகளை ஏற்றிக்கொண்டு பார வண்டியொன்று வந்தது. வண்டிக்கார கிழவன் கண்களை இடுக்கிக்கொண்டு பாகீரதியைப் பார்த்தான்.

"சாவு செய்தி வந்திருக்கு. அவசரமா பனையூர் போகணும்."

“இந்த வண்டி அவ்வளவு தொலைவு போகாதும்மா. உழக்கூர் வந்ததும் வடக்கால திரும்பிடும்.”

“அதுவரைக்கும் விட்டாக்கூட போதும். அங்கிருந்து நான் போய்க்கிறேன்.”

மூட்டைகளை நகர்த்தி இடம் பண்ணிக் கொடுத்தான். பாகீரதி உட்கார்ந்து கொண்டதும் வண்டி நகரத் தொடங்கியது.

“யாரம்மா போய்ட்டது?”

“என் வயசுதான் இருக்கும். சொந்தக்கார பெண்பிள்ளை.”

“அடடா!”

இவள் துக்கத்திலிருக்கிறாள் என்று நினைத்து வண்டிக்காரன் அதிகம் பேச்சு கொடுக்கவில்லை. மூட்டைகள் அதிகமில்லை என்பதால் வண்டி அவள் எதிர்பார்த்ததை விட வேகமாக ஓடியது. மூட்டையிலிருந்து புழுக்கிய நெல்லின் வாசனை நாசியைத் துளைத்தது. விடியற் காலையின் குளிர்ச்சி காற்றில் பரவியிருந்தது. மனசின் பதட்டம் மெல்ல மெல்ல குறைந்தது. ஒரு குழந்தையின் ஆர்வத்துடன் சுற்றிலும் வேடிக்கை பார்த்துக் கொண்டு பிரயாணம் செய்தாள் பாகீரதி.

வழியில் ஒரு திண்ணைக் கடையொன்றில் பீடி பற்ற வைத்துக்கொண்ட கிழவன் இரண்டு வாழைப்பழங்களை வாங்கி இவள் கையில் கொடுத்தான். உச்சி வெயில் பொழுதுக்கு அவளை இறக்கிவிட்டு “இங்கிருந்து ரொம்ப தொலைவு நடக்கணும். பார்த்துப் போம்மா” என்றான் கரிசனத்துடன். நடக்க நடக்க நீண்டது பாதை சுற்றிலும் விரிந்து கிடந்தது வறண்ட பூமி. பசியின் களைப்பு வேறு. கைப்பிடி அவலை எடுத்து வாயில் போட்டுக்கொண்டு மென்றாள். தாகம் நாக்கை வறட்டியது.

அந்தி சாயும் வேளையில் வயல் வெளியும், சில குடிசைகளும் கண்ணுக்கு தென்பட்டது. ஆடு மேய்த்துக் கொண்டிருந்த இளைஞனை அணுகினாள்.

“இது எந்த ஊர்? பனையூரா?”

“பனையூரா? அப்படி ஒரு ஊரே இங்க இல்லையே?”

“பக்கத்துல எங்காவது?”

“தெற்கால போனா பாளையூர்னு இருக்குது.”

தான் பனையூர் என்று கேட்டதை வண்டிக்காரன் பாளையூர் என்று புரிந்துகொண்டிருக்க வேண்டும். குப்பென்று வியர்த்தது பாகீரதிக்கு. பசியும் களைப்பும் கண்களைச் சொருக ஓர் ஆலமரத்தடியில் சரிந்து

உட்கார்ந்தாள். அவள் கண் விழித்தபோது ஏழெட்டு பெண்களும் சில ஆண்களும் சுற்றி இருந்தார்கள்.

"கொஞ்சம் இந்த மோரைக் குடியம்மா."

அமிர்தமாய் தொண்டையை நனைத்தது அந்த மோர்.

"யாரம்மா நீ? எந்த ஊரு?"

பெயரைச் சொன்னாலும் ஊரைச் சொல்லக்கூடாது என்று முடிவு செய்துகொண்டாள்.

"என் பெயர் பாகீரதி. எனக்குச் சொந்த ஊர் அரசனூர். நான் பனையூருக்குப் போகணும்னுதான் வீட்டை விட்டு கிளம்பி வந்தேன். அங்கே எனக்கு தெரிஞ்சவா இருக்கா. ஆனா வழி தப்பி இங்கே வந்துட்டேன். இது எந்த ஊர்?"

அவர்கள் ஒருவரையொருவர் பார்த்துக் கொண்டார்கள். சற்றுத் தூரத்தில் நின்றுகொண்டிருந்த இளம் சிவப்பு நிறத் தலைப்பாகை அணிந்திருந்த ஒருவனிடம் இரண்டு பெண்கள் சென்று ஏதோ பேசிவிட்டு திரும்பினார்கள்.

"உங்க ஊர்லேர்ந்து உன்னை விரட்டி விட்டுட்டாங்களா?" என்று கேட்டாள் ஒருத்தி.

"நடத்தை கெட்ட பொம்பளைன்னா விரட்டத்தான் செய்வாங்க. இதையெல்லாம் போய் கேட்டுக்கிட்டிருக்கியே. வேப்பமரத்தடியில் உட்கார்ந்திருந்த முண்டாசுக்கிழவனின் குரல் ஆவியை ஒடுக்கியது. பூமி பிளந்து தன்னை விழுங்கி விடாதா என்றுகூட தோன்றியது.

கூடாது! துவண்டுவிடக் கூடாது! என்ற ஆழ்மனக் குரலுக்குக் கட்டுப்பட்டாள். நிமிர்ந்து அவர்களைப் பார்த்து தெளிவான குரலில் பேசினாள் பாகீரதி."

"இப்போதெல்லாம் தேசாபிமானிகள் என்ன சொல்கிறார்கள்? படித்தவர்களெல்லோரும் தன் வீடு தன் குடும்பம் என்று இருக்காமல் ஊருக்கே உதவியாக வாழ வேண்டும் என்கிறார்கள் இல்லையா? நான் ஒரு விதவைப் பெண்மணி. என் குடும்பத்தாருக்குக் கடமையெல்லாம் செய்து முடித்துவிட்டேன். கிராமத்துக் குழந்தைகளுக்கு எழுதப் படிக்கச் சொல்லித்தர வேண்டுமென்பது என்னுடைய ஆசை. அதனால்தான் புறப்பட்டு வந்தேன். பனையூர் போகலாம் என்றுதான் கிளம்பினேன். தெய்வம்தான் என்னை உங்களிடம் கொண்டுவந்து சேர்த்திருக்கிறது."

பெண்கள் ஒருவரையொருவர் பார்த்துக் கொண்டார்கள். முண்டாசுக்கிழவனை எரிச்சலுடன் பார்த்தார்கள். அவன் மெல்ல நழுவினான்.

தூரத்தில் நின்று கொண்டிருந்த அந்த இளம்சிவப்பு தலைப்பாய்க்காரன் தன் கூரிய விழிகளால் இவளை அளந்து கொண்டிருக்கிறான் என்பது பாகீரதிக்குப் புரிந்தது. இளம் பெண் ஒருத்தியை அழைத்து ஏதோ உத்திரவிட்டான். அவள் மெல்ல பாகீரதியை நெருங்கினாள்.

"என் பேரு மல்லி. எங்க வீட்டில நானும் எங்க ஆத்தாவும் தான். ஆம்பிளைங்க யாரும் கிடையாது. பொழுது சாயற நேரம். நீங்க தனியா இருக்க வேண்டாம்னு முத்துமாணிக்கம் அண்ணன் சொல்றாரு. எங்க வீட்டுத் திண்ணையில் இடம் தர்றேன் வாங்க."

"தாயுமானவசுவாமி!" என்று நெஞ்சு நெகிழ்ந்தாள் பாகீரதி.

மல்லிக்கு இருந்த குணம் அவள் அம்மாவுக்கு இருக்கவில்லை. ஏதோ வேண்டாத விருந்தாளியைப் போல்தான் பார்த்தாள்.

பனங்கருப்பட்டியும், சுக்கும் கலந்த பானம் ஒன்றை தயாரித்துக் கொடுத்தாள் மல்லி. அந்தக் குவளையின் அழுக்குக்கு ஈடு செய்வதுபோல் அவள் உபசரிப்பு இருந்தது.

"கிடைப்பதை ஏற்க பழகு பாகீ" என்பாள் சின்னம்மா சித்தி. பழகிக்கொண்டாள். கம்புச் சோறும் சோளக்கஞ்சியும் கூட சாப்பிட்டுப் பழகிக் கொண்டாள்.

தான் வந்துசேர்ந்த இடம் செவ்வூர் கிராமத்தின் குடியானவர் குடியிருப்பு என்பதைப் பாகீரதி தெரிந்து கொண்டாள். சுமார் முப்பது குடிசைகள்தான் இருந்தன. அநேகமாக எல்லாமே மண் சுவராலான குடிசைகள். சாணிப்பாலால் மெழுகிய தரைகள். வாசலில் உட்கார வசதியாக திண்ணை போன்ற மண்திட்டு. சுமார் ஏழெட்டு வீடுகள் அந்தத் தரத்தில் சற்றுப் பெரிதாக செங்கல் சுவரில் கட்டப்பட்டிருந்தன.

கண்ணுக்கு எட்டிய தொலைவு வரை வயல்வெளிகள். நெற்பயிர்கள் அறுவடைக்குத் தயாராக இருந்தன. வரிசை கட்டி நின்ற பனைமரங்களுக்கு அப்பால் வெள்ளாளர்கள் வசித்தார்கள். அரசமடித்தடியில் பிள்ளையாரும், நாகர் உருவங்களும் ஊருணிக்கு அருகில் ஒரு மாரியம்மன் கோயிலும் இருந்தன.

பகல் பொழுதுக்கு ஆண் பெண் எல்லோரும் வேலைக்குப் போய்விடுகிறார்கள். சில வயதானவர்கள் வீட்டிலேயே முடங்கிக் கிடக்க, குழந்தைகள் தெருவில் விளையாடிக் கொண்டிருந்தன.

அந்தி சாயும் வேளையில் களத்திலிருந்து திரும்பிய குடியானவர்கள் தங்கள் குழந்தைகளைக் கண்டு திகைத்தார்கள். அத்தனையும் நன்றாகக் குளித்து, சீராகத் தலை சீவிக் கொண்டு வரிசை கட்டி உட்கார்ந்திருந்தன. அவற்றுக்குக் கதை சொல்லிக் கொண்டிருந்தாள் பாகீரதி.

இரண்டே நாளில் இவளுக்கென்று ஒரு குடிசையைத் தயார் செய்துவிட்டான் முத்துமாணிக்கம். ஊர்த் தலைவனைப் போல் வளைய வந்து கொண்டிருந்த அவனை தலையாரி என்றுதான் பாகீரதி நினைத்தாள். அவன் தலையாரிக்கும் மேல் என்பது புரிந்தது. அவன் உத்திரவிற்கு எல்லோருமே கட்டுப்பட்டார்கள். அவனும், அவன் மனைவி நாகம்மாவும் பாகீரதியின் குடிசைக்குச் சற்று தள்ளி எதிர் திசையில் வசித்தார்கள்.

கிராமத்துக்குள் புதிதாக இவள் வந்திருப்பதையும், தங்கியிருப்பதையும் ஊர் பண்ணையாருக்குத் தகவல் சொல்ல வேண்டும் என்று அவர்களுக்குள் பேசிக்கொண்டார்கள். ஊர் விஷயத்திலெல்லாம் தலையிடக்கூடாது என்ற தெளிவான முடிவோடு எச்சரிக்கையுடன் நடந்து கொண்டாள் பாகீரதி.

குடியானவக் குடியிருப்பின் எல்லையில் ஓர் ஆலமரம் விஸ்தாரமாகக் கிளைவிரித்துப் பரந்திருந்தது. அதையொட்டிய மேட்டு நிலத்தில் ஒன்றிரண்டு பாறைகள் இருந்தன. அந்த இடம் பிள்ளைகளுக்கு வகுப்பு எடுக்க தோதாக இருக்கும் என்று பாகீரதியின் மனம் கணக்கு போட்டது.

மறுநாளே வகுப்பைத் தொடங்கிவிட்டாள். தாயுமானவ சுவாமி பாடலைக் கற்றுத் தந்தாள். கைகூப்பி நின்று தங்கள் குழந்தைகள் பாடுவதை தூரத்திலிருந்து ஆர்வமாகப் பார்த்துக் கொண்டிருந்தார்கள் சில பெண்கள்.

வயது வித்தியாசமில்லாமல் எல்லா குழந்தைகளுக்கும் ஒரே வகுப்புதான். சின்னக் குழந்தைகள் எழுத்துகளைச் சீக்கிரமாகப் பிடித்துக் கொண்டார்கள். சுண்ணாம்புக் கட்டியால் பாறையில் எழுத்துகளை இவள் எழுத மண் தரையில் குழந்தைகள் எழுதினார்கள். மண் தரை கரடு முரடாக இருந்தது. அந்த இடத்தில் கொஞ்சம் ஆற்று மணலை பரப்பினால் வசதியாக இருக்கும் என்று நாகம்மாளிடம் சொன்னாள்.

மறுநாளே இரண்டு வண்டி மணலைக் கொண்டு வந்து பரத்தியிருந்தான் முத்துமாணிக்கம். ஏதோ பள்ளிக்கூட கட்டடம் ஒன்று உருவாகிவிட்ட சந்தோஷம் பாகீரதிக்கு. மதிய வேளையில் அந்தப் பக்கமாக நடந்து போன மாணிக்கத்தைப் பார்த்து நன்றியுடன் கைகூப்பினாள். குழந்தைகளையும் நன்றி சொல்லச் சொன்னாள். தலையை அசைத்துப் புன்சிரிப்புடன் கடந்துபோனான் மாணிக்கம்.

ஏதோ இந்த வட்டாரத்தில் ஒரு குறுநில மன்னனைப் போன்ற கம்பீரத்துடன் அவன் இருப்பதாக பாகீரதிக்குத் தோன்றியது. அவன் கட்டியிருக்கும் தலைப்பாகையை மீறிக்கொண்டு சுருண்ட கேசம்

நெற்றியில் புரண்டது. புஜத்தில் சிவப்புக் கயிறும் தாயத்தும் கட்டியிருந்தான். தேகாப்பியாசம் செய்பவனைப் போல உறுதியான உடல்வாகு அவனுக்கு வாய்த்திருந்தது.

குடியானவத் தெருவில் நிறைய பேர் அன்றாடங் காய்ச்சிகளாக இருந்தார்கள். அன்றைக்குக் கூலியாகக் கிடைப்பதைத் திண்ணைக் கடையில் கொடுத்து 'மொளவா தனியா' வாங்கிச் சமைத்து உண்டார்கள். இவர்களுக்கு நடுவில் வருடாந்திரத்துக்குத் தானியங்களைச் சேமித்துவைக்கும் வீடுகளும் இருந்தன. எள்ளும் கடலையும் அதிகமாக விளைந்ததால் எண்ணெய்க்குப் பஞ்சமில்லை. மண் குடங்களில் எண்ணெயை ஊற்றி அதன் வாயை மண் தட்டால் மூடி களிமண்ணைக் குழைத்துப் பூசி வெயிலில் வைத்து விடுவார்கள். வருடத்துக்கும் பயன்படுத்திக் கொள்ளலாம். மழைக்காலம் வந்தால் மட்டுமே இந்தப் பானைகள் உள்ளே போகும். எண்ணெய் பானை என்பதால் ஒன்றின் மீது ஒன்று அடுக்க முடியாது. இதற்கென்று தனியாக இடம் ஒதுக்க வேண்டியிருந்தது.

கிராம மக்கள் கொண்டுவந்து தரும் கம்பு, அரிசிக் குருணை எதுவாக இருந்தாலும் பெற்றுக்கொண்டு சமைத்துச் சாப்பிட்டாள் பாகீரதி. சந்தைக்குப் போய் வந்த முத்துமாணிக்கம் ஒரு சாக்குமூட்டை நிறைய தட்டுமுட்டு சாமான்களை வாங்கி வந்திருந்தான். தன் சுருக்குப் பையிலிருந்து நான்கணா காசை வற்புறுத்தி நாகம்மாவிடம் திணித்தாள் பாகீரதி.

அருவாமணை, தோசைக்கல், இரண்டு அகப்பைகள், கச்சட்டிகள், இலுப்பசட்டி என்று வீடே நிறைந்தது. பாலுக்கும் பஞ்சமில்லாமல் பார்த்துக் கொண்டாள் மல்லி. கல்லுரல் ஒன்றையும் எங்கிருந்தோ கொண்டுவந்து போட்டாள். யார் வீட்டுத் தோட்டத்தில் எந்தச் செடி காய்த்தாலும் இவளுக்கென்று ஒரு பங்கை கொண்டு வந்து கொடுப்பார்கள்.

ஊருக்கு நடுவிலிருந்தது அந்தப் பெரிய கேணி. நீர் ஊற்றுத் தண்ணீரைப் போல் சுவையாக இருந்தது. குடிப்பதற்கும் சமைப்பதற்கும் எல்லோரும் அந்தத் தண்ணீரைத்தான் பயன்படுத்தினார்கள். கிணற்றில் இறங்கிதான் தண்ணீர் எடுக்க வேண்டியிருந்தது. உள்சுவரில் படிகள் இருந்தன. நீர் மொள்ளும் போது பிரதிபலித்த தன் முகத்தை உற்றுப் பார்த்தாள் பாகீரதி. ராஜி சொன்னது போல் அவள் தோற்றம் ஒரு நடுத்தர வயது பெண்ணைப் போலத்தான் இருந்தது.

அன்றைக்குத் தண்ணீர் சேந்திவரப் போனபோது வெயில் ஏறிவிட்டிருந்தது. முத்துமாணிக்கம் உதவி செய்ய நாகம்மா குடங்களை நிரப்பிக் கொண்டிருந்தாள். இவர்களின் மூன்று

குழந்தைகளின் இரண்டு பேர் பாகீரதியின் வகுப்புக்கு வருகிறார்கள். மூத்த பையனுக்குப் பதினைந்து வயது. படிப்பில் ஆர்வமில்லை. பண்ணையாரிடம் வேலைக்குப் போகிறானாம்.

“ராத்திரி சரியா தூங்கலையாம்மா? கண்ணு பொங்கியிருக்கு?” விசாரித்தாள் நாகம்மா.

“எங்க வீட்டுல விளக்கு எரியவிட்டு தூங்கிப் பழக்கம் நாகம்மா. இங்க இருட்டுல பூச்சி பொட்டு வந்திருமோன்னு பயமா இருக்கு. மழைக்காலம் இல்லையா?”

பதில் சொல்லிவிட்டு திரும்புவதற்குள் இவள் குடத்தையும் நிரப்பியிருந்தான் மாணிக்கம். அன்று மாலையே சிம்னி விளக்கு ஒன்றும், எண்ணெய் குடம் ஒன்றும் புதிய விருந்தாளியாய் வந்து சேர்ந்தது.

“காசு எவ்வளவு நாகம்மா?”

“ஊருல விளையறதுக்கெல்லாம் காசு கொடுக்கணுமா என்ன? இருக்கட்டும்மா.”

பாகீரதி இந்த ஊருக்கு வந்து இரண்டு மாரியம்மன் திருவிழாக்களையும், இரண்டு பொங்கல் பண்டிகையையும் பார்த்தாகிவிட்டது. இவள் வைத்திருந்த நார்மடிப் புடவைகள் நைந்து போனது. பழுப்பு நிற நூல் புடவைகளை வாங்கி மாம்பழக் கட்டாகக் கட்டத் தொடங்கியிருந்தாள். தலைமுடியை மழித்துக் கொள்வதையும் நிறுத்தியாகிவிட்டது. கேசம் தோள்வரை வளர்ந்துவிட்டது. அதை வாழை நாரால் முடிந்து வைத்திருந்தாள். தலையைச் சுற்றி முட்டாக்கு அணியும் வழக்கத்தை மட்டும் கைவிடவில்லை.

ஒரு நாள் கிணற்றிலிருந்து நீர் சேந்திக் கொண்டு இவள் வந்து கொண்டிருந்தபோது சிறுமி ஒருத்தி ஓடிவந்தாள். “அம்மா, உங்களைத் தேடிட்டு யாரோ ரெண்டு பேர் வந்திருக்காங்க.”

ஒரு கணம் தூக்கி வாரிப்போட்டது. இவள் இந்த ஊரில் இருப்பது யாருக்குத் தெரியும்? ராஜி உளறிவிட்டாளா? அண்ணன்மார்களுக்கு தெரிந்துவிட்டதா? அச்ச உணர்வு கால்களைப் பின்னியது.

வீட்டை நெருங்கியபோது மண் திண்ணையில் இரண்டு அந்நிய ஆண்கள் உட்கார்ந்திருப்பதைப் பார்த்தாள். மூச்சு சீராக வந்தது. இவளைப் பார்த்ததும் எழுந்து கரம் குவித்தார்கள்.

“என் பெயர் ஹரிதாஸ். இவர் கோவர்த்தனன்” என்று அறிமுகம் செய்து கொண்டான் அந்த இளைஞன். கோவர்த்தனனுக்கு சுமார் அறுபது வயது இருக்கலாம் என்று தோன்றியது.

அவர்களை உட்காரச் சொல்லிவிட்டு குடத்தைப் பிரிமணையில் இறக்கி வைத்தாள்.

மோரைக் கடைந்து இரண்டு குவளைகளில் ஊற்றி அவர்களிடம் பருகக் கொடுத்தாள்.

"நாங்க இந்த ஊர் பண்ணையாரைப் பார்க்கலாம்னு புறப்பட்டு வந்தோம். வந்த இடத்தில் யாரைக் கேட்டாலும் உங்களைப் பத்தி பெருமையா சொல்றாங்க. நீங்க அநேகமாக சுதேசி இயக்கத்துப் பெண்மணியாகத்தான் இருப்பீங்கன்னு நினைச்சோம்."

"இல்லை. இல்லை. நீங்க தப்பா புரிஞ்சிட்டிருக்கிங்க. எனக்கும் சுதேசி இயக்கத்துக்கும் எந்தச் சம்பந்தமும் இல்லை. நான் ஒரு சமூக சேவகி. இந்த ஊர் குழந்தைகளுக்கு எழுத படிக்க சொல்லித்தர்றேன். அவ்வளவுதான்."

ஹரிதாஸின் கண்களில் இருந்த பிரமிப்பு பாகீரதியைச் சங்கடப்பட வைத்தது. தலையைத் தாழ்த்திக் கொண்டாள்.

"உங்கள் வகுப்பை நாங்களும் பார்க்கலாமா?" என்று கேட்டார் கோவர்த்தனன்.

அவர்கள் பின்தொடர அரசமரத்தடிக்கு வந்தாள் பாகீரதி.

குழந்தைகள் கைகூப்பி பாடினார்கள்.

"உங்களுக்கெல்லாம் பாரதியார் பாட்டு தெரியுமா? நான் பாடட்டுமா?" என்று கேட்டுவிட்டு "பாரத சமுதாயம் வாழ்கவே" என்று கணீரென்று பாடினான் ஹரிதாஸ். இளைஞனான அவனது தோற்றமும் குரலும் குழந்தைகளைக் கட்டிப்போட்டது. பாட்டு முடிந்ததும் பலமாக கைதட்டினார்கள். அந்தப் பக்கமாக நடந்துபோன ஓரிருவர் நின்று வேடிக்கை பார்த்தார்கள்.

"நாங்க பண்ணையாரைப் பார்த்துவிட்டு வருகிறோம்" என்று விடைபெற்றுக்கொண்டு கிளம்பினார்கள் இருவரும். ஹரிதாஸ் தன் தோள்பையிலிருந்து 'தேசபக்தன்' என்ற பத்திரிக்கையை எடுத்துக் கொடுத்தான்.

'ஸ்திரீ தர்மம்'னு கூட ஒரு பத்திரிகை வருது. பெண்களுக்கான விஷயங்களை எழுதறாங்க. அதையும் நான் உங்களுக்கு அனுப்பி வைக்கிறேன்? என்றான் ஹரிதாஸ்.

"இந்தக் குழந்தைகளுக்குதான் புஸ்தகங்கள் தேவைப்படறது. எனக்கு இங்கிருந்துகொண்டு வாங்க வசதியில்லை. அதற்கு ஏதாவது ஒத்தாசை செய்தால் நன்றாக இருக்கும்."

அவர்கள் போனதும் திருக்குறள் வகுப்பு தொடங்கியது. புதிதாகச் சொல்லித் தந்த ஐந்து திருக்குறளை ஒப்பிக்கத் தொடங்கினார்கள் குழந்தைகள்.

"எங்கே அவங்க?" என்று மூச்சிரைக்க கேட்டுக் கொண்டு நின்றான் முத்துமாணிக்கம்.

"யாரு?"

"அந்த வந்தேமாதரம் ஆளுங்க"

"பண்ணையாரைப் பார்க்கணும்னு அந்தப்பக்கமாய் போனாங்க."

இவள் சொல்லி முடிப்பதற்குள் ஓட்டமும் நடையுமாக அந்தப் பாதையில் விரைந்தான் முத்துமாணிக்கம். அவன் முகத்தில் ஏன் இந்தப் பதற்றம்? பாகீரதியால் ஒன்றும் ஊகிக்க முடியவில்லை.

அடுத்த வாரமே தபால்காரரிடமிருந்து அவளுக்கு ஒரு கனத்த உறை வந்தது. ஹரிதாஸ்தான் அனுப்பி வைத்திருந்தான். குழந்தைகளுக்கான சில கதைப் புத்தகங்கள். சாயமடித்தது போன்ற சித்திரங்களுடன் பெரிய பெரிய எழுத்துகள். அவற்றுடன் ஸ்திரீ தர்மம் பத்திரிகை ஒன்று. ஆங்கிலம், தமிழ், ஹிந்தி கட்டுரைகள் இருந்தன. அன்னிபெசன்ட் அம்மையார், முத்துலட்சுமி ரெட்டி என்று அவள் கேள்விப்பட்டிருந்த பெண்கள் கட்டுரைகளை எழுதியிருந்தார்கள்.

அன்று இரவு பாகீரதிக்கு உற்சாகப் பரபரப்பில் தூக்கம் குலைந்தது. அவள் கொடுத்த கதைப் புத்தகங்களைக் குழந்தைகள் எவ்வளவு ஆர்வத்துடன் படித்தார்கள்! அநேகமாக அத்தனை குழந்தைகளுக்குமே எழுத்துக்கூட்டிப் படிக்கத் தெரிந்திருந்தது. ஒரு சிலர் வேகமாகப் படித்தார்கள். மற்றக் குழந்தைகள் சற்று நிதானமாகப் படித்தார்கள். புளியங்கொட்டையை வைத்து வகுத்தல், பெருக்கல், கூட்டல் எல்லாமும் கற்றுத்தர ஆரம்பித்திருந்தாள்.

மங்கிப்போன விளக்குக்கு எண்ணெய் ஊற்றிவிட்டு அவள் திரும்பியபோது சாக்குக் கதவைத் தள்ளிக்கொண்டு உள்ளே நுழைந்தது ஓர் உருவம். இதே தெருவில் கடைசி வீட்டில் வசிக்கும் வேலன். சில சமயம் அவன் இவளை வெறித்துப் பார்ப்பதைக் கவனித்திருக்கிறாள். அவனிடமிருந்து கள்ளின் வாடை வீசியது. கண்களில் மிருகவெறி.

பாகீரதியின் எச்சரிக்கை உணர்வு அருவாமணையைத் தேடியது. எப்போதும் படுக்கைக்குப் பக்கத்தில்தான் அதை வைத்திருப்பாள். இன்று எங்கே வைத்துத் தொலைந்தாள்? அதற்குள் அவன் இரண்டு எட்டு வைத்து அருகில் வந்து விட்டான். அச்சத்தில் நாக்கு செயலிழந்தது. அவளால் கத்திக் கூக்குரலிடக் கூட முடியவில்லை.

அடுத்த விநாடியே முத்துமாணிக்கம் சடாரென்று உள்ளே வந்தான். வேலனின் தோளில் கையை வைத்து முரட்டுத்தனமாகத் திருப்பினான்.

“என்ன வேலண்ணே? வீடு தெரியாம வந்துட்டீங்க போலிருக்கே? நடங்க.” அவன் குரலின் கடுமையும், அவன் பிடித்த பிடியின் அழுத்தமும் தாங்காமல் பம்மிக்கொண்டு வெளியேறினான் வேலன்.

பின்னோடு உள்ளே நுழைந்தாள் நாகம்மா. “நீங்க பயப்படாதீங்கம்மா. நாங்க பாத்துக்கறோம். நிம்மதியா தூங்குங்க.”

உதடுகளின் மீது கையை வைத்து மெதுவாகப் பேசும்படி பெண்டாட்டியை எச்சரித்தான் மாணிக்கம். தலையசைத்துவிட்டு வெளியேறினாள் நாகம்மா.

அவளைப் பின்தொடர்ந்த முத்துமாணிக்கம் ஒரு கணம் திரும்பி பாகிரதியைப் பார்த்த பார்வையில் ஆயிரம் அர்த்தங்கள். அந்தப் பார்வை இவளுக்கு ஆறுதல் சொன்னது. பரிவுடன் தட்டிக் கொடுத்தது. தைரியப்படுத்தியது. பாதுகாப்பை உறுதி செய்தது. அவன் கண்களின் கூர்மையும், புஜத்தில் கட்டியிருந்த தாயத்தும் ஒருசேர அந்த அரையிருட்டிலும் பளபளத்தது.

“எப்பவுமே ராத்திரில அடிக்கடி முழிச்சிகிட்டு தெருவைச் சுத்தி வருவாரும்மா. எல்லோரும் பாதுகாப்பா இருக்கணும்னு ஓர் எண்ணம். அப்படி என்ன ஆயிடப் போகுதுன்னு நான்கூட கேட்பேன். நல்லவேளையா நேத்தி வேலன் வந்தது அவரு கண்ணுல பட்டுது.” என்று மறுநாள் விளக்கம் தந்தாள் நாகம்மா.

யோசிக்க யோசிக்க முத்துமாணிக்கம் ஒரு அசாதாரணமான மனிதனாகத் தோன்றினான். ஒரு பதவியும் வகிக்காத அவனுக்கு ஊரே கட்டுப்பட்டது. சுயலநமில்லாத உதவியாளன். அதிகாரக்குரல் கொடுக்காத ஒரு தலைவன். சராசரி மனிதனாக இருந்தால் நேற்று நடந்த விஷயம் இந்நேரம் ஊர்முழுக்க கைகால் முளைத்து வலம் வந்திருக்கும். ஆனால் இவனோ இவளுடைய கௌரவத்தைக் காப்பாற்ற அந்த அர்த்த ராத்திரியில் பெண்டாட்டியையும் அழைத்துக் கொண்டு வந்து நின்றிருக்கிறான். ஓசைப்படாமல் அடுத்த வீட்டுக்குக்கூட கேட்காமல் வேலனைத் துரத்தியிருக்கிறான். என்ன ஒரு பக்குவம் இந்த மனிதனுக்கு?

தான் ஆரம்பத்தில் காளியம்மாவை நம்பி புறப்பட்டது நினைவுக்கு வந்தது. காளியம்மாவின் புருஷன் வேலனைப் போன்ற ஒருவனாக இருந்தால் தான் என்ன செய்திருக்க முடியும்? தெய்வம்தான் தன்னை நல்லவர்கள் மத்தியில் சேர்த்திருக்கிறது. நடந்த நிகழ்வின் அதிர்ச்சி குறைய நான்கைந்து நாட்களாயிற்று.

அடுத்த வாரம் ஹரிதாஸும் கோவர்த்தனனும் வந்திருந்தார்கள்.

“ஸ்திரீ தர்மம் படித்தீர்களா?”

“படித்தேன். சிஸ்டர் சுப்புலட்சுமி சென்னையில் விதவைகளுக்காகவே சேவாஸ்ரமம் நடத்துகிறாராமே? தங்கிப் படிக்க விடுதி ஏற்பாடு வேறு. ஆச்சரியமான முன்னேற்றம்தான்” என்றாள் பாகீரதி.

பெரிய ஊர்களில் முக்கியமாக உயர் படிப்பு படித்த குடும்பங்களில் விதவைப் பெண்கள் இப்போதெல்லாம் முடி மழித்துக் கொள்வதை அநேகமாக விட்டுவிட்டார்கள். எல்லாம் காந்திஜியின் மகிமை. நம்ம இயக்கத்துல முற்போக்கான சிந்தனைகளையெல்லாம் பிரச்சாரம் செய்யறோம்” என்றார் கோவர்த்தனன்.

“நீங்கள் இருவரும் எந்த மார்க்கமாக இந்தக் கிராமத்துக்கு வருகிறீர்கள்?” என்று கேட்டாள் பாகீரதி.

இந்த ஊர் சென்னையிலிருந்து எவ்வளவு தொலைவில் இருக்கிறது? பக்கத்தில் இருக்கும் ரயில்வே ஸ்டேஷன் எது? என்பதையெல்லாம் தெரிந்துகொள்ள ஆர்வப்பட்டாள்.

கோவர்த்தனின் நோக்கம் அவள் எப்படியாவது சுதேசி இயக்கத்தில் சேர்ந்து பணியாற்ற வேண்டும் என்பதாகவே இருந்தது. பேச்சின் இடையில் தான் மனைவியை இழந்த நபர் என்பதை அவர் குறிப்பிட்டது பாகீரதிக்கு ரசிக்கவில்லை.

“எனக்கு அரசியலில் எந்த ஆர்வமும் இல்லை. நான் இப்ப செய்யற வேலையே எனக்கு மனசுக்கு நிறைவா இருக்கு.”

“அரசியலை நீங்க வேணாம்னு சொன்னாலும் அரசியல் உங்களை விடாது. இந்த இயக்கம் ஒண்ணுதான் உங்களுக்குப் பாதுகாப்பு.” கோவர்த்தனின் கராறான உபதேசப் பேச்சு பாகீரதியை எரிச்சல் படுத்தியது.

பேச்சை மாற்றுவதற்காக ஹரிதாஸ் “நீங்கள் ஏன் உங்கள் அனுபவங்களை ஸ்திரீ தர்மம் பத்திரிகைக்கு எழுதக்கூடாது?” என்று கேட்டான்.

“அம்மா வள்ளிக்கு பிள்ளை பேறு கொஞ்சம் சிரமமா இருக்கு. உடனே வரமுடியுங்களா?” வெளியே மல்லி குரல் கொடுத்தாள். அவசரமாய் புறப்பட்டாள் பாகீரதி.

குழந்தையின் தலை திரும்பவில்லை. ஆனால் பனிக்குடம் உடைந்து போயிருந்தது. கையில் விளக்கெண்ணெயைத் தடவிக்கொண்டு செயலில் இறங்கினாள் பாகீரதி. ஊர் மருத்துவச்சி இவளை முறைத்துப் பார்ப்பது புரிந்தது. அடுத்த அரைமணிநேரத்தில் சுகப்பிரசவமாயிற்று.

இவள் வந்து இதோடு ஆறாவது பிரசவம். ஊர்ப் பெண்கள் இவளைத் தெய்வமாகப் பார்க்கத் தொடங்கியிருந்தார்கள்.

மருத்துவச்சியைக் கூப்பிட்டு சில பக்குவங்களைச் சொல்லிக் கொடுத்தாக வேண்டும். தன் பிழைப்பு கெட்டுப்போனதாக அவள் எண்ணிவிடக்கூடாது என்று நினைத்துக்கொண்டே வீடு திரும்பினாள் பாகீரதி.

வந்தவர்கள் இருவரும் கிளம்பிப் போயிருந்தார்கள். கோவர்த்தனனை மீண்டும் சந்திப்பதைத் தவிர்க்க நினைத்தாள் பாகீரதி. அவர் கண்களில் தெரிந்த உரிமை பாவமும், குரலில் தொனித்த அதிகாரமும் எங்கிருந்து வந்தது?

ஹரிதாஸின் ஆலோசனை அவளுக்குப் பிடித்திருந்தது. ஸ்திரீ தர்மம் பத்திரிகைக்குக் கட்டுரை ஒன்றை எழுதத் தொடங்கினாள்.

ஒரு விதவையாகத் தான் சந்தித்த அவமரியாதைகள், தனக்குள் எழுந்த கேள்விகள், அதன் பிறகு வீட்டை விட்டு வெளியேறியது, கிராமத்திற்கு வந்த பிறகு தான் எதிர்கொண்ட பிரச்சினைகள் ஆகியவற்றை எழுதினாள். சமூக சேவை மூலமாக இங்குள்ள மக்களின் மதிப்பையும், மரியாதையையும் எப்படி அடைந்தோம் என்பதைச் சொல்லி இதை வாசிக்கும் பெண்களுக்குத் தன் வாழ்க்கை ஒரு முன்னுதாரணமாக இருக்கும் என்ற நம்பிக்கையையும் தெரிவித்து கட்டுரையை முடித்தாள்.

பாகீரதியின் எழுத்துநடை அவள் பேசுவது போலவே எளிமையாக அமைந்திருந்தது. மீண்டும் ஒருமுறை தான் எழுதியதைப் படித்துப் பார்த்துவிட்டு பத்திரப்படுத்தி வைத்தாள்.

அந்த வருஷம் வெயில்காலம் கடுமையாக இருந்தது. கேணி கூட கணிசமாக வற்றிப்போனது. ஊருணியில் சுத்தமாகத் தண்ணியில்லை.

ஒரு காலைப்பொழுதில் ஹரிதாஸ் இவளைச் சந்திக்க வந்தான். சில சஞ்சிகைகளையும், குழந்தைகளுக்கான புத்தகங்களையும் கொடுத்தான். தோசை வார்த்துக் கொண்டிருந்த பாகீரதி ஒரு தட்டில் இரண்டு தோசைகளை வைத்து அவனுக்கும் சாப்பிடக் கொடுத்தாள்.

தான் எழுதி வைத்திருந்த கட்டுரையை அவனிடம் கொடுத்தாள். பொறுமையாக வாசித்த அவன், “மிக நன்றாக வந்திருக்கிறதே! இதை நானே பத்திரிகைக்கு அனுப்பி விடுகிறேன். ஆனால் உடனே பிரசுரமாகும் என்று சொல்ல முடியாது, ஒரு வருஷம்கூட ஆகலாம்.”

“எங்கே உங்கள் நண்பர்? வரவில்லையா?”

“கோவர்த்தனனா? அவரால் வரமுடியவில்லை. நானும்கூட இனிமேல் இங்கே வரவேண்டியிருக்காது. அடுத்த ஊருக்குப் போகும் வழியில் உங்களைப் பார்த்து சொல்லிவிட்டுப் போகலாம் என்றுதான் வந்தேன்.”

“ஏன்? என்னவாயிற்று உங்கள் சுதேசி இயக்கப் பிரசாரம்? பண்ணையாரைப் பார்த்தீங்களா?”

“நாங்கள் முதல் தடவையாகப் போனபோது அவருக்கு உடம்பு சுகமில்லை. பார்க்காமல்தான் திரும்பினோம். இரண்டாவது முறைதான் சந்தித்தோம். அவருக்கு மிகவும் வயதாகிவிட்டது. நடமாட்டமும் கிடையாது. எதிலும் ஆர்வமில்லை.”

“ஆனாலும் உங்கள் நண்பர் அன்றைக்கு என்னிடம் அரசியலைப் பற்றி அவ்வளவு தீவிரமாக வாதம் செய்தது எனக்கு வருத்தமாகத்தான் இருந்தது.” என்றாள் பாகீரதி.

“அவர் சொன்னதில் ஒரு நியாயம் இருந்தது. ஆனால் அவர் பேசிய விதம் ஒருவேளை உங்களைப் புண்படுத்தியிருக்கலாம்.”

“என்ன நியாயம்?”

“நீங்கள் இந்த ஊரில் தொடர்ந்து வேலை செய்யமுடியுமா என்ற ஆதங்கத்தில்தான் அவர் பேசினார்.”

பாகீரதிக்கு ஒன்றும் புரியவில்லை. யோசனையுடன் நெற்றியைச் சுருக்கினாள்.

“ஏன்? பண்ணையார் ஏதாவது சொன்னாரா? அவருக்கு நான் இங்கே தங்கியிருப்பது தெரியும்தானே?”

“ஓரளவு தெரியும்.” என்றான் அவன் தயக்கத்துடன்.

“அப்படின்னா?”

“நீங்க உங்க ஊரைவிட்டு வந்து இங்கே தஞ்சம் புகுத்திருக்கீங்கன்னு தெரியும். ஆனால் இங்கிருக்கிற குழந்தைகளுக்கு படிப்பு சொல்லித் தர்றீங்கன்னு தெரியாது. அவருக்கு இந்த ஜனங்களை நாங்க சந்திக்கிறதோ, சுதேசி இயக்க பிரச்சாரம் செய்யறதோ கூட பிடிக்கவில்லை.”

பாகீரதிக்கு இந்தத் தகவல் புதிதாக இருந்தது. ஒரே நேரத்தில் பல கேள்விகள் அவள் மனசுக்குள் எழுந்தது. அவள் சுதேசி இயக்கத்தின் சார்பாக இயங்குவதுதான் அவளுக்குப் பாதுகாப்பு என்று கோவர்த்தனன் சொன்னதன் அர்த்தம் புரிந்தது.

“இந்த ஊர் ஜனங்கள் கட்டுப்பாடாக இருந்து பண்ணையார் காதுக்கு இந்த விஷயம் போகாமல் உங்களைக் காப்பாத்திட்டிருக்காங்க. அதிலும் முக்கியமா அந்த ஆள் முத்து மாணிக்கம்.”

முதல் முறை இவர்கள் இருவரும் பண்ணையாரைப் பார்க்க போனபோது, முத்துமாணிக்கம் இவர்களைத் தேடிக் கொண்டு பதற்றத்துடன் பின்தொடர்ந்தது பாகீரதியின் நினைவுக்கு வந்தது.

ஹரிதாஸ் புறப்பட்டுப் போனபிறகு பாகீரதி அப்படியே சுவரில்

சாய்ந்தவாறு உட்கார்ந்தாள். ஒரே நேரத்தில் தாக்கிய பல்வேறு யோசனைகளால் அவளுக்குத் தலைசுற்றுவது போல் இருந்தது.

முத்துமாணிக்கத்தை நினைத்து அவளுக்கு நெஞ்சு நிறைந்தது. தான் சாதித்துவிட்டதாக நினைத்த அத்தனை காரியங்களிலும் அவன் மறைமுகமாக உதவியிருக்கிறான். சாதாரண உதவியா அது? விஷயம் தெரிந்தால் அவன் பிழைப்பே கெட்டுப் போகும் அபாயம் இருந்தும் அவன் பின்வாங்கவில்லை. நினைக்க நினைக்க பிரமிப்பாக இருந்தது.

இதற்குப் பிரதியாக அவளால் செய்யக்கூடியது என்ன? இங்கிருந்து கிளம்பிப் போவதுதான் சரி என்று அவளுக்குத் தோன்றிது. ஆயிற்று வந்த வேலை அநேகமாக முடிந்தாகி விட்டது. குழந்தைகள் எல்லோருமே எழுதப் படிக்க கற்றுக்கொண்டு விட்டார்கள்.

அடுத்தது என்ன என்ற கேள்வி பிரம்மாண்டமாக அவள் முன் எழுந்தது. சிஸ்டர் சுப்புலட்சுமியின் ஆசிரமத்தில் தங்கி உதவியாளராக வேலைபார்த்தால் என்ன? என்ற யோசனை எழுந்தது. உடனே ஒரு தாளை எடுத்து விண்ணப்பம் எழுதி தபாலில் சேர்த்தாள்.

இரண்டுநாள் வகுப்புகளுக்குக்கூட போகாமல் வீட்டிலேயே முடங்கிக் கிடந்தாள். நாகம்மா அவளுக்காகக் கஞ்சி காய்ச்சி எடுத்து வந்தாள்.

"உடம்பு சரியில்லையாம்மா?" என்று ஒவ்வொருவராக வந்து பரிவுடன் விசாரித்தார்கள்.

தன் மனசின் பாரத்தை எங்கே இறக்கி வைப்பது? யாரிடம் சொல்வது? ராஜியின் நினைவுதான் வந்தது. ஹரிதாஸ் கொடுத்த காகிதத்தை எடுத்து வைத்துக் கொண்டு ராஜிக்கு ஒரு கடிதம் எழுதினாள்.

ப்ரியமான ராஜி,

இந்தக் கிராமத்து ஜனங்கள் எல்லோரும் என்னை நன்றாகப் போஷித்தார்கள். கடைசிவரை இப்படியே இவர்கள் நிழலில் இருந்துவிடலாம் என்றுதான் ஆசைப்பட்டேன். ஆனால் நான் இங்கே நீடித்து இருந்தால் இவர்கள் எல்லாருக்கும் கஷ்டம் ஏற்படலாம்.

என்னை மனுஷியாக மதித்த, என் உன்னத லட்சியத்துக்கு ஒத்தாசையாக இருந்த ஒரு மனுஷனை இங்கே பார்த்தேன். ஒரு சாதாரண கிராமத்து ஆள்தான். அவனுடைய கரிசனத்தால் பாதுகாப்பா வாழ்ந்தேன்.

இங்கேர்ந்து போகறதுன்னு தெளிவா முடிவெடுத்த பிறகும் துக்கம் பந்தாக என் நெஞ்சை அடைக்கிறது. நான் பிறந்த கிராமத்தையும், உன்னையும் விட்டுப் பிரிந்து வந்தபோது கூட இந்த துக்கம் எனக்கு ஏற்படலை. ஆனா இப்ப மட்டும் ஏன்?

பாகீயம்மா என்றுதான் என்னை இந்த ஊரே கூப்பிடுகிறது. இங்கே இருக்கிற பெண்களுக்கு நிறைய பக்குவங்களைச் சொல்லிக் கொடுத்தேன். சமையல், வைத்திய குறிப்புகள், குழந்தை வளர்ப்பு இப்படி எல்லாத்துக்கும் என் ஆலோசனை தேவைப்பட்டது.

ஊருக்கே ஒத்தாசையா இருந்தோம் என்ற மனநிறைவு எல்லா இடத்திலேயும் கிடைக்காது. போகிற இடத்தில் என் வேலை பத்தோடு பதினொண்ணா கூட இருக்கலாம்.

குழந்தைகளுக்குப் படிப்பு சொல்லித்தந்த அனுபவத்தை எப்படி விவரிக்கறதுன்னே தெரியல. பாடம் நடத்தும்போது ஒன்று வந்து என் மடியில் உட்கார்ந்துகொள்ளும். இன்னொன்று என் தோளில் சாய்ந்துகொண்டு நிற்கும். வகுப்பு இல்லாத சமயத்தில்கூட என் வீட்டு வாசலில் நந்தவனத்துப் பூக்கள் மாதிரி எப்பவும் விளையாடிக் கொண்டிருப்பார்கள் குழந்தைகள். எல்லாத்தையும் விட்டுட்டு போகணுமேன்னுதான் இந்தத் துக்கம்.

மனசால வாழ்ந்துண்டிருக்கிற நமக்கெல்லாம் எந்த இழப்பும் மனசு சம்பந்தப்பட்டதுதான். சில சின்ன கஷ்டங்கள் கூட ஏற்கனவே நாம் அனுபவிச்ச பெரிய கஷ்டங்களைக் கிளரிவிட்டு சோகத்துல தள்ளிடுமோ என்னவோ?

என் எல்லா இழப்புகளுக்காகவும் சேர்த்து இரண்டு நாளா அழுதுண்டிருக்கேன். ஒன்றிரண்டு நாள்ல மனசு சமாதானமாயிடும் ராஜி. இதோ இந்தக் கடுதாசி எழுதும் போதே கொஞ்சம் பாரம் குறைஞ்ச மாதிரிதான் இருக்கு.

இப்படிக்கு
பாகீரதி

மீண்டும் ஒரு சிறிய மூட்டையுடன் புறப்பட்டாள் பாகீரதி. இந்த முறை ஊருக்கே தகவல் சொல்லிவிட்டுத்தான் கிளம்பினாள். சென்னையிலிருந்து அவளுக்குக் கடிதம் வந்திருந்தது. நேரில் புறப்பட்டு வரும்படி எழுதியிருந்தார்கள்.

பாகீரதி கிளம்பியபோது குழந்தைகள் அத்தனைபேரும் அவளைச் சூழ்ந்து கொண்டனர். இரண்டு கைகளாலும் அவர்களைச் சேர்த்து அணைத்துக்கொண்டு அவள் நெகிழ்ந்தபோது ஊரே சோகப்பட்டது.

முத்துமாணிக்கம் வண்டி கட்டினான். நாகம்மாவும் மல்லியும் உடன் வந்தார்கள். வண்டி நகர, நகர, கூடவே சிறிதும் தூரம் ஓடிவந்தார்கள் குழந்தைகள்.

ரயில்வே ஸ்டேஷன் வாசலில் நாகம்மாவையும், மல்லியையும் தழுவிக்கொண்டு விடைபெற்றாள் பாகீரதி. ஒரு புதிய இடத்தை வேடிக்கை பார்க்கும் ஆர்வத்துடன் அங்குமிங்கும் அலைந்து கொண்டிருந்தான் மாணிக்கம்.

ரயிலில் கதர் குல்லா அணிந்தவர்கள் நிறைய பேர் இருந்தார்கள். காந்தியின் சத்தியாகிரக இயக்கம் இன்னும் தீவிரமாகிவிட்டது போலும்.

ரயில் புறப்பட்ட போது ராஜிக்குத்தான் எழுதிய கடிதத்தைக் கிழித்து காற்றில் வீசியெறிந்தாள் பாகீரதி.

1930 மார்ச் மாதம் ஸ்திரீ தர்மம் இதழில் பாகீரதியம்மாள் என்ற பெயரில் அவள் எழுதியிருந்த கட்டுரை பிரசுரமாகியிருந்தது. அதை அவள் வாசித்தாளா என்பது தெரியவில்லை.

-மங்கையர் மலர், 2016

அகிலா

தற்போது எழுதி வரும் இளம் படைப்பாளிகளுள் ஒருவர் அகிலா. பொறியியல் பட்டதாரியான இவர், ஓர் ஓவியரும், மனநல ஆலோசகருமாவார். கோவையைச் சேர்ந்த அகிலா, கவிதைகள், சிறுகதைகள், கட்டுரைகள், திறனாய்வு என்ற தளங்களில் இயங்கி வருகின்றார். சின்ன சின்ன சிதறல்கள், சொல்லிவிட்டுச் செல், மழையிடம் மௌனங்கள் இல்லை, மணலில் நீந்தும் மீன்கள் என்ற கவிதைத் தொகுதிகளையும், நாங்க தாங்க பெண்கள், நின்று துடித்த இதயம் என்ற கட்டுரைத் தொகுதிகளையும், மிளகாய் மெட்டி, மண்சட்டி என்ற சிறுகதைத் தொகுதிகளையும், சம்முகம் என்ற குறுநாவலும் எழுதியுள்ளார். இவரது சிறுகதைகள் பெண்ணை முதன்மைப்படுத்திய கதைகளாகவே அமைந்துள்ளன. 'பெண்ணைக் குறித்த பார்வை பெண்ணிடம் இருந்தே தொடங்க வேண்டும். அப்பொழுது தான் பெண்ணின் மனதில் காலம் காலமாய் ஏற்றப்பட்டு புரையோடிப்போன ஆணாதிக்கச் சிந்தனைகள் உடையும்' என்ற கருத்துடையவர் இவர்.

கதைக்குள் புகுமுன்

திருமணம் என்பது இருவர் உடலாலும் உள்ளத்தாலும் இணைந்து வாழக்கூடிய ஒரு கட்டமைப்பு. திருமண பந்தத்தில் பெண்ணுக்குக் கட்டியவன் பிடிக்கவில்லை என்றால் பொறுத்து வாழ்கிறாள். அல்லது பொறுத்து வாழ நிர்ப்பந்திக்கப்படுகிறாள். ஆனால், பெண் பிடிக்கவில்லை என்று கூறிக்கொண்டே அவளை அனுபவித்து விட்டு, விலகி செல்வது ஆண்களுடைய இயல்பு. ஒரு பெண்ணை, அவள் கணவன், 'எனக்கு இவ போதல' என்று அனைவர் முன்னாலும் நிராகரித்து விட்டு, இன்னொரு பெண்ணுடன் சென்றுவிட்டாலும், அப்பெண் கணவன் வீட்டாரோடு அவர்கள் அன்புக்காக ஒன்றி வாழ்கிறாள். கணவன் வீட்டார் அவனைத் தட்டி கேட்டாலும் தண்டிக்கவில்லை. வீட்டை விட்டுச் சென்றவன், இன்னொரு பெண்ணுடன் ஒரு வருட காலம் வாழ்ந்து, பின் அவள் விட்டுச் சென்றவுடன் வீடு திரும்புகிறான். அவன் வீட்டாரும் அவனை மன்னித்து ஏற்றுக் கொண்டனர். அவளையும் ஏற்றுக்கொள்ளச் சொல்லும்போது, அப்பெண், 'என்னாலும் மனதால் மன்னிக்க முடியும். ஆனால் உடல் கொண்டு அனுசரிக்க முடியாதும்மா... அருவெறுப்பாய் இருக்குமா...' என்று கூறி, அவனோடு வாழ மறுத்து விட்டாள். "நான் விவாகரத்துக்குப் போகிறேன்" என்று தீர்மானமாகக் கூறுகிறாள். பொறுத்து வாழ வேண்டும் என்று பெண்ணுக்குச் சமூகம் விதித்திருக்கும் கட்டுப்பாடுகளை மறுத்து, சுயசிந்தனை உடைய பெண்ணாக இக்கதையின் நாயகி முடிவெடுக்கிறாள்.

25

மிளகாய் மெட்டி

அகிலா

'இன்னும் சரியாக விடியாத வானத்தை, குறுக்கிட்ட ஜன்னல் கம்பிகளின் இடையே பார்த்துக் கொண்டிருந்தாள். மழையின் மந்தம் வானத்தை வியாபித்திருந்தது, அவளின் வாழ்வுபோலவே. விழியின் ஓரமாய் கண்ணீர் துளிர்க்க, அவசரமாய் துடைத்தாள்.

பிரச்னை ஆரம்பித்து ஒரு வாரம் ஓடிவிட்டது. எல்லோரும் அவரவர் வேலையைப் பார்க்கத் தொடங்க, நித்ராவும் சற்று சகஜமானாள். சமையல் வேலை முடியும் சமயம், காலடியோசை கேட்க, அவளின் அத்தை செல்வியம்மா. காப்பி அவர்களுக்குமாய் கலக்க, 'சமையல் வேலை முடிந்ததாம்மா...' என்ற கேள்விக்கு, ஆம் என்பதாய் தலையசைத்தாள்.

'கால் வலி பரவாயில்லையா இப்போ...' என்ற இவளின் கேள்விக்கு, 'உன் வலியை விட பரவாயில்லை...' என்கிற வார்த்தைகளில் ஒரு சன்னம் தெரிந்தது. காப்பி கப்புடன் நகர்ந்தார்.

இன்னும் மாமா எழுந்துகொள்ளவில்லை போலும். நித்ராவின் ஓரகத்திக்கு இரண்டு நாட்களாகவே உடம்பு முடியவில்லை. இவளைப்போலவே அவர்களும் வேலைக்குச் செல்வதால், இந்த வீட்டில் எல்லா வேலையும் காலையிலேயே முடிந்துவிடும்.

கல்யாணமாகி வந்த இந்த மூன்று வருடங்களாய் இவள்தான் எல்லாம் செய்கிறாள். ஓரகத்திக்கு, அவங்க பொண்ணு ஷாலினியைக் காலையில் ஸ்கூல் கிளப்பவே நேரம் சரியாகயிருக்கும். அதற்காகக் குறைபட்டுக் கொள்வதில்லை இவள்.

நித்ராவின் கணவன் ராம்தான் இப்போது குழந்தை வேண்டாம் என்று தள்ளிப் போட்டிருந்தான். தடைகளை மீறி ஜெயித்த ஒரு கருவும் நான்கு மாதத்தில் ஒரு காலை நேர அவசர பயணத்தின்போது தன் ஆயுளை முடித்துக் கொண்டது. இனி அதற்கு எந்த அவசியமும் இல்லை என்கிற நினைப்புடன் குளிக்கக் கிளம்பினாள்.

கல்லூரி கிளம்பும் சமயம், வாசலில் செல்வியம்மா யாரோ ஒரு மனிதரிடம் பேசிக்கொண்டிருந்தார். மாடியில் உள்ள ஒற்றை அறைக்கு

வாடகைக்கு இன்னும் ஆள் அமையாமல் இருக்கிறது என்பதால், யாராவது எப்போவாவது, இப்படி வந்து பார்த்து போகிறார்கள். யாரையும் செல்வியம்மாவிற்குப் பிடிப்பதில்லை.

கல்லூரி பேருந்தின் சன்னலோர இருக்கையில் சற்று தலைசாய்த்த நிமிடம், ராமின் நினைவு வந்தது. அன்று சேலை வாங்கப்போன கடையில் ராமையும் இன்னொரு பெண்ணையும் ஒன்றாய் பார்த்ததும், செல்வியம்மா போய் யார் இவள்னு கேட்டு ஊர் கூட்டியதும், நித்ரா செல்வியம்மாவைக் கூட்டிக்கொண்டு வீடு வந்து சேர்ந்ததும் சாலையோர காட்சியாய் கடந்து சென்றது.

அன்று இரவு ராம் வீடு திரும்பியதும், அவனுக்காகவே எல்லோரும் ஹாலில் காத்திருந்தது, கேள்விமேல் கேள்வியாய் கேட்டதும்கூட வெறும் காட்சியாகவே அவள் மனதில் ஓடியது.

'என்ன வேணும் உங்களுக்கு எல்லாம்... நிஜம்தான், என்னோடு வேலைப் பார்க்கிறாள். காதலிக்கிறோம். ஒண்ணா வாழ்ந்துகிட்டு இருக்கோம். கல்யாணமும் பண்ணிக்கப் போறோம்...' என்ற ராமின் வார்த்தைகளுக்கு எல்லோரும், அப்போ நித்ராவின் கதி என்ன என்பது போல் இவளைப் பார்க்க, ராமின் பதில் மட்டும் இன்னும் செவிகளுக்குள் அறைந்துகொண்டிருக்கிறது.

'எனக்கு இவமேலே இண்டிரஸ்ட் இல்லை...' என்று மொட்டையாகச் சொல்ல, செல்வியம்மா அழத்தொடங்க, 'ஒவ்வொருத்தருக்கும் ஒரு டேஸ்ட் இருக்கும். எனக்கு இவ போதல, முக்கியமா...' என்று வெறுப்புடன் சொல்லி நிறுத்த, இவளுக்கு அவன் என்று கடைசியாக தன்னிடம் நெருங்கினான் என்று யோசிக்கத் தோன்றியது.

முந்தியநாள் தானே என்று மனசு சொல்ல, 'ச்சே.... என்ன நினைத்துக்கொண்டிருக்கிறோம், நம் வாழ்க்கையையே இங்கு கேள்விக்குறியாய் தொங்குகிறது. சரசம் பற்றிய நினைவுகளில் ஏன் மனது போகிறது என குழம்ப, அவனும் அதைதானே பேசுகிறான் என்பது உரைத்தபோது, பதிலறியாது நின்றாள்.

அதன்பின் நடந்த வாதங்களில், அவளின் மனம் ஒட்டவில்லை. வீட்டில் இருப்பவர்களிடம் கோபித்துக் கொண்டு வெளியே போய்விட்டான். இன்றுவரை வீடு திரும்பவில்லை. அலுவலகத்தில் பார்த்ததாக எதிர் பிளாட்காரரர் சொன்ன போதும் யாரும் பெரிதாய் கண்டுக்கொள்ளவில்லை.

மேசையினடியில் விழுந்த கைக்குட்டையை எடுக்க குனிந்தபோது, சேலையைத் தாண்டி தாலிக்கொடி வெளியே எட்டிப்பார்த்தது. தாலிக்கொடியையும் மெட்டியையும் ஏன் இன்னும் சுமக்கிறோம்

என்று தோன்றியது. இவற்றை எல்லாம் கழட்டிவிட்டால், மனதிலுள்ள வலியெல்லாம் போய்விடுமா என்றால், போகாது என்றே தோன்றியது.

நேற்றுகூட மாமா அவளைக் கூப்பிட்டு ஒரு தடவை, தான் போய் அவனைப் பார்த்துப்பேசவா என்று இவளிடம் அனுமதி கேட்டபோதும், பேசாமல் விலகினாள் அந்த இடம்விட்டு.

குடும்பத்தில் எல்லோரும் வரிசையாகத் தூது சென்று வந்த கதைகளையே அலசிக்கொண்டிருந்தபோதும் இவளால் அவனின் வெறுப்பான சொற்களை ஜீரணிக்க முடியவில்லை. சில மாதங்களின் பின் செல்வியம்மாதான் இவளிடம், விவாகரத்துக்கு அப்ளை பண்ணலாமா என்கிற கேள்வியை எழுப்பியபோது, தாலியை நீக்கிக்கொள்ள இதைவிட சரியான சந்தர்ப்பம் பெண்ணுக்குச் சட்டம் கொடுக்க முடியாது என்றே நித்ராவிற்குள் தோன்றியது. அவன் வீட்டைவிட்டுச் சென்று ஒரு வருடத்திற்கு மேல் ஆகிறது.

அவனோடு வாழ்ந்த மூன்று வருடங்களில், அவன் அவளை நெருங்காத இரவுகளே இல்லையெனலாம். குழந்தை என்ற ஒன்றை, தான் அவனிடம் வலியுறுத்தாதது குறித்து அவளுக்குள் தன் மேலேயே ஒரு கோபம் தோன்றியது. அதன் மீதமாய் ஒரு வலி மட்டுமே மிஞ்சியது.

பெற்றவர்களாவது இருந்திருந்தால், சற்று தலைசாய்த்து அழுதிருக்கலாமோ என்று தோன்றும் சில சமயங்களில். அப்படியான சமயமெல்லாம், பேருந்தின், வீட்டின் ஜன்னல் கம்பிகளே அவளுக்குத் தோள் கொடுத்தன.

கல்லூரி நேரங்களைத் தவிர, புத்தகங்களுடனும் ஷாலினியுடனும் அறைக்குள்ளேயே ஒதுங்கினாள். அவன் யாருமின்றி ஏதோ ஒரு லாட்ஜில் தங்கியிருப்பதாகவும், குடியுடன் வாழ்ந்து கொண்டிருப்பதாகவும் யாரோ ஒருநாள் சொன்னார்கள். செல்வியம்மா பதறிப் போனாள்.

மறுபடியும் தூதுவிடு படலம் நடந்தது. முன்புபோலவே, எல்லோரும் கூடி இவளிடம் பேசினார்கள். இப்போது எது போதவில்லை என்று அவன் குடிக்கத் தொடங்கி இருக்கிறான் என்பது தெரியாமல் குழம்பிப் போனாள். பேச ஏதுமில்லாமல், இப்போதும் தன் அறைக்குள் ஒதுங்கினாள்.

ஒரு காலை வேளையில், அவன் மீண்டும் வீட்டுக்குள் வந்துசேர்ந்தான். அவளின் அறைக்குள் அவனின் பொருட்கள் வந்தன. அதில் ஒன்றாய் அவனும். இவளை நிமிர்ந்து பார்க்க துணிவில்லாமல், அன்று முழுவதும் தொலைக்காட்சியுடன் அமர்ந்திருந்தான்.

எல்லோரும் அவனின் சோககதையை வட்டமாய் உட்கார்ந்து கேட்டார்கள். இவள் அறைக்குள் போய் வழக்கம்போல், புத்தகத்தைத் துணையாய் கொண்டாள். அன்றிரவு செல்வியம்மாதான் இவளுடன் வந்து படுத்துக் கொண்டார்கள்.

'நித்ரா, ராமை விட்டுவிட்டு அந்தப் பொண்ணு போய் மூனு மாசம் ஆச்சாம். உன்னைப் பார்க்க வெட்கப்பட்டுக் கொண்டுதான் இங்கே வரலையாம். ரொம்ப வாழ்க்கையே வெறுத்துப் போயிருக்கான். நாங்களும், அவனை, அவன் உனக்குச் செய்ததை மன்னிக்கல. அவனை ஒரு அனாதையாய் ஏத்துகிட்டு இருக்கோம். என் பிள்ளைதானாலும் அவன் நம்மை எல்லாம் உதறிட்டு போனதை நான் மறக்கலை.

நீ சமாதானம் ஆகும்வரை, அவன் அவங்க அப்பா கூடவே படுக்கட்டும். உனக்கு எப்போ சரின்னுபடுதோ, அப்போ சொல்லும்மா...' என்று குரல் தழுதழுக்க செல்வியம்மா சொன்னபோது, கண்களில் கண்ணீருடன், அவர்களின் தோளின்மீது சாய்ந்துகொண்டாள்.

காலையில் அறைக்குள் அவனும் நடமாடிக் கொண்டிருந்தபோது, அவள் மௌனமாய் கல்லூரி கிளம்பினாள். அதன்பின் ஒவ்வொரு நாளும் பேருந்தின் ஜன்னல் வழியாய் தெரிந்த வானத்திடம் புது புது கதைகளாய் சொல்லிக்கொண்டிருந்தாள். கடைசியாய் அவளிடம் எஞ்சிய கேள்வி 'என்றாவது ஒரு நாள் மறுபடியும் நான் போதாமல் போவேனோ...' என்பதே.

சில நாட்களிலேயே, வீட்டில் எல்லா உறவுகளிடமும் சகஜமாகிவிட்டான், இவளைத் தவிர. இன்னும் ஒரு வார்த்தைகூட இவளிடம் பேசவில்லை. இவளும் பேசவில்லை. செல்வியம்மா இவளின் முகம் பார்ப்பது இப்போது அதிகமானது. அவர்களை வருத்தப்படுத்துவதே, இவளுக்குச் சங்கடமாக இருந்தது.

விவாகரத்து வழக்கின் விசாரணை தேதி குறித்து நோட்டீஸ் வந்தபோது, அனைவருக்குள்ளும் அவனிருந்தான். அங்கிருந்து அவனே பேசினான்.

இனி இது வேண்டாம்மா, வக்கீலைப் பார்த்து பேசிரும்மா என்ற வார்த்தைகள் பெரியவர்களிடமிருந்து வந்தது. இவள் சொல்லாமலேயே அன்று அந்த அறைக்குள் அவன் நுழைந்தான் படுக்கையோடு.

அவள் ஏதும் சொல்லாமல், படித்துக்கொண்டிருந்தாள். அவன், முதல் தடவையாக சொன்னான், அவளிடம் பேச விரும்புவதாக. அதுவும் அவளுக்குப் 'போதவில்லை' என்றே கேட்டது.

'என்னை மன்னிச்சிரு நித்ரா. இனி வாழ்நாள் முழுவதும் இப்படி நடக்காது, உன்னைவிட அமைதியான ஒருத்தியை என்னால் இனி

இழக்கமுடியாது நித்ரா... நீ எவ்வளவு பொறுமை. அவ ரொம்ப பேசுறா, எதுக்கும் லாயக்கில்லை, பொம்பளையே இல்லை, பிடாரி. அவளுக்கு வேறு எவனாவது கிடைத்திருப்பான். எட்டே மாசம்தான், என்னைப் பிடிக்கலைன்னு விட்டுட்டுப் போயிட்டா... ரொம்ப கஷ்டப்பட்டுட்டேன் நித்ரா...'

'நான் விட்டுட்டுப் போனபிறகும், நீ வீட்டைவிட்டு போகாம, இங்கேயே என்னை எதிர்பார்த்து இருந்திருக்கேன்னு நினைக்கும்போது, நான் உனக்கு எவ்வளவு பெரிய துரோகம் செய்துட்டேன்னு இப்போதான் புரியுது. அம்மா சொன்னா, விவாகரத்துப் பத்திரத்தில்கூட அப்பாதான் உன்னைக் கன்வின்ஸ் பண்ணி கையெழுத்துப் போடவைத்தார்ன்னு. என்னை நீ மன்னிச்சேன்னு சொன்னாதான், என்னால் நிம்மதியாய் இருக்க முடியும்.' என்று நா தழதழக்க சொன்னான்.

மெதுவாய் அவளின் கையைப் பிடித்து, முகம் புதைத்தான். கையை விடுவிக்க முயற்சித்தாள். மெல்ல நகர்ந்து, அவளின் தோளில் சாய்ந்தான். இதேபோலவே, இதற்குமேலும் என்றுகூட எத்தனை முறை தன்னைத் தொட்டிருப்பான், சுகித்திருப்பான், ஆனாலும் போதவில்லையாமே. போதும் என்று இவன் சென்றவளிடம், அவளுக்கு இவனிடம் என்னென்ன போதாமல் போயிருக்கும் என்று போய்விட்டாள். நமக்கு ஏன்போதும், போதவில்லை என்பது தெரியவில்லை. போதவில்லை என்று வேற்றுடம்பை தேடியவனை எப்படி தன்னிடம் மறுபடியும் தேடவிடுவது. சட்டென கை உதறி விலகினாள். அருவெறுப்பு ஆட்கொண்டது மனதில். திரும்பிப் படுத்துக்கொண்டாள்.

அவளின் உதறல் கொடுத்த மௌனம் அந்த அறை முழுவதும் சுற்றித்திரிந்தது. அவன் பேச்சை நிறுத்தினான்.

காலையில், இவளுக்கு முன் செல்வியம்மா எழுந்து விட்டார்கள். இவள் ஏதாவது சொல்வாளா என்பது போல் பார்க்கவும், 'காப்பி வேணும்மா' என்றாள்.

'அவன மன்னிச்சிட்டியாம்மா...' என்ற கேள்விக்கு, 'உண்மையைச் சொன்னால், இல்லேம்மா. நீங்க எல்லாம் அவருக்கு, அம்மா, அப்பா, அண்ணன் என உறவின் பெயரும் அதன்பின் பாசமும் சுமந்து, அவரின் தவறை மன்னிக்கமுடிகிறது, அனுசரிக்க முடிகிறது.

என் நிலை வேறு. என்னாலும் மனதால் மன்னிக்க முடியும், ஆனால் உடல்கொண்டு அனுசரிக்கமுடியலம்மா. அருவெறுப்பாக இருக்கும்மா. என்னை இந்த மூன்று வருடமாக அனுபவித்துவிட்டு, நான் போதவில்லையென இன்னொருத்தியையும் தேடிப்போய், அதிலும் தோற்று, நானே பரவாயில்லை என்று தேடிவந்தவனிடம்

எனக்கான எதுவும் இல்லையம்மா. ராமோடு வாழ எனக்கு விருப்பமில்லைம்மா.

நான் விவாகரத்துக்கே போறேன். ஒரு பெண்ணா உங்களாலே என்னைப் புரிந்துகொள்ள முடியும்ன்னு நம்புறேன்ம்மா...' என்று சொல்லிக்கொண்டிருந்தபோதே சற்று கலங்கியிருந்தாள்.

'ராம் என்னை விட்டுவிட்டுப் போனப்போ, நீங்க எல்லோரும் என் பக்கம் இருந்தீங்க. என்னையும் உங்க பொண்ணா பார்த்துக்கிட்டீங்க. எனக்காக, என்னிடம்கூட கேட்காம விவாகரத்து வரைக்கும் ஏற்பாடு செய்தீங்க. இன்னைக்கு நான் எடுத்திருக்கிற இந்த முடிவினால், நீங்க எல்லோரும் என்னைவிட்டு விலகிருவீங்களோன்னு பயமாக இருக்கும்மா. ஆனால், உங்களைவிட்டு விலக என்னால் முடியலம்மா.

முடிந்தால், எனக்கு மாடியில் உள்ள அறையில், குடியிருக்க அனுமதி கொடுங்க, வாடகைக்குத்தான். நான் இப்படியே, என் உடலும் மனசுமாய் ஒரே ஆளாகவே வாழ ஆசைப்படுறேன்மா...' என்று நித்ரா சொல்ல, செல்வியம்மா அவளை அணைத்துக்கொண்டாள்.

ராமலஷ்மி

இளைய தலைமுறை எழுத்தாளர்களில் ஒருவரான ராமலஷ்மி ஒரு சிறந்த புகைப்படக் கலைஞரும் ஆவார். திருநெல்வேலியைப் பூர்வீகமாகக் கொண்ட இவர் தற்போது பெங்களூரில் வசித்து வருகிறார். 'இலைகள் பழுக்காத உலகம்' என்ற கவிதைத் தொகுதியையும், 'அடைமழை' என்ற சிறுகதைத் தொகுதியையும் வெளியிட்டுள்ளார். இந்நூல்களுக்காக அரிமா சக்தி விருது, தமிழ்நாடு கலை இலக்கியப் பெருமன்ற விருது, ஜீவானந்தம் இலக்கியப் பரிசு ஆகியவற்றை பெற்ற இவர், தமிழில் 'புகைப்படக்கலை', 'அதீதம்' என்ற இதழ்களின் பொறுப்பாசிரியராக விளங்குகிறார். 'முத்துச்சரம்' இவரது வலைத்தளமாகும்.

கதைக்குள் புகுமுன்

“அண்ணலும் நோக்கினான்; அவளும் நோக்கினாள்” என்ற கம்பராமாயண அடிகள், காதலன் காதலி இருவருக்கும் சம அந்தஸ்து வழங்குகிறது. ஆனால், இது திருமணத்திற்கு முந்தைய நிலை. திருமணத்திற்குப் பின் அத்தகைய சமநோக்குப் பெண்ணுக்கு அனுமதிக்கப்பட்டதா? அல்லது வள்ளுவர் கூறியபடி, ‘யான்நோக்கும் காலை நிலன்நோக்கும் நோக்காக்கால் தான்நோக்கி மெல்ல நகும்’ என்பதற்கேற்ப, அவன் நோக்கும் போது ஏதோ ஒரு காரணத்திற்காக அவள் நோக்கு தாழ்ந்து தான் இருக்க வேண்டுமா? இந்த வினாக்களை முன்வைக்கிறது ‘அவளும் நோக்கினாள்’ கதைக்களம். இக்கதையின் நாயகன் ராமச்சந்திரன் படித்தவர்; பண்பாளர்; ஊருக்கே ஆடிட்டர்; நாடு போற்றும் எழுத்தாளர். இப்படி இருப்பவர் அவளுக்கு? இதிகாச ராமன் ஊருக்கே நல்லவன் . ஆனால் சீதையின் கற்பைச் சோதிக்கும் போது.....? இங்கு மைதிலி ராமச்சந்திரன் தம்பதியரின் கதையும் அச்சு அசல் இதுவே. மைதிலிக்குப் புகுந்த வீட்டில் சுயத்தை இழந்த வாழ்வு. அவனுக்காகத் தனக்குப் பிடித்த சங்கீதத்தைத் துறந்தாள் அல்லது துறக்க வைக்கப்பட்டாள். பத்திரிகைகள் மறுக்கப்பட்டன. அவனுக்காகவே அவன் விருப்பப்படி

உடை உடுத்தினாள். அவளின் ஒவ்வொரு அசைவிலும் அவன் அதிகாரம். 40 வருட தாம்பத்திய வாழ்க்கையில் அவள் கணவனை மனதளவில் துறந்துவிட்டாள். பெற்ற குழந்தைகளுக்காக வாழ்க்கையை வாழ்ந்தாள். கணவன் படுத்த படுக்கையான பின்பு இயந்திரமாக அவனைப் பார்த்துக் கொண்டாள். அதில் ஒரு அன்பு இல்லை; இயல்பில்லை; கடமை மட்டுமே இருந்தது. இக்கதையின் ராமன் படுத்தபடுக்கையாக இருக்கும் போது சுய பரிசோதனை செய்து, தான் கணவனாக அவள் மீது செலுத்திய அதிகாரத்தின் பொருத்தமின்மையை உணர்ந்து கொண்டான். தன் மகனும் தன் வழியில் அவன் மனைவியை நடத்துவதை அறிந்து அவனுக்கு அறிவுரை கூறித் திருத்த முற்படுகிறார். அப்பொழுது இக்கதையின் நாயகி சீதை (மைதிலி) ராமனை (ராமச்சந்திரனை) மன்னித்து ஏற்றுக்கொள்கிறாள். இன்றைய யுகத்திலும் பல தம்பதியரின் வாழ்வு இதிகாச ராமன் சீதை வாழ்வுதான். யுகங்கள் மாறினாலும் ஆண்களின் செயல்பாட்டில் மாற்றம் இல்லை. மாறுதல் வரவேண்டும் என்பதே இக்கதையின் நோக்கம்.

26

அவளும் நோக்கினாள்

ராமலக்ஷ்மி

சிலுசிலு என்று வீசிய வேப்பமரக் காற்று உடலுக்கும் உள்ளத்துக்கும் ஆறுதலாய் இருக்க, வாசற்படியில் சாய்ந்து அமர்ந்திருந்த மைதிலி அப்படியே அதில் லயித்துக் கண் அசந்துவிட்டாள்.

'பாம்... பாம்'

'ஆஆ... அவர் கார்... ஆ... வந்துட்டார்...'

'பேரன் பேத்தி எடுத்த பிறகும் இப்படி வாசப்படியில் ஒக்காந்து.... வேடிக்கைப் பார்க்கிறேங்கற போல... வெட்கமாயில்ல...' ஈட்டிப் பார்வையில் ஒலிக்காமல் ஒலித்த வார்த்தைகள் உள்ளத்தைத் துளைக்க விதிவிதிர்த்து எழுந்து நின்றாள் மைதிலி.

எதிரில் எவருமில்லை. அவளையறியாமல் கராஜைப் பார்த்தாள். அவருடைய கருப்பு நிற அம்பாசிடர் கார் நின்று கொண்டிருந்தது அதன் வண்ணமே தெரியாத அளவுக்குத் தூசு படிந்து.

இரு தெருக்கள் சந்திக்கும் முனையில் இருக்கிறது அவர்களது வீடு. வளைவில் திரும்பும்போது ஒலியெழுப்பி இருக்கிறது ஏதோ ஒரு வாகனம். அது அவரது காரின் அதே ஹாரன் சத்தம்.

வேகமாக வீசிக்கொண்டிருந்த ஆடிக் காற்றிலும் அப்படி வியர்த்துவிட்டிருந்தது. ஒரு நொடிதான், தெளிந்து விட்டாள். ஆனாலும் வெட்கமாக இருந்தது. எல்லாவற்றையும் கடந்து, தீர்க்கமான முடிவுடன் எப்படிக் கம்பீரமாகச் சென்று கொண்டிருக்கிறோம் நாம்... என்றிருந்த பெருமிதம். அது கொடுத்து வந்த தைரியம் இரண்டுமே சற்றே ஆட்டம் கண்டு விட்டதில் வந்த வெட்கம்.அடிமன வேதனைகள் ஆறாத ரணமாகத்தான் இருக்கிறது என்றே தோன்றியது. இன்று காலை நடந்த சம்பவம் கூட அந்த ரணத்தைச் சற்றே கிளறி விட்டிருக்கலாம்.

கதவைச் சாத்திவிட்டு உள்ளே வந்தவள் ஹாலை அடுத்து மாடிக்குச் செல்லும் வழியில் இருந்த படுக்கையறைக்குள் எட்டிப் பார்த்தாள்.அயர்ந்து தூங்கிக் கொண்டிருந்தார் ராமச்சந்திரன். நெஞ்சின் மேல் நேற்று கொரியரில் வந்திருந்த புத்தகங்களில் ஒன்று சென்ற ஆண்டு வெளியான கவிதைத் தொகுப்புகளில் சிறந்த மூன்றைத் தேர்ந்தெடுத்துத் தரக் கோரி அனுப்பியிருந்தது ஒரு இலக்கிய அமைப்பு. படுக்கையைச் சுற்றி சிதறிக் கிடந்த மற்ற நூல்களை அடுக்கி அருகிலிருந்த முக்காலியில் வைத்தவள் காலையில் அவர் வாசிக்க வற்புறுத்திக் கையில் தந்த அந்தப் புத்தகத்தை, அவசரமாக வாசித்துவிட்டுத் திருப்பி வைத்ததை எடுத்துக்கொண்டு வெளியே வந்தாள்.

அட்டையில், சுதந்திரமாக வானில் சிறகடித்துப் பறக்கும் புறாக்கள்! அப்பொழுதே கவனத்தை ஈர்த்த படம் மனதிலே பதிந்து போனதால் நூலை எளிதாக அடையாளம் காண முடிந்தது. பெண் கவிஞர் எழுதியது. 'இலைகள் பழுக்காத உலகம்!' கவிதையின் பெயர் நினைவில் இருந்தது. 'அவள்!' புரட்டி மீண்டும் வாசிக்கலானாள்.

"நிறைய மன்னிப்புகள் தேவையாக இருந்தன
குறிப்பாக அவளிடமிருந்து
அவளுள் இருந்தார்கள்
மகள் தாய் மனைவி தங்கை தோழி
அத்தனை பேரும்
மிகப் பெரிய குற்றங்களையோ
மறக்க முடியாத துரோகங்களையோ
எவருக்கும்செய்துவிடவில்லை
சில தற்செயலாக நிகழ்ந்தவை
பல காலகாலமாக எல்லோரும் செய்தவை
அவசர உலகில் நிதானித்து திட்டமிட்டு
வேண்டுமென்றே எதையும் செய்யவில்லை
நிறைய நோகச் செய்திருக்கிறேன்
அது குறித்துக்
கவலையும் கொள்ளாதிருந்திருக்கிறேன்
இப்போது
மன்னிப்புகள் வேண்டியிருக்கின்றன..
மன அமைதிக்காக

காலம் கடந்துவிட்டது
எதையும் சரிசெய்ய இயலாத புள்ளியில்
கசிந்துருகி நிற்கும் எனக்குக்
காட்டப்படுகிற கருணையில்
உயிர்களிடத்தான அன்பு தெரிகிறது
நான் யாசிக்கிற மன்னிப்பு
மறுக்கப்படுகிறது
கையில் அள்ளி வீசும் நீராக
அலைக்கழித்த என்னை
ஆழ்கடலின் பேரமைதியுடன்
அச்சுறுத்துகிறாள் இன்று."

பெரிய புன்னகை படர்ந்தது. 'ஆம், நானே அவள்!'

புத்தகத்தை எடுத்த இடத்தில் திருப்பி வைத்தாள். பகல் வெளிச்சம் அவர் தூக்கத்தைக் கலைத்து விடாதிருக்க சன்னலின் திரைச்சீலைகளை இழுத்து மூடியவள் அவர் முகத்தை உற்று ஒரு கணம் பார்த்தாள். உலகம் கொண்டாடும் கவிஞர். ஊர் மெச்சும் ஆடிட்டர். இந்தச் சாந்தமான முகத்துக்குள் இருக்கும் இன்னொரு முகத்தை அறிந்தவள் அவள் மட்டுமே. பாவமாகதான் இருந்தது. கடந்த இரண்டு வருடமாகப் படுத்த படுக்கையாக இருக்கிறார். பரணில் எதையோ எடுக்க ஏணியில் ஏறியவர் கீழே விழுந்ததில் தண்டுவடத்தில் அடிபட்டுக் கால்கள் செயலிழந்து போயின. அன்றிலிருந்து தாய்க்கு மேலாக அவளேதான் எல்லாமும் பார்க்கிறாள். எத்தனையோ முறை மகன்களும் சரி, அவரும் சரி கெஞ்சிப் பார்த்து விட்டார்கள். 'ஒரு ஆண் அட்டெண்டர் போட்டுக்கலாம்' என இவள் பிடிவாதமாக மறுத்துவிட்டாள். காலையில்கூட இப்படிதான் பேச்சை ஆரம்பித்தார்.

மைதிலி எனக்கு நீ செய்யற ஒவ்வொரு பணிவிடையும் மனசுல பாரமா ஏறி உட்காருதும்மா. இதுக்குல்லாம் நான் அருகதையே கிடையாது. நீ சம்மதிக்காம அட்டெண்டரை வைக்கவும் எனக்குத் தைரியமில்லை. எங்கே ஓம் மனசை திரும்பவும் நோகடிச்சிருவனோன்னு ஒரு பயம். அப்புறம் உன்னோட இந்த அருகாமை கிடைக்காமப் போயிடுமோன்கிறது அதை விடப் பெரிய பயம். தேவைக்கு மிஞ்சி ஒரு வார்த்தை எங்கிட்ட நீ பேசறதில்ல. அட்லீஸ்ட் தகவலோ கேள்வியோ பதிலோ அவசியத்துக்காவது பேசறியேங்கறது ஒரு ஆறுதல். ஆனால் என் முகத்தைப் பார்த்து நீ பேசி எத்தனை வருஷம் ஆச்சுன்னு எனக்கே தெரியலை."

சொல்லும்போதே தழுத்தழுத்து விட்டார் ராமச்சந்திரன்.

"ஆரம்பத்துல நீ அப்படி நடந்தப்போ எனக்கு மிதப்பா இருந்தது. ஆனா இப்போ என்னால தாங்க முடியலை" ஏறக்குறைய அழுதுவிட்டார். அவர் உடலைத் துடைத்துவிட்டு, பவுடர் தூவி, உடைமாற்றி, புத்தகம் வாசிக்கத் தோதாகத் தலையணையில் சாய்வாகப் படுக்க வைத்தவள் வழக்கம் போலவே அமைதி காத்தாள். கவிதைப் புத்தகங்களையும் கூடவே மூக்குக் கண்ணாடியையும் கையில் கொடுத்தாள். 'ஒரு நிமிஷம்' என்றவர் அப்போதுதான் அந்தத் தொகுப்பைத் திறந்து 'நானே எழுதிய மாதிரி இருக்கு' என்றந்தக் கவிதையைப் படிக்கக் கொடுத்தார்.

இவள் புத்தகங்களைத் தொட்டாலே பிடிக்காது. 'இதென்ன அதிசயமாய்!' ஆனால் மறுக்கவில்லை. வேகமாக வாசித்தவளுக்குத் தொடர்ந்து என்ன சொல்லப் போகிறார் எனப் புரிந்து போயிற்று. எழுந்த எரிச்சலைக் காட்டிக் கொள்ளாமல் நூலை மூடி மேசை மேல் 'பட்' எனும் சத்தத்துடன் வைத்துவிட்டுத் திரும்பி நடந்தாள். அவர் விடுவதாயில்லை.

"நில்லு மைதிலிம்மா, நானும் இப்படியேதான்... உன்னோட மன்னிப்புக்காகதான்... மருகிட்டிருக்கேன். அது கிடைக்க வாய்ப்பேயில்லையா? தப்பு செஞ்சவங்க திருந்தவே மாட்டாங்களா? ஒருவேளை இந்தப் பாராமுகம்தான் நீ எனக்குக் கொடுக்கும் தண்டனையா? அப்படின்னா அதையாவது சொல்லிட்டுப் போ. சந்தோஷமா ஏத்துக்கறேன்."

எந்தப் பதிலும் சொல்லாமல் மேலே நடந்தவளைப் பார்த்து "அத்தனை வெறுப்பா மைதிலி என் மேல..." என்றார் பரிதாபமாக.

'வெறுப்பா....'

கதவை ஒருக்களித்து மூடிவிட்டு வெளியே வந்தவள். 'இது வைராக்கியம்' மெல்ல சொல்லிக் கொண்டாள்.

'இந்த வைராக்கியம் கூட இல்லாவிட்டால் நான் என்ன மனுஷி? ஒவ்வொரு தடவையும் அடிவாங்கியது என் சுயமரியாதை ஆச்சே'

சமையலை ஆரம்பித்தாள். கைகள் தன்னிச்சயைஃக வேலைகளைச் செய்ய, மனதுள் வேகவேகமாய் ஓடியது நாற்பது வருட வாழ்க்கையும். அழகும் வனப்பும் அறிவும் திறனும் ஆண்டவன் தந்தது. அவள் அப்பா அம்மா கொடுத்தது. அதில் அவள் பிழை என்ன? சற்றே தன் அறிவைக் காட்டிவிடக் கூடாது. நான்கு பேர் முன் பளிச் எனத் தானாக வந்துவிடக் கூடாது. அந்த சின்ன ஊரின் அத்தனை பெரிய புள்ளிகளுக்கும் இவரே ஆடிட்டர். அந்நாளில் இவர் கவிதைகளும், கட்டுரைகளும் வெளியாகாத பிரபல பத்திரிகைகளே இல்லையெனலாம். தினம் தேடி வந்து போவோர் கூட்டம் அதிகம். அவர்களில் யார்

முன் வரலாம், யார் முன் வரக் கூடாதென்பதும் அவர் முடிவே. எல்லாம் கண்கள் கக்கும் கனலில் இருந்து புரிந்துகொள்ள வேண்டும். ஆனால், விசேஷம் விழாக்களுக்குப் பெருமைகாட்ட மனைவி வேண்டும். அவர் சொல்லும் உடையை, காட்டும் நகையை அணிய வேண்டும். இலக்கிய விழாக்கள் என்றால் காட்டன் புடவைகள், முத்து மாலைகள். ஊர் பெரியவர்கள் வீட்டு விசேஷங்களுக்கு அவளுக்குப் பிடிக்காத வண்ணங்களில் சாண் உயர சரிகை போட்டப் பட்டுப் புடவைகள், தங்க வைர நகைகள். அவளின் ரசனை அவளுக்கே மறந்து போனது.

கல்லூரி காலத்தில் எம்.எஸ். அம்மாவின் பாடல்களை, குறிப்பாகக் ‘காற்றினிலே வரும் கீதம்... குறையொன்றும் இல்லை...’ பாடல்களை மேடையில் இவள் உருகிப் பாடும் போது அரங்கமே அமைதியில் உறைந்து போகும். பாடி முடிக்கையில் கண்கள் கசிய அரங்கிலுள்ளோர் எழுப்புகிற கரகோஷம் பல நிமிடங்கள் நீடிக்கும். தன் ஆத்ம நண்பன் என அத்தனை பேரிடமும் இவர் மார்தட்டிச் சொல்லும் வக்கீலின் வீட்டுக் கொலுவில் இவள் பாடிய தினத்தோடு அந்தச் சங்கீதம் முடக்கப்பட்டது. இவரின் எழுத்துக்கள் வெளியாவதாலேயே பத்திரிகைகள் மறுக்கப்பட்டன. இதயெல்லாம் கூட அவளால் சகித்துக்கொள்ள முடிந்தது. ஆனால் ஈட்டிப் பார்வையால் எத்தனை சந்தர்ப்பங்களில் இவளை நோகடித்திருக்கிறார் என்பதற்குக் கணக்கே இல்லை. மற்றவர் முன் பார்வையால் என்றால் தனிமையில்... நினைக்கவே கூசும் சொல்லடிகள்.

‘உங்களோடயே வந்திடறம்மா...’ பெரியவன் அருணைக் கருவுற்றிருந்த புதிதில், பார்க்க வந்திருந்த அம்மாவின் மடியில் படுத்துத் தாங்க மாட்டாமல் ஒரு முறை கதறித் தீர்த்துவிட்டாள். ஆறுதல் எதிர்பார்த்த இடத்தில் ஏமாற்றமே எஞ்சியது. ‘என்ன பேசற நீ... மாப்பிள குடிக்கிறாரா, போட்டு அடிக்கறாரா இல்ல வேற கெட்ட சகவாசம் உண்டா? ஊரே கண்ணு போடுது, எப்பேர்ப்பட்ட மாப்பிள்ளை கெடச்சிருக்கு உங்களுக்குன்னு. இதெல்லாம் காலப்போக்கில சரியாய் போகும். நீ வீட்டோட வந்துட்டா தம்பிங்களுக்கு எப்படிக் கல்யாணமாகும்?’ ஓங்கி மூடிக்கொண்ட அந்தக் கதவுகளை அதற்காக மீண்டும் அவள் தட்டவேயில்லை. இந்தக் காலத்தைப் போல; பிரச்சனை என்றால் பொசுக் என விட்டு விலகி தனியாக வாழ முடிந்த காலமும்இல்லை அது.

அடுத்தடுத்து ராகவ், பிரணவ் பிறக்க மகன்களின் மழலையிலும், ஒவ்வொரு வளர்ச்சியிலும் கிடைத்த மகிழ்ச்சி மற்றதைப் பின்னுக்குத் தள்ளியது. ராமச்சந்திரன் அப்படியேதான் இருந்தார். மன உளைச்சல்களுக்கு எந்தக் குறையும் வைக்கவில்லை. ஆனால் அதில்

அவள் தொலைந்துபோய் விடாமல் குழந்தைகள் காப்பாற்றி விட்டார்கள். எது எப்படியோ, தாய்மையை, அவளுக்குக் கொடுத்ததற்காகவும், அந்த இன்பத்தைப் பரிபூரணமாக அனுபவிக்க விட்டதற்காகவும் மட்டுமே அவருக்குத் தான் கடமைப்பட்டிருப்பதாகப் பல சமயங்களில் நினைத்திருக்கிறாள். அவர் படுத்த படுக்கையானதும் அதே தாய்மையை நன்றியாக அவருக்குத் திருப்பிக் கொடுக்கவும் முடிந்திருக்கிறது.

பிள்ளைகள் எங்கே படித்து எப்படி ஆளானார்கள் என்பது கூடத் தெரியாமலிருந்தவர் ராமச்சந்திரன். நேரமின்மையோ, அலட்சியமோ அல்லது இவள் பார்க்கட்டுமே என்கிற எண்ணமோ எதுவானாலும் அதற்காகச் சின்ன சலிப்புக்கூட அவள் அடைந்ததில்லை. பிள்ளைகள் அவளைக் கூடுதலாக நேசித்ததற்கு அதுவே ஒரு காரணமாக இருந்திருக்கலாம். சின்ன வயதிலிருந்து அவர்களது எல்லாத் திறமைகளுக்கும் ஊக்கம் கொடுத்தாள். படிப்பிலும் அதிபுத்திசாலிகளாய் இருந்தார்கள். பண்பட்டவர்களாய் அவர்கள் வளர வேண்டுமென்பதில் கூடுதல் கவனம் வைத்திருந்தாள்.

என்றைக்கும் கணவரைப் பிள்ளைகளிடம் விட்டுக் கொடுத்ததேயில்லை. வளர வளர இளையவர்களுக்கு அவள் நிலைமை சொல்லாமலே புரியத் தொடங்கியது. ஆனால் ஊருக்குள் ராமச்சந்திரனுக்கு இருந்த செல்வாக்கு, இலக்கியவாதியாக அவர் பெற்றிருந்த புகழ் இதெல்லாம் ஒரு கட்டத்தில் அருணை அதிகமாக ஈர்க்க அப்பாவை ஆதர்சமாகக் கொள்ள ஆரம்பித்துவிட்டான். மைதிலியிடம் மரியாதைக் குறைவாக நடக்கவில்லை என்றாலும் மெல்ல அவளை விட்டு விலகி விட்டானென்றே சொல்ல வேண்டும்.

மைதிலியின் பாராமுகம் மனதில் பாரமாக இறங்குவதாக இப்போது இறைஞ்சும் ராமச்சந்திரனே இந்தச் சூழலுக்கு முழுக் காரணம். இன்றைக்கு அவரை மட்டும்தான் ஏறெடுத்துப் பார்க்காதிருக்கிறாள். ஆனால் அவரின் குத்தல் பார்வைகளால் ஒரு காலகட்டத்தில் எவரையும் ஏறெடுத்துப் பாராமல் எங்கோ பார்த்துப் பேசுவதை வழக்கமாக்கிக் கொண்டாள் ஒரு கவசமாக. முதலில் அவரது நண்பர்கள் முன் ஆரம்பித்துப் போகப் போக ஆண் பெண் பேதமின்றி யாரோடு பேசினாலும் எங்கோ பார்த்தோ அல்லது தரையைப் பார்த்தோ பேசும் வழக்கம் தொற்றிக் கொண்டது. பலரும் கேலி பேசும் நிலைக்கும் போனது.

அதையெல்லாம் மாற்றியது இளையவர்கள்தான். “இப்படி இருக்காதம்மா... எங்க மூணு பேரையும் இவ்வளவு உயரத்துக்குக் கொண்டு வந்த நீ எப்படித் தலைநிமிர்ந்து வாழணும்! யாருக்காகவும் உன்னை நீ குறைச்சுக்காதே. உனக்கு எப்பவும் நாங்க இருக்கோம்” சொல்லிச் சொல்லி தைரியம் தந்து அவளைத் தேற்றிவிட்டார்கள்.

ஆனாலும் ஒரு சில பேரைச் சந்திக்கும்போது பழைய அனுபவங்களால் அவளையறியாமல் எங்கோ பார்த்துப் பேசும் பழக்கம் போக மாட்டேன்கிறதே. ஏன், ராமச்சந்திரனே மாறிய பிறகும்கூட, ஆம், பிள்ளைகள் தலையெடுத்ததும் இவளிடம் சற்று ஜாக்கிரதையாக இருக்க ஆரம்பித்துவிட்டார். முறைப்பும் விறைப்பும் அப்படியேத் தொடர்ந்தாலும் கொடுக்குகளை மடக்கிக் கொண்டார்.

இன்றைய நிலையில் எல்லாம் உணர்ந்து உத்தமராகி என்னவோ இவள்தான் கொடுமைப்படுத்துவது போல அவ்வப்போது இப்படியொரு நச்சரிப்பு. இவளும் வேண்டுமென்றா இருக்கிறாள்? முடியவில்லை. இயல்பாக இருக்க, பழக முடியவில்லை. உண்மையிலேயே மனிதர் திருந்தி விட்டாரா என்றெல்லாம் ஆராயக் கூட விருப்பமில்லை. மன்னிப்புக்கு மருகுவதாக இன்று சொல்வது தனிமை தந்த ஞானத்தாலும் இருக்கலாம்.

ஆரம்பத்தில் அடிக்கடி வந்து பார்த்த நண்பர்கள் கொஞ்சம் கொஞ்சமாகக் காணாமல் போனார்கள். மொபைலில் அழைத்து இவர் மணிக்கணக்கில் பேசத் தொடங்க அழைப்புகளை ஒதுக்கினார்கள். ஒரு அறைக்குள் டிவி, டேப்லட்டில் இணையம், கொஞ்சம் எழுத்து, பின் வாசிப்பு என ஒரு மனிதன் வெளியுலகம் பாராமல் வாழ்வது கொடுமைதான். இப்படி ஒரு கட்டத்தில் வேறு வழியற்றுப் போன பின்னர்தானே இவள் துணை முக்கியமாகப் படுகிறது? இவளைப் பொறுத்தவரை பட்ட வேதனைகளை இந்த வைராக்கியம் ஒன்றே மறக்கடிக்கிறது. தனக்கும் சுயமரியாதை உண்டென்பதை உரக்கச் சொல்கிறது. அவள் கடன் பணி செய்து கிடப்பதே என்றுதானே அதுகாலமும் நடத்தினார். எல்லாப் பணிகளையும் செவ்வனே ஆற்றியதைப் போல அவரையும் ஆயுளுக்கும் இப்படியே பார்த்துக் கொள்ள முடியும். இதற்கு மேல் என்ன வேண்டுமாம்?

பணி என்றதும் வெறொன்று அவளுக்குள் ஓடியது. எல்லாக் கடமைகளையும் சரிவர ஆற்றி விட்டோமா என்பது. அருண் மட்டும் உள்ளூரில் சற்றுத் தள்ளி அவன் கட்டிக்கொண்ட வீட்டில் இருக்க, ராகவ் டெல்லியிலும், பிரணவ் வெளிநாட்டிலுமாய் பெரிய பதவிகளில்! பிரணவ்வுக்கு அவன் விரும்பிய ஜெர்மன் பெண்ணையே உறுதியாய் நின்று கட்டி வைத்தாள். பாசமான மருமகள்கள், பேரன்கள், பேத்திகள் என எந்தக் குறையுமில்லை. அனால்... திருமணமாகி பதினைந்து வருடங்கள் ஆகியும் மூத்த மருமகள் அனுவின் கண்களில் ஒரு மலர்ச்சி இல்லை.

அருண் அப்பாவைப் போல அத்தனைக் குரூரமானவன் இல்லை. அவள் வளர்த்த பிள்ளை ஆயிற்றே. ஆனால் அப்பாவின் குணங்களில் பாதியைக் கொண்டிருந்தான். தான் என்ற கர்வம். அனுவை அடக்கி

வைக்கும் போக்கு. இதையெல்லாம் கவனித்துக் கொண்டுதான் இருக்கிறாள். இது குறித்துப் பேச முற்படும் போதெல்லாம், எதையாவது சொல்லி நழுவி விடுகிறான். அப்பாவோடு அவனுக்கு ஒட்டதல் ஏற்பட்டதும் விழுந்த இடைவெளியை நிரப்ப முடியாததால் அவன் மனதை நெருங்கப் பகீரதப் பிரயத்தனம் செய்ய வேண்டியிருக்கிறது. அனுவின் முகத்தில் உண்மையான மலர்ச்சியைக் கொண்டு வந்தால்தான் இந்த ஜென்மம் சாபல்யம் அடையும்.

இப்படி எதை எதையோ நினைத்தபடி வாசலில் வந்தமர்ந்தவள் தன்னை மறந்து அயர்ந்து போயிருந்திருக்கிறாள். பகலில், அந்த நினைவுகள் தந்த அழுத்தத்தில்தான் ஹாரன் சத்தம் கேட்டதும்தான் வெலவெலத்திருக்க வேண்டும். எந்த அளவுக்குப் பாதிக்கப்பட்டிருந்தால் இப்படி நிகழும்? மீண்டு வா, நேசக் கரம் நீட்டு என எப்படி இவரால் எளிதாகக் கேட்க முடிகிறது?

அன்று வெள்ளிக்கிழமை.

மாலை நேராக ஆபிஸிலிருந்து வந்து விடுவான் அருண். அதே வண்டியில் டிரைவரோடு அவளைக் கோவிலுக்கு அனுப்பி விட்டு அவள் திரும்பும் வரை அப்பாவைப் பார்த்துக் கொள்வான்.

அன்று நுழையும் போதே, "அம்மா இன்னிக்கு டின்னர் இங்கதான். அவசரம் ஒண்ணுமில்ல. நீங்க கோயிலுக்குப் போய்ட்டு வந்து மெதுவா செய்யுங்க."

"அதுக்கென்னப்பா. செஞ்சிட்டாப் போச்சு. அனுவுக்கு ஒடம்பு ஏதும் முடியலையா என்ன? போகும்போது அவளுக்கும் ஆர்த்திக்கும் பேக் பண்ணித் தரட்டுமா?"

"இல்லம்மா அவங்க ரெண்டு பேரையும் இப்பதான் பஸ் ஏத்திவிட்டுட்டு வர்றேன். அனு அப்பாக்கு ஒடம்பு முடியாம ஆஸ்பத்திரில சேத்திருக்காங்களாம். சன் டே வந்திருவா."

"நீ கூடப் போகலியா..." வாய் வரை வந்த கேள்வியை விழுங்கினாள். அவன் பதில் என்னவாக இருக்கும் என்பதைத் தெள்ளத் தெளிவாகத் தெரிந்தவளாய். நிதானமாகப் பேச வேண்டும். சாப்பிடும்போது பார்க்கலாம் என முடிவெடுத்தவளாய் "நல்ல மனுஷர். அவருக்கும் சேத்து வேண்டிக்கறேன். சீக்கிரம் நல்லாகி வரட்டும்" என்றாள். வேகமாக மாடிக்குச் சென்று புடவையை மாற்றிக்கொண்டாள். அன்று சற்று சீக்கிரமாகவே வந்து விட்டவனுக்கு ஒரு வாய் காஃபியைக் கொடுத்துவிடலாமெனத் தோன்றியது.

"நாளைக்கு ஒனக்கு ஆஃப்தானே? நீயும் கூடப் போயிருக்கலாமே."

"நா எதுக்குப்பா? அப்படி பெரிசா பயப்பட ஒண்ணுமில்ல. ஜஸ்ட் எ மைல்ட் ஹார்ட் அட்டாக்."

"மரியாதைக்காகவாவது ஒரு எட்டு நீ போக வேண்டாமா?"

வியப்பு மேலிட அறைக்குள் நுழையாமல் வெளியிலேயே நின்றுவிட்டாள் மைதிலி.

ராமச்சந்திரன் தொடர்ந்தார், "இப்பவும் ஒண்ணும் கெட்டுப் போகல. நாளைக்குப் போலாமே. ஞாயித்துக் கெழம ஆர்த்திய மட்டும் அழைச்சுட்டு வந்திரு. அவ இங்கிருந்து ஸ்கூலுக்குப் போட்டும். அனு, சம்பந்தி ஆஸ்பத்திரில இருந்து வர்ற வரைக்கும் அங்க இருக்கட்டுமே."

"இவ எதுக்கு சும்மா? அவ அண்ணன் இருக்கான். பெரிய கூட்டமே இருக்கு அங்க. மாமாவோட தம்பி தங்கச்சிங்க எல்லாம் கூட வந்திருக்காங்களாம். இவ போய் டேரா போடறதெல்லாம் எனக்குச் சரிப்பட்டு வராது.

இந்தச் சாக்குல சொந்தக்காரக் கூட்டத்தோட அரட்டை அடிச்சு ஊரச் சுத்திட்டு வருவா."

"வாய்க்கு வந்தபடி பேசாத அருண். எத்தனை பேரு இருந்தாலும் பெத்த பொண்ணு கூட இருந்தா ஒரு பலம்தானே அவருக்கு." எனக் குரல் உயர்த்தியவர் சற்று நிதானித்து "உங்கிட்டக் கொஞ்சம் சீரியஸாவே பேசணும் எனக்கு" என்றார்.

"அப்படியென்னப்பா! சரி, சொல்லுங்க"

"அருண், ஒன்னோட இந்த வசதி, வளர்ச்சி எல்லாத்தையும் நினைச்சாலே பெருமிதமாதான் இருக்கு. அதே நேரம் ஒரு வருத்தமும் இருக்கு."

"வருத்தமா?"

"கவலைன்னு கூட வச்சுக்கலாம். அனு சந்தோஷமாதான் இருக்கிறாளா?"

"ஒண்ணும் புரியலை. அவளுக்கு என்ன நா குறை வச்சிருக்கேன்?"

"முதல்ல, நீ நிறைன்னு நினைக்கிற எதுவுமே அவ பார்வையில ஒரு பொருட்டா கூட இருக்க வாய்ப்பில்லைங்கறத புரிஞ்சுக்கோ. அதுவுமில்லாம நாம என்ன சாதிச்சு என்ன? என்ன சம்பாதிச்சு என்ன? நம்ம கூடவே நமக்காகவே இருக்கிற ஜீவனோட மனசுல இடம்பிடிக்க முடியலைன்னா வார்ந்த வாழ்க்கையே வேஸ்டுதான். ஏதோ ஒரு அகங்காரம்... நமக்கே தெரியாமன்னு சொல்ல மாட்டேன். தெரிஞ்சேதான்.... விரும்பி வேணும்னேதான்... அதுக்குப் பால் வார்த்துட்டிருக்கோம். எப்பவும் நமக்குக் கீழேயே வந்தவள இருத்தி வைக்கணும்னு! வச்சா நம்ம லைஃப் சேஃப்ன்னோ... இல்ல அதுல கிடைக்கிற அந்த அல்ப சந்தோஷமோ தெரியலை. வெறியா ஆட்டி

வைக்குது நம்மளை. காலங்கடந்த பிறகு எதையும் சரி செய்ய முடியாது.

எனக்கொரு உறுத்தலும் இருந்துட்டே இருக்கு. என்னன்னு கேளு. ஒன் தம்பிங்க கல்யாணம் உங்கம்மாவோட சாய்ஸ். ஆனா உன்னுது முழுக்க முழுக்க என் சாய்ஸ். ‘ஸ்கூல் பிரின்ஸ்பால் பொண்ணு, ரொம்ப பிரில்லியண்ட். அப்பா ஸ்கூல்லியே மேக்ஸ் டீச்சரா இருக்கா. அழகு. அடக்கம்’னு என் ஃப்ரெண்ட் சொன்னப்போ உடனேயே போய் பேசி முடிச்சவன் நான். நாம சொன்ன சொல்லுக்காக வேலைய விட்டுட்டு வந்தா. அப்பா மாதிரியே திறமைசாலி. ஆனா அந்தத் திறமைக்கும் நாம் என்ன மரியாதை செஞ்சோம்னு கொஞ்ச காலமாவே யோசிச்சிட்டு இருக்கேன். ஆர்த்தி இப்ப வளர்ந்திட்டா. அனுவோடப் படிப்பு வீட்டப் பாத்துக்கவும் ஆர்த்திய வளர்க்கவும் மட்டுமே பயன்படணுமா? மேக்ஸ் அத்தனை ஈஸியா எல்லோருக்கும் நல்லா வந்திராது. அவ விருப்பப்பட்டா திரும்பவும் வேலைக்குப் போகட்டுமே? வேலையப் பத்தி நா சொல்றது ஒரு உதாரணத்துக்குதான். அதில்ல முக்கியம். பளிச்சுன்னு சொல்றனே.... அவ விருப்பங்களுக்கு மதிப்பு குடுக்க ஆரம்பி. அவளை மரியாதையா நடத்து. உண்மையான சந்தோஷம் எதுல இருக்குங்கறத அப்ப புரிஞ்சுப்ப.”

கனத்த அமைதியில் கழிந்தன அடுத்த சில கணங்கள்.

உள்ளே நுழைந்தாள் மைதிலி.

குழப்பத்துடன் அமர்ந்திருந்த அருணின் ஒரு கையைத் தன் கைகளுக்குள் பொதிந்து கொண்டிருந்த ராமச்சந்திரன். அவளைப் பார்த்ததும் அவசரமாகக் கைகளை விலக்கிக் கொண்டார்.

கொண்டு வந்த காஃபியை அருணிடம் கொடுத்தவள். உக்கிரமான மேற்கு வெயிலைத் தடுக்க மதியம் இழுத்து விட்டிருந்த சன்னல் திரைச்சீலைகளை நன்றாகத் திறந்துவிட்டாள். அந்திச் சூரியன் வேக வேகமாக இறங்கிக் கொண்டிருந்தாலும் அதன் மிதமான பொன் மஞ்சள் வெயில் அறையை நிறைத்தது.

“நா கௌம்பறேன், அருண். ஏழு£ மணிக்குள்ள வந்திருவேன்” என்றவள் நேராக ராமச்சந்திரன் எதிரில் போய் நின்றாள்.

“அருணுக்குப் பூரி மசால் செய்யலாம்னு இருக்கேன். கஞ்சிக்குப் பதிலா உங்களுக்கும் அதையே தரட்டுமா?” அவரது கண்களுக்குள் பார்த்து மென்மையாகக் கேட்டாள்.

முத்துச்சரம், நவம்பர் 2017.

பிரியசகி

எழுத்தாளர் பிரியசகி அவர்கள் ஆசிரியர். மனநல ஆலோசகர். என்.எல்.பி. பயிற்றுநர். தன்னம்பிக்கை பேச்சாளர். பொம்மலாட்டம் மற்றும் வென்றிலாகிசக் கலைஞர் எனப் பன்முகம் கொண்டவர். அரும்பு பத்திரிகையின் ஆசிரியர் குழு உறுப்பினராக விளங்கியவர். தற்போது நூலக உலகம் பத்திரிக்கையின் ஆசிரியர் குழுவில் இலக்கிய பணியாற்றி வருகிறார். நிறைவகம் என்ற டான்போஸ்கோ உளவியல் நிறுவனத்தின் துணைத்தலைவராகத் தொண்டாற்றி வரும் இவர் கற்றல் குறைபாடுகள் உள்ள பிள்ளைகளைக் கையாள்வது குறித்துப் பெற்றோர்களுக்கும், ஆசிரியர்களுக்கும் பயிலரங்குகளும் கருத்தரங்குகளும் நடத்தி வருகிறார். பல முன்னணி தமிழ் இதழ்களில் எழுதி வரும் இவர், பல முன்னணி தொலைக் காட்சிகளில் கல்வி உளவியல் தொடர்பான பல நிகழ்ச்சிகளில் பங்கேற்று வருகிறார். 'கசக்கும் கல்வியும் கற்கண்டாகும்' என்ற இவரது நூல் தமிழ்நாடு கலை இலக்கிய பெருமன்றம், கவிதை உறவு, உரத்த சிந்தனை நடத்திய சிறந்த நூல்களுக்கான போட்டிகளில் மூன்று விருதுகளைப் பெற்றுள்ளது. 'நான் ஏன் பிறந்தேன்' என்ற இவரது சிறுகதைத் தொகுப்பில் பல்வேறு சிறுகதைப் போட்டிகளில் பரிசுகளை வென்ற சமுதாய விழிப்புணர்வு ஏற்படுத்தும் சிறுகதைகள் இடம் பெற்றுள்ளன. இலக்கியம் சமுதாயத் தொண்டு இரண்டிலும் சமநிலையுடன் செயல்பட்டு வரும் இவர், புதிய தலைமுறை தொலைக்காட்சியின் கனவு ஆசிரியர் விருது, Inspiring Women Icon விருது, அரிமா சங்கத்தின் நல்லாசிரியர் விருது, சேவா ரத்னா விருது, தேசிய கவி பாரதி விருது, கவிச்சக்கரவர்த்தி கம்பன் விருது என ஏராளமான விருதுகளைப் பெற்றுள்ளார்.

கதைக்குள் புகுமுன்

பெண்களின் மீது வன்முறைத் தாக்குதல்கள் குறிவைத்து நடத்தப்படுவதைப் பரவலாக நாள்தோறும் நாளிதழ்களில் படிக்கின்றோம். சிறுமிகள் மீது நடத்தப்படும் இத்தகைய பாலியல் வன்முறைகள் இளைஞர்களால்தான் பெருமளவு நடத்தப்படுவதையும் கேள்விப்படுகிறோம். பள்ளி செல்லும் பதின்ம வயது சிறுமிகளுக்குத் தகுந்த பாதுகாப்பு தருவதுடன், அவர்களோடு பெற்றோர் குறிப்பாகத் தாய் தோழமையும் நெருக்கமும் பாராட்டுதல் மிக முக்கியமானது. ஒரு தைரியமான இளம்பெண்ணே, இக்கதையில் எதிர்பாராதவிதமாகப் பாலியல் வன்முறைக்கு ஆளாகிறாள். எதையும் எதிர்கொள்ளும் துணிவும் பெண்ணிய எழுச்சியும் அறிவும் ஆற்றலும் கொண்ட அப்பெண் எளிதில் பிறன் வசப்படுகிறாள். வலுவான வல்லூறுகள் முன்னே சிட்டுக்குருவிகளின் எழுச்சியால் பயனில்லை. அந்த நிலைதான் கவிதாவுக்கும். தன்னால் காளி சொரூபம் எடுக்க இயலும் என்று கவிதை பாடிய அவள், அவ்வடிவத்தை எத்தர்களிடத்தில் எடுக்க வாய்ப்பில்லாமல் போயிற்று. இன்றைய வன்முறை யுகத்தில் சிறுமிகள் மற்றும் இளம் பெண்களின் பாதுகாப்பில் பெற்றோரும் காவல்துறையும் மட்டுமல்ல ஒட்டுமொத்த சமூகமும் சிறப்பு கவனம் செலுத்த வேண்டும். குறிப்பாக அடுக்குமாடி வீட்டில் குடியிருப்பவர்கள் தங்களைச் சுற்றி இருக்கக் கூடிய அக்கம்பக்கம் வீட்டையும், அங்கு குடியிருக்கும் மனிதர்களையும், அடிக்கடி அங்கு வந்து போகும் மனிதர்களையும் அவதானிக்க வேண்டும் என்பது மிக முக்கியம். வன்முறை எங்கோ நடந்துவிடுவதில்லை. நமக்கு அருகிலேயே அது நடந்திடும் போது கூட, அதை அவதானிப்பதற்கு உரிய வாய்ப்பு இல்லாமல் போய் விடுகிறது என்பதை நாம் உணர வேண்டும். எனவே சிறுமிகளை, அதிலும் குறிப்பாகப் பள்ளி செல்லும் சிறுமிகளை உடைய பெற்றோர் மிக கவனத்துடன் செயல்படவேண்டும் என்பதே இக்கதை தரும் செய்தி..

27

தொட்டால் சுடுவேன்

பிரியசகி

அகத்துக்கும் முகத்துக்கும் அதிதாரம் பூசிக்கொள்ளும் சமூகத்தின் மேல்தட்டு மக்கள் வாழும் அடுக்குமாடி குடியிருப்பு அது. ஏசி ரூமுக்கும், ஏசி காருக்கும் இடைப்பட்ட பாதையில் எதிர் வருபவர்களுக்கென ஒரு செண்டிமீட்டர் புன்னகையை முகத்தில் ஏந்திய மனித இயந்திரங்கள், வீட்டினுள் போய்க் கதவடைத்து விட்டால் எதிர் வீட்டில் கொலையே நடந்தாலும் எட்டிப் பார்க்கமாட்டார்கள். நடைப்பயிற்சியின் போதுகூட பிறருடன் பேசுவதைத் தவிர்க்க காதில் ஹெட்போனை மாட்டிக்கொண்டு, பாட்டு கேட்டுக்கொண்டே செல்லும் தனிமை விரும்பிகள் அதிகமாகிவிட்டதால் தானோ என்னவோ புற உலகச் சிந்தனை இல்லாத ஆட்டிஸம் பாதிப்புள்ள குழந்தைகளின் பிறப்பும் இப்போதெல்லாம் அதிகமாகிவிட்டது.

அபார்ட்மெண்ட் வாழ்க்கைக்குச் சற்றும் பொருந்தாத மனநிலை கொண்டது சிவக்குமாரின் குடும்பம். பழமையில் ஊறிய மனைவி சரளா, வயதுக்கு விஞ்சிய வனப்பும், அறிவும் நிரம்பிய பத்தாவது படிக்கும் ஒரே மகள் கவிதா, இவர்களே சிவக்குமாரின் அன்பான உலகம். மண்மணம் கொண்ட மதுரையில் பிறந்து வளர்ந்து வங்கிப் பணியில் இடமாறுதல் காரணமாய் சென்னைக்கு வந்து ஒரு வருடம் ஆகியும் அதன் இயந்திர வாழ்க்கையோடு ஒட்ட முடியாமல் மூச்சுத் திணறியவர்களுக்குச் சற்று ஆறுதலாயிருந்தவர் எதிர் வீட்டிலிருந்த அலமேலு அம்மாள் தான்.

காலையில் மகனும் மருமகளும் வேலைக்குப் போனதும் சிவக்குமாரின் மனைவி சரளாவிற்குப் பேச்சுத் துணைக்காக வந்து விடுவார். தன் மகனுக்குப் பிள்ளைகள் இல்லாததால் கவிதாவைச் சொந்த பேத்தி போலவே கருதும் அன்பான ஆச்சி அவர்.

நேற்று பள்ளியிலிருந்து வரும் போதே கவிதா கோபத்துடன் வருவதைப் பார்த்த சரளா, "என்னடி ஆச்சு, ஏன் மொகத்தத் தூக்கி வெச்சுக்கிட்டிருக்க," என்றாள்.

"எப்பவும் டீச்சர்ங்களுக்கு சப்போர்ட் பண்ணியே பேசுவீங்களே, இதோ பாருங்க, நான் சரியாக எழுதின ஒரு கேள்விக்குத் தப்பு போட்டு வெச்சிருக்காங்க," என்று பேப்பரைக் காண்பித்தாள். "என்ன கேள்வி காட்டுப் பாக்கலாம்" என்று விடைத்தாளை வாங்கிப் பார்த்தாள் சரளா. அதில்.

போருக்கு ஐவர் சென்றனர் - பெண்பால்

ஐவர் கோலம் போட்டனர் - ஆண்பால்

என்று எழுதியிருந்த பதில் சிவப்பு மையால் அடிக்கப்பட்டிருந்தது.

"உன் புத்தகத்துல என்ன பதில் போட்டிருக்கு? உங்க மிஸ் என்ன சொன்னாங்க?"

"புத்தகத்துல இரண்டுமே மாத்தி தான் போட்டிருக்கு. நானும் மிஸ் கிட்டப்போய் "ஏன் மிஸ். இப்போதான் இராணுவத்தில் பெண்கள் இருக்காங்க, எங்கப்பா நல்லா கோலம் போடுவாரு, நான் எழுதுனதுல என்ன தப்புனு கேட்டேன்.

அதுக்கு அவங்க இது இலக்கணம், அந்தக் காலத்து தமிழறிஞர்களால் எழுதப்பட்டது. புத்தகத்துல என்ன இருக்கோ அதுக்குத்தான் நான் மார்க் போட முடியும்; விதண்டாவாதம் பண்ணாதேன்னு சொல்றாங்க. பழைய காலத்துல எழுதியதை இந்தக் காலத்துக்கு ஏத்த மாதிரி மாத்தணும் இல்லையா. பாடப் புத்தகத்துலயே பெண்கள் கோலம் போடத்தான் லாயக்கு. ஆண்கள் தான் போருக்குப் போகணும்னு தப்பு தப்பா சொல்லிக் கொடுத்தா தமிழ்நாடு எப்படி உருப்படும்? பெண்ணியம், பெண் விடுதலை பத்தியெல்லாம் வாய் கிழியப் பேசுற யாருக்குமே இதெல்லாம் கண்ணுக்குத் தெரியலையா?"

"உங்க டீச்சர் சொல்றது சரிதானே, புத்தகத்துல இருப்பதை எப்படி மாத்த முடியும்? இன்னைக்கு நீ போய் விளக்கம் சொல்லி மார்க் கேக்குற. நாளைக்குப் பப்ளிக் எக்ஸாம்ல உன் பேப்பரை யார் திருத்துவாங்கன்னே தெரியாதே, யார் கிட்டப்போய் நீ மார்க் கேப்ப?"

"அம்மா தயவு செய்து என்னைப் புரிஞ்சுக்கோங்க, புத்தகத்துல இருக்குன்றதுக்காகவோ, மார்க் போட மாட்டாங்க என்றதுக்காகவோ என் மனசுக்குத் தப்புன்னுபடுறதை என்னால செய்ய முடியாது. என்னை வற்புறுத்தாதீங்க."

"ஒண்ணுமில்லாத விஷயத்துக்கு நீ ஏன் இப்படி ஓவரா பண்றேன்னு எனக்குத் தெரியலைடீ! ஊரோட ஒத்து வாழக் கத்துக்கோ கவி, இல்லைன்னா பின்னாடி ரொம்பக் கஷ்டப்படுவே." கோபமாக ஏதோ சொல்ல வாயெடுத்த கவிதா உள் அறையிலிருந்து தன் அப்பா வருவதைப் பார்த்து அவரிடம் வேகமாகப் போனாள். "அப்பா நீங்க இங்க தான் இருக்கீங்களா! இந்த அம்மா எப்பவுமே இப்படித்தான்,

சுயசிந்தனையே கிடையாது. நீங்க சொல்லுங்க, இந்த விஷயத்துல நான் என்ன செய்யணும்?"

தன் மகளின் முற்போக்கு சிந்தனைகளை எப்போதும் தட்டிக்கொடுக்கும் சிவக்குமார், கவி மார்க்குக்காக நீ உன்னை மாத்திக்க வேண்டாம்மா. உனக்கு சரின்னுபடுறதை எழுது. அம்மா சொல்ற மாதிரி புத்தகத்துல இருப்பதை நம்மால உடனே மாத்திட முடியாது. வேணும்னா சமூக வலைத்தளங்களில் இதை ஒரு விவாதப் பொருளாக்கி கல்வித்துறையோட கவனத்துக்குக் கொண்டுபோக முயற்சி பண்ணலாம். என் நண்பர் ஒருத்தர் கல்வித்துறை அதிகாரியாக இருக்கார். நான் அவர் கிட்டப் பேசி என்ன செய்யலாம்னு கேக்குறேன். அடுத்தமுறை பாடப் புத்தகங்களில் திருத்தம் செய்யும் போதாவது ஏதாவது மாத்த முடியுமான்னு முயற்சி செய்யலாம், கவலைப்படாதே", என்றார்.

அவரது பதிலில் உற்சாகமான கவிதா துள்ளிக் குதித்து, "என் செல்ல அப்பா!", என அவரைக் கட்டிப்பிடித்து ஒரு முத்தம் கொடுத்தாள்.

வயதுக்கு வந்துவிட்ட பெண் ஆண்களிடமிருந்து, அது தகப்பனானாலும் தள்ளியே இருக்க வேண்டும் என சொல்லியே வளர்க்கப்பட்ட சரளாவுக்கு இதைக்கண்டு எரிச்சல் வந்தது. தகப்பனின் தொடுதல் பெண்குழந்தைக்கு எவ்வளவு முக்கியம் என்பது புரியாமல், "நல்லா எருமைமாடு மாதிரி வளர்ந்திருக்கியே தவிர இன்னும் யார்கிட்ட எப்படி நடந்துக்கணும்னு உனக்கு எதுவும் தெரியலை. தள்ளி இப்படி வாடீ!", என்றவள் தன் கோபத்தைக் கணவனின் பக்கம் மடை மாற்றினாள். "எல்லாம் நீங்க குடுக்குற இடம்ங்க. அவ சொல்றத்துக்கெல்லாம் சரிசரின்னு தலையாட்டி அவளை உசுப்பேத்தி விடுறீங்க. கல்யாணம் பண்ணிக்கிட்டுப் போற இடத்துல புருஷன் பேச்சைக் கேட்டு அடங்கித் தானே நடக்கணும். இப்படி எல்லாத்துக்கும் ஏட்டிக்குப் போட்டின்னு பேசி அவங்கிட்ட அடி வாங்கப்போறா பாருங்க," என்று மகளிடம் காட்ட முடியாத கோபத்தைக் கணவனிடம் காட்டினாள்.

உடனே வெகுண்ட கவிதா, "அவங்க அடிக்கிற வரைக்கும் என் கை என்ன பூப் பறிச்சுக்கிட்டு இருக்குமா? குடும்ப வன்முறை தடுப்புச் சட்டமெல்லாம் வந்தாச்சும்மோய், நீங்க எந்தக் காலத்துல இருக்கீக? என்று கேலி பேசியதும் தாங்க முடியாத சரளா, அடி ஆத்தீ, என்ன பேச்சு பேசுது இந்தப் பயபுள்ள! மீனாச்சி தாயே! நீ தான் இவளுக்கு நல்ல புத்தியக் குடுக்கணும்," எனப் புலம்ப ஆரம்பித்துவிட்டாள்.

அதுவரை நடப்பதையெல்லாம் அமைதியாகப் பார்த்துக் கொண்டிருந்த அலமேலு அம்மாள், விடு சரளா நான், நீ எல்லாம் வழிவழியா நமக்கு சொன்னதை எதிர்த்து எந்தக் கேள்வியும் கேக்காம தாத்தா, அப்பா, அண்ணன், தம்பி, மகன், மருமகன்னு ஆம்பளைங்களைச் சார்ந்தே களிமண் மாதிரி இருந்துட்டோம். நம்ம புள்ளையாவது சுயமா யோசிச்சு முடிவெடுக்குறாளேனு சந்தோஷப்படு. நம்மால செய்ய முடியாததை அவளாவது செய்யட்டும், என்றார்.

"இதெல்லாம் கேக்குறதுக்கு நல்லாத்தான் இருக்கும்மா. ஆனா இந்த ஊருல தானே நாம வாழவேண்டியிருக்கு. வீட்டுக்கு அடங்காத பிள்ளையா வளர்த்து வீட்டிருக்காங்கப் பாருன்னு நாளைக்கு எங்களைத் தானே பழிச்சுப் பேசுவாங்க, அதனால அவ வாழ்க்கைதான் பாதிக்கும்", என தாய்க்கே உரிய கவலையுடன் பேசினாள் சரளா.

"அதெல்லாம் அவ மனசுக்கு ஏத்த ஒரு நல்ல பையன் கிடைப்பான் கவலைய விடு," ஆறுதல் கூறினார் அலமேலு அம்மாள்.

இவர்கள் பேசுவதைக் கவனிக்காமல் ஏதோ எழுதிக் கொண்டிருந்தாள் கவிதா.

அம்மா! முறிக்காதே என்னை
முறித்தாலும் துளித்திடும்
வானவிருட்சம் நான்!
துளைத்தாலும் துவளாத
புல்லாங்குழல் நான்!
கவிழ்த்தாலும் மேல் எரியும்
அக்கினிக்குஞ்சு நான்!
என்னை மானென்று அழைக்காதே
மருட்சி கொள்ள மாட்டேன்!
மீனென்று அழைக்காதே
தூண்டிலில் சிக்க மாட்டேன்!
மதியென்று அழைக்காதே
சுய ஒளி கொண்ட சூரியன் நான்
எனைத் தொட்டுவிட நினைக்காதே
தொட்டால் சுட்டுவிடுவேன் நான்!!

அவள் எழுதியதைப் பக்கத்தில் வந்து படித்துப் பார்த்த சிவக்குமார் பெருமையுடன் அவள் முதுகைத் தட்டிக் கொடுத்தார். நிமிர்ந்து பார்த்த கவிதாவின் கண்களில் "ரொம்ப நல்லாயிருக்கும்மா" என்ற பதிலும் மின்னித் தெறித்தன. இது போன்று கண்வழிப் பேச்சு அப்பாவுக்கும் மகளுக்கும் அடிக்கடி நிகழும்.

மறுநாள் வழக்கம்போல் காலை பள்ளிக்குச் சென்ற கவிதா மாலை ஐந்தரை மணியாகியும் வீடு திரும்பவில்லை என்றதும் வீட்டில் ஒரு பதட்டமான சூழல் உருவானது.

பள்ளி முடிந்து அவள் வீட்டுக்குக் கிளம்பியதைத் தோழியர் பார்த்திருக்கின்றனர். ஆனால் வீடு வந்து சேரவில்லை. நண்பர்களின் வீடு, உறவினர்களின் வீடு என எல்லா இடங்களிலும் தேடியபின் நேரம் ஆக, ஆக, வயிற்றில் நெருப்பைக் கட்டிக்கொண்டிருந்த சரளாவிற்குப் பத்திரிகைகளில் படித்த பாலியல் வன்கொடுமை செய்திகளெல்லாம் நினைவிற்கு வர, “ஐயோ! எம் புள்ளைக்கு என்ன ஆச்சோ தெரியலையே” என அழ ஆரம்பித்துவிட்டாள். அதற்கு மேல் யோசித்துப் பயனில்லை என புகார் கொடுக்க காவல் நிலையத்திற்கு அசோசியேஷன் தலைவர் குருமூர்த்தியையும் அழைத்துக்கொண்டு கிளம்பினார் சிவக்குமார்.

அங்கே காவல் நிலையத்தில் பெற்றவரின் மனநிலை புரியாமல் சம்பிரதாயமாகச் சில கேள்விகள் கேட்டுவிட்டு இன்னைக்கு ஒரு இராத்திரி தெரிஞ்சவங்க வீட்ல எல்லாம் தேடிப்பாருங்க. கிடைக்கலைனா காலைல பத்து மணிக்கு வந்து புகார் குடுங்க என்றார் இன்ஸ்பெக்டர். ஒரு இராத்திரிக்குள்ள எம்புள்ளைக்கு ஏதாவது ஆயிடுச்சுன்னா அப்புறம் உன்கிட்ட புகார் குடுத்து என்ன மயிரப் புடுங்குறது என நா நுனிவரை வந்த கெட்ட வார்த்தைகளை அடக்கிக் கொண்டார் சிவக்குமார். காவல் துறையில் தெரிந்த உயரதிகாரி மூலமாய் பலத்த அழுத்தம் கொடுக்கவே சுறுசுறுப்பு வந்து இறங்கித் தேட ஆரம்பித்தனர். பள்ளி முதல்வர், வகுப்பாசிரியர் ஆகியோரிடமிருந்து கவிதாவைப் பற்றிய தகவல்களையும் அவளது தோழியரின் தொலைபேசி எண்களையும் பெற்றுக் கொண்டனர். ஒவ்வொருவராக விசாரித்ததில் பள்ளியிலிருந்து அவளோடு கிளம்பிய சுசித்ரா பக்கத்து தெரு வரை கவிதாவோடு வந்திருப்பது தெரிந்தது. அதே தெருவிலிருந்த ஒரு வீட்டில் காமிரா பொறுத்தப்பட்டிருப்பதைக் கண்டு அதைப் போட்டுப் பார்த்தனர். மாலை நான்கு இருபது மணிக்கு கவிதா நடந்து வருவதும், சிவப்பு நிற மாருதி கார் ஒன்று அவளருகில் வந்து நிற்பதும், ஓட்டுநர் இருக்கையிலிருக்கும் நபர் கவிதாவிடம் ஏதோ பேசிய பின் அவள் காரில் ஏறி அமர்வதும் பதிவாகியிருந்தது. அதைப் பெரிதாக்கிப் பார்த்தவுடன் பதறிப்போன சிவக்குமார். “சார் இந்த பையன் எங்க அப்பார்ட்மெண்ட்டுல பக்கத்து பிளாக்கில் தான் இருக்கான் என்று கத்தியவர், ஐயோ! கார்ல எங்க கூட்டிட்டுப் போய் என்ன பண்ணான்னு தெரியலையே கடவுளே! சார் சீக்கிரம் வாங்க சார், அவன் வீட்டுக்குப் போய் பார்க்கலாம் என்று ஓட ஆரம்பித்தவரை ஜீப்பில் ஏற்றிக் கொண்டு அப்பார்ட்மெண்ட் நோக்கி வண்டியைச் செலுத்தினார்.”

“அவன் பெயரென்ன, என்ன பண்றான்னு ஏதாவது தெரியுமா. உங்களுக்கு?”

அவன் பேரும் சிவக்குமார் தான் சார். அவன் பி 3 இல் இருக்கான். நாங்க டி 3 இல் இருக்கோம். ஒரு முறை எனக்கு வந்த லெட்டர் மாறி அவனுக்குப் போயிடுச்சினு வீட்டுக்குக் கொண்டு வந்து தந்தான். அப்ப தான் அவனைப் பார்த்தேன். ஐ.டி.யில வேலை பார்க்கிறதா சொன்னான். வேற எதுவும் தெரியாது சார்.”

“உங்க பொண்ணு அப்ப வீட்ல இருந்தாளா?”

“ஆமா சார்.”

“வேற எப்பாவாவது அவன் பேசியதா சொல்லியிருக்காளா?”

“இல்லை சார்.”

அதற்குள் அபார்ட்மெண்ட் வந்துவிடவே சிவக்குமார் காட்டிய கட்டிடத்திற்கு முன் வண்டியை நிறுத்தி விட்டு உள்ளே சென்றனர். இதை ஜன்னல் வழியே பார்த்த சரளா வீட்டை விட்டு இறங்கி வர அவள் பின்னே அலமேலு அம்மாளும் வேகமாக வந்தார். அழைப்பு மணியைப் பலமுறை அடித்தும் உள்ளிருந்து எந்தச் சத்தமும் இல்லாமலிருக்கவே கதவைப் பலமாகத் தட்டினார் இன்ஸ்பெக்டர். லேசாகத் திறந்து எட்டிப்பார்த்த ஒருவன் வெளியே போலீஸைப் பார்த்து அதிர்ந்து கதவை மூடப்பார்த்தான். சுதாரித்துக் கொண்டே இன்ஸ்பெக்டர் வேகமாய்க் கதவைத் தள்ளித் திறந்தார். வீட்டிற்குள் ஓடியவனின் சட்டையைக் கொத்தாய்ப் பிடித்து, “டேய்! கவிதா எங்கேடா?”, என்றார்.

அவனது பார்வை போன திசையில் பெட்ரூம் இருக்கவே உள்ளே ஓடிய சிவக்குமார் படுக்கையில் உடைகள் கிழிந்த நிலையில் அலங்கோலமாய்ப் பேச்சு மூச்சின்றி கிடக்கும் தன் ஆசை மகளின் உடல் மீது அவசரமாய் ஒரு போர்வையை எடுத்துப்போட்டு விட்டு நாடித்துடிப்பைப் பார்த்தார். அடங்க போவதன் அடையாளமாய் மிகச்சன்னமான துடிப்பு தெரிந்தது. தன் தந்தையின் ஸ்பரிசத்தை உணர்ந்து மிகவும் சிரமப்பட்டுத் திறந்த கவிதாவின் கண்கள் “அவன உயிரோட விடக்கூடாதுப்பா,” என்ற கடைசி செய்தியைச் சொல்லிவிட்டு உறைந்து போயின. அடுத்த வினாடி, “ஐயோ! கவி போயிட்டியா!”, என்ற அலறல் அவரிடமிருந்து வந்ததுதான் தாமதம்; பின்னால் தொம்மென்ற சத்தம், சரளா மயக்கம் போட்டு விழுந்திருந்தார்.

வெளியே அந்தக் காமக்கொடூரன் வாக்குமூலம் கொடுத்துக் கொண்டிருந்தான்.

“ரொம்ப நாளா அந்தப் பொண்ணு மேல எனக்கு ஒரு கண்ணு சார். இன்னைக்கு வழியில பார்த்ததும், வா நான் வீட்ல விடுறேன்னு சொன்னேன். இல்ல நான் நடந்தே போறேன்னு சொல்லுச்சு. உங்கப்பாவுக்கு வந்த லெட்டர் ஒண்ணு எங்க வீட்டுக்கு மாறி வந்துடுச்சு, என்கூட வந்தா தந்துடுறேன்னு சொன்னதும் நம்பிடுச்சு. அவ கார் உள்ளே இருந்ததையோ நாங்க மேல ஏறி வந்ததையோ யாரும் கவனிக்காதது எனக்கு வசதியா போச்சு. அவளைக் கொல்லணும்னு நான் நினைக்கலை சார். நகத்தால் கீறி, பல்லால கடிச்சி முரட்டுத்தனமா போராடுனா. ரொம்பக் கத்தி கலாட்டா பண்ணவே வெளிய யாருக்காவது கேட்டுடப் போகுதேன்னு தலையணையை மூஞ்சியில போட்டு அமுக்கினேன். பேச்சு மூச்சு இல்லாம போய்ட்டா சார்,” என்றதும் அவனை ஓங்கி ஒரு அறைவிட்ட இன்ஸ்பெக்டர், “ஏண்டா திமிரெடுத்த பொறுக்கி நாயே! சின்னப் பொண்ணை ஏமாத்தி கூட்டிட்டு வந்து கெடுத்துக் கொன்னுட்டு விளக்கமா குடுக்குற,” என்று அவனை லட்டியிலேயே புரட்டி எடுத்தார். பின் அறையை விட்டு வெளியே வந்து ஸ்டேஷனுக்குப் ஃபோன் செய்து அடுத்து என்ன செய்ய வேண்டுமென தகவல் கொடுத்துக் கொண்டிருந்தார். திடீரென அலறல் சத்தம் கேட்டு உள்ளே ஓடினால், அவனது உயிர்நாடியில் கத்திக் குத்தப்பட்டு இரத்தம் பெருக்கெடுத்தோட துடித்துக் கொண்டிருந்தான். பக்கத்தில் வெறிபிடித்தது போல் அலமேலு அம்மாள்.

தரையில் சிதறிக் கிடந்த கவிதாவின் நோட்டு புத்தகம் ஒன்று திறந்திருக்க அதில் கண்ணில் பட்ட வரிகள்...

“பக்தனுக்குத் தேவி நான்
எத்தனுக்குக் காளி நான்!
தேவியாகவே தெரிவு செய்கிறேன்
காளியாகிடத் தூண்டி விடாதே!
ஒரு ரூபத்தில் முடியாவிடில்
மறுரூபத்தில் முடித்திடுவேன்
எத்தர்களே எச்சரிக்கை!

தமிழச்சி தங்கப்பாண்டியன்

தமிழச்சி என்ற புனைபெயர் கொண்ட சுமதியின் பிறந்த ஊர் மல்லாங்கிணறு. கல்லூரி ஆசிரியராகத் தன் பணியைத் தொடங்கி, இன்று விருப்ப ஓய்வு பெற்றிருப்பவர். தமிழச்சி கையறுநிலைப் பாடலோடு படைப்புலகுக்குள் நுழைந்தவர்; கவிதைகள், கட்டுரைகள், இலக்கிய விமர்சனங்கள், மொழிபெயர்ப்புகள் என்று தன் எழுத்துப் பயணத்தை விரிவாக்கிக் கொண்டுள்ளார். இன்று சிறுகதைகளைப் படைத்துத் தன் படைப்பாக்க எல்லையை மேலும் விரிவுபடுத்திக் கொண்டுள்ளார். தேர்ந்தெடுத்த சொல்வளமும் கவித்துவமும் கொண்ட இவர், கவித் தளத்திலே தன்னை விரிவாக அடையாளப்படுத்திக் கொண்டு இருக்கின்றார்; எஞ்சோட்டுப் பெண், வனப்பேச்சி, மஞ்சணத்தி, அருகன், அவளுக்கு வெயில் என்று பெயர் என்ற கவிதைத் தொகுதிகளை எழுதியுள்ளார்; பல கட்டுரை தொகுதிகளையும், நிழல் வெளி என்ற ஆராய்ச்சி தொகுப்பினையும், சமீபத்தில் 'முட்டு வீடு' என்ற சிறுகதைத் தொகுப்பினையும், ஆங்கிலத்தில் இரு நூல்களையும், விமர்சன நூல்களையும் எழுதி தன்னை எழுத்துலகில் தனித்துவம் மிக்கவராக்கிக் கொண்டிருக்கின்றார். மண் சார்ந்த இவரது படைப்புகள் பெண்ணைகளையும் முன்நிறுத்திப் பார்க்கும் சிறப்பின. சிற்பி இலக்கிய விருது, மகாகவி பாரதியார் விருது, ஏலாதி இலக்கிய விருது, தமிழக அரசின் பாவேந்தர் பாரதிதாசன் விருது, இளம் சாதனையாளர் விருது, கவிஞர் திருநாள் விருது எனப் பல விருதுகளால் சிறப்புப் பெற்றவர். இவர் தற்போது தென் சென்னை நாடாளுமன்ற உறுப்பினராக மக்கள் பணியாற்றுகிறார்.

கதைக்குள் புகுமுன்

ஓராயிரம் வார்த்தைகளில் பேசுவதை, சில சமயம் ஓரிரு சொற்களில் உணர்த்திவிட முடியும். திருமணமாகி ஒரே வருடத்திற்குள் கணவனை இழந்து நிற்கும் ஜோதியிடம் துக்கம் கேட்க உறவு பெண் ஒருத்தி செல்கிறாள். கணவனை விபத்தில் பறிகொடுத்த ஜோதியிடம், 'ராத்திரி முழுசும் கணேஷ் வராதது உனக்கு தெரியாதா. மறுநாள் காலை வரை காத்திருந்து பார்க்காமல் தேடி இருந்தால், ஒருவேளை சீக்கிரமே ஆஸ்பத்திரிக்கு எடுத்துட்டு போய் இருக்கலாமே' என்று ஆதங்கத்துடன் கேட்கிறாள். அதைக் கேட்டு சற்று நேரம் மௌனித்த ஜோதி பின் அவளிடம், 'நேற்று ஒரு நாள் மட்டும் வராமல் இருந்திருந்தால்... இல்லை எப்பவாது லேட்டா வந்தா தேடலாம். தினமும் அப்படின்னா' என்று பதில் சொல்லுகிறாள். இதைக் கேட்ட பக்கத்திலிருந்த காமாட்சி பாட்டி 'தெக்கத்திப் பக்கம் புருஷனோட இரா மூச்சுடும் தூங்கி நிம்மதியா முழிச்ச பொண்ணுங்கள கணக்கெடுத்தால் கைவிரல் அளவு கூட வராது. விடுத்தா ஜோதி' என்கிறாள். சாவு எடுத்த இரவு ஜோதியுடன் படுத்திருந்த அப்பெண், மறுநாள் காலையில் அயர்ந்து சலனமற்று தூங்கும் ஜோதியைப் பார்க்கிறாள். 'ஒரு வருஷம் கழித்து நேற்றிரவு தான் இரவு தூக்கம் முழுவதுமாய் அவளுக்கு வாய்த்திருக்கும் போல' என்று நினைக்கிறாள். விடிந்து அழுகை சத்தம் கேட்கும் போதுகூட அயர்ந்து உறங்கிக் கொண்டிருக்கும் அவள், இன்றாவது தூங்கட்டும் என்று அழுகை சத்தம் கேட்காமல் இருக்க கதவை சாத்திவிட்டு வருகிறாள். ஒரு பெண் மற்றொரு பெண்ணை, அவளின் நாள்பட்ட வலியை, வலியில் இருந்து பெற்ற விடுதலையைப் புரிந்து கொண்டு செயல்படுகிறாள். பெண்கள் ஒருவருடைய துன்பத்தை/வலியை மற்றொருவர் புரிந்து கொண்டு செயல்படும் சகோதரித்துவ மனப்பான்மையை இக்கதை முன்வைக்கிறது.

28

தூக்கம்

தமிழச்சி தங்கபாண்டியன்

'அந்தச் செய்தியைக் கேட்டபோது நான் புத்தகக் கடையில் இருந்தேன். ஏற்கனவே வாங்கி வைத்திருந்த புத்தகங்களைப் படித்து முடித்த பின்புதான் புதுசாகப் புத்தகங்கள் வாங்க வேண்டுமென வருஷந்தோறும் நினைத்துக்கொள்வதுதான். புதுசாகப் புத்தகம் ஒன்றைப் பார்த்தவுடன் கை துறுதுறுக்கிறது. வாங்கி அலமாரியில் தூங்குவதை அவ்வப்போது பார்த்துக் கொண்டே இருந்தாத்தான் மனசு ஆறுகிறது. மறுபடியும் கைபேசி கூப்பிட 'கிளம்பிட்டேன்' என்றபடி காருக்கு வந்தேன்.

ரொம்ப அழுக்கான ஜீன்ஸில், ப்ராண்டட் டீ சர்ட் அணிந்திருந்த அந்த இளைஞனைப் பார்த்துக்கொண்டே நடந்தேன். என்னைக் கொஞ்சமும் கவனிக்கவில்லை அவன். படு வேகமாகப் பைக்கை உதைத்தவனின் பக்கத்தில் போகும்போது 'ஹெல்மெட் போட்டுக்கலியா' என்று கேட்டவாறே அவனைக் கடந்தேன்.

முன்பின் தெரியாத இந்தப் பெண் நம்மை ஏன் இந்தக் கேள்வி கேட்கிறாள் என்று தோள் குலுக்கியிருக்கலாம் அவன். காருக்குள் வந்து உட்கார்ந்த பிறகுதான் கொஞ்சம் அழுதாத் தேவலை என்றிருந்தது. புத்தகக் கடையிலிருந்து காருக்கு வரும் வரை அழாமல் இருக்க வேண்டுமென கண்ணுக்கு மனசு சொல்லிவிட்டதோ என்னவோ. ராத்திரி 9.30 மணி பரபரப்பான சென்னை அலுப்பூட்டியது.

ஏறக்குறைய அந்த பைக் இளைஞனின் வயசு தானியிருக்கும் கணேஷுக்கும். ஏனிப்படிச் செய்தான், எதுக்காக நேற்று ராத்திரியில் வெளியே போனான் என ஒவ்வொரு கேள்விக்கும் கண்ணோரம் நீர் கூடுதலானது. "ஏன் உனக்கு மட்டும் பாண்டியன்னு பேர் வைக்கல கணேஷ்? 'கொம்பூதிப் பாண்டியன்'னு வைச்சுருக்கலாம்"ன்னு அவன் புகைபிடிப்பதைச் சூசகமாகச் சொல்லிக் கிண்டல் பண்ணுவேன். மேலுக்குச் சிரித்தாலும் சட்டென்று கூம்பி விடுவான். "போக்கா, உனக்கு யார் சொன்னது, அதெல்லாமில்லை," அப்படின்னு சத்தியம் பண்ண வருவான். "பொய்ச்சத்தியம் பண்ணாதே" என்பேன்.

“அய்யோ, நான் தலைப்பிள்ளை, அதுவும் ஒரே பிள்ளை அப்படிப் பண்ணுவனா?” என்று கேட்பவனின் சுருள் முடிக்கற்றை அசைவது அழகாக இருக்கும். தன் அடர்ந்த, சுருள் சுருளான தலைமுடி குறித்து கணேஷுக்கு ரொம்பக் கர்வம். “மீன் சாப்பிடும் எல்லாருக்கும் அப்படித்தான்டா” என்றால், “அப்ப கிடாத்திருக்கை பூபதிக்கு என் வயசுதான். முன்னால கிட்டிப்புள் அடிக்கலாம். கனவுலகூட கருவாட்டு நினைப்புதான் அவனுக்கு,” எனப் பதிலுக்கு வாயடைப்பான்.

வீட்டுக்கு வந்து, துணிகளை எடுத்து வைத்துக் கிளம்புவதற்குள் கொஞ்சம், கொஞ்சமாகப் பதட்டம் கூடிக்கொண்டிருந்தது. மதுரை போய் அம்மாவைக் கூட்டிக்கொண்டு அப்புறம் ஊரிலிருந்து மூன்று மணிநேரம் பயணம் போகணும். எப்படியும் நாளை மதியமாயிடும் நரிப்பையூர் போய்ச்சேர. “நிதானமாகப் போங்க. ராத்திரி வேளை” என்று கிளம்பும் வரை மாமா சொன்னது, கூட வந்த மாரியப்பனுக்கும் பதட்டத்தைக் கூட்டியது தெரிந்தது. அசௌகர்யமாக முன்சீட்டில் உட்காரக் காத்துக் கொண்டிருந்தான். வாசல் வரைக்கும் வந்தபின்பு தான் குஷியின் முதுகுக் கட்டி ஞாபகம் வர, முனியம்மாவிடம் “குஷியை நல்லாப் பார்த்துக்கோ” என்று சத்தமாகச் சொன்னேன். பெயரைக் கேட்டவுடன் வாலாட்டியபடி வந்த குஷியைக் கொஞ்சாமல் காரில் ஏறிவிட்டேன்.

“கொஞ்ச வயசு... பாவம்” என்று முனியம்மா சொன்னதை நினைத்துக்கொண்டேன். குறிப்பாகப் பெயர் சொல்லாமல் அவள் ‘பாவம்’ என்று கணேஷைச் சொன்னாளா அல்லது கணேஷைக் கல்யாணம் பண்ணி ஒரு ஒரு வருஷமே ஆகியிருந்த ஜோதியைச் சொன்னாளா? வழக்கமாகப் பயணங்களின்போது புத்தகங்கள் படிக்கின்ற மனநிலை இப்போது இல்லை. வீட்டுக்கு வந்தவுடன் ஒரு ஐந்து நிமிஷம் வாய்விட்டு அழுதிருக்கலாம் தனிமையில். நேரத்திற்குக் கிளம்ப வேண்டுமென்கிற அவசரம் அப்போது அழுகையைச் சாப்பிட்டுவிட்டது.

தொடர்ந்து தகவல்கள், பொங்கல் வாழ்த்துகள் என தொணதொணத்த மொபைலை ஆஃப் செய்தேன். ஆயாசமாக இருந்தது. கணேஷுக்கும், ஜோதிக்கும் நரிப்பையூரில் இருக்கிற தியேட்டரில் வைத்துதான் கல்யாணம் நடந்தது. ஏகத்திற்கு வியர்த்து வழிந்து கொண்டு, முகம் முழுக்கப் பூரிப்புடன் அவன் பக்கத்தில் ஜோதி நின்று கொண்டிருந்தாள். வெட்கத்தை மீறி, சந்தோஷத்தை அவளது கண்கள் வழியவிட்டிருந்தன. கணேஷும் அவள் பக்கம் அடிக்கடி திரும்பி சிரித்துக்கொண்டிருந்தான். ஒருசமயம் அவளது வியர்வையைத் துடைக்க அவன் கைக்குட்டையை எடுத்துத் தர ஜோதி அதை வெட்கப்பட்டு மறுத்ததுகூட அப்படியே நினைவில் இருக்கிறது.

ஊர்வந்து சேர்ந்தபோது வெயில் ஏறிவிட்டிருந்தது. “நாட்டுப் பழமாவது இரண்டு சாப்பிட்டுக்கோ” என்ற அம்மாவை மறுக்காது, குளித்தபின் பழம் சாப்பிட்டுவிட்டுக் கிளம்பினோம். பயணம் முழுக்க அம்மாதான் ஏதேதோ பேசிக்கொண்டே வந்தாள். நேற்று ராத்திரி வெளியே போன கணேஷ் அதிகாலைவரை வீடு திரும்பவில்லை என்றும், அப்புறம்தான் தேட ஆரம்பித்தார்கள் என்றும் அவள் சொன்னபோது, ஜோதியின் முகம் கண்முன் வந்தது. கொஞ்ச நேரத்தில் அம்மாவும் தூங்கிவிட, நரிப்பையூரை நெருங்கும்போதே, வயிறு கலங்குவதுபோலிருந்தது. கணேஷின் வீடு இருந்த தெருவிற்குள் போனவுடனே, தச்சனேந்தல் மாமா வந்து “இங்க இல்ல. தெரு முக்கிலதான். அங்க போகலாம்” என்று கூட்டிக்கொண்டு போனார். சனம் முழுக்க அங்கு கூடியிருக்க சித்தப்பாவும், சின்னம்மாவும் தரையில் புரண்டு அழுது கொண்டிருந்தார்கள். காமாட்சிப் பாட்டியும், பூவரசியும் தோளில் சாய்ந்து ஒப்பாரி வைக்க, நடுவே உட்கார்ந்திருந்தாள் ஜோதி. அழுகிறாளா அல்லது அழுது முடித்துவிட்டாளா என்று தெரியாத முகபாவம். அவள் அருகில், தெருவின் மையமாக வைக்கப்பட்டு முழுவதும் வெள்ளைத் துணி சுற்றியிருந்தது அந்த உடல்.

என்னைப் பார்த்தவுடன் அழுகைச் சத்தம் கூடியது. முழுவதும் உருக்குலைந்து சுற்றி வைக்கப்பட்டிருந்த, அதன் அருகே உட்கார்ந்தேன். “ஆஸ்பத்திரியிலே அறுத்து எடுத்து வந்ததாலே வீட்டுக்குக் கொண்டு போகக்கூடாதுன்னுட்டாங்க. வைச்சு அழக்கூட முடியலையே பாவிக்கு” என்ற சின்னம்மாவின் குரலில் கூட்டம் வெடித்து அழுதது. “நொட்டாங்கையில் உங்கபெயரைப் பச்ச குத்தி வைச்சிருக்காரு. அந்தக் கை அப்படியேதான் இருக்கு. நா பார்த்தேன்” என்று மெதுவாக என்னிடம் சொன்னாள் ஜோதி. புத்தகக் கடையில் விபத்துச் செய்தியைக் கேட்ட போது வராத அழுகை, அப்பொழுது வர உடைந்துபோனேன்.

எல்லாம் முடிந்து, மறுநாள் ராத்திரிதான் ஜோதியிடம் பேசுவதற்குக் கொஞ்சம் நேரம் கிடைத்தது. மறுபடியும் தலைக்குக் குளித்து வீடு முழுவதையும் கழுவி விட்டிருந்தாள். கொஞ்சம் மேடிட்டிருந்தது அவளது வயிறு. எத்தனையாவது எனக் கேட்க நினைத்து, நிறுத்திக் கொண்டேன். எனக்கும், அவளுக்குமாய் ஒரு சொம்பு நிறைய கடுங்காப்பி எடுத்துவந்து பக்கத்தில் உட்கார்ந்தவளைப் பார்த்தேன். தடித்த கண்கள், தூக்கமின்மையையும், துக்கத்தையும் சேர்த்து இமைத்தன. ஒரு வாய் கடுங்காப்பி என் பசியைத் தூண்டிவிட்டது. அதை உணர்ந்தவள்போல உள்ளே போய் இரண்டு பால் பன் எடுத்து வந்தாள். அவளுக்குப் பிய்த்துக் கொடுத்த ஒரு துண்டை மென்றவளிடம், “ராத்திரி முழுசும் கணேஷ் வராதது உனக்கு தெரியாதா? மறுநாள்

காலை வரை காத்திருந்து பார்க்காமல் தேடியிருந்தா ஒருவேளை சீக்கிரமே ஆஸ்பத்திரிக்கு எடுத்திட்டுப் போயிருக்கலாமே" என்றேன் ஆதங்கத்துடன்.

ஜோதி பேசவில்லை, முழுசுமாகக் காபியை உறிஞ்சிக் குடித்தாள். வாயைத் துடைத்துக்கொண்டு, ஈரத் துண்டைத் தலையிலிருந்து எடுத்து, கட்டில் காலில் எட்டி உலர்த்தினாள். 'இந்தப் பெண் என்ன நினைக்கிறது. ஒருவேளை நான் கேட்டது தப்போ' என்று நான் பேச்சை மாற்று முன் சொன்னாள், "நேற்று ஒரு நாமட்டும் வராம இருந்திருந்தா, இல்ல எப்பவாவது லேட்டா வந்தா தேடலாம். தினமும் அப்படின்னா? அதுவும் திருவிழா நாளுல கேட்கவே வேணாம். பந்தக்கால் நட்டு ஒரு வாரமா நிதம் கொண்டாட்டம்தான். சமயத்துல விடிகாலை வரை உட்கார்ந்திருந்து, கோழிகூவ உறங்கப்போவேன், அப்பத்தான் கதவைத் தட்டுவார். ராத்தூக்கம் போய் ஒரு வருஷமாச்சு."

நான் மஞ்சள் கறை படிந்திருந்த அவளது கைகளைப் பற்றிக் கொண்டேன். "நீங்கன்னா அவருக்கு உசிரு. அவருன்னா எனக்கும்தான்" என்றாள். கதவு பக்கத்தல இருந்த காமாட்சிப் பாட்டி, "இளந்தாரிக அப்படி, இப்படிதான இருப்பானுங்க. ரவைக்கு எந்த இளந்தாரி திருவிழா சமயத்தில நேரத்தக்கு வீட்டைஞ்சிருக்கான்? தெக்கத்திப் பக்கம் புருஷனோட இரா முச்சூடும் தூங்கி நிம்மதியா முழிச்ச பெண்ணுகளைக் கணக்கெடுத்தா கைவிரல் அளவுகூட வராது. விடுத்தா சோதி" என்றவுடன், எனக்குக் கோபம் வந்தது. "பாட்டி அது அந்தக் காலம், போய் படுங்க" என்றேன்.

இரவு எனக்கும் ஜோதிக்கும் இடையே ஒரு போர்வையாய் நுழைந்தது. ஒன்றும் விரிக்காமல் தலைக்குக் கைவைத்து தூங்கும் ஜோதியைப் பார்த்தபடித் தூங்கிப் போனேன். விடிந்தபொழுது மீண்டும் வாசலில் அழுகை சத்தம். விஷயம் கேள்விப்பட்ட உறவுகள் தூரத்திலிருந்து வந்திருக்கலாம். "ஜோதி காப்பி வேணும்" என்றபடி எழுந்தாள். இன்னும் அயர்ந்து தூங்கி கொண்டிருந்தாள் அவள். முகம் சலனமற்றுக் குழந்தை போல் இருந்தது. வலது கையைத் தன் வயிற்றின் மேல் வைத்து, இடது கையை தலைக்கு அண்டக் கொடுத்திருந்தாள். ஒரு வருஷம் கழித்து நேற்று இரவுதான் இரவுத்தூக்கம் முழுதுமாய் அவளுக்கு வாய்த்திருக்கும் போல. மூச்சு சீரான லயத்துடன் ஏறி இறங்க, ஒரு சிற்பம்போல ஒருக்களித்திருந்தாள். கொஞ்சம் சிரித்தாற்போல் உதடுகள் அசங்கியிருந்தன. நான் மெதுவாக எழுந்து அழுகை சத்தம் அவளுக்குக் கேட்காதவாறு கதவைச் சாத்திவிட்டுத் திரும்பிப் போய்ப் படுத்துக் கொண்டேன்.

உயிர்மை பதிப்பகம், 2018

ஜா தீபா

ஜா தீபா பத்திரிகையாளர், எழுத்தாளர், திரைப்பட உதவி இயக்குனர் என்ற பன்முகங்கள் கொண்டவர். திருநெல்வேலியைப் பிறப்பிடமாகக் கொண்ட இவர், தற்போது சென்னையில் வசித்து வருகிறார். சினிமா துறையில் அதிக ஈடுபாடு கொண்ட இவர், அது பற்றிய நூல்களைத் தொடர்ந்து எழுதி வருகிறார். மேதைகளின் குரல்கள், பெண்ணென்று சொல்வேன், கதை To திரைக்கதை, சினிமாவை உணருங்கள், மாதர் திரையுலகு, ஒளி வித்தகர்கள் பாகம் 1, பாகம் 2 என்பன அவர் எழுதிய திரைப்பட நூல்களாகும். 'அயல்' என்ற சினிமா இதழின் பொறுப்பாளராகவும் இவர் செயல்படுகின்றார். சிறந்த விமர்சகராகவும் பேச்சாளராகவும் இருக்கும் இவர், 'நீலம் பூக்கும் திருமடம்' என்ற சிறுகதைத் தொகுப்பினை வெளியிட்டுள்ளார். இவர் கதைகளில் பெண்களின் அக உலகமே புனைவுலகமாக எடுத்தாளப்படுகின்றது. தீபா, பெண்கள் எதிர்கொள்ளும் நெருக்கடிகளைக் கூர்மையான மொழி நடையில் எடுத்துரைக்கின்றார்.

கதைக்குள் புகுமுன்

மகாபாரதக் கதையின் ஒரு சிறு துளி தான், 'திரை' என்ற சிறுகதை. தன் கண்ணை வாழ்நாள் முழுவதும் திரையிட்டுக் கொண்ட காந்தாரியைக் கதைநாயகியாகக் கொண்டுள்ளது இக்கதை. பெண்ணுக்கு மணமகன் தேடும்போது அவன் எந்த வித ஊனமும் இல்லாமல் இருக்கிறானா என்று தான் முதலில் பார்ப்பார்கள். காந்தார தேசத்து இளவரசியான காந்தாரியை மணமகளாகக் கேட்டு மிகப்பெரிய குரு தேசத்தில் இருந்து அழைப்பு வந்தபோது, காந்தாரியின் தந்தை மகிழவில்லை. தன் மகள் ஒரு தேசத்தின் பட்டமகிஷி ஆகிறார் என்பது அவருக்கு மகிழ்ச்சி அளித்தாலும், அவள் ஒரு குருடனுக்கு மனைவியாகப் போகிறாள் என்பது அவர் மனத்தை நெருடியது. நாடு, அதன் முன்னேற்றம், செல்வாக்கு, அந்தஸ்து என்றெல்லாம் பார்க்கும் சாக்கில் காந்தாரியின் நல்வாழ்வு பின்னுக்குத் தள்ளப்படுகிறது. தன்னால் பேசி சமாளிக்க முடியாது என்பதனால் பேச்சில் வல்லவனான தன் மகன் சகுனியைக் கொண்டு காந்தாரியைச் சம்மதிக்க வைக்கிறார். இருட்டைக் கண்டு பயந்து மயக்கமடையும் இயல்புடைய காந்தாரி, வாழ்நாள் முழுவதும் இருட்டில் வாழவேண்டும் என்பது தெரிந்தும் தந்தையும் சகோதரனும் அவளைப் பலிகடாவாக்கிறார்கள். புகுந்த வீட்டில் தன் கண் பறிக்கப்படுவதை விட தானே அதை மறைத்துக் கொள்ள முன்வருவதே சரி என்று துணிகிறாள் காந்தாரி. மணமேடையிலேயே கண்ணில் துணி கட்டி அமர்கிறாள். அதனால் அவள் கற்புக்கரசி என்று போற்றப்படுகிறாள். அதன் பின்பு அவள் வாழ்க்கை மற்ற எந்த இடையூறுகளும் இல்லாமல் செல்கிறது. அவளே நினைத்தாலும் அவளுக்குத் தன் பார்வையை மீட்டு எடுக்க அனுமதி இல்லை என்பதைக் குறியீடாக இந்தக் கதையில் வைத்துள்ளார் கதாசிரியர் தீபா.

பெண்கள் கண்ணிருந்தும் குருடராய், வாயிருந்தும் ஊமையராய், காதுகளிருந்தும் செவிடராய் வாழ இச்சமுதாயத்தில் நிர்ப்பந்திக்கப்படுகின்றனர். அவர்களும் அப்படியே அதன் போக்கிலேயே வாழ்ந்து மடிகின்றார்தள். இது இன்று நேற்றல்ல . இதிகாச காலம்தொட்டு இச்சமூகத்தில் நடைமுறையில் உள்ளது என்ற உண்மையை இக்கதை முன்வைக்கின்றது.

29

திரை

ஜா தீபா

'**சு**பலன் அமைதியாக அமர்ந்திருந்தார். சிக்கலான முடிவுகள் எடுக்குந்தோறும் அவர் அமைதியாக இருப்பது வழக்கம்தான். ஆனால் அன்றைய அவரது மனம் கொதிப்பில் இருந்தது. தூரமாகத் தெரிந்த மலைச் சிகரங்களை இலக்கின்றிப் பார்த்துக் கொண்டேயிருந்தார். குரு நாட்டிலிருந்து காந்தார தேசத்திற்கு இதற்கு முன்பு திருமணத்திற்கான அழைப்புகள் மட்டுமே வந்திருக்கின்றன. முதன்முறையாக திருமண சம்பந்தம் செய்வதற்கான தூது இப்போது தான் வந்திருக்கிறது. "இது சரிப்படாது... இல்லை... ஏன் சரிப்படாது? குரு வம்சத்தின் பட்டத்து மகிஷியாகும் யோகம் காந்தாரிக்கு உண்டு. ஆனால்?" நினைக்கும் போதே அவர் அடிவயிற்றை எதுவோ செய்தது. அப்போது தான் அந்த அலறலும் கேட்டிருக்க வேண்டும். ஆழ்ந்த சிந்தனையில் இருந்தவர் ஓலம் வந்த திசையை நோக்கி ஓடினார். அது காந்தாரியின் பழத்தோட்டம் இருக்கும் திசை.

காந்தாரிக்கு நாளையெல்லாம் பழத்தோட்டத்தில் கழித்தாலும் அலுப்பதில்லை. அங்கு எதைப் பார்ப்பாள், எதனுடன் பேசுவாள் என்பதெல்லாம் அவளுக்கு மட்டுமே தெரிந்த அந்தரங்கம். தோட்டத்தின் நடுவே அபூர்வமாய்ப் பூக்கும் பூக்கள் ஒவ்வொன்றின் மணமும் காந்தாரியின் மேல் வீசும். அந்தளவுக்கு அவள் பூக்களோடும் நெருக்கம்.

சுபலன் தோட்டத்தை நெருங்கும்போதே ஆபத்து காந்தாரிக்குத்தான் என்பது தெரிந்துவிட்டது. அப்படியே நின்றார். காந்தாரியின் தோழிகள் இன்னும் அலறலை நிறுத்தவில்லை.

"காந்தாரி மயங்கி சரிந்துவிட்டாள்... விளையாடிக் கொண்டுதானிருந்தோம்..." என்றாள் ஒரு பெண் அரைகுறையாக.

"அப்படி என்ன விளையாட்டு? என்றார் சுபலன்."

"கண்ணாமூச்சி"

இதற்குள் காந்தாரி விழித்துவிட்டாள் என்ற செய்தியும் கிடைத்தது.

காந்தாரிக்கு முதலில் ஒன்றும் புரியவில்லை. நெஞ்சுக்குள் படபடப்பு அதிகமாக இருந்தது.

அப்பாவைப் பார்த்ததும் மரியாதைக்காக எழுந்தாள்.

"இனி இது போன்ற ஆபத்தான விளையாட்டுகள் வேண்டாம்" என்று ஏதோ சொல்ல முனைந்தவர் குதிரையின் மூச்சிரைப்பைப் போல் பெருமூச்சை உதிர்த்துவிட்டு அங்கிருந்து நகர்ந்து போனார்.

காந்தாரி அண்ணன் சகுனியைத் தேடினாள்.

அடுத்த நிமிடம் புயல் வீசப்போகும் அறிகுறிக்கு முந்தைய அமைதி தோட்டத்தில் எழுந்தது. காந்தாரி புரிந்து கொண்டாள். சகுனி அண்ணன் வந்துவிட்டான். தோழியர்கள் ஆடை சரசரப்பு கூட எழாமல் அங்கிருந்து நகர்ந்தனர்.

அவனின் வருகையும் இருப்பும் எப்போதுமே மற்றவர்களுக்கு மனப்பதட்டத்தை உண்டு பண்ணுவதை காந்தாரி கவனித்திருக்கிறாள். ஆனால் தன்னுடைய மனம் மட்டும் பதட்டத்தில் இருந்து விடுபடுவதை அவள் உணர்ந்தாள். எதனால் இப்படி என பலமுறை யோசித்திருக்கிறாள். சகுனியிடம் கூட இதைப் பற்றி அவள் பேசியதில்லை. ஒரு முற்றுப்பெறாத ரகசியம் போல அவளுக்குள்ளாகவே அந்தக் கேள்வி தங்கிவிட்டிருக்கிறது.

காந்தாரி சகுனியை ஏறிட்டாள்.

"அண்ணா..." என்றாள் அடியாழத்துக் குரலில்.

சகுனி ஒன்றும் பேசவில்லை. கண்ணாமூச்சி ஆட்டத்தின்போது அவள் கண்களைக் கட்டியிருந்தத் துணியினை தனது ஒற்றை விரலால் எடுத்தான்.

"நெருப்பு வேண்டும்" என்றான்.

நெருப்பு வந்தது. அந்தத் துணியைத் தீயிட்டான்.

"காந்தாரி... நமக்கு பயமேற்படுத்தும் செயல்களை நாம் எதிர்கொள்ள வேண்டும் அல்லது அழித்தொழிக்க வேண்டும்.. புரிந்ததா?"

காந்தாரிக்கு அப்போது ஒன்றும் புரியவில்லை.

காந்தாரத்தில் குளிர்கால இரவுகள் சிக்கலானவை. ஆட்டின் கம்பளியை உடலில் இருக்கக்கட்டிக் கொண்டாலும் மலைசிகரத்தின் மேல் மோதி வரும் காற்றுக்கு ஊடுருவும் தன்மை அதிகம். காந்தாரிக்கு இன்று குளிர் உறைக்கவில்லை. அடர்வெயிலும், நடுங்கும் குளிரும் இந்தத் தேசத்தின் சொத்து. அதை நிரந்தரமாய்

கைவிட்டுப் போகும் காலம் வந்துவிட்டது. குரு நாட்டிலும் இதே போன்ற சீதோஷ்ண நிலை தான் இருக்கும் என்கிறார்கள்.

இங்கிருந்து குருநாட்டைப் பார்க்க முடியுமா என்று நின்ற இடத்தில் இருந்து காலுயர்த்திப் பார்த்தாள். காலை வெளிச்சத்தில் மலை மறைத்திருப்பது தெரியும். இப்போது கடும் இருளைத் தவிர ஒன்றும் தெரியவில்லை. இருட்டையே பார்த்துக் கொண்டிருந்தாள். கண்கள் அடைத்துக் கொண்டு வந்தது. தூக்கம் வருகிறதோ என்று கண்களை மூடினாள். கண்களுக்குள் மேலும் கருமை இறுகியது. அந்தக் கருமையை அவளால் தாங்க முடியவில்லை. மீண்டும் நெஞ்சுக்குள் படபடப்பு ஏறிக்கொண்டது.

திருமணம் முடிவானதிலிருந்து குரு நாட்டிலிருந்து தூதுவர்கள் அடிக்கடி வந்து போகிறார்கள். காந்தார தேசத்தின் ஏக இளவரசியின் திருமண ஏற்பாடுகள் மந்தகதியிலேயே நடந்து கொண்டிருந்தன. சுபலனால் கூட முழு மனதோடு வைபவ காரியங்களில் ஈடுபடமுடியவில்லை. காந்தாரியின் திருமணம் குறித்து சகுனியிடம் பேசி அவனுடைய சம்மதமும் வாங்கியாயிற்று.

சகுனி எப்போதும் எதிர்காலத்தைக் கணிக்கத் தெரிந்தவன். பாதகங்களை அவனால் முறியடிக்கமுடியும். அவனுக்கு வேண்டியதெல்லாம் சாதகங்கள் மட்டுமே. காந்தாரியைச் சமாதானம் செய்ய அவனால் மட்டுமே முடியும்.

இந்நேரம் காந்தாரியிடம் அவன் சொல்லியிருப்பான்.

காந்தாரியிடம் சொல்ல வேண்டியதைப் பற்றி சிந்திப்பதற்கு சகுனி அதிக நேரம் எடுத்துக்கொள்ளவில்லை.

'காந்தாரி... இன்னும் சிறிது நாட்களில் எங்களை விட்டு நீ அந்நிய தேசத்திற்குச் செல்லப்போகிறாய்... அங்கே உனக்குப் பல இடையூறுகள் வரலாம். நிச்சயம் வரும்... அங்கு நீ மட்டும் இளவரசி அல்ல, குந்தி போஜனின் மகளும் இருக்கிறாள். பாண்டுவின் மனைவி என்பதால் அவளுக்கும் அங்கு அதிக உரிமைகள் இருக்கும்.'

"அது இயல்பு தானே அண்ணா...!"

"ஆமாம். ஆனால் உன்னை அங்கு இரண்டாம்பட்சமாகப் பார்ப்பதில் எனக்கு சந்தோசம் இல்லை. உனக்குக் கணவனாக வரப்போகிற திருதராஷ்டிரன் மாபெரும் வீரன். மனவலிமை கொண்டவன்."

காந்தாரி நாணத்தில் மெலிதாய் சிரித்தாள்.

"காந்தாரி, வீரம் என்பதை என்னவென்று நினைக்கிறாய்?"

காந்தாரிக்கு இந்தக் கேள்வியின் அர்த்தத்தைப் புரிந்துகொண்டு பதில் சொல்ல நேரம் எடுத்தது.

"மனோதிடம் தான் அண்ணா உண்மையான வீரம்... அப்படியெனில் நான் பார்த்ததிலேயே சிறந்த வீரன் நீதான்..."

"சரியாகச் சொன்னாய். மனோதிடம் இருப்பவனே வீரன்... போர்க்களத்தில் நின்று எதிரிகளைச் சூறையாடுவது முரடர்களால் கூட முடியும், ஆனால் வீரனால் தான் தலைமை ஏற்க முடியும்... புரிகிறதா?"

காந்தாரி புரிவதாய் தலையசைத்தாள்.

"குரு வம்சத்தின் தற்போதைய பட்டத்து இளவரசனான பாண்டு என்றுமே வீரனல்ல அதே நேரம் முரடனுமல்ல... அதே சமயம் திருதராஷ்டிரன் போர்க்களத்துக்குச் சென்றதில்லை... ஆனால் அவனால் ஒரு ராஜ்ஜியத்தை நிர்வகிக்க முடியும். அதற்கு மனோதிடம் தானே வேண்டும், கண்கள் தேவை இல்லையே..."

காந்தாரி சகுனி பேசியதை ஒருநொடிக்குள் கிரகித்துக் கொண்டாள்.

"அண்ணா. அவர்..."

"ஆம்... மனோதிடம் உள்ளவர்களுக்குக் கண்கள் என்பது வெற்று அலங்காரம் தான்."

"ஐயோ!".

திடுக்கிட்டு எழுந்தாள் காந்தாரி. நேரம் விடியத் தொடங்கியிருந்தது. திருதராஷ்டிரனின் உஷ்ண சுவாசம் காற்றில் கலந்திருந்தது. ஆழ்ந்த உறக்கத்தில் இருக்கிறார். திருமணமான நாளில் இருந்து தான் ஆழத் தூங்குவதாக பலமுறை சொல்லியிருக்கிறார். அதே திருமண நாளில் இருந்து தான் தன் தூக்கத்திற்குச் சலனம் ஏற்பட்டது என்பதை காந்தாரி அவரிடம் சொல்லவில்லை.

கண்களைச் சுற்றிக் கட்டிய துணியைத் தொட்டுப் பார்த்தாள். இன்று என்ன நிறத்திலான துணியினைக் கட்டியிருப்பார்கள். உடுத்தும் உடைக்கேற்ற வண்ணத்தில் துணியினைக் கட்ட கட்டளையிட்டிருந்தாள். எந்த வண்ணத்தில் உடை அணிந்திருக்கிறாள் என்பதைப் பணிப்பெண் சொல்லியிருந்தாள். கரும்பச்சையா? இளஞ்சிவப்பா...? அது நேற்றைக்கு முன்தினம் அல்லவா? அப்போது நேற்றைய பொழுதில் என்ன உடையாக இருக்கும்? எதுவோ சொன்னாளே... காந்தாரிக்கு நெஞ்சு படபடப்பு அதிகமானது.

மூச்சு காற்று வேண்டி அலைந்தது. மனதையே கண்களாய்ப் பாவித்துக் கொள்வேன் என்று பெருமையுடன் இருக்கும்பொழுதில் இப்படியொரு மறதி ஏற்பட்டதை காந்தாரியால் தாங்கிக் கொள்ள

முடியவில்லை. யாரைக் கேட்பது? இந்த அகால வேளையில் யாரையாவது அழைக்கலாம் தான், அழைத்து, "கண்களில் என்ன நிறத்தில் துணி கட்டியிருக்கிறாய்?" என்று கேட்டால் அவர்கள் என்ன நினைப்பார்கள்? அஸ்தினாபுரத்தின் பட்ட மகிஷியின் வேள்வியில் கூட உயர்த்தகுதி இருக்க வேண்டும் என்று தானே உருவாக்கி வைத்திருக்கிறார்கள்.

மனம் ஒவ்வொரு நிறமாகச் சொல்லிப் பார்த்தது. சுவாசம் அதிர்ந்து கொண்டே போனது. மெதுவாகக் கையைத் தலையின் பின்பக்கமாகக் கொண்டு சென்றாள். இந்தத் துணியை முதன் முதலாகக் கட்டும்போது சகுனி உடனிருந்தான்.

'இதைத் தியாகமாக நினைக்கிறாயா காந்தாரி?' என்றான் சகுனி.

"இல்லை அண்ணா... இது ஒரு வைராக்கியம். சிறு வயதில் இருந்தே இருட்டைப் பார்த்து அச்சப்படுபவளாக இருந்திருக்கிறேன். எது நமது பலவீனமோ அதற்குத் தான் சோதனை வரும் என்று நீ தானே சொல்லுவாய். நான் அதை எதிர்கொள்ளப் போகிறேன். என்னுடைய இந்தச் செயலை குரு வம்சமோ, காந்தாரமோ எதிர்பார்த்திருக்காது. உயிருடன் இருக்கும்போதே என்னை நான் பொசுக்கிக் கொண்டே இருப்பேன். என்னைப் பார்க்குந்தோறும் மண்ணாசையினாலும், கௌரவத்திற்காகவும் எதையும் செய்யத்துணியும் கோழைகளுக்கு உறுத்த வேண்டும்"

சகுனி மனதுக்குள் வருத்தமாய் சிரித்திருக்கக் கூடும். ஏனெனில் அவர் எதிர்காலத்தைக் கணிக்கக் கூடியவர்.

அந்த நாள் தொட்டு இன்று வரை அந்தகாரத்தோடு வாழப் பழகியாயிற்று. திருதராஷ்டிரனுக்கு காந்தாரியின் செயலினால் பெருமையின் அளவு எல்லையில்லாமல் போனது. பிறவியில் இருந்தே கண்பார்வையற்ற அவர் கேட்பதற்கு அனேக கேள்விகளை வைத்திருந்தார். 'உங்கள் நாட்டின் நிறம் என்ன?' என்றார் ஒரு முறை.

இப்படியான ஒரு கேள்வியை காந்தாரி எதிர்பார்த்திருக்கவில்லை.

மனக்கண் முன்னால் காந்தாரத்தைக் கொண்டு வந்தாள்.

'பழுப்பு நிறம்' என்றாள்.

'அஸ்தினாபுரத்தின் நிறம் என்னவென்று தெரியுமா?'

"நான் பார்த்ததில்லை... ஆனால் பச்சையாக இருக்க வேண்டும்"

"எப்படிச் சொல்கிறாய்?"

"காற்றின் மணத்தை வைத்து"

"நானும் காற்றோடு தான் அதிகம் பழகுகிறேன் காந்தாரி... அது சுவாரஸ்யமானது இல்லையா? ஒருவரின் மூச்சுக் காற்றை வைத்தே அவர் எப்படியான மனநிலையில் இருக்கிறார் என்பதை அறிந்து

கொள்வது ஒரு வித்தை. அதற்கு நான் என்னைத் தயார்படுத்திக் கொண்டேன்"

காந்தாரி அதற்குப் பதில் சொல்லவில்லை.

திருதராஷ்டிரன் பல கேள்விகளை அடுக்கிக் கொண்டே போனான். கண்களற்ற உலகத்தில் வாழ்வது எத்தனை கொடுமையானது என்பதும் அதே நேரம் அது வசீகரமானது என்றும் சொன்னார்.

'வசீகரமா? எதற்காக ஒவ்வொரு நாளும் விதவிதமான சமாதானங்களைச் சொல்கிறாய் திருதராஷ்டிரா? எனது கண்கள் என்னால் மறைக்கப்படாமல் போயிருந்தால் உங்கள் அனைவராலும் வலுக்கட்டாயமாகப் பிடுங்கப்பட்டிருக்கும். உங்கள் கைகளின் வழியே எனது கண்கள் கட்டப்படுவதை நான் எப்படி ஒத்துக்கொள்வேன்? உன்னுடைய சமாதானங்கள் உன்னையே திருப்திபடுத்துவதில்லை என்பதாலேயே ஒவ்வொரு நாளும் அவை வளர்ந்து கொண்டே போகின்றன. ஆண்களுக்கு ஒரே வாய்தான். ஆனால் பேசக்கூடிய நாக்குகள் தான் விதவிதமாய் முளைத்திருக்கின்றன.' காந்தாரி உதட்டசைப்பினால் திருதராஷ்டிரனிடம் உரையாடிக் கொண்டிருந்தாள்.

அவர் கேள்வியில் ஒருமுறை கூட, "நீ ஏன் உன் பார்வையை மறைத்துக் கொள்கிறாய்?" என்ற கேள்வி எழுந்ததே இல்லை.

அதற்கான பதிலை அவர் மற்றவர்களிடமிருந்து பெற்றிருக்கக்கூடும்.

"கண்களைக் கட்டிக் கொண்டு மணவறைக்கு வந்ததும் மண மண்டபமே ஸ்தம்பித்தது. தியாகம் என்றார்கள், பத்தினி என்றும் சொன்னார்கள், ஆனால் யாருக்கும் இது பாடம் உணர்த்தும் செயலாகத் தெரியவில்லை இன்று வரை."

இன்று ஏனோ அவளுக்குக் கண்களைத் திறந்தேயாக வேண்டும் என்று தோன்றியது. எண்ணம் வலுப்பெற்றுக் கொண்டே போனது. இறுதியில் முடிவாயிற்று.

காந்தாரிக் கண்களின் கட்டுகளை அவிழ்க்கத் தொடங்கினாள். இதனால் எந்த குற்ற உணர்ச்சியும் அடையாமல் இருந்தது அவளுக்கே சற்று ஆச்சரியமாக இருந்தது.

கட்டுகள் தளர்ந்தன.

துணியினைக் கையில் எடுத்தாள். அருகில் நின்ற பணிப்பெண் வழக்கம்போல் அந்தத்துணியைக் கையில் ஏந்தத் தயாரானாள்.

மறுநொடி அறைக்குள் ஒரு நெடி சூழ்ந்தது.

காந்தாரி வீசி எறிந்த துணி சரியாக ஒரு தீப்பந்தத்தின் மீது கருகிக் கொண்டிருந்தது.

சட்டென்று காந்தாரி சொன்னாள், "பற்றி எரியும் துணி வெள்ளை நிறம்"

எரியும் துணியை அணைக்கும்முயற்சி கூட இல்லாமல் பணிப்பெண்கள் திகைத்து நின்று கொண்டிருந்தார்கள்.

காந்தாரியின் மூடிய இமைகள் முதலில் திறந்து கொள்ள மறுத்தன.

இமைகளைப் பிரிக்க மிகவும் சிரமமேற்பட்டது.

இமைகள் மெதுமெதுவாய்த் திறந்து கொண்டன.

அதே இருட்டு... கண்களைக் கசக்கினாள். மேலும் அந்தகாரம். கசக்கிக் கொண்டே இருந்தாள்.

அவளது வெள்ளை விழிப்படலம் மட்டும் கருவிழி இல்லாமல் சோழியைப் போல உருண்டு கொண்டிருந்ததைப் பணிப்பெண்கள் பார்த்துக் கொண்டே நின்றிருந்தனர்.

ராஜேஸ்வரி பாலசுப்பிரமணியம்

புலம்பெயர்ந்த எழுத்தாளரான ராஜேஸ்வரி பாலசுப்பிரமணியம் இலங்கையைச் சேர்ந்த மட்டக்களப்பு மாவட்டத்தில் உள்ள கோளாவில் பிறந்தவர். 1970 ஆம் ஆண்டிலிருந்து லண்டனில் வசித்து வரும் இவர், திரைப்படத் துறையில் சிறப்புப் பட்டமும், மருத்துவ வரலாற்றுத் துறையில் முதுகலை பட்டமும், குழந்தைகள் உடல்நலம் மற்றும் சுகாதாரவியல் துறையில் சான்றிதழ்களையும் பெற்றவர். இவர், ஒரு கோடை விடுமுறை, தேம்ஸ் நதிக்கரை, பனி பெய்யும் இரவுகள், தில்லை ஆற்றங்கரையில், உலகமெல்லாம் வியாபாரிகள் எனப் பல நாவல்களையும்; அம்மா என்றொரு பெண், அரைகுறை அடிமைகள், இலையுதிர் காலத்தின் ஒரு மாலை நேரம் என்ற சிறுகதை நூல்களையும் எழுதியுள்ளார். திருப்பூர் தமிழ்ச் சங்கத்தின் பரிசு, கலைவாணி விருது, லில்லி தேவசிகாமணி இலக்கியப் பரிசு என்று பல பரிசுகளுக்கும் விருதுகளுக்கும் சொந்தக்காரரர். இவர் கோவை ஞானியுடன் இணைந்து மகளிருக்கான சிறுகதைப் போட்டிகளைப் பத்து வருடங்கள் நடத்தியுள்ளார். பெண்ணியத்தைப் தம் கதைகளில் மானுட உரிமையாக முன்வைத்துப் பேசி வரும் சிறப்புக்குரியவர்.

கதைக்குள் புகுமுன்

ஆணாதிக்கம் என்பது பெண்களின் வாழ்க்கையில் எவ்வாறு ஊடுருவி மேலோங்கி இருக்கிறது என்பதற்கு இந்த கதை ஒரு நல்ல சான்றாக அமைந்துள்ளது. தன்னிடம் மாணவியாக வந்த பெண்ணின் வாழ்வியல் சூழலைப் பயன்படுத்திக் கொள்ளும் ஆண், அவள் விருப்பம் இல்லாமல் அவளை மணம் செய்து கொண்டு, லண்டனில் 30 வருடமாக வாழ்ந்து வருகின்ற வாழ்க்கையை இக்கதை பதிவு செய்துள்ளது. மனைவியைத் தனக்கான ஒரு வேலைக்காரியாக, சமையல்காரியாக, தாதியாகப் பார்க்கும் அந்த ஆண் தன் மனைவியிடம் எஜமானனாக நடந்து கொள்ளக்கூடிய அதிகாரமிக்க விடயங்களை எடுத்துக் காட்டுகிறது. தங்கள் வீட்டுக் கழிவறையைச் சுத்தம் செய்ய வந்த ஆங்கிலேயன், அவன் கலாச்சாரப்படி அவர் மனைவியைப் பார்த்து 'டார்லிங்' என்று சொல்ல அதைப் பொறுக்க மாட்டாது, அவனை அனுப்பித் தந்த, தங்களுக்கு உதவி செய்யும் அமைப்பிடம் குற்றமாகப் பதிவு செய்யக்கூடிய ஆணாதிக்க வக்கிர புத்தியை இந்தக் கதை அடையாளம் காட்டுகின்றது. மனைவியாக வரும் ஞானம் தன்னுடைய நிலையை எண்ணி கூசிக் குறுகி நிற்பதாகக் கதை முடிகிறது. உலகில் எங்கு வாழ்ந்தாலும், எத்தனை காலம் வாழ்ந்தாலும் பெண்கள் அடிமைகளாகத் தான் வாழ்ந்து கொண்டிருக்கிறார்கள் என்பதை இந்தக் கதை நுட்கமாகப் பதிவு செய்துள்ளது. பெண்கள், தங்கள் வாழ்நாளெல்லாம் குடும்ப கூட்டுக்குள் அடிமைகளாக வாழ்ந்து, தனக்கென ஒரு அடையாளமின்றி சுயமரியாதை இன்றி வாழ்ந்து கொண்டிருக்கின்றனர் என்பதே இக்கதை தரும் செய்தி.

30

டார்லிங்

ராஜேஸ்வரி பாலசுப்பிரமணியன்

அது ஒரு அழகான காலைநேரம். லண்டனில் வசந்த காலம் முடிந்துவிட்டது. சாடையான இளம் குளிர்காற்றின் தழுவலில் தோட்டத்துச் செடி கொடிகள் இணைந்து சிலிர்த்துக் கொண்டிருந்தன. பழுத்துக் கொண்டிருக்கும் தக்காளிகள் காலைச்சூரியனின் இளம் சூட்டில் பளபளத்தன. வேலியில் படர்ந்து பூத்துக் கிடந்த சிறுமல்லிகையின் மணம் மனத்திற்கு இதமளித்தது. வசந்த காலம் முடியப்போகிறது. தோட்டத்தில் போட்டிருந்த மரக்கறி வகைகள் தங்கள் சேவையை முடித்த திருப்தியுடன் கொஞ்சம் கொஞ்சமாக வாடத் தொடங்கிவிட்டன. ஒரு சில மாதங்களுக்கு முன் விதைத்த சிறு பயிர்கள் முளைத்து வளர்ந்து அதைச் செய்தவளுக்குப் பல விதமான பரிசுகளைக் காய்களென்றும் பழங்களென்றும் கொடுத்துவிட்டு கால மாற்றத்தில் தளர்ந்து, முதிர்ந்து தங்கள் வாழ்க்கையை முடித்துக்கொண்டிருக்கின்றன.

'நானும் அப்படியா? இந்தச் செடி கொடிகள் தங்களை இந்தப் பூமியில் விதைக்கச் சொல்லி யாரையும் கேட்கவில்லை, எனது திருப்திக்கு எனது தேவைக்கு விதைத்தேன், பாதுகாத்தேன், இன்று அந்த விதையின் பல பரிமாணங்களை ஒரு பாதுகாவலன் மாதிரிப் பார்த்துக் கொண்டிருக்கிறேன்' வாடித் தளர்ந்து கொண்டிருக்கும் திராட்சையிலைகளைத் தடவியபடி யோசித்துக் கொண்ட போது அவள் மனம் சட்டென்று அவளைப் பற்றிக் கேள்வி கேட்டது.

'வாழ்க்கை என்ற வெற்றுக் கானல் நீரோட்டத்தில் நானும் இப்படித்தானா? என்னைப் போன்ற பல பெண்களும் இப்படித்தானா, சுயமாக எதுவும் செய்ய முடியாத வெற்று விதைத் தொடர்களா, கானல் நீரோட்டத்தில் வெறும் பிம்பங்களா? ஞானேஸ்வரி தன்னைத்தானே கேட்டுக் கொண்டிருந்தபோது, வீட்டுக்குள்ளிருந்து அவள் கணவரின் குரல் சத்தமாக அவளையழைத்தது.'

'ஞானேஸ்வரி. யாரோ கதவைத் தட்டுகினம்.' அவர் மிகவும் சத்தமாக அவளையழைக்கிறார்.

அவளின் கணவருக்குப் பல வருத்தங்கள். பெரிதாக நடந்து திரிய முடியாது. அவள் ஒரு இயந்திரம். அவர் அழைத்த குரலுக்கு அசைந்து திரியும் ஒரு நடமாடும் மனித இயந்திரம்.

அவள் தோட்டத்திலிருந்து வீட்டுக்குச் சென்று கதவைத் திறந்தாள்.

ஞானேஸ்வரி தனக்கு முன்னால் நிமிர்ந்து நின்றிருந்த ஆங்கிலேயப் பெண்மணியை ஏற இறங்கப் பார்த்தாள். அன்று திங்கட்கிழமை. வெளியில் பாடசாலை போகும் குழந்தைகள், வேலைக்குப் போகும் மாந்தர்கள் என்று தெருவில் பல சந்தடிகள். வந்து நின்ற ஆங்கிலேயப் பெண்மணி, ஹலோ எனது பெயர் மேரி டானியல், உள்ளூராட்சியின் முதியோர் நலவிடயங்களைச் சார்ந்த விசாரணைப் பிரிவிலிருந்து வருகிறேன். நீங்கள் திருமதி அருளம்பலம் ஞானேஸ்வரிதானே?'.

அவள் ஒரு அழகிய பெண். குரலும் மிகவும் இனிமையாகவும் கனிவாகவுமிருந்தது. முதியோர்களின் பராமரிப்புக்கென்றே பிறந்த அன்பான முகத்தில் ஒரு அழகிய சிறு புன்முறுவல் தவழ்ந்துகொண்டிருந்தது.

தங்கள் வீட்டு வாசற்படியில் வந்து நின்றிருக்கும் ஆங்கிலேயப் பெண்ணுக்கு முப்பது வயதுக்கு மேலிருக்காது என்று ஞானேஸ்வரி தனக்குள் ஏன் நினைத்துக் கொண்டாள் என்று தெரியாது. ஞானேஸ்வரியின் கணவர் அருளம்பலத்திற்குப் பல வைத்திய சேவைகள் இருப்பதால் அதையொட்டிப் பல தரப்பட்ட உத்தியோகத்தர்களும் அடிக்கடி வருவது வழக்கம். அவர்களிற் பெரும்பாலோர் கிட்டத்தட்ட முப்பது நாற்பது வயதுடையவர்களாக இருப்பதை ஒரு காலத்தில் ஆசிரியையாகவிருந்த ஞானேஸ்வரி ஊகித்துக் கொண்டாள்.

வந்திருந்த பெண்மணியை வீட்டுக்குள் வரவேற்று அழைத்துச் சென்ற ஞானேஸ் அவளின் கணவர் அமர்ந்திருக்கும் முன்னறையில் அவளை அமரச் சொன்னாள். வந்திருந்த பெண்மணி அருளம்பலத்தாருக்கு, 'குட்மோர்ணிங்' சொல்லித் தன்னை அறிமுகம் செய்தபின்; தனது பைலைத் திறந்தாள்.

ஞானேஸ் வந்திருந்த உத்தியோகத்தருக்கு அருந்துவதற்கு என்ன கொடுக்கலாம் என்ற யோசனையில் கணவரின் மீது தனது பார்வையைச் செலுத்தினாள். வந்திருப்பவள் படபடவென்று சில பேப்பர்களை எடுத்தாள். பின்னர் அருளம்பலத்தைப் பார்த்து, 'மிஸ்டர் அருளம்பலம், நீங்கள் இங்கு உங்களுக்கு உதவிக்கு வந்திருந்த வேலையாள் ஒருத்தர் உங்கள் மனைவியுடன் தேவையற்ற முறையில் பழக முயன்றதாக முறைப்பாடு செய்திருக்கிறீர்கள். அதைப் பற்றிக் கொஞ்சம் விளக்கிச் சொல்ல முடியுமா?' என்று

கேட்டாள். வந்திருந்த ஆங்கிலப் பெண்மணியின் தொனியில் ஒரு அழுத்தமான தொனி தெரிந்தது.

அதைக் கேட்ட ஞானேஸ்வரிக்கு மேரி டானியல் என்ற அந்த ஆங்கிலப் பெண் என்ன பேசுகிறாள் என்று தெரியவில்லை. ஞானேஸ்வரியும் அவர் கணவர் அருளம்பலமும் வயதுபோன தம்பதிகள். குழந்தைகள் கிடையாது. சொந்தக்காரர்களும் தூரத்திலிருக்கிறார்கள். அவர்களுக்குத் தேவையான உதவிகளைச் செய்ய சோசியல் சேர்விஸ் அல்லது உள்ளூர் ஆட்சியிலிருந்து அவ்வப்போது முதியோர்களுக்கு உதவி செய்யும் வேலையாட்களையனுப்புவார்கள்.

அவர்கள் யாரும் தன்னிடம் 'தேவையற்ற' முறையில் பேசவில்லை என்று ஞானேஸ்வரிக்குத் தெரியும்.

கணவனைத் திரும்பிப் பார்த்தாள். அவர் மனைவியைக் கவனிக்காமல், தனது தொண்டையைக் கனைத்துக் கொண்டு; நாங்கள் உங்களைவிட வித்தியாசமான கலாச்சாரத்தைக் கொண்டவர்கள். கூலிக்கு வேலைக்கு வருபவர்கள் எங்களுக்குரிய மரியாதையைத் தர வேண்டும் என்று எதிர்பார்ப்பவர்கள்' என்று ஆரம்பித்தார்.

'அதைத்தான் விசாரிக்க வந்திருக்கிறேன். உங்களின் டாய்லெட்டைத் திருத்த வந்தவர் உங்கள் மனைவியுடன் தகாத மொழியில் பேசியதாகக் குற்றம் சாட்டியிருக்கிறீர்கள். அதை விபரமாகச் சொல்ல முடியுமா?'

ஞானேஸ்வரிக்கு ஒன்றும் புரியவில்லை. அருளம்பலத்தார், இருதய நோய், நீரிழிவு நோய் என்று நாற்பது வயதிலிருந்தே பல வருத்தங்களுடன் வாழ்பவர். நோய் காரணமாக அவர் எதுவும் பெரிதாகச் செய்ய முடியாததால் அவர்களுக்கு உதவி செய்யச் சிலரை அவர்கள் சோசியல் சேர்விஸில் கேட்பார்கள். அப்படி வருபவர்களில் யாரும் தன்னிடம் தேவையற்ற முறையில் பழக முயன்றதாக அவளுக்குத் தெரியாது.

வந்திருந்த பெண் ஞானேஸ்வரியைப் பார்த்து, அழகிய புன்முறுவலைத் தன் முகத்தில் தவழவிட்டாள். ஞானேஸ்வரிக்கு அவள் தன்னை 'விசாரிக்கப் போகிறாள்' என்று புரிந்தது. 'எனது கணவர் சொல்வதுபோல் இங்கு எங்களுக்கு உதவி செய்ய வந்த யாரும் என்னிடம் தேவையற்ற முறையிற் பழகவில்லை' என்று சொல்ல நினைத்தவள் அதைச் சொல்லவில்லை. தேவையற்ற மொழியில் அவளுடன் யாரோ ஒருத்தர்; பழக முயன்றதாக முறைப்பாடு கொடுத்திருக்கும் கணவனின் முறைப்பாட்டை எதிர்த்து அவள் ஏதும் சொன்னால் அதன்பின் அந்த வீடு போர்க்களமாகிவிடும் என்று அவளுக்குத் தெரியும்.

ஆனாலும் அந்தப் பெண் கேட்ட கேள்விக்கு என்ன பதில் சொல்வது என்று தெரியாமற் கணவரைச் சாடையாகப் பார்த்தாள். அவர் வேறு எங்கேயோ பார்ப்பதுபோல் பார்வையைத் திருப்பிக் கொண்டார்.

வந்திருந்த பெண் தனக்கு முன்னாலிருந்த தமிழ்த் தம்பதிகளைப் பார்த்தாள். ஞானேஸ்வரி தயங்குவது அவளின் முகபாவத்திலிருந்து தெரிந்தது. அருளம்பலம், மனைவியைப் பார்க்காமல், மேரியைப் பார்த்துச் சொன்னார், 'எனது மனைவி மிகவும் சங்கோஜமான பிறவி. மனம்விட்டு எதையும் சொல்லமாட்டாள். நான் உங்களுக்கு எழுதிய கடிதத்தில் இங்கு எங்கள் டாய்லெட்டைத் திருத்த வந்தவன் எனது மனைவியிடம் தேவையற்ற முறையில் பழகினார். அது எங்களை அவமதிப்பதாகவும் எனது மனைவிக்குக் கடும் மன உளைச்சலைத் தந்ததாகவும் எழுதியிருந்தேன்' என்று தொடங்கினார்.

மேரி அவரின் விளக்கத்தைக் கேட்டுக் கொண்டிருந்தாள். ஞானேஸ்வரிக்குத் தன் கணவர் என்ன சொல்லத் தொடங்குகிறார் என்று சாடையாகப் புரியத் தொடங்கியது.

அவர் தொடர்ந்தார்,

'எனது மனைவியை அவர் திருமதி அருளம்பலம் என்றுதான் அழைத்திருக்க வேண்டும். ஆனால் அந்த வேலையாள் எனது மனைவியை டார்லிங் என்று அழைத்தார். நாங்கள் தமிழர்கள். எங்கள் மனைவியை டார்லிங் என்று கண்டவன் நிண்டவன் எல்லாம் கூப்பிட அனுமதிக்க மாட்டோம். அந்த வேலையாள் அப்படி அழைத்ததால் எனது மனைவி பட்ட மன உளைச்சல் கொஞ்சம் நஞ்சமல்ல. நான் பல வருத்தங்களாலும் மிகவும் துன்பப்படுபவன். என்னைப் பார்க்க எனது மனைவி மட்டும்தானிருக்கிறாள். அவளின் மனமும் சரியில்லாவிட்டால் எங்கள் நிலைமை என்னவாகும் என்று யோசித்துப் பாருங்கள்' அவர் குரல் கரகரத்தது.

கணவரின் முகபாவமும் குரலும் நடிப்பும் ஞானேஸ்வரிக்குப் புரியத் தொடங்கியது. அவளுடன் யாரும் அன்பாகப் பேசுவது அவருக்குப் பிடிக்காது என்பது அவளுக்கு எப்போதிருந்தோ தெரியும். அவர்களின் வீட்டு டாய்லெட் பிரச்சினை தந்தபோது அதை என்னவென்று பார்த்து உதவி செய்ய வந்த அந்த வேலைக்காரன் ஒரு மூதாட்டியை டார்லிங் என்றழைத்தது அவரின் கவுரவத்திற்கு அவமானமாக இருந்ததாகச் சொல்கிறார். அவள் பேசாமலிருந்தாள். ஞானேஸ்வரியின் மவுனம் மேரிக்குத் தர்ம சங்கடத்தையுண்டாக்கியிருக்க வேண்டும்.

'ஐயாம் வெரி சாரி மிஸஸ் அருளம்பலம், அந்த வேலையாள் வேண்டுமென்றே உங்களைத் தவறான முறையில் நினைத்துக்

கொண்டு அப்படிச் சொல்லி உங்களை மனவருத்தம் தந்திருந்தால் தயவு செய்து உங்கள் கைபட என்ன நடந்தது என்று எழுதித் தரவும். அதன்பின் அவரை வேலையிலிருந்து நீக்குவதா இல்லையா என்று நாங்கள் மேல் நடவடிக்கை எடுப்போம்' மேரி அதிகம் பேசாமல் சென்றுவிட்டாள்.

ஞானேஸ்வரி கணவரிடம் ஒன்றும் கேட்காமல் வழக்கம்போல் சமயலறைக்குச் சென்றுவிட்டாள். அவர் அவளைச் சாட்டாக வைத்துக்கொண்டு இந்த உலகத்தையே பழி வாங்கத் தயங்காதவர் என்பதை அவள் யாரிடமும் சொல்ல மாட்டாள், சொல்ல முடியாது. அவள் அவரின் முகத்தைப் பார்க்காமல், ஏன் இப்படி ஒருத்தனில் அபாண்டப் பழி போடுகிறீர்கள் என்று கேட்காமல் நகர்ந்து விட்டாள். கணவன் மனைவியாக ஒரு வீட்டில் வாழும் இருவேறு 'பிறவிகள்' அவர்கள்.

அவளின் தனிப்பட்ட உலகம் சமயலறையும் தோட்டமும்தான். சமயலறைப் பாத்திரங்களும் தோட்டத்துச் செடிகொடிகளும் அவளின் துயரத்தைப் பகிர்ந்து கொள்பவை.

டாய்லெட் பிரச்சினையில் அதைத்திருத்த வந்த சாம் என்ற வெள்ளையன் 'ஹலோ டார்லிங்' என்று தன்னையழைத்தது ஞானாவுக்குப் பிரச்சினையில்லை. வயதுபோன முதியவர்களைக் கடை கண்ணி வைத்திருப்பவர்கள், வேலைக்கு வருபவர்கள் 'டார்லிங்' என்று அழைப்பது ஆங்கிலேய உழைக்கும் வர்க்கத்தின் பழக்க வழக்கங்களில் ஒன்று என்பதை ஞானா லண்டனுக்கு வந்து சொற்ப நாட்களிலேயே உணர்ந்து கொண்டவள்.

லண்டனுக்கு வரும்போது அவளுக்கு இருபத்தைந்து வயது, லண்டனுக்கு வந்த காலகட்டத்தில் சொந்தக்காரர் வீட்டிலிருந்தார்கள். அங்கிருந்த ஞானாவின் மாமி முறையான ஒரு மூதாட்டியுடன் லண்டன் கடை கண்ணிகளுக்குப் போகும்போது பெரும்பாலும் ஆங்கிலேயக் கடைக்காரர்கள் 'வட் யு வான்ட் மை டியர்' என்றோ அல்லது 'கான் ஐ ஹெல்ப் யு டார்லிங்' என்று கேட்பதை ஞானா அவதானித்தாள்.

அதைப் பற்றித் தனது மாமியார் மூதாட்டியிடம் கேட்டபோது, 'ஆங்கிலேயர்கள் தங்கள் தாய்மாரை அல்லது வயது போனவர்களை அப்படித்தான் அழைப்பார்கள்' என்றாள். ஆனாலும் ஒரு சில ஆங்கிலேயக் கடைக்காரர்கள் வயது வித்தியாசம் பார்க்காமல் தங்களிடம் சாமான்கள் வாங்க வரும் பெண்களை 'ஹலோ டார்லிங்' அல்லது, 'ஹை சுவீட்டி,' அல்லது 'ஹலோ மை டியர்' என்பதும் பரவலான விடயம்.

அருளம்பலத்தாருக்கு அது கொஞ்சமும் பிடிக்காது. ‘இவன் என்ன தொட்டுத் தாலி கட்டியவன் மாதிரி’ ‘டார்லிங்’ சொல்கிறான் என்று பொருமுவார். ஆனால் அவர் தொட்டுத் தாலி கட்டிய ஞானேஸ்வரியை டார்லிங் என்று கூப்பிட்டது கிடையாது.

அவளைப் பெயர் சொல்லிக் கூப்பிடுவதே அருமை.

‘ஏய்’ அல்லது ‘இஞ்ச பார்’ அல்லது ‘என்னப்பா’ என்ற மொழிகளிற்தான் அழைப்பார். யாரும் வீட்டுக்கு வந்திருந்தால் மட்டும் ‘ஞானேஸ்வரி’ என்று அழைப்பார். அவளின் சொந்தக்காரர்கள் அவளை ‘ஞானா’ என்று அழைத்தாலும் அவருக்குக் கோபம் வரும்.

‘ஞானா என்றால் ஆண்பிள்ளைத்தனம் ஒலிக்கும்’ என்று சொல்வார்.

ஞானேஸ்வரி அவருக்கெதிராக எதுவும் பேசுவது கிடையாது. அவரைப் பகைத்தால் என்ன நடக்கும் என்று அவளின் சிறுவயதிலேயே தெரிந்துகொண்டவள்.

அவளின் நினைவு எங்கேயோ விரிகிறது.

ஞானேஸ்வரி ஒரு பரவாயில்லாத வசதி படைத்த குடும்பத்தின் முதற்பெண். இரண்டு தங்கைகளும் இரண்டு தம்பிகளுடன் சந்தோசமான வாழ்க்கையைத் தொடர்ந்து கொண்டிருந்தாள். அவளின் தகப்பானர் கொழும்பில் ஒரு அரச உத்தியோகத்தராகப் பணிபுரிந்து கொண்டிருந்தார். மாதத்திற்கு ஒரு தரம் ஊருக்கு வருவார். அவரது மனைவி ஊரில் ஆசிரியையாக வேலை பார்த்துக்கொண்டு தனது குழந்தைகளை மிகவும் கவனமாக வளர்த்தாள்.

அப்பா என்பவர் மாதமொரு முறை கொழும்பிலிருந்து வருபவர். அல்லது ஊரில் திருவிழா, உற்றார் உறவினர் திருமணம் அல்லது இறந்த வீட்டு நிகழ்ச்சிகளுக்கு ஒரு சில நாட்கள் வந்து போகிறவர் என்ற நினைவே ஞானேஸ்வரியின் நினைவில் பதிந்திருந்தது. அவர்களின் குடும்பத்திற்கு அவளின் தாயே நிர்வாகி, பாதுகாப்பாளர், அன்பைச் சொரிந்து அணைத்துக் கொள்பவர். பெரும்பாலான வசதியான பெண்கள் மாதிரியல்லாமல் அவர்களின் வீட்டுக்கு வரும் வேலைக்காரியையும் அம்மா அன்பாக நடத்துவாள். அம்மாவின் அத்தனை பண்புகளும் ஞானாவிடமிருந்தது. தம்பி தங்கைகளை அன்புடன் பார்த்துக்கொள்வாள்.

ஞானாவும்; அவளின் சகோதர சகோதரிகளும் படிப்பில் கெட்டித்தனமாக இருப்பதற்கு அவளின் தாய் மிகவும் ஊக்கம் எடுத்தாள். மூத்த இரு பிள்ளைகளையும் டியூட்டரியிலும் சேர்த்தாள். கண்டவர்களுடன் பழகக் கூடாது என்று மிகவும் கடுமையாக எச்சரித்து அனுப்பினாள். அப்போது அங்கு, மிகவும் கோபக்காரக்

குணமுள்ள, பணக்காரத் திமிருள்ள சாதி வெறி பிடித்த அருளம்பலம் மத்ஸ் ஆசிரியராகவிருந்தார். அவரைக் கண்ட முதல் நாளே ஞானா ஒரு பயத்துடன் பழகினாள். அவர் பார்வை அவர் ஒரு ஆசிரியர் என்பதற்குப் பதிலாக அவளில் மேய்வதை அவள் உணர்ந்தாள்.

ஆனால், அவரின் நடத்தையை யாரிடமாவது வாய்விட்டுச் சொன்னால், அவர் அப்படிப் பழகுவதற்கு ஞானாவின் பார்வையும் குணபாவங்களும்தான் காரணிகளாகவிருக்கும் என்று பழிபோட அவர் மட்டுமல்ல இன்னும் எத்தனையோ இருப்பார்கள் என்பதை அந்த இளம் வயதிலேயே அவளது தீர்க்கமான உள்ளுணர்வால் உணர்ந்து கொண்டவள்.

அப்போது அவளின் தூரத்துச் சொந்தக்காரனான கிருஷ்ணராஜா தனது படிப்பை முடித்துக்கொண்டு கொழும்பில் போலீஸ் பயிற்சி எடுத்துக் கொண்டிருந்தான். அவனின் தகப்பன் ஒரு ஆங்கில ஆசிரியர். ஊரில் மிகவும் மதிப்புடையவர். நிறைய வாசிப்பவர். அதனால் அவரைச் சுற்றி ஒரு மாணவர் வட்டம் வாஞ்சையுடன் உலவி வரும்.

அவரின் மகனான கிருஷ்ணாவும்; தகப்பனைப் போலவே இலக்கியத்திலும் எழுத்திலும் ஆர்வமுள்ளவன். வாட்ட சாட்டமானவன். நிறைய வாசிப்பவன். கண்டதும் கற்றால் பண்டிதர் ஆகலாம் என்று விளையாட்டாக அவளிடம் குறும்பு செய்பவன். அவள் கல்கியும் கலைமகளுடனும் காலத்தைக் கழிப்பவள். ஆங்கிலப் புத்தகங்களையும் படிக்கச் சொல்லி அவளைத் தூண்டுபவன்.

அவனின் சிரித்த முகத்தில் எப்போதும் ஒரு அலாதியான கவர்ச்சி தவழும். அந்த முகத்தை ஒரு நாள் பார்க்காவிட்டாலும் அவளுக்கு ஏதோ தவிப்பு வருவதை அவள் உணர்ந்து கொண்டபோது அதன் அர்த்தத்தைச் சாடையாகப் புரிந்து கொண்டதும் அவள் தனக்குள் நாணிக் கொண்டாள். அவர்கள் இருவரும் உறவுக்காரர் என்பதால் அவர்கள் கோயில், அல்லது டியூட்டரிக்குப் போகும்போது சந்தித்துப் பேசிக்கொள்வதை அவர்களுக்குத் தெரிந்தவர்கள் சந்தேகமாகப் பார்ப்பதற்கு இடமில்லை.

அவன், ஞானாவை விட கொஞ்சம் வசதி குறைந்த குடும்பத்திற் பிறந்தாலும் அவனுடைய போலீஸ் படிப்புக்கப்பால் அவனது பெரும் விருப்பமாக நிறையப் புத்தகங்கள் படிப்பதும் அவ்வப்போது கவிதைகளை எழுதிப் பிரசுரிப்பதும் பலருக்குத் தெரியும்.

சிறுவயதிலிருந்தே அவளிடம் அவன் மிகவும் பிரியமாகவிருந்தான் என்பதை அவர்கள் வளர்ந்து வந்த காலத்தில், வாய்விட்டுச்

சொல்லாமல் மனம்விட்டு எழுதிய சில கவிதைகளை அவளிடம் கொடுத்தபோது அவற்றை ஆயிரம் தடவைகள் தனிமையில் படித்து ஆனந்தப்பட்டவள். கிருஷ்ணனின் ராதையாக அவள் சிறுவயதிலேயே அவனிடம் தன் மனதைப் பறி கொடுத்துவிட்டாள்.

எப்போதாவது அவன் அவளின் டியூட்டரியின் வாசலிற் தற்செயலாக வருவதுபோல் வருவதையும் அவள் கடைக் கண்களால் இனிய பார்வையை அவனின் பக்கம் காட்டுவதையும் ஒரு நாள் அருளம்பலம் மாஸ்டர் தனது குரூரக் கண்களால் அவதானித்துவிட்டார்.

தனக்குத் தெரிந்தவர்களிடம் அவர்களின் பின்புலத்தை விசாரித்தார்.

கிருஷ்ணன் ஞானேஸ்வரியை விட நான்கு வயது மூத்தவன். இரு தங்கைகளைக் கரையேற்றிவிட்டுத்தான் அவனின் எதிர்காலத்தை நிர்ணயிக்க வேண்டும் என்று பொறுப்பையுணர்ந்தவன். தங்களைவிட வசதி குறைந்த அவனிடமுள்ள அவளின் ஈர்ப்பைத் தனது தாய் தகப்பன் எப்படி எடுத்துக்கொள்வார்கள் என்ற பயமிருந்தாலும், கிருஷ்ணனின்; குடும்பத்திலுள்ள நல்ல பெயரால், தங்கள் குழந்தைகளின் சந்தோசமான எதிர்காலத்தை விரும்பும் தனது தாய் தகப்பன் எப்படியோ ஒரு காலத்தில் அவளது ஆசையை ஏற்றுக்கொள்வார்கள் என்று அவள் நம்பினாள்.

1980ஆம் ஆண்டு தை மாதம், ஞானா ஆசிரியை பயிற்சியைத் தொடங்கக் காத்திருந்தாள். ஒரு நாள் பின்னேரம் கோயிலுக்குச் சென்றபோது, போலீஸ் படிப்பு முடிந்து கம்பீரமான உடையுடன் டியூட்டிக்கு நின்றிருந்த கிருஷ்ணனைக் கண்டு அவள் கண்ணனைக் கண்ட ஆண்டாளாக மகிழ்ந்து போனாள்.

அன்று அவன் அவளுக்கு ஒரு கவிதைக் கடிதம் வடித்திருந்தான். வழக்கம்போல என்னுயிர் ஞானா என்று தொடங்காமல் ‘மை டார்லிங் ஞானா’ என்று ஆங்கிலத்தில் அழைத்திருந்தான். அவள் அந்தக் கடிதத்தை அவள் இருதயத்துடன் அவனை இணைத்ததுபோல் தன் மார்போடு அணைத்துக் கொண்டாள்.

இலங்கையின் வட பகுதியில் அரசியல் குழப்பங்கள் தொடர்ந்து கொண்டிருந்த காலம். இலங்கைத் தமிழர் பிரச்சினைக்கு முடிவு காண ஆயுதப் போராட்டத்தைத் தவிர வேறொரு வழியும் கிடையாது என்ற கோஷம் வலுக்கத் தொடங்கியிருந்தது. ஒரு சிலர் அதைச் செயற்படுத்த இரகசிய முறையில் பயிற்சி எடுத்துக் கொண்டிருந்தார்கள். அதை அடக்க இலங்கை அரசு தனது போலிஸ் படையைத் தயார் செய்தது.

‘தமிழீழப் போராளிகள் பதினாறு குழுக்களுக்குமேல் விரிந்து பரந்து கொண்டிருந்தார்கள். அவர்களைப் ‘பயங்கரவாதிகளாக’ வலை போட்டுப் பிடித்து வதை செய்து போராளிகளின் சிதைந்த

உடல்களைப் பகிரங்கத் தெருக்களில் எறிந்து விட்டுப்போகும் போலீசாருக்கு எதிராகத் தமிழீழப் போராட்டத்தை முன்னெடுக்கும் வாலிபர்கள் அவ்வப்போது தாக்குதல் நடத்திக் கொண்டிருந்தார்கள். சில தமிழ்ப் போலீசார், தமிழ்ப் போராளிகளின் அந்தத் தாக்குதல்களில் பலியாகிக் கொண்டிருந்தார்கள்.

அன்று ஒரு நாள், ஞானேஸ்வரி தனது அன்பனான கிருஷ்ணனைக் கோயிலில் கண்டபோது, இளமையும் கண்ணியமுமான அவனது உத்தியோகத் தோற்றம் அவளுக்குப் பெருமையாயிருந்தது. அவன் அனுப்பியிருந்த கவிதையின் காதல் மொழிகள் அவளின் ஆத்மாவுடன் நுழைந்துவிட்டன.

தமிழ்ப் போராளிகள் விடயத்தில் அவனை எச்சரிக்க வேண்டும் போலிருந்தது. யாழ்ப்பாணத்தில் ஒன்றிரண்டு நாட்களுக்கு முன் பலியாகிய, மூன்று குழந்தைகளின் தந்தையாகிய ஒரு தமிழ்ப் போலீசார் பற்றி ஊரெல்லாம் பேசிக் கொண்டிருந்தார்கள். அவளின் பாட்டியார் தங்களுடன் வந்திருந்த ஒரு மாமியுடன் பெரிய சத்தத்தில் ஏதோ பேசிக்கொண்டிருந்தபோது, யாரும் பார்க்காத தருணம் பார்த்து, கூட்டத்தோடு கூட்டமாய் நகர்ந்து கொண்டு, 'கவனமா இருங்கோ' என்று பதட்டத்துடன் சொன்னாள்.

அவன் அவளது கட்டளைகளுக்குப் புன்முறுவலுடன் தலையசைத்து 'அப்படியே மை டார்லிங்' என்று காதல் பொங்கக் கிசுகிசுத்தான். அந்தப் புன்னகையிலிருந்த அன்பு, பாசம், அளப்பரிய காதல் அவளைத் திக்கு முக்காடப் பண்ணியது.

'இந்த ஆழமான காதலைத் தனது ஆத்மாவுடன் பிணைத்து வைத்திருக்கும் இந்தக் கம்பீரமான, கவுரமான, கண்ணியமான மனிதன் இன்னும் சில காலத்தில், என்னுடையவனாக இருக்கப் போகிறவன்' என்று உண்மை அந்தக் கோயிலின் சன்னிதானத்தில் அவளின் சிந்தனையில் தெறிந்து விழுந்தது.

அவனது பாதுகாப்பு பற்றி ஒரு சில வார்த்தைகளை விளக்கமாகப் பேச வேண்டும் என்று அவள் முடிவுகட்டிக் கொண்டு கோயில் பூசை முடியத் திரும்பி வரும்போது, அவளுடன் வந்த பாட்டியிடம் ஏதோ சாட்டுச் சொல்லிவிட்டுப் போலீசார் நின்றிருந்த கடைப் பக்கம் சென்றாள். கோயிலால் வருபவர்கள் தொகையாக விருந்ததால், அந்த நேரத்தில் இவர்களை விசேடமாக அவதானிக்கப் போவதில்லை என்று அவளின் பேதை மனம் சொன்னது.

அவனைச் சந்திக்க போலீசார் நின்றிருந்த ஒதுக்குப்புறமான பக்கத்தை நெருங்கும்போது அவளுக்கு முன்னால் மந்தி மாதிரி வந்து நின்ற அருளம்பலம் மாஸ்டரை அவள் எதிர்பார்க்கவில்லை.

'என்ன ஞானேஸ்வரி, வீட்டுக்குப் போறவழி இந்தப்

பக்கமில்லையே' என்ற அருளம்பலம் மாஸ்டரின் குரலிலிருந்த நக்கலான தொனி, அவரின் நயவஞ்சகமான பார்வை அவளுக்கு ஒரு சில வினாடிகளில் எத்தனையோ விடயங்களையுணர்த்தியது. அவர் தன்னைப் பின் தொடர்ந்து உளவு பார்க்கிறார் என்று அவள் உள்ளுணர்வு உணர்த்தியது.

'இல்ல மாஸ்டர் கடையில் தண்ணி வாங்கப் போறன்' அவள் வாயில் வந்த பொய்யைச் சொல்லி விட்டு நகர்ந்தாள். அவள் வலது கண் துடித்தது. உடம்பு படபடத்தது. இரவில் நித்திரை வரவில்லை. மனம் மிகவும் பதட்டத்துடன் எதையெல்லாமோ யோசித்தது.

அடுத்த வெள்ளிக்கிழமை எப்படியும் அவனுடன் பேச வேண்டும் என்று முடிவுடன் அடுத்த நாள் அதிகாலையிலெழுந்தபோது தூரத்தில் வெடித்த துப்பாக்கி சத்தம் அவளின் இதயத்தைப் பிழந்து கொண்டு போனது.

ஒரு சில நிமிடங்களில் கிருஷ்ணராஜா என்ற போலீஸ்காரனைப் பொடியன்கள் சுட்டுப் போட்டான்கள், யாரோ அந்தப் போலீஸ்காரனைப் பற்றிப் பொடியன்களுக்குச் சொல்லியிருக்க வேணும்' என்ற தகவல் பரவத் தொடங்கியது. கிருஷ்ணராஜா போலீஸ் பயிற்சி முடித்துவிட்டு யாழ்ப்பாணத்துக்கு வந்து சில மாதங்களே ஆகியிருந்தன.

அநியாயமாகக் கொல்லப்பட்ட தனது அன்பன், கிருஷ்ணாவுக்காக ஞானாவால் வாய்விட்டழவும் முடியாது. அவளின் ஆத்மா, 'சமுதாயப் பிரச்சினையின்றி வாழ்வதாகவிருந்தால் இன்றிலிருந்து நீ ஊமையாக இருக்கப் பழகிக்கொள்' என்று ஆணையிட்டது. ஒன்றிரண்டு நாட்கள் இரவு பகல் என்ற வித்தியாசம் தெரியாமல் அவள் சித்தம் மரத்திருந்தது. தன்னோடு பிணைந்திருந்த உண்மையான ஞானேஸ்வரி என்ற பெண் இறந்து போனதான ஒரு உணர்வு அவளையிறுக்கியது.

வாழ்வென்ற யதார்த்த தொடர் நாடகத்தில், மற்றவர்களுக்காக இன்னுமொரு பாத்திரமாக அவள் நடமாட வேண்டிய துரதிர்ஷ்டத்தை அவள் உள்ளுணர்வு உணர்த்தியது. இரு தங்கைகளுக்கும் இரு தம்பிகளுக்கும் மூத்தவள் அவள். அவளின் செயற்பாடுகளில் அவர்களின் எதிர்காலம் தங்கியிருந்தது.

இதுவரைக்கும் அவன் காதலின் நினைவில் வாழ்ந்து கொண்டிருந்த ஞானாவின் உயிரின் பாதி அவனின் இறப்புடன் சட்டென்று பிரிந்ததை யாரும் பரிந்து கொள்ள முடியவில்லை. அவனின் கொலையை, 'தமிழருக்கெதிரான' இன்னுமொரு போலீசாரின் இறப்பாக ஊரார் எடுத்துக் கொண்டார்கள். கிருஷ்ணராஜா அவர்களின் தூரத்துச் சொந்தக்காரன் என்பதைவிட ஞானாவின் குடும்பத்தினருக்கு அவனின் கொலை எந்தத் தாக்கமுமில்லை. ஞானாவுக்கும்

அவனுக்குமுள்ள தொடர்பைத் தெரிந்த ஒரே ஒரு பேர்வழியான அருளம்பலம் அவர்களுக்கு அதைச் சொல்ல மாட்டார் என்று அவளின் உள்ளுணர்வு சொல்லியது.

போராளிகளால் 'தமிழ்த் துரோகிகள்' என்று சுடப்பட்ட பலரின் மரணச் சடங்குக்குப் பொதுமக்கள் போகப் பயந்தார்கள். அந்தப் பயத்தை மனதில் வைத்துக்கொண்டு,

ஞானாவின் தயார் சாட்டுக்காக ஒரு சில நிமிடங்கள் தலையைக் காட்டிவிட்டு வந்தாள்.

'தமிழருக்கு எதிராக வந்த போலீசைக் கொலை செய்து கொண்டிருக்கிறார்கள்.'

'போராளிகளுக்குப் பிடிக்காத தமிழரின்' சடுதியான இறப்புக்களுக்குக் காரணங்களும் நியாயப்படுத்தலும் மிகவும் கவனமாக நிலை நிறுத்தப்பட்டன. அதைக் கேள்வி கேட்க யாருக்கும் துணிவில்லை. யாருக்கும் யாரையும் பிடிக்காவிட்டால் அந்தத் தமிழனைத் 'துரோகியாகக் காட்டிக் கொடுக்க' அருளம்பலம் மாதிரியான ஒரு கேவலமான மனிதக் கூட்டம் யாழ்ப்பாணத்தில் உருவாகிக் கொண்டிருந்தது.

கிருஷ்ணராஜா இறந்த எட்டாம் நாள் இரவு அவளின் கனவில், அருளம்பலம் மாஸ்டரின் கோரமான சிரித்த முகம் வந்தது. அதைத் தொடர்ந்து குரூரமாகச் சுடப்பட்டு விழுந்த கிருஷ்ணாவின்; இரத்தம் வடியும் உடலை அவள் தாங்குவதாக அந்தக் கனவு தொடர்ந்தது.

தன் உயிரைப் பறித்தவன் யாரென்று கிருஷ்ணாவின் ஆவி கனவில் வந்து அவளிடம் கதறுகிறதா?

அவள் எழுந்தாள் காலையிருள் சாடையாகப் பிரிந்து கொண்டிருந்தது. அவளின் அன்பன் கிருஷ்ணாவைக் காட்டிக் கொடுத்தது யார் என்று ஞானாவுக்கு அப்பட்டமாகத் தெரிந்தது. அவளால் ஒன்றும் செய்ய முடியாது.

ஞானா ஆசிரியை பயிற்சிக் கலாசாலைக்குப் போனாள். படித்தாள் ஆசிரியையானாள்.

1983ஆம் ஆண்டு கலவரம் கொழும்பிலுள்ள தமிழர்களை அகதிகளாக்கி யாழ்ப்பாணத்திற்கு அனுப்பிவிட்டது. அவள் தகப்பன் எப்படியோ உயிர் தப்பி அவரின் குடும்பத்திடம் வந்தார். அவர் கொழும்பில் பட்ட கொடுமைகளைச் சொல்லிக் குழந்தை மாதிரி விம்மியழுதார். அந்தக் குடும்பம் எதிர்காலத்தை நினைத்துப் பயப்பட்டது. வேலையிழந்ததால் மனமுடைந்த தகப்பன். அவரைத் தாங்கித் தவிக்கும் தாய். குடும்ப நிலை அவளைத் துயர்பட வைத்தது.

அடுத்தநாள் என்ன நடக்குமோ என்று தெரியாத மாதிரி அநியாயங்கள் யாழ்ப்பாணத்தில் தொடர்ந்தன.

தகப்பனார் வீட்டோடு இருப்பதால் மன உளைச்சலுக்கு ஆளாகிச் சில வேளை எல்லோரிடமும் பாய்ந்து விழுந்தார் அல்லது அமைதியாக வெறித்துப் பார்த்தபடி இருந்தார். குழந்தைகளையும் குடும்பத்தையும் காப்பாற்றத் தவிக்கும் தவிப்பு ஞானேஸ்வரியைத் துயரப்படுத்தியது. தாயும் மகளும் ஊரிலேயே ஆசிரியைகளாக இருப்பது ஒரு விதத்தில் நிம்மதியாக விருந்தாலும் வீட்டில் வளரும் ஆண் குழந்தைகளின் எதிர்காலம் பற்றிய கவலை அந்த வீட்டில் எல்லோர் மனதிலும் வியாபித்திருந்தது.

யாழ்ப்பாணம் கொந்தளித்துக் கொண்டிருந்தது. பல தமிழ் இளைஞர்கள் 'போராளிகளாகப்' பல குழுக்களில் சேர்ந்து கொண்டிருந்தார்கள். வசதியுள்ளவர்கள் தங்கள் பையன்களை எப்படியோ வெளிநாடுகளுக்கு அனுப்பிக் கொண்டிருந்தார்கள். அவளது பெரிய தம்பியை வெளிநாடு அனுப்பத் திட்டம் நடந்து கொண்டிருந்தது. அதற்குத் தேவையான பணத்தை எப்படிப் புரட்டுவது என்பது அவர்களுக்குப் பெரிய கவலையாயிருந்தது. அத்துடன் வீட்டிலிருக்கும் வயது வந்த பெண்களுக்கு நல்ல மாப்பிள்ளை தேடுவதும் தலையிடியைத் தந்தது.

பெரிய இடத்து முக்கிய மனிதர்களில் ஒருத்தரான அருளம்பலம் மாஸ்டரும் லண்டன் போவதாகக் கதையடிபட்டது. அது மட்டுமல்லாமல், அருளம்பலம் மாஸ்டர் ஞானாவைத் திருமணம் செய்ய விரும்புவதாகச் சொல்லியனுப்பியபோது, அவளின் தாய் தகப்பன் மிகவும் பூரிப்புடன் லண்டன் செல்லப் போகும் அவளின் அதிர்ஷ்டத்தைப் பற்றிப் பேசினார்கள்.

அவருக்கும் அவளுக்கும் பத்து வயது வித்தியாசம் என்பது பற்றி யாரும் கவலைப்படவில்லை. அவளுக்கு அவரைத் திருமணம் செய்ய விருப்பமா என்று கூட யாரும் கேட்கவுமில்லை. கவலைப்படவுமில்லை. அவளுக்கு இருபத்தைந்து வயது, அவருக்கு முப்பத்தைந்து வயது, அத்துடன் அவருக்கு அப்போதே 'கர்ம வியாதி' என்று சொல்லப்படும் நீரழிவு நோய் இருந்தது. திருமணத்தில் அவளின் கருத்துப்பாட்டுக்கு அக்கறை எடுக்க அந்த நெருக்கடியான சந்தர்ப்பத்தில் யாருக்கும் பொறுமையோ அல்லது தேவையோ இருக்கவில்லை.

அவளின் முடிவில் அவளின் தம்பி லண்டன் செல்வது தங்கியிருக்கிறது. அத்துடன் தங்கைகளின் எதிர்காலமும் தங்கியிருக்கிறது என்று அவளுக்குத் தெரியும்.

அவள் மவுனமாக அவருக்குத் தலையைத் தாழ்த்தித் தாலியை மாட்டிக் கொண்டாள். ஊர் உலகிற்காக, ஒரு நடமாடும் பிணமான

அவளைத் தன்னுடையவளாக்கி அவர் அவள் உடம்புடன் புணரப்போவதை நினைத்து அவளுக்கு அருவருப்பாக இருந்தது.

லண்டன் வாழ்க்கை கடினமானது. அவரின் படிப்புக்குரிய வேலை கிடைக்கவில்லை. அவர் எதிர்பார்த்தபடி திருமண வாழ்வும் அவருக்கு மிகவும் அதிருப்தியாகவிருந்தது. இரவின் அமைதியில் இன்னொரு உயிர் தன்னருகில் படுக்கிறதா என்று கூட அவருக்கச் சந்தேகமாகவிருந்தது. அமைதியான வெற்றிருளில் அவர் அவளின் உடம்புடன் புணர்ந்து முடிந்ததும் அவர் அயர்ந்து தூங்கிவிடுவார். அவள் குளியலறைக்குச் சென்று குளித்துவிட்டுப் படுப்பாள்.

யாரும் வந்தால் கல கலப்பாகவிருக்கும் ஞானா, அவர்கள் இருவரும் தனிமையாக இருக்கும்போது அவருக்குரிய கடமைகளைச் செய்தாள்.அதற்கப்பால் அவர்கள் இருவருக்குமிடையில் பெரிதாக எந்த இணைப்பும் கிடையாது. அவளின் அசாதாரணமான மவுனம் அவரைப் பயமுறுத்தியது.

அவர் தனது நோய்களுக்கு விடிவு தேடிக் கோயில்களை நாடினார். ஆனால் வயது கூடிக்கொண்டுவர, அவரின் நோய்களும் விரிந்து முக்கல்களும் முனகல்களும் இரவை நிறைத்தது. அவள் அவருக்குக் 'கரைச்சல்' கொடுக்கக் கூடாது என்று தனியறையில் தஞ்சம் புகுந்துவிட்டாள். அவளுக்கு அப்போது வயது நாற்பது.

ஞானா மிகவும் திறந்த நிர்வாகியாக அவர்களின் (அவரின்?) வீட்டை நிர்வகித்தாள். ஏற்கனவே சலரோகக்காரனான அவருக்குத் தேவையான உணவு வகைகளைத் தயாரித்துக் கொடுத்தாள். இருவரும் ஒரே வீட்டில் ஒட்டுதலற்ற ஒரு கவுரவத் தம்பதிகளாகப் பவனி வந்தார்கள்.

அவர்கள் கார் வாங்கினார்கள். அவரின் விரக்தியை மறைக்கக் கொஞ்சம் குடிக்கத் தொடங்கினார். நீரழிவு நோயுடன் குடியும் சேர்ந்ததால் அவரின் 'சினேகிதர்களாக' லண்டனுக்கு வந்த கொஞ்ச காலத்தில் அவருக்கு இருதய நோயும் பிளட் பிரஷரும் வந்தன.

அவர்களுக்குக் குழந்தைகள் கிடையாது. லண்டனுக்கு வந்த காலத்தில் அவர்கள் ஞானாவின் தம்பியுடன் ஒரு வீட்டில் கூட்டுக் குடும்பமாக வாழ்ந்தார்கள். ஞானாவின் தம்பிக்கு மூன்று குழந்தைகள். அவனது மனைவி அவளது வீட்டில் ஒரே செல்லப்பிள்ளை. அத்துடன், லண்டன் குளிரால் அடிக்கடி தடிமலும் இருமலும் என்று அவதிப்படும் ஒரு நோஞ்சான், அத்துடன் குழந்தை வளர்ப்பு அதிகம் தெரியாதவள்.

தம்பி தங்கைகளுடன் வளர்ந்த ஞானா தம்பியின் முதலாவது குழந்தை மைதிலியைத் தனது குழந்தைமாதிரி வளர்த்தாள்.

மைதிலியின் அணைப்பும், ஆறுதலும் ஞானாவின் ஒடிந்துவிட்ட இதயம் ஒரேயடியாகச் செயற்படாமல் விடுவதைத் தடுத்து ஞானாவின் வாழ்வில் ஏதோ ஒரு பிடிப்பையுண்டாக்கியது. 'மை டார்லிங் பேபி' என்று கட்டிக் கொஞ்சுவாள்.

மைதிலியை அவள் கட்டிக் கொஞ்சுவதை அருளம்பலத்தார் அதிகம் விரும்பவில்லை. ஆனால் ஞானாவை ஒரு 'மலடி' என்று அவரால் திட்டவும் முடியவில்லை.

அவர்களுக்குக் குழந்தைகள் இல்லாமைக்கு அவரின் நோய்கள்தான் ஒரு காரணம் என்று அவர் மனம் சொல்லியது. மைதிலி மாமி ஞானாவின் அளப்பரிய அன்பில் வளர்ந்தாள். மைதிலியுடன் ஞானா இறுக்கமாக இருப்பதை அவர் விரும்பவில்லை. கூடிய விரைவில் தங்களுக்கு ஒரு வீடு வாங்கிக்கொண்டு அவர்கள் தனிக்குடித்தனம் வந்தார்கள். டாக்டராக இப்போது வேலை செய்யும் மைதிலிக்குத் தனது மாமி ஞானாவிடம் மிகவும் பற்று.

அருளம்பலத்துக்கு இப்போது எழுபது வயது. ஞானேஸ்வரிக்கு அறுபது வயது. அவர்கள் லண்டனுக்கு அகதிகளாக வந்து முப்பத்தைந்து வருடங்களாகின்றன. அருளம்பலத்தார் ஞானாவை நடத்தும் விதம் மைதிலிக்கு அறவே பிடிக்காது.

அருளம்பலத்தாரின் சம்பளமற்ற வேலைக்காரியாகத் தான் ஞானா அந்த வீட்டிலிருக்கிறாள் என்று மைதிலிக்குத் தெரியும். மைதிலிக்குத் தனது மாமியின் வாழ்க்கை புரியத் தொடங்கியிருப்பதை ஞானா உணர்ந்து கொண்டாள். ஆனால் மைதிலி தங்களின் தனிப்பட்ட வாழ்க்கைக்குள் உள்நுழைவதை அவள் அனுமதிக்கப் போவதில்லை என்பதை மறைமுகமாகச் சொல்லிவிட்டாள்.

அருளம்பலத்தாரின் வீட்டுக்கு டாய்லெட் திருத்த வந்த ஆங்கிலேயன் ஞானாவை 'டார்லிங்' என்று கூப்பிட்டதற்காக உள்ளூராட்சியில் முறைப்பாடு செய்த சில தினங்களில் மைதிலி மாமியைப் பார்க்க வந்திருந்தாள்.

அருளம்பலத்தார் மிகவும் ஆத்திரத்துடனிருப்பதற்கு மைதிலிக்குக் காரணம் தெரியவில்லை. அவளின் விசாரணையின்போது, தனது மனைவியின் தூய்மைக்குக் களங்கம் விளைவிக்கும் வகையில் ஞானாவை 'டார்லிங்' என்று அழைத்த அந்த ஆங்கிலேய வேலைக்காரனைப் பழிவாங்க ஞானா உதவி செய்யவில்லை, அந்த ஆங்கிலேயனின் 'டார்லிங்' வார்த்தையால் ஞானா மன உளைச்சலால் வருந்தினாள் என்று எழுதித்தர மறுக்கிறாள் என்று அருளம்பலத்தார் துள்ளிக் குதித்தார்.

மைதிலி லண்டனிற் பிறந்து வளர்ந்தவள். 'டார்லிங்' என்ற வார்த்தைக்கும் தமிழுணர்வின் பரிசுத்த சிந்தனைகளுக்கும் ஒரு

சம்பந்தமுமில்லை என்று தெரிந்தவள். வயதுபோன பெண்களைக் கடைக்காரர்கள், மட்டுமல்ல, ரெயில்வே உத்தியோகத்தர். டாக்சிக்காரர்கள் என்போர் 'டார்லிங்' என்ற சொல்வது சர்வசாதாரணம் என்று மைதிலி அவருக்கு விளங்கப்படுத்தினாள்.

ஞானாவுக்கு அவரின் வஞ்சக உணர்வு தெரியும். அன்று வேலைக்கு வந்திருந்த ஆங்கிலேயன் ஐம்பது வயதுள்ளவன். கல கலவென்று பேசிக் கொண்டிருந்தவன். ஞானாவை 'டார்லிங்' என்று கூப்பிட்டவன். அன்று அவன் அன்புடன் அவளுடன் 'டார்லிங்' பேசியது அவருக்குப் பிடிக்கவில்லை. அவளை அன்புடன் நேசித்தவர்களுக்கு என்ன நடக்கும் என்று தெரியும். இந்த வேலைக்காரனுக்கு எதிரான முறைப்பாடு கொடுத்தால் அவனுக்கு வேலை போவது மட்டுமல்ல, முதியோருடன் கவுரவக் குறைவாக நடந்த குற்றத்தின் அடிப்படையில் இனி அவனுக்கு எந்த வேலையும் கிடைக்காமலும் போகலாம்.

டாய்லெட் திருத்த வந்தவன் ஞானாவுடன் பேசிக் கொண்டிருக்கும்போது தனக்கு இரு வளர்ந்த குழந்தைகளிருப்பதாகவும், முதற்பெண் தாயாகப் போவதாகவும் தனது பேரக் குழந்தைக்குத் தொட்டில் வாங்கிக் கொடுக்க ஓவர் டைம் செய்வதாகவும் ஞானாவுக்குச் சொல்லியிருந்தான்.

அவனுக்கு வேலை போக ஞானா உதவி செய்ய மாட்டாள். அவன் ஒரு நல்ல தகப்பன் என்று அவனின் பேச்சிலிருந்து தெரிந்தது. அருளம்பலத்தார், ஞானாவின் பிடிவாதம், தன்னை மதிக்காத அகங்காரம் பற்றி மைதிலிக்குச் சொல்லிக் கொண்டிருக்கிறார்.

ஏனோ அந்த நேரம் ஞானாவின் ஞாபகத்தில் அவள் அன்பனாகவிருந்த கிருஷ்ணன் வந்தான். அவனின் கவிதைகளில் 'எனது உயிரின் மறுபாதி' என்றுதான் தொடங்கினான். உறவு நெருங்கியிணைந்த காலத்தில் 'மை டார்லிங்' என்று அவளைக் கூப்பிடத் தொடங்கியிருந்தான். அவனுடன் வாழக் கொடுத்து வைத்திருந்தால், இரவின் தனிமையில் காதலில் அவளையணைத்துக் கொண்டு 'மை டார்லிங்' என்று கொஞ்சியிருப்பானா?

அருளம்பலத்தாரைவிட ஆங்கிலத்தில் மிகவும் திறமையுள்ள கிருஷ்ணன் அவளை 'டார்லிங்' என்று அழைத்திருப்பான் என்று நினைத்து மனதுக்குள் கொதிப்படைந்து, அவளை யாரும், 'டார்லிங்' என்றழைத்தால் எரிச்சல் படுகிறாரா அவள் கணவர்? அல்லது அவள் டியுட்டரியிற் படித்த காலத்தில், அவளுக்குத் தெரியாமல் கிருஷ்ணாவின் கடிதங்களை அருளம்பலம் கள்ளமாகப் படித்திருப்பாரா?

ஞானாவைக் காதலித்த குற்றத்திற்காகத், தமிழ்ப் போராளிகளுக்கு கிருஷ்ணனை ஒரு தமிழ்த் துரோகியாகக் காட்டிக் கொடுத்து அவனின் உயிரை எடுத்துவிட்டு ஞானாவைத் தன் சேவகியாகப் பழிவாங்குபவர்; தனது கணவர் என்பதை ஒரு நாளைக்கு மைதிலிக்குச் சொல்ல வேண்டும்போலிருந்தது.

தோட்டத்து, மரம் செடி கொடிகளைத் தடவும்போது அவளுக்குக் கிருஷ்ணாவின் ஞாபகம் வரும். மலர் மொட்டுக்கள் 'மை டார்லிங்' என்று கிசுகிசுத்துக்கொண்டு காற்றுடன் அவளைத் தடவுவதாகக் கற்பனை செய்வாள். பூத்துக் குலுங்கும் மல்லிகையில் அவனின் புன்னகை நிழலாடும். அவள் இறந்து அழியும்வரை அவளின் தொலைந்து விட்ட பாதி உயிர் யாழ்ப்பாணத்தில் அவளின் 'டார்லிங்' கிருஷ்ணாவின் நினைவில் ஊசலாடும்.

குறிப்புகள்

எமது பிற வெளியீடுகள்

10059	பெண்ணியம் பேசலாம் வாங்க | உ.வாசுகி	20
15523	சரிபாதி பெண்கள் சமமானவர்கள்தானா? | அஜிதா	25
17351	விடுதலைப்போரில் பெண்கள்: 1857 எழுச்சிகளின் பின்னணியில்... | எஸ்.ஜி. ரமேஷ்பாபு	20
17170	பெண்: வன்முறையற்ற வாழ்வை நோக்கி.. | உ.வாசுகி	30
10062	இஸ்லாமியப் பெண்ணியம் | ஹெச்.ஜி.ரசூல்	25
10063	பெண் ஏன் அடிமையானாள்? | தந்தை பெரியார்	50
10088	கஸ்தூர்பா: மகாத்மாவின் மனைவி எழுப்பும் | மைதிலி சிவராமன்	30
12281	சாதியும் பால்நிலைப் பாகுபாடும் |உமா சக்ரவர்த்தி | தமிழில்: வ.கீதா	70
14867	பெண்மை என்றொரு கற்பிதம் | ச.தமிழ்ச்செல்வன்	60
17304	முதல் பெண் | பேரா.சோ.மோகனா	50
17017	பெண்ணெழுத்து: களமும் அரசியலும் | ச.விஜயலட்சுமி	80
15912	ஒரு வாழ்க்கையின் துகள்கள் | மைதிலி சிவராமன்	100
17684	மகளிர் தினம் உண்மை வரலாறு | இரா.ஜவகர்	60
15913	பாலின பாகுபாடும் சமூக அடையாளங்களும் வ.கீதா - கிறிஸ்டி சுபத்ரா	150
10063	பெண் ஏன் அடிமையானாள் | தந்தை பெரியார்	40
2267	குடும்பம் தனிச் சொத்து அரசு ஆகியவற்றின் தோற்றம் | எங்கெல்ஸ்	150
18036	தற்கால பெண் சிறுகதைகள் | சுப்ரமணி இரமேஷ்	30
18027	எசப்பாட்டு | ச. தமிழ்ச்செல்வன்	190
18014	பெண்டிரும் உண்டுகொல் | கோவை மீ. உமாமகேஸ்வரி	70

www.ingramcontent.com/pod-product-compliance
Lightning Source LLC
LaVergne TN
LVHW090044181026
850499LV00038B/734

* 9 7 8 8 1 9 4 3 8 4 8 2 3 *